விவேக், கொஞ்சம்... விபரீதம்!

ராஜேஷ்குமார்

RAJESHKUMAR
RK
Publishing

ISBN: 978-93-90771-08-0

விவேக், விஷ்ணு, கொஞ்சம் விபரீதம்! (RK037)

ராஜேஷ்குமார்

வெளியீடு: RK பப்ளிஷிங், 23, யமுனா தெரு,
க்யூரியோ கார்டன் அவென்யூ, வடவள்ளி, கோயம்புத்தூர் - 641 046.

அட்டை வடிவமைப்பு: ராஜரத்தினம்

நூல் வடிவமைப்பு: எம் ஜி ரவிச்சந்திரன்

Vivek, Vishnu, Konjam Vibhareetham! (RK037)

Rajeshkumar

Published by: RK Publishing, 23, Yamuna Street,
Curio Garden Avenue, Vadavalli, Coimbatore - 641046.
Mob: 89251 16783
email: rkpublishing41@gmail.com
Web: www.rajeskumarnovels.com

Cover Designed by: Rajarathinam

Book Designed by: M G Ravichandran

1

அறிந்து கொள்வோம்: *நம்முடைய கல்வித்துறையில் சவாலான படிப்புகள் எவ்வளவோ இருந்தாலும் கடுமையான சவாலோடு கூடிய படிப்பு ஒன்று உண்டென்றால் அது ஃபாரான்ஸிக் சயின்ஸ் எனப்படும் தடயவியல் படிப்புத்தான். இன்றைய விஞ்ஞானத்தின் உதவியோடு குற்றங்களுக்கான ஆதாரங்களைத் தேடி எடுத்து அதை நுணுக்கமாய் ஆராய்ந்து காவல் துறைக்கும், நீதித்துறைக்கும் உதவிக்கரம் நீட்டும் இந்தப் படிப்பு படிப்பது என்பது சாதாரண விஷயம் இல்லை.*

ஃபாரன்ஸிக் சயின்ஸ் எனப்படும் இந்த படிப்புப் மானிடவியல், வேதியியல், உயிரியல், இயற்பியல் மற்றும் நோய் அறிகுறியியல் எனப் பல துறைகளை உள்ளடக்கியது. ரத்தம், உமிழ்நீர், ரோமம், வியர்வை, மற்றும் உடலின் பிற திரவங்கள், வாகனம், சக்கரங்கள், மிதியடிகளின் பதிவுகள், கைரேகைகள், காலடித் தடங்கள், வெடிபொருட்கள், மதுபானங்கள் என்று எதுவாக இருந்தாலும் அதை அலசி ஆராய்ந்து துல்லியமான உண்மைகளை எடுத்துத் தருவதுதான் ஃபாரன்ஸிக்கின் பணி. இது தவிர கையெழுத்து மோசடிகள் குறித்து ஆராய்வதும் இத்துறையில் அடங்கும்.

அந்த வியாழக்கிழமையின் விடிகாலை ஏதோ காதோரம் ரகசியம் பேசுகிற தினுசில் மெதுவாக வெயில் காரட் நிற வெளிச்சத்துக்குத் திரும்பிக் கொண்டிருந்தது.

விவேக் தன் வழக்கமான வாக்கிங்கையும்

ஜாக்கிங்கையும் முடித்துக் கொண்டு வியர்த்த உடம்போடு வீட்டுக்குத் திரும்பிய போது விஷ்ணு வரவேற்பறையில் இருந்த சோபாவில் சாய்ந்து உட்கார்ந்து டிவி பார்த்துக் கொண்டிருந்தான்.

டிவியில் பேஷன் ஷோ சானலில் பென்சில் உடம்போடு கூடிய பன்னாட்டுப் பெண்களின் 'கேட் வாக்கிங்' சேனலில் ஒளிபரப்பாகிக் கொண்டிருந்தது.

விஷ்ணுவின் வாய் சில மில்லி மீட்டர் அகலத்துக்குத் திறந்திருக்க, அவனுடைய வலது கையில் இருந்த டம்ளரில் ரூபலா போட்டுக் கொடுத்திருந்த ஃபில்டர்காபி சூடாய் மூச்சுவிட்டுக் கொண்டிருந்தது. விவேக்கைப் பார்த்ததும் விஷ்ணு ஒரு மைக்ரோ விநாடி நேரத்திற்குள் சேனலை மாற்றினான்.

காவி நிறத் துண்டைப் போர்த்திக் கொண்டு பக்திப்பழமாய் காட்சி கொடுத்துக் கொண்டிருந்த பெரியவர் ஒருவர் ''ஆகவே கும்பராசி நேயர்களே... குரு வருகிற மாதம் 8 ஆம் இடத்திலிருந்து 9 ஆவது இடமான அவனுடைய சொந்த ராசியான தனுசுக்குப் போவதால் அதற்குப் பிறகு வரும் நாட்கள் எல்லாமே நல்லபடியாய் வெற்றிகரமாய் அமையும். பழைய ஆரோக்கியம் திரும்பும். கலைஞர்களுக்கு வாய்ப்பு குவியும். குடும்பத்தில் குதூகலம் நிரம்பி வழியும். ராசிநாதனான சனியும் லக்னாதிபதியான குருவும் அமையப் பெற்றவர்கள் மேலும்...

''குட்மார்னிங் பாஸ்.''

விவேக் முகம் நிறைய ஆச்சரியப்பட்டான்.

''என்னடா... இவ்வளவு காலையில்... எனிதிங் சீரியஸ்.''

''டென்ஷன் ஆகாதீங்க பாஸ்... இன்னிக்கு குருபகவானோட அருள்நிறைந்த நாள். எந்த ஒரு அசம்பாவிதமும் கிடையாது. அடுத்த தெருவில் இருக்கிற 'நல்வாழ்வு' கல்யாண மண்டபத்துல என் ஃபிரண்டோட சிஸ்டர்க்குக் கல்யாணம் பாஸ். ஏர்லி மார்னிங் முகூர்த்தம். 6 மணிக்கெல்லாம்

கல்யாணம் முடிஞ்சது. சரி வந்தது வந்தோம் அப்படியே உங்களையும் மேடத்தையும் பார்த்து ஒரு ‘குட்மார்னிங்’ சொல்லிட்டு போலாம்னு வந்தேன்...''

விவேக் எதிரே இருந்த சோபாலில் உட்கார்ந்தபடி கேட்டான். ''கல்யாண வீட்ல டிஃபன் சாப்டியா?''

''சாப்பிட்டேன் பாஸ்... நூத்தியொரு ரூபா மொய் வச்சுட்டு சாப்பிடாம வருவேனா?''

''அப்புறம் ஏன் இங்க வந்து காப்பி சாப்பிடுறே?''

''அது என்ன டிபன் பாஸ்...? கஞ்சப்பயல். அயிட்டம்ஸ் ரொம்பவும் குறைச்சல்... மொதல்ல இலையில் 2 இட்லிவச்சாங்க. அதுல ஒரு இட்லியை சாப்பிட்டு முடிக்கிறதுக்குள்ள சுடச்சுட வெண்பொங்கல் வந்தது. அப்புறம் பட்டர்லெமன் சேமியா, வடை, சாம்பார், இதையெல்லாம் சாப்பிட்டுக்கிட்டு இருக்கும் போதே பூரி உருளைக்கிழங்கு வந்தது. அதுவும் ரெண்டேரெண்டு பூரி. அது வயித்துக்குள்ளே போயிட்டிருக்கும்போதே சம்பா ரவை உப்புமாவும் அதுக்கு காம்பினேஷனாய் கெட்டித்தயிரும் வந்தது. கடைசியாக ரவாதோசையை வச்சு மங்களம் பாடிட்டான்.''

விவேக் எழுந்து போய் விஷ்ணுவின் பக்கத்தில் உட்கார்ந்தான். ''ஸோ... கல்யாணத்துக்குப் போயும் கொலைப் பட்டினின்னு சொல்லு...''

''ஆமா பாஸ்... ரொம்பவும் குளோஸ்ஃப்பிரண்ட் எப்படி குறை சொல்றது... அதான் சாப்பிட்டோம்னு பேர் பண்ணிட்டு வந்துட்டேன்... மேடம் என்னைப் பார்த்ததும், ‘என்ன விஷ்ணு காபி சாப்பிடுறியா?’ன்னு ஒரு டன் பாசத்தோடு கேட்டாங்க. பாசத்துக்கு நான் அடிமைனு உங்களுக்குத் தெரியுமே. சரின்னு தலையாட்டிட்டேன். சூடான ஃபில்டர் காபி கிடைச்சது... நீங்க போய் குளிச்சுட்டு மெதுவா ரெடியாகி வாங்க பாஸ். டிஃபன் சாப்பிடும் போது நான் உங்களுக்குக் கம்பெனி தர்றேன்...''

விவேக் விஷ்ணுவை எதனால் அடிக்கலாம் என்று சுற்றும் முற்றும் பார்த்துக் கொண்டிருக்கும்போதே வீட்டுவாசலில்

ஒரு போலீஸ் ஜீப் வந்து நிற்பது ஜன்னல் வழியே தெரிந்தது.

''விஷ்ணு! வர்றது யாருன்னு பாரு?''

விஷ்ணு ஜன்னல் அருகே போய் எட்டிப்பார்த்து விட்டுச் சொன்னான் ''பாஸ்...! அசிஸ்டென்ட் கமிஷனர் ஆஃப் போலீஸ் அன்பரசன் ஜீப்பிலிருந்து இறங்கி வந்துட்டிருக்கார். மனுஷன் அவ்வளவு சந்தோஷமாய் இல்ல.'' விவேக் எழுந்து வாசலை நோக்கிப் போக, ஏசிபி அன்பரசன் ஆறடி உயரத்தில் திடகாத்திரமான உடம்போடு எதிர்கொண்டு 'சல்யூட்' வைத்து தளர்ந்தார்.

''சாரி... ஃபார் த டிஸ்டர்பன்ஸ் சார்.''

விவேக் அவருடைய கையைப் பற்றி குலுக்கிவிட்டு ''நோ... பிராப்ளம் ப்ளீஸ் கம் இன்...'' என்று சொல்லிவிட்டு சோபாவைக் காட்டினான். ஏசிபி அன்பரசன் சோபாவின் நுனியில் அவஸ்தையாய் உட்கார்ந்தபடி கேட்டார்.

''சார்! கமிஷனர் உங்களுக்குப் போன் செய்தாரா?''

''இல்லையே...''

''இனிமேல் பண்ணாலும் பண்ணுவார்!''

''எனிதிங் இம்பார்ட்டன்ட்?''

''எஸ்... சார்...'' சொன்னவர் தன் கையில் வைத்திருந்த ஒரு ஸ்மார்ட் போனின் வீடியோ ஆப்ஷனை உயிர்ப்பித்து விவேக்கிடம் நீட்டினார்.

''4 நிமிஷம் ஓடற இந்த வீடியோப் பதிவைக் கொஞ்சம் பாருங்க சார்.''

விவேக் வாங்கிப் பார்க்க விஷ்ணுவும் அவனோடு இணைந்து கொண்டான்.

இருட்டில் மரங்கள் வேகமாய் அசைந்து கொண்டிருக்க ரோட்டோரமாய் ஒரு பைக் வந்து நிற்கிறது. 2 பேர் நிழல் உருவங்களாய் இறங்குகிறார்கள். ஒருவனின் கையில் சதுரமாய் ப்ரீஃப்கேஸ், இன்னொருவனின் கையில் சின்னதாய்

ஒரு துணி மூட்டை.

அந்த 2 பேர்களும் சுற்றும் முற்றும் பார்த்து விட்டுச் சாலையின் சரிவில் இறங்கி நடக்கிறார்கள். செல்போனின் வீடியோ கேமரா அவர்களைப் பின் தொடர்கிறது. ஷூ அணிந்த அவர்களுடைய கால்கள் சிறு சிறு செடிகளை துவம்சம் செய்கின்றன.

விவேக் செல்போனின் மேல் இருந்த பார்வையை எடுக்காமல் கேட்டான். ‘‘அன்பரசன்... யார் அவங்க...?’’

‘‘சார்... முதல்ல அவங்க என்ன பண்றாங்கன்னு பாருங்க...’’

விவேக் பார்வையை உன்னிப்பாக்கினான்.

இப்போது இருவரும் அடர்த்தியான புதர்களுக்கு நடுவில் ஒரு கோணல் கோடு மாதிரி நெளிந்த ஒற்றையடிப் பாதையில் வேகமாய் நடை போட்டுக் கொண்டிருந்தனர். அவ்வப்போது கிசுகிசுப்பாய் ஏதோ பேசிக் கொண்டார்கள். மேலும் 30 விநாடி இருட்டில் நடந்தபின் சட்டென்று நின்றார்கள். ஒருவன் மண்டியிட்டு உட்கார்ந்து ப்ரீஃப்கேசைக் கீழே வைத்து அதனுடைய லாக்கரை விடுவித்துத் திறந்து உள்ளேயிருந்து ‘மெஷின்கன்’ போல் இருந்த ஏதோ ஒன்றை எடுத்தான். அதை நான்கைந்து முறை திருப்பித் திருப்பிப் பார்த்து விட்டு பூமியில் பதித்தான்.

‘கிர்ர்ர்ர்’ரென்று சன்னமாய் ஒரு சத்தம் உற்பத்தியாக கல்லும் மண்ணும் பக்கவாட்டில் சிதறியது. அடுத்த ஒரு நிமிடத்துக்குள் இரண்டடி ஆழக் குழியொன்று உற்பத்தியாக... கையில் துணிமூட்டையோடு நின்றிருந்தவன் கேட்டான். ‘‘இந்த ஆழம் போதுமா?’’

‘‘போதும் போதும்... இந்த இடத்துக்கு யாரும் வரப்போறதில்லை... அதை வெளியில் எடு...’’

அவன் துணி மூட்டையை மெல்லப் பிரித்தான். உள்ளே கையை விட்டு எதையோ மெல்லத் தூக்கினான்.

அந்த இருட்டிலும் அது எது என்று தெளிவாய் புலப்பட்டது.

துல்லியமாய் வெட்டப்பட்ட ஒரு மனிதனின் தலை...

சென்னையின் புறநகர் பகுதி.

முட்டுக்காட்டுக்குப் போகும் பிரதான சாலையிலிருந்து இடதுபுறமாக சட்டென்று மண்பாதையொன்று பிரிய உள்ளே நூறு மீட்டர் தூரத்தில் பசுமையான மரங்களுக்கு நடுவில் காவி நிறக் கட்டிடம் 2 மாடிகளோடு பழமையாய் தெரிந்தது.

இரண்டாவது மாடியில் முதல் அறையின் கதவு சாத்தப்பட்டு இருக்க மெல்லத் தட்டினாள் அந்த 23 வயதான அழகான பெண் சுபத்ரா.

''மே... ஐ... கம் இன் டாக்டர்?''

உள்ளேயிருந்து குரல் வந்தது.

''எஸ் கம் இன்.''

சுபத்ரா கதவைத் தள்ளிக் கொண்டு அறைக்குள் போனாள். கிட்டத்தட்ட ஒரு லேபாரட்ரி போல் தோற்றமளித்த அந்த அறையின் மையத்தில் ரிவால்விங் நாற்காலியில் உட்கார்ந்திருந்த டாக்டர் ருத்திரபதி பயோ கம்ப்யூட்டருக்கு முன்பு உட்கார்ந்து ஸ்கிரீனில் எதையோ உற்றுப் பார்த்துக்கொண்டிருந்தார்.

''குட்மார்னிங் டாக்டர்.''

''வெரி வெரி குட்மார்னிங்.'' கம்ப்யூட்டரிலிருந்து தலையை உயர்த்தாமலேயே சொன்னார் ருத்திரபதி. சுபத்ரா கையில் வைத்திருந்த ஒரு நீல நிற ஃபைலோடு அவருக்கெதிரே இருந்த நாற்காலியில் உட்கார்ந்தாள்.

''டாக்டர்... நீங்க கேட்டிருந்த ஆர்.என்.ஏ ரிப்போர்ட் ரெடி.''

''ரிசல்ட் என்ன?''

''வெள்ளை எலியோட நியூரான் ஆர்.என்.ஏ 10 பர்சன்ட் அதிகம். அதே சமயம் கறுப்பு எலியோட ஆர்.என்.ஏ குறைவாய் இருக்கு.''

''எத்தனை மணிக்கு எடுத்த ரிப்போர்ட் இது?''

''காலை 7 மணி.''

''சரி... ரெண்டையும் டைப் அப்சர்வேஷன்ல வை. மத்தியானம் 2 மணிக்கு ஒரு ரிப்போர்ட் எடு. அப்பவும் அதே மாதிரி இருந்தா எக்ஸ் பிளஸ் ஒய் ஸீரத்தை இஞ்ஜெக்ட் பண்ணிப் பார்க்கலாம்.''

''எஸ் டாக்டர்.'' ருத்திரபதி கம்ப்யூட்டரை இருட்டாக்கி விட்டு நாற்காலியிலிருந்து தன்னை உருவிக்கொண்டு எழுந்தார்.

''இப்ப மணி என்ன?''

''10.10...''

''ஹரி எங்கே...?''

''அவரோட கேபினுக்குள்ள இருக்கார். நீங்க கொடுத்த ஏதோ ஒரு அசைன்மென்ட்டை சிரத்தையுடன் பண்ணிட்டிருக்கார்.''

''நான் ஹரிக்கு எது மாதிரியான அசைன்மென்ட் கொடுத்திருக்கேன்னு உனக்குத் தெரியுமா சுபத்ரா?''

''தெரியாது டாக்டர்!''

''அடுத்த வாரம் நாம 3 பேரும் கொடைக்கானலுக்கு போறோம். அங்கிருந்து 10 கிலோ மீட்டர் தூரத்தில் இருக்கிற 'ஸ்லிப் ராக்'ல 10 நாள் தங்கப் போறோம். அதற்கான முன்னேற்பாடுகளைச் செய்யச் சொல்லி ஹரிக்கிட்ட சொல்லியிருக்கேன்.'' சுபத்ராவின் அழகான முகம் சற்றே மாறியது.

''எதுக்கு 'ஸ்லிப் ராக்' போறோம்?''

''என்ன சுபத்ரா, நாம அங்க எதுக்குப் போறோம்னு உனக்குத் தெரியாதா?''

''அங்கே ஏதோ அகழ்வாராய்ச்சி நடந்திட்டு இருக்கிறதாய் சொன்னீங்க.''

''அதேதான் 15 அடி ஆழம் வரைக்கும் தோண்டி யாச்சாம்... ஆர்க்கியாலஜி டிபார்ட் மெண்ட்டைச் சேர்ந்த என்னோட ஃபிரண்ட் விஜய்பாபு இன்னைக்கு காலைல 6 மணிக்கு போன் பண்ணி சொன்னார்.''

''டாக்டர்...''

''என்ன சுபத்ரா...''

''நானொன்னு சொன்னா நீங்க தப்பா நினைக்க மாட்டீங்களே...?''

''நோ... நோ... தாராளமாய் சொல்லலாம்.''

''நாம தேடிப்போற விஷயம் அந்த ஸ்லிப் ராக் அகழ்வாராய்ச்சில கிடைக்குமா...?''

டாக்டர் ருத்திரபதி மென்மையாய் புன்னகையொன்றை உதிர்த்தபடி கேட்டார்.

''நாளைக்குக் காலையில் சூரியன் உதிக்குமா உதிக்காதா?''

''இது என்ன கேள்வி... கண்டிப்பாய் உதிக்கும்.''

''அதே மாதிரிதான், அந்த ஸ்லிப் ராக் அகழ்வாராய்ச்சி இடத்திலும் நாம தேடிப்போற விஷயம் நிச்சயம் கிடைக்கும். சுபத்ரா நீ என்கிட்ட ஒரு ரிசர்ச் ஸ்காலராய் ஒர்க் பண்ற. எதையுமே பாசிட்டிவ்வாகப் பேசவும், திங்க் பண்ணவும் கத்துக்கணும்...!''

''சாரி டாக்டர்.''

''இட்ஸ் ஓகே...!'' இருவரும் லேப்பை விட்டு வெளியே வந்து வராண்டாவில் நடக்கும்போது ருத்திரபதி கேட்டார்.

''நாகஜோதியைப் பார்த்தியா?''

''நேர்ல போய் பார்க்கல... கம்ப்யூட்டர்ல மானிட்டரிங் பண்ணிப் பார்த்தேன். எந்த இம்ப்ரூவ்மெண்டும் இருக்கிற மாதிரி தெரியல டாக்டர்...!''

''சரி வா... நேர்ல போய் பார்த்துடலாம்.'' சொன்ன ருத்திரபதி அதே வராண்டாவில் நீளமாய் நடந்து கடைசியில்

இருந்த ஒரு அறைக்குள் நுழைந்தார். சுபத்ரா உள்ளே வந்ததும் கதவைச் சாத்தித் தாழிட்டார். தான் அணிந்திருந்த கோட்டின் பாக்கெட்டிலிருந்து சாவிக் கொத்தை எடுத்துக் கொண்டவர் அந்த அகலமான மர பீரோவுக்கு முன்பாய் போய் நின்றார். ஒரு சாவியைத் தேர்ந்தெடுத்து பீரோவைத் திறந்தார். பீரோவின் குறுக்கே ஓடியிருந்த கனமான கம்பியில் டாக்டரின் சூட்ஸ் பல, நிறம் நிறமாய் ஹேங்கரில் தொங்கியது.

அவைகளையெல்லாம் கைகளால் விலக்கிக் கொண்டு உள்ளே போனவர் மறுபடியும் ஒரு சாவியை உபயோகித்துக் குறுக்கே நின்றிருந்த அந்தப் பெரிய பலகையைத் தள்ளினார். பின்னால் ஒரு சிறிய அறை பார்வைக்கு கிடைக்க சுவரோரக் கட்டிலில் ஓர் இளம்பெண் பச்சை நிற போர்வையால் போர்த்தப்பட்டு மல்லாந்துக் கிடந்தாள்.

சற்றே லேசாய்ப் பிளந்த வாயோடு கண்கள் மூடியிருக்க உடம்பில் ஒரு துளி சலனமில்லை. ஸ்பிலிட் ஏசியின் உதவியால் அந்த அறை டிசம்பர் மாத ஊட்டியாய் மாறியிருந்தது. டாக்டர் ருத்திரபதியும், சுபத்ராவும் அந்தப் பெண்ணை நெருங்கினார்கள்.

2

அறிந்து கொள்வோம்: *நம் போலீஸ் டிபார்ட்மென்ட்டின் ஓர் முக்கிய அங்கமான ஃபாரன்சிக் எனப்படும் தடயவியல் துறை ஆசியாவிலேயே சென்னையில் தான் முதன் முதலில் 1949ம் ஆண்டு தொடங்கப்பட்டது. அதன்பிறகு 9 மண்டலங்களாக அது விரிவாக்கம் பெற்றது. மேலும் 30க்கும் மேற்பட்ட 'மொபைல் ஃபாரன்சிக் சயின்ஸ் லேபாரட்ரி' எனப்படும் தானியங்கி அலுவலகங்கள் செயல்பட்டு வருகின்றன. சென்னை ஃபாரன்சிக்கில் மட்டும் அனைத்து வகையான சோதனைகளையும் செய்யும் வசதி உள்ளது.*

இந்தியாவில் நாடு முழுவதும் ஃபாரன்சிக் தொடர்பான பட்டப் படிப்புகள் உள்ளன. மணிப்பூர், டில்லி, ஜான்சி, ஆக்ரா, பாட்டியாலா, புவனேஸ்வர் போன்ற நகரங்களில் இப்படிப்புகள் வழங்கப்படுகின்றன. ஃபாரன்சிக் பட்டப் படிப்பைத் தேர்வு செய்பவர்கள் ஆணாக இருந்தாலும் சரி, பெண்ணாக இருந்தாலும் சரி அவர்களுக்கு ஒரு விஷயத்தை 3ம் கோணத்தில் பார்க்கும் திறன் வேண்டும். இயற்பியல் பாடத்தையும் உயிரியல் பாடத்தையும் நன்கு கற்றுத் தேர்ந்திருக்க வேண்டும். விசாரணையின் போது உண்மையான தகவல்களைத் தருவது முக்கியம்.

அந்தப் பெண்ணையே உற்றுப் பார்த்துக் கொண்டிருந்த டாக்டர் ருத்திரபதி சுபத்ராவிடம் திரும்பினார்.

''சுபத்ரா...''

''டாக்டர்''

''அந்த பயோ கம்ப்யூட்டரை ஆன் பண்ணு. நாகஜோதியோட உடம்பு என்ன சொல்லுதுன்னு பார்க்கலாம்.'' சுபத்ரா அந்தப் பெண்ணின் தலைமாட்டில் இருந்த சதுரமான கம்ப்யூட்டரை ஆன் செய்தாள். கம்ப்யூட்டரின் திரை 'பெப்பர், சால்ட்' புள்ளிகளோடு உயிர்ப்பித்துக் கொண்டு கட்டிலில் படுத்திருந்த நாகஜோதியை 4 ஆக பிரித்துப் பல கோணங்களில் காட்டியது.

டாக்டர் ருத்திரபதி தன் கையில் வைத்திருந்த செல்போனின் ஒரு ஆப்ஷனைத் தேய்த்து அந்த பயோ கம்ப்யூட்டரோடு ஒரு தொடர்பை ஏற்படுத்திக் கொண்டு அதனிடம் சின்னச் சின்ன கேள்விகளாய் கேட்டு டைப் செய்தார். உடனடியாய் பதில் வந்தது.

''பிரெய்ன் ஸ்டெம் டெஸ்ட்?''

''கோயிங் ஆன்''

''பிரெய்ன் ஸ்டெம் ஆடிட்டரி இவோக்ட் ரெஸ்பான்ஸ்?''

''நத்திங்.''

''ரிப்ளக்சஸ்?''

''ஆப்சண்ட்.''

''செரிபரல் ஹெமிஸ்பியர்ஸ்?''

''இன் ஏ டீப்லி கோமா ஸ்டேஜ்.''

''கார்னியல் ரிப்ளக்ஸ்?''

''நோ...''

''ஆக்லோ செபாலிக் ரிப்ளக்ஸ்?''

''நோ...''

டாக்டர் ருத்திரபதி ஒரு பெருமூச்சை உஷ்ணமாய் வெளியேற்றிக் கொண்டே பயோ கம்ப்யூட்டரின் திரையை இருட்டாக்கினார்.

''சுபத்ரா...''

''டாக்டர்...''

''நாகஜோதிகிட்ட இன்னிக்கு ஒரு 10 சதவீத ரெஸ்பான் சாவது இருக்கும்னு எதிர்பார்த்தேன்... ஏமாற்றமாய் இருக்கு.''

''நானும் தான் டாக்டர்.''

''மறுபடியும் ஒரு லைப் சப்போர்ட்டர் கொடுத்து அப்சர்வேஷன்ல வச்சுப் பார்க்கலாமா...?

''கார்டியோ - பல்மனரி சப்போர்ட்டர் வச்சா ஓரளவுக்கு நாம எதிர்பாக்குற ரிசல்ட் கிடைக்கலாம் டாக்டர்...!''

''சரி நீயும் ஹரியும் அதுக்கு வேண்டிய ஏற்பாட்ட பண்ணுங்க''

ருத்திரபதி சொல்லிவிட்டுத் திரும்பிய விநாடி அவருடைய செல்போன் வைப்ரேஷனில் சிணுங்கியது. எடுத்து டிஸ்பிளேயில் பார்த்தார்.

மறுமுனையில் டாக்டர் வெற்றிவேல் காத்திருந்தார். ருத்திரபதி செல்போனை இடதுகாதுக்கு மெல்ல ஒற்றி 'குட்மார்னிங் வெற்றி,' என்றார்.

''குட்மார்னிங் ருத்ரா.''

''சாரி வெற்றி... காலையிலேயே நீ ஒரு தடவை எனக்கு போன் பண்ணியிருக்கே... போனை நான் வைப்ரேஷன்ல வச்சிருந்ததால கவனிச்சு அட்டெண்ட் பண்ண முடியல... ஏதாவது முக்கியமான விஷயமா...?''

''அப்படி இல்லேன்னா நான் போன் பண்ணுவேனா?''

''என்ன விஷயம் சொல்லு...?''

''நாகஜோதி விஷயத்துல ஏதாவது முன்னேற்றம் தெரியுதா?''

''இல்ல...''

''அப்புறம் ஏன் அவ அங்க இருக்கணும். பழையபடி

என்னோட ஆஸ்பத்திரிக்குக் கொண்டு வந்துடு...!''

''நீ எனக்கு ஒரு வாரம் கொடுத்திருக்க வெற்றி. நாகஜோதி என்னோட இருப்பிடத்துக்கு வந்து 4 நாள்தான் ஆச்சு... இன்னும் 3 நாள் பாக்கியிருக்கு!''

''அது எனக்குத் தெரியாதா என்ன... இப்ப புதுசா ஒரு பிரச்சனை...''

''என்ன பிரச்சனை...?''

''கார் மோதி விபத்துக்குள்ளான நாகஜோதிக்குச் சொந்த பந்தம் யாரும் இல்லைனு நினைச்சிட்டிருந்தோம், இல்லையா?''

''ஆமா...''

''அவ கல்யாணமானவ. புருஷன் இருக்கான்.''

வீடியோவைப் பார்த்துக் கொண்டிருந்த விவேக்கும், விஷ்ணுவும் வியர்வை மின்னும் முகங்களோடு நிமிர்ந்தார்கள்.

''என்ன பாஸ் துணி மூட்டையைப் பிரிச்சு ஏதோ பாதியாய் வெட்டுன தர்பூசணிப்பழத்தை எடுக்கிற மாதிரி ஒரு மனுஷனோட தலையை எடுக்கிறான்...!''

விவேக், ஏசிபி அன்பரசனை ஏறிட்டான்.

''அன்பரசன்... யார் இவங்க...?''

''சார் இன்னும் 2 நிமிஷம் வீடியோ ஓடும்... அதையும் பார்த்துடுங்க... அப்புறம் விபரம் என்னான்னு சொல்றேன்.'' விவேக்கும் விஷ்ணுவும் மறுபடியும் செல்போனில் ஓடிக்கொண்டிருந்த அந்த வீடியோக் காட்சியைப் பார்த்தார்கள். 2 பேர்களில் ஒருவன் சொல்லிக் கொண்டிருந்தான்.

''இது பாதுகாப்பான இடம்தானே...?''

''நான் செலக்ட் பண்ணின இடத்தில என்னிக்குமே பிரச்சனை வராது... குழிக்குள்ள தலையைப் போட்டு, மண்ணைத் தள்ளு...''

அடுத்த விநாடி அந்த துண்டிக்கப்பட்ட மனிதத்தலை ஒரு சிறு சத்தத்துடன் குழிக்குள் விழுந்தது.

மண்ணை வேகவேகமாய் அள்ளிப் போட்டார்கள். பிறகு மூடிய குழியின் மீது ஏறி நின்று பூட்ஸ் கால்களால் மிதித்து அந்த இடத்தைச் சமன்படுத்தினார்கள்.

ஒருவன் சட்டென்று மிதிப்பதை நிறுத்தினான். மற்றவன் கேட்டான்.

''ஏன்... என்னாச்சு...?''

''ஏதோ சத்தம் கேட்கல...?''

''சத்தமா...?''

''ம்...''

''என்ன சத்தம்...?''

''யாரோ பெருமூச்சு விடுற மாதிரி...''

''காத்து வேகமாய் வீசியிருக்கும்''

''இல்ல... நம்மை தவிர வேற யாரோ இங்க இருக்காங்க.''

''உனக்கு எப்பப் பார்த்தாலும் பயம்தான்.''

''இது நியாயமான பயம்தான்... அந்தப் புதருக்குப் பின்னாடிபாரு... ஏதோ அசையற மாதிரி இருக்கு...''

''எதுக்கு சந்தேகம்? வா... போய்ப் பார்ப்போம்''

இருவரும் எழுந்தார்கள். அத்தோடு வீடியோ பதிவு முடிவுற்றிருந்தது. விவேக் ஏசிபியிடம் திரும்பினான்.

''என்ன அன்பரசன் வீடியோ பதிவு அவ்வளவுதானா...?''

''ஆமா... சார்.''

''இந்த வீடியோவ எடுத்தது யாரு...?''

''ஸ்கை ஈகிள் என்ற ஆங்கிலப் புலனாய்வு பத்திரிகையின் ரிப்போர்ட்டர் கைலாஷ்.''

‘‘வீடியோவில் பதிவாகியிருந்த நபர்கள் யாரு...?’’

‘‘சார்... இன்னிக்கு விடிகாலை 3 மணிக்குப் போலீஸ் கமிஷனர் என்னை செல்போனில் கூப்பிட்டு கேளம்பாக்கத்துக்குப் பக்கத்துல ‘சவரிக்காடு’ என்ற இடத்தில் கத்திக்குத்து காயங்களுடன் ஒரு இளைஞன் கொலை செய்யப்பட்டுக் கிடப்பதாகவும், அந்த ஏரியா இன்ஸ்பெக்டர் ஆல்பின்ராஜ் சம்பவ இடத்துக்கு உடனடியாய் போய் இறந்த நபரின் உடலைக் கைப்பற்றி ஜீ.ஹெச் மார்ச்சுவரிக்குக் கொண்டு போயிட்டதாகவும் சொன்னார். மேற்கொண்டு அந்தக் கேஸை இன்வெஸ்டிகேட் பண்ணி தனக்கு ஒரு ரிப்போர்ட்டைக் கொடுக்கும்படியாகவும் கேட்டுக்கிட்டதால நான் அங்கே போனேன்.’’

‘‘இன்ஸ்பெக்டர் ஆல்பின்ராஜை மீட் பண்ணீங்களா?’’

‘‘பண்ணினேன் சார்.’’

‘‘அவரோட ரிப்போர்ட் என்ன?’’

‘‘நேத்து மிட்நைட் 2 மணிக்கு ஒரு லாரி டிரைவர் போலீஸ் ஸ்டேஷனுக்கு போன் பண்ணி கேளம்பாக்கத்துக்குப் பக்கத்துல சவரிக்காடு மண்ரோட்டில் கத்திக்குத்துக் காயங்களோடு யாரோ ஒரு நபர் கீழே விழுந்து கிடக்கிறதாகவும், அவரைக் குத்தின 2 ஆட்கள் தன்னோட லாரியைப் பார்த்ததும் பைக்ல ஏறித் தப்பி விட்டதாகவும் சொல்லிட்டுப் போனை ‘கட்’ பண்ணிட்டாராம். அந்த லாரி டிரைவர் பப்ளிக் டெலிபோன் பூத்திலிருந்து பேசினதால டிரைவரை டிரேஸ் பண்ண முடியலைன்னு இன்ஸ்பெக்டர் சொன்னார். அவர் உடனடியாய் ஸ்பாட்டுக்கும் போய் பார்த்திருக்கிறார். கத்திக்குத்து காயங்களுடன் உயிருக்குப் போராடிக்கிட்டு இருந்த அந்த இளைஞன் தன்னோட பேர் கைலாஷ்னும் தான் ஒரு பிரஸ் ரிப்போர்ட்டராய் ‘ஸ்கை ஈகிள்’ என்ற ஆங்கில புலனாய்வு பத்திரிகையில் வேலை பார்க்கிறதாகவும் சொல்லி மேற்கொண்டு பேச முடியாமல் பக்கத்தில் இருந்த புதர்ப்பக்கம் கையைக் காட்டிட்டு உயிரை விட்டிருக்கிறான்.

''உடனே இன்ஸ்பெக்டர் அந்தப் புதர்ப்பக்கம் போய் இருட்டில் டார்ச் உதவியோடு தேடிப்பார்க்கவும் இந்த ஸ்மார்ட்போன் பார்வைக்குத் தட்டுப்பட்டிருக்கு.''

விவேக் யோசனையோடு தலையாட்டினான்.

''இப்ப புரியுது... அந்த 2 பேரும் ஒரு மனிதத்தலையைக் கொண்டு வந்து டிஸ்போஸ் பண்ணினதை கைலாஷ் வீடியோ எடுத்திருக்கான். அதைப் பார்த்துட்ட அந்த 2 பேரும் கைலாஷைத் தீர்த்துக் கட்டியிருக்காங்க.''

''எஸ்... சார்... திஸ் ஈஸ் வாட் ஹேப்பண்ட்.''

''ஸ்கை ஈகிள் பத்திரிகைக்குத் தகவல் கொடுத்திட்டீங்களா?''

''கொடுத்துட்டேன் சார்... அது கொல்கத்தாவிலிருந்து வரக்கூடிய ஒரு இன்வெஸ்டிகேஷன் ஜர்னல்.''

''அந்தத் தலை புதைக்கப்பட்ட இடத்தை 'ட்ரேஸ் அவுட்' பண்ணிட்டீங்களா...?''

''இல்ல சார்...''

''ஏன்...?''

''அந்த மனிதத்தலை டிஸ்போஸ் செய்யப்பட்ட இடம் வேற. கைலாஷ் கொலை செய்யப்பட்ட இடம் வேற சார். கைலாஷ் வீடியோ எடுத்ததைப் பார்த்துட்ட அந்த 2 பேரும் கைலாஷைத் துரத்தியிருக்காங்க. கைலாஷ் தன்னோட பைக்ல தப்பிச்சுப் போக நினைச்சிருக்கான். ஆனா அவங்களும் பைக்ல சேஸ் பண்ணிட்டு வந்து கேளம்பாக்கத்துக்குப் பக்கத்துல மறிச்சு குத்திக் கொலை செஞ்சிருக்காங்க. கைலாஷோட பைக் ரோட்டோரமாய் ஒருக்களிச்சு விழுந்து இருந்தது...!''

''மோப்ப நாயை வரவழைச்சீங்களா...?''

''டாக் ரோஜரை வரவழைச்சுப் பார்த்தோம். நோ யூஸ் சார்... அது எல்லா திசைகளிலும் நூறு மீட்டர் தூரம் ஓடியதோடு சரி.''

ஏசிபி அன்பரசன் சொல்லிக் கொண்டிருக்கும் போதே விவேக்கின் செல்போன் ரிங்டோனை வெளியிட்டது. எடுத்துப் பார்த்தான். மறுமுனையில் போலீஸ் கமிஷனர். காதுக்கு ஒற்றி ''குட்மார்னிங் சார்'' என்றான். கமிஷனர் நேரடியாய் விஷயத்துக்கு வந்தார். ''மிஸ்டர் விவேக்... ஏசிபி அன்பரசன் எல்லாத்தையும் சொன்னாரா?''

''சொன்னார் சார்''

''அந்த மனிதத்தலை இந்தச் சென்னையில் எந்த இடத்தில் புதைக்கப்பட்டிருக்கும் என்பதைக் கண்டுபிடிக்க வேண்டியது உங்களுடைய பொறுப்பு...!''

3

அறிந்து கொள்வோம்: *முதன் முதலாக 1880 வது ஆண்டுதான் குற்றம் நடந்த இடத்தில் கிடைக்கும் கைரேகைப் பதிவுகளை வைத்து குற்றவாளியை இனம் காண முடியும் என்பதைக் கண்டுபிடித்தார்கள். ஒருவனின் கைரேகைகள் மற்றவர்களின் கைரேகைகளோடு ஒத்துப்போவதில்லை என்ற அரிய உண்மையையும் உலகத்துக்கு தெரியப்படுத்தினார்கள். இந்த ஆய்வில் மொத்தம் 4 வல்லுநர்கள் ஈடுபட்டார்கள். இதில் ஹென்றி ஃபால்ட்ஸ் என்பவர்தான் முன்னோடியாக இருந்து ஆய்வு அறிக்கையைச் சமர்ப்பித்து 'ஃபாதர் ஆஃப் ஃபிங்கர் பிரின்ட்ஸ்' என்னும் பட்டத்துக்குத் தகுதி உள்ளவராக மாறினார்.*

ஒரு மனிதனின் கைகளில் எப்போது கைரேகைகள் உண்டாகிறதென்று தெரியுமா? அவன் தன் தாயின் வயிற்றில் 3 மாதக் கருவாக இருக்கும் போது 2 கைகளிலும் கைரேகைகள் உருவாகின்றன. ஒரு முறை உருவான கைரேகைகள் ஒருமனிதனின் எந்த வயதிலும் எப்போதும் மாறாமல் இருக்கும் என்பது தான் வியப்பின் உச்சம்.

இரவு 11 மணி...

விவேக் தன்னுடைய அறையில் லேப்டாப் முன்பாக உட்கார்ந்து, கம்ப்யூட்டர் திரையில் ஓடிக் கொண்டிருந்த அந்த வீடியோக் காட்சியைத் திரும்பத் திரும்பப் பார்த்துக் கொண்டிருந்தான்.

பக்கத்தில் உட்கார்ந்திருந்த விஷ்ணு தன் இடது புறங்கையின் மேல் கொட்டாவி ஒன்றை வெளியேற்றிவிட்டுச் சொன்னான்.

''பாஸ்... கொலை செய்யப்பட்ட அந்த ஜர்னலிஸ்ட் கைலாஷ் எடுத்த இந்த வீடியோவை நீங்க இன்னிக்கு ராத்திரி மட்டுமல்ல. இன்னும் 108 ராத்திரிகள் போட்டுப் பார்த்தாலும் சரி எந்த ஒரு 'க்ளூ'வும் கிடைக்கப் போவதில்லை. மூளைக்கு ஒருநாள் லீவு கொடுங்க, நிதானமாய் யோசனை பண்ணலாம்.'' விஷ்ணு சொல்லிக் கொண்டிருக்கும் போதே ரூபலா டீக்கோப்பையோடு உள்ளே வந்தாள்.

''நல்லா சொல்லுடா விஷ்ணு... அந்த மனிதத்தலை இந்தச் சென்னையில் எந்த இடத்தில் புதைக்கப்பட்டிருக்கும் என்பதைக் கண்டுபிடிக்க வேண்டியது உங்களுடைய பொறுப்புன்னு போலீஸ் கமிஷனர் சொல்லிட்டாராம். உடனே அதை இவர் வேதவாக்காய் எடுத்துக்கிட்டு ராத்திரி 8 மணிக்கு 2 சப்பாத்தியையும் ஒரு டம்ளர் பாலையும் சாப்டுட்டு லேப்டாப் முன்னாடி உட்கார்ந்தவர்தான். இதுவரைக்கும் திரும்பிக் கூட பார்க்கல.'' ரூபலா சொல்லிக்கொண்டே டீக்கோப்பையை இருவரிடமும் கொடுக்க விவேக் வாங்கிக்கொண்டே சொன்னான்.

''விஷ்ணு, சீக்கிரம் டீயைக் குடி நாம புறப்படணும்''

''எங்கே பாஸ்?''

''தலையைப் புதைச்சு வச்ச இடத்துக்கு...''

விஷ்ணுவும் ரூபலாவும் ஆச்சரியம் கலந்த பார்வைகளைப் பரஸ்பரம் பரிமாறிக் கொண்டார்கள். விஷ்ணு படபடத்தான்.

''என்ன பாஸ்... வெத்தலையில் மை தடவி இந்த திசையில் காணாமல் போன உன்னோட ஆடு இருக்குனு சொல்ற ஜோசியக்காரன் மாதிரி தலையைப் புதைச்சு வச்சிருக்கிற இடத்துக்குப் போலாம்னு சொல்றீங்க...?''

விவேக்கின் உதடுகளில் ஒரு புன்முறுவல் பரவியது.

''விஷ்ணு! இந்த வீடியோவை நீ எத்தனை தடவை பார்த்திருப்பே...?''

''ஒரு அம்பது, அறுபது தடவையாவது இருக்கும் பாஸ்.''

''ரூபி... நீ எத்தனை தடவை பார்த்திருப்பே...?''

''மிஞ்சிப்போனா ஒரு 10 தடவை.''

''ஏதாவது கண்டுபிடிக்க முடிஞ்சதா?''

''பெரிய சைபர்...''

''நான் ஓரளவுக்கு யூகம் பண்ணிட்டேன்... பைக்ல வந்த 2 பேரும் கேளம்பாக்கத்துக்குப் பக்கத்துல இருக்கிற தையூர்க்குப் போயிருக்கணும்...!''

''எ... எ... எப்படி பாஸ்?''

''அந்த வீடியோக் காட்சியை மறுபடியும் போட்டுப் பாரு.'' விஷ்ணு லேப்டாப் திரையில் அந்த வீடியோக் காட்சியை ஓட விட்டான்.

''ரூபி... நீயும் பாரு.''

புன்னகையோடு விவேக் சொல்ல, இருவரும் பார்த்தார்கள். 4 நிமிடம் ஓடக்கூடிய அந்த வீடியோக் காட்சியைப் பார்த்துவிட்டு உதட்டை ஒரு சேரப் பிதுக்கினார்கள்.

''ஒண்ணும் பிடிபடலையே?''

விவேக் அந்த வீடியோவின் ஆரம்பக்காட்சியை லேப்டாப் திரைக்குக் கொண்டு வந்து அதை ஃப்ரீஸ் செய்தபடி கேட்டான். ''இந்தக் காட்சியில உங்களால என்னென்ன பார்க்க முடியுது?''

''பைக்கோட ஹெட்லைட் வெளிச்சத்துல ரோட்டோர மரங்கள் கொஞ்ச தூரத்துக்குத் தெரியுது.''

ரூபலா சொன்னாள்.

''உனக்கு என்ன தெரியுது விஷ்ணு?''

''எனக்கும் அதேதான் பாஸ்... ரோடு கொஞ்சம் குண்டும்

குழியுமாய் இருக்கு.''

''சரி, ரோட்டோர மரங்கள் எது மாதிரியான மரங்கள்?''

''சரியா தெரியலை பாஸ்.''

விவேக் அந்த மரங்களை ஜூம் பண்ணினான்.

''இப்ப... சொல்லுங்க.''

ரூபலாவும் விஷ்ணுவும் அந்த மரங்களின் இலைகளை உற்றுப் பார்த்துவிட்டு, ''இது எது மாதிரியான மரங்கள்னு தெரியலையே... இலைகள் வித்தியாசமாய் இருக்கு.'' என்றார்கள். விவேக் மெல்லச் சிரித்துவிட்டுச் சொன்னான்.

''இது 'லைக்கோ போடியம்' மரங்கள். இது மாதிரியான மரங்கள் பெரும்பாலும் காஞ்சிபுரம் கிராமத்துக்கு உட்பட்ட தையூர் கிராமத்தின் வனப்பகுதியில்தான் இருக்குமாம். அதுவும் குறிப்பிட்ட பகுதியில்தான் காணப்படுமாம்...''

''இந்த விபரம் உங்களுக்கு எப்படி பாஸ் தெரிஞ்சுது?''

''கோயமுத்தூர்ல இருக்கிற ஃபாரஸ்ட் காலேஜோட சீஃப் கன்சர்வேடிவ் ஆபீசர் வீரராகவன் என்னோட நண்பர். அவருக்கு இந்த வீடியோவை அனுப்பி விபரம் கேட்டேன். அவர் வீடியோவைப் பார்த்துட்டு உடனே ரிப்போர்ட் அனுப்பிட்டார்.''

ரூபலா குறுக்கிட்டாள்.

''இந்த லைக்கோ போடியம் மரங்கள் ஒரு நல்ல 'க்ளூ' தான், இருந்தாலும் இந்த மரங்கள் அந்த வனப்பகுதியில் பல இடத்தில் பரவலாய் இருக்கும். பைக்ல வந்த நபர்கள் எந்த இடத்துல மனிதத்தலையைப் புதைச்சாங்கன்னு எப்படிக் கண்டுபிடிப்பீங்க?''

''அதுக்கான 'க்ளூ'வும் இந்த வீடியோவில் இருக்கு. ஒரு 10 நிமிஷத்துக்கு முன்னாடிதான் அந்த 'க்ளூ' வையும் என்னால கண்டுபிடிக்க முடிஞ்சது...!'' சொன்ன விவேக் திரையில் வீடியோவை ஓட விட்டு அந்தக் காட்சியை ஜூம் செய்தான்.

செல்போனின் மறுமுனையில் டாக்டர் வெற்றிவேல் சொன்னதைக் கேட்டு டாக்டர் ருத்திரபதி அதிர்ந்து போனவராய் நிமிர்ந்தார்.

''வெற்றி... நீ... என்ன சொல்றே?''

''கார் மோதி விபத்துக்குள்ளான நாகஜோதிக்கு எந்தவிதமான சொந்தபந்தங்களும் இல்லைனு நினைச்சுத்தான் நீ பண்ற ஆராய்ச்சிக்காக உன்னோட லேப்புக்கு அனுப்பி வச்சேன். ஆனா நாகஜோதிக்குக் கல்யாணமாகி புருஷன் இருக்கான்.''

''உனக்கு யார் சொன்னது?''

''இன்னைக்கு தினமலர் சேலம் பதிப்பில் 8வது பக்கத்தில் சின்னதாய் ஒரு விளம்பரம் வந்திருக்கு. அதை 'வாட்ஸ்அப்' எடுத்து உனக்கு அனுப்பியிருக்கேன். ஒரு நிமிஷம் அதைப் பார்த்துவிட்டு எனக்கு மறுபடியும் போன் பண்ணு!''

மறுமுனையில் வெற்றிவேல் செல்போனை கட் பண்ணி விட ருத்திரபதி பதட்டத்துடன், தன்னுடைய செல்போனின் 'வாட்ஸ்அப்'புக்கு போய் வெற்றிவேல் அனுப்பியிருந்த போட்டோவைத் தொட்டார். அது சில விநாடிகள் 'பஃப்பர்' ஆகி போட்டோவைத் தெளிவாகக் காட்டியது.

பாஸ்போர்ட் சைசில் நாகஜோதி போட்டோவாய் பார்வைக்குக் கிடைத்தாள். போட்டோவுக்கு மேலே காணவில்லை என்கிற அறிவிப்பு தெரிந்தது. ருத்திரபதி அறிவிப்பில் அச்சாகியிருந்த வார்த்தைகளை வாய் விட்டுப் படித்தார்.

''புகைப்படத்தில் இருக்கும் பெண்ணின் பெயர் நாகஜோதி, வயது 25, மாநிறம், உயரம் 5 அடி 4 அங்குலம். மேற்கண்ட பெண்ணைக் கடந்த 2 வாரங்களாகக் காணவில்லை. காணாமல் போன அன்று மஞ்சள் நிறத்தில் சேலையும் சிவப்பு நிற ஜாக்கெட்டும் அணிந்திருந்தாள். வலது காலுக்குக் கீழே ஒரு மச்சம் காணப்படும்.

என் அன்பான நாகஜோதிக்கு உன் அன்பான கணவன்

எழுதிக் கொண்டது. நமக்குள் இருக்கும் பிரச்சனைகளைப் பேசித் தீர்த்துக் கொள்ளலாம். நீ இப்போது இருக்கும் இடத்தை எனக்குத் தெரியப்படுத்தவும். நான் உன்னை அழைத்துப்போக வருகிறேன். வீட்டை விட்டு நீ சென்ற நாளில் இருந்து நான் குடிப்பதை நிறுத்திவிட்டேன். இனிமேல் குடிக்கவும் மாட்டேன்.

இப்படிக்கு உன் அன்பான கணவன் முத்து மாணிக்கம்.''

''மேற்கண்ட புகைப்படத்தில் இருக்கும் பெண்ணைப் பற்றித் தகவல் கொடுக்க விரும்புவோர் கீழ்க்கண்ட செல்போன் எண்ணைத் தொடர்பு கொள்ளவும்.''

'வாட்ஸ்அப்' பில் வந்திருந்த அந்த அறிவிப்பு மொத்தத்தையும் படித்து வியர்த்துப் போன டாக்டர் ருத்திரபதி தன் செல்போன் மூலம் டாக்டர் வெற்றிவேலைத் தொடர்பு கொண்டார்.

''வெற்றி! 'வாட்ஸ்அப்' பார்த்துட்டேன்.''

''இப்ப உனக்கு பிரச்சனை என்னேன்னு புரிஞ்சிருக்கும். இன்னிக்கு மிட்நைட் ஒரு மணிக்கு மேல் அவளை என்னோட ஆஸ்பத்திரிக்கு உன்னோட ஆம்புலன்ஸ்ல அனுப்பி வச்சுடு. நாகஜோதிய பழையபடி ஐ.சி யூனிட்ல வச்சுட்டு அவளோட புருஷனுக்கு தகவல் குடுத்துடலாம்.''

''வெற்றி...! எனக்கு ஒரு சந்தேகம்.''

''என்ன?''

''கார் மோதி விபத்துக்குள்ளான நாகஜோதி ஆஸ்பத்திரிக்குக் கொண்டு வரப்பட்டபோது லேசாய் சுயநினைவு இருந்தது இல்லையா?''

''ஆமா... அப்படி சுயநினைவு இருந்ததால் தான் அவளால தன்னோட பெயரைச் சொல்ல முடிந்தது''

''பெயரைச் சொன்னவள் தன் புருஷன் பெயரையோ வீட்டு அட்ரசையோ ஏன் சொல்லலை...?

''சொல்ல விருப்பப்படாம இருந்திருக்கலாம். ஏன்னா

அவ வீட்டை விட்டுக் கிளம்பும் போதே கோபத்தோடுதான் கிளம்பியிருப்பா... தொடர்ந்து அவளுக்கு சுயஉணர்வு இருந்திருந்தா அவகிட்ட பேச்சுக் கொடுத்து அவளைப் பத்தின முழு விபரங்களையும் வாங்கியிருக்கலாம். ஆனா அதுக்குள்ள தலையில் பட்டிருந்த பலத்த அடியின் காரணமாய் 'ப்ரெய்ன் டெத்' ஸ்டேஜ்க்குப் போயிட்டா. அவளுக்கு ஒரு குடும்பம் இருக்குன்னு தெரிஞ்ச பின்னாடி அவ இருக்க வேண்டிய இடம் ஆஸ்பத்திரிதானே தவிர உன்னோட ஆராய்ச்சிக்கூடம் இல்லை...!''

''வெற்றி... ஒரு ரெக்வெஸ்ட்.''

''என்ன...?''

''என்னோட ஆராய்ச்சியின் நோக்கமே 'ப்ரெய்ன் டெத்' ஸ்டேஜ்க்குப் போயிட்ட நபர்களை மறுபடியும் உயிர்ப்பான நிலைக்குக் கொண்டு வர்றதுதான். நானும் எத்தனையோ தடவை உன்னோட ஆஸ்பத்திரிக்கு வந்து 'ப்ரெய்ன் ஸ்டெம் ஆடிட்டரி இவோக்ட் ரெஸ்பான்ஸ்' ட்ரீட்மெண்ட் குடுத்து அவர்களைப் பிழைக்க வைக்க முயற்சி பண்ணியிருக்கேன். அதுல தோத்தும் போயிருக்கேன்.

ஆனா முதல்தடவையாய் ப்ரெய்ன் டெத் பேஷண்ட் நாகஜோதியை என்னோட லேப்புக்குக் கொண்டுவந்து ஒரு கம்ப்ளீட் மெடிக்கல் ட்ரீட்மெண்டைக் குடுத்திட்டிருக்கேன். நாகஜோதி இங்கே வந்து 4 நாள் ஆச்சு. இதுவரைக்கும் அவகிட்ட எந்த ரெஸ்பான்சும் இல்லை. ஆனா இன்னும் 3 நாள் அவ இங்கே இருந்தா ஏதாவது முன்னேற்றம் தெரியலாம்னு நினைக்கிறேன். அதுக்கு நீ சரி சொல்லணும்.''

''சாரி ருத்ரா... உன்னோட ஆராய்ச்சிக்கு அரசாங்கத்தோட மருத்துவ அங்கீகாரம் இல்லை. விவகாரம் போலீஸுக்குப் போயிட்டா பிரச்சனை பெரிசாயிடும். நாகஜோதியை இன்னிக்கு ராத்திரி ஆஸ்பத்திரிக்குக் கொண்டு வந்துடு... அதுவுமில்லாம இன்னொரு விஷயம்.''

''என்ன?''

''நான் சொல்றேன்னு தப்பா நினைச்சுக்க வேண்டாம்.''

''பரவாயில்ல சொல்லு...''

''இன்னும் ஒரு நூறு வருஷம் நீ உயிரோடு இருந்து ஆராய்ச்சி பண்ணினாலும் சரி 'ப்ரெய்ன் டெத்' ஸ்டேஜ்க்குப் போன எந்த ஒரு பேஷன்ட்டையும் காப்பாத்தவே முடியாது. வேண்டாத இந்த ஆராய்ச்சியை விட்டுட்டு உருப்படியாய் வேற ஏதாவது ஒண்ணைப் பண்ணு.''

ருத்திரபதி மெல்லச் சிரித்தார்.

''உன்னோட புத்திமதிக்கு நன்றி. ஆனா ஒவ்வொரு மருத்துவ வெற்றிக்கும் நூறு தோல்விகள் இருக்கும் என்கிற உண்மையை நீ மறந்துட்ட...!''

''சரி சரி நீ முதல்ல... நாகஜோதியை ஆம்புலன்ஸ்ல பத்திரமாய் அனுப்பி வை. ஆம்புலன்ஸ் ஆஸ்பத்திரியின் பின்பக்கம் வரட்டும்!''

டாக்டர் வெற்றிவேல் மறுமுனையில் செல்போனை அணைத்த விநாடி ருத்திரபதிக்குப் பக்கத்தில் நின்றிருந்த சுபத்ரா சற்றே அதிர்ச்சியோடு குரல் கொடுத்தாள்.

''டா... டாக்டர்'' குரலில் லேசாய் குளிர்.

''என்ன சுபத்ரா?''

''பேஷண்ட் நாகஜோதி லேசாய்க் கண்ணைத் திறந்து பார்த்த மாதிரி இருந்தது.''

ௐ ஃ ஃ

4

அறிந்து கொள்வோம்: *போலீஸ் டிபார்ட்மெண்டை நம் அரசு எவ்வளவு நவீனப் படுத்தியிருந்தாலும் குற்றவாளிகளும் குற்றம் செய்வதில் கைதேர்ந்தவர்களாக இருக்கின்றனர். குற்றங்களைச் செய்யும் அதிபுத்திசாலியான கிரிமினல்கள் தடயங்கள் எதையும் விட்டு வைக்காமல் சாமர்த்தியமாகச் செயல்படுகின்றனர். கைரேகைகளையும் அழித்து விடுகின்றனர். இதுபோன்ற குற்றச் சம்பவங்களில் குற்றவாளிகளைக் கண்டறிவது போலீஸார்க்குப் பெரும் நெருக்கடியைத் தருகிறது. அதனால் இப்போது நமது போலீஸ் டிபார்ட்மெண்ட் குற்றப்புலனாய்வுக் குழுவை நவீனப்படுத்த முடிவு செய்துள்ளது. குற்றம் நடந்த இடத்தில் கிடைக்கும் தடயங்களை நவீன தொழில் நுட்ப முறையில் சேகரித்தல், ஆய்வு செய்தல் போன்ற பணிகளுக்காக நவீன தொழில் நுட்பக் கருவிகளை வாங்க முதல்கட்டமாக டில்லி போலீஸார் முடிவுசெய்துள்ளனர்.*

இதற்காக சைனோகிரேலேட் வேக்வம் ப்ஃயூமிகேஷன் சிஸ்டம்ஸ், ரிப்ளக்டிவ் அல்ட்ரா வயலட் இமேஜிங் சிஸ்டம்ஸ் போன்ற நவீன தொழில் நுட்பக் குற்றக் கண்டுபிடிப்புக் கருவிகளை வாங்க உள்ளனர். சரியாகத் தெரியாத கைரேகைப் பதிவுகளையும் துல்லியமாக உறிஞ்சி பதிவு செய்ய இந்தக் கருவிகள் பேருதவி செய்யும்.

டாக்டர் ருத்திரபதி பதட்டத்தின் எல்லைக்கே போய் சுபத்ராவை ஏறிட்டார்.

''சுபத்ரா... நீ என்ன சொல்ற... நாகஜோதி கண்ணைத் திறந்து பார்த்தாளா?''

''பார்த்த மாதிரி இருந்தது, டாக்டர்.''

ருத்திரபதி கட்டிலில் படுத்திருந்த நாகஜோதியை நோக்கி வேகமாய்க் குனிந்து அவளுடைய முகத்தை உற்று நோக்கினார். முகத்தில் எந்த ஒரு அசைவும் இல்லை. மார்புப்பகுதி மட்டும் சீரான மூச்சில் இருந்து. மெல்ல குரல் கொடுத்தார்.

''நாகஜோதி...!'' அவளுடைய கண்ணிமைகளில் ஒரு சிறு அசைவு கூட இல்லை. ருத்திரபதி இன்னமும் சற்று குனிந்து நாகஜோதியின் காது மடல்களில் தன்னுடைய மூச்சுக் காற்று படும்படியாய் கூப்பிட்டார்.

''நாகஜோதி...!''

கண்ணிமைகளில் கூட அசைவில்லை. ருத்திரபதியின் பார்வை சுபத்ராவின் மேல் பாய்ந்தது.

''நாகஜோதி பார்த்ததா சொன்னே?''

''பார்த்த மாதிரி தான் இருந்தது டாக்டர்.''

ருத்திரபதி எரிச்சலானார்.

''நீயும் குழம்பி என்னையும் குழப்பாதே... நாகஜோதி கண்ணைத் தொறந்து பார்த்தாளா... இல்லையா?''

''பார்த்தா டாக்டர்...''

''அப்படிப் பார்த்திருந்தா இப்போ நான் கூப்பிட்டதுக்கு அவ மறுபடியும் கண்ணைத் தொறந்து பார்த்திருக்கணுமே...?''

''சாரி... டாக்டர்... எனக்கு இப்ப என்ன சொல்றதுன்னே தெரியலை... நீங்க போன் பேசிட்டிருக்கும் போது நான் ஏதேச்சையா கட்டிலில் படுத்திருந்த நாகஜோதியைப் பார்த்தேன். அவ பாதிக் கண்களைத் திறந்து உங்களையும் என்னையும் மாறி மாறி பார்த்துட்டிருந்தா.''

''சுபத்ரா... நீ சொல்றது மட்டும் உண்மையாய் இருந்துட்டா, நான் இத்தனை நாளும் பட்ட கஷ்டத்துக்குப் பலன் கிடைச்சிருச்சுன்னு அர்த்தம்... ஆனா இந்த நிமிஷம் வரை நாகஜோதிக்கிட்டே எந்த ஒரு அசைவும் இல்லையே...?''

''பயோ கம்ப்யூட்டரை ஆன் பண்ணி மறுபடியும் ஒரு தடவை செக் பண்ணிப் பார்த்துடலாமா டாக்டர்?''

சுபத்ரா சொல்லிக் கொண்டிருக்கும் போதே அந்த அறைக்குள் இருந்த இண்டர்காம் மெலிதாய் முணுமுணுத்தது. ருத்திரபதி ரிசீவரை எடுத்து காதுக்கு ஒற்றினார். வீட்டின் வரவேற்பறையிலிருந்து அவருடைய அசிஸ்டென்ட் ஹரி பேசினான்.

''டாக்டர்... உங்களைப் பார்த்து பேசிவிட்டு போறதுக்காக இன்ஸ்பெக்டர் மார்த்தாண்டம் வந்திருக்கிறார்.''

ருத்திரபதியின் வலது புருவம் மட்டும் சற்றே மேலேறியது. குரலில் லேசாய் பதட்டம் ஏறிக் கொண்டது. ''எப்போ வந்தார்...?''

''இப்பத்தான்... ஜஸ்ட் ஒரு ஃபைவ் மினிட்ஸ் இருக்கும் டாக்டர்.''

''என்ன விஷயமா பேச வந்திருக்கார்...?''

''கேட்கலை... டாக்டர்... அப்படிக் கேட்கவும் தயக்கமாய் இருந்தது...?''

''யூனிஃபார்ம்ல வந்திருக்கிறாரா...?''

''ஆமா...''

''பிஹேவியர் எப்படியிருக்குன்னு அப்சர்வ் பண்ணியா...?''

''பண்ணினேன்... ஆனா எந்த ஒரு முடிவுக்கும் வரமுடியல டாக்டர்.''

''சரி, நான் புறப்பட்டு வர்றேன். நான் வர்ற வரைக்கும் இன்ஸ்பெக்டரோட நடவடிக்கைகளைக் கவனி.''

''எஸ்... டாக்டர்...''

''அவர் உன்கிட்ட ஏதாவது கேள்விகள் கேட்க ஆரம்பிச்சா அவருக்கு முன்னாடி நிக்காதே. உள்ளே இருக்கிற ஏதாவது ஒரு அறைக்குப் போயிடு.''

''சரி...டாக்டர்...!''

ருத்திரபதி இண்டர்காம் ரிசீவரை வைத்துவிட்டு, லேசாய் மினுமினுத்த வியர்வை அரும்பிய முகத்தோடு சுபத்ராவை ஏறிட்டார்.

''இன்ஸ்பெக்டர் மார்த்தாண்டம் என்னைப் பார்க்க வந்து வெயிட் பண்ணிட்டிருக்கிறார். நான் போய்ட்டு வந்துடுறேன், நான் வர்ற வரைக்கும் நீ இங்க நாகஜோதிக்கு லைஃப் சப்போர்ட் கொடுத்துட்டு அவளோட சென்ட்ரல் நெர்வஸ் சிஸ்டம்ஸ் இப்போ எது மாதிரியான நிலைமையில் இருக்குன்னு பார்த்து ஒரு ரிப்போர்ட்டை ரெடி பண்ணு...''

சுபத்ரா தலையசைத்துவிட்டு பயோ கம்ப்யூட்டரை நோக்கிப் போக, ருத்திரபதி அந்த ரகசிய அறையிலிருந்து வெளிப்பட்டார். மாடியிலிருந்து வேகமாய் கீழே இறங்கி ஒரு நிமிட முடிவில் வரவேற்பறைக்குள் நுழைந்தார்.

சோபாவில் சாய்ந்து உட்கார்ந்திருந்தார் இன்ஸ்பெக்டர் மார்த்தாண்டம். டாக்டர் ருத்திரபதியைப் பார்த்ததும் 80 கிலோ எடையோடும் 6 அடி உயரத்தோடும் எழுந்து நின்றார்.

''குட்மார்னிங் டாக்டர்... சாரி. உங்க பிஸியான காலை நேரத்தை இப்படி திடீர்னு ஸ்பாய்ல் பண்ணிட்டிருக்கேன்.''

''நோ பிராப்ளம், இன்ஸ்பெக்டர். ஏதோ ஒரு முக்கியமான விஷயம் இருக்கப் போய்த்தானே நீங்க வந்து இருக்கீங்க. சொல்லுங்க என்ன விஷயம்...?''

மார்த்தாண்டம் தனது பெரிய மீசைக்குக் கீழே சின்னதாய் சிரித்தார். பிறகு குரலைத் தாழ்த்தினார்.

''டாக்டர்... நீங்க மொதல்ல என்னை மன்னிக்கணும்.''

''ஃபார் வாட்?''

''இதைப் பாருங்க.'' சொன்ன இன்ஸ்பெக்டர் தன் கையில் வைத்திருந்த அந்தக் கவரைக் காட்டினார்.

௲

விவேக் கம்ப்யூட்டர் திரையில் அந்த வீடியோக் காட்சியை ஜூம் செய்து காட்ட விஷ்ணுவும் ரூபலாவும் ஆர்வமாய் பார்த்தார்கள்.

30 விநாடிகள் மவுனத்தில் கரைந்து போனபின் விவேக் விஷ்ணுவிடம் கேட்டான்.

''என்ன 'க்ளூ'னு தெரியுதா?''

''மரம் செடி கொடியைத்தவிர வேற எதுவும் தெரியலையே, பாஸ்.''

''ரூபலா உனக்கு?''

''எனக்கென்ன மூணாவது கண்ணா இருக்கு...?'' எனக்கும் அதே நிலைமைதான். விஷ்ணுவுக்காவது மரம், செடி, கொடி தெரியுது. எனக்கு கார்பன் பேப்பரைப் போட்டு மூடின மாதிரி ஒரே கறுப்பா இருக்கு...''

''நாளைக்கு நீங்க 2 பேருமே நல்ல கண் டாக்டரைப் பார்த்து டெஸ்ட் பண்ணிக்கிறது நல்லது...''

''ஏன் பாஸ் அந்த இருட்டான வீடியோக் காட்சியில் ஏதாவது தெரியுதா...?''

''தெரியுது, இப்பவும் பார்த்துக்கிட்டுத்தான் இருக்கேன்.''

''அப்படி என்ன தெரியுது பாஸ்...?'' விவேக் தன் கையில் இருந்த மார்க்கர் பேனாவால் வீடியோக் காட்சியின் ஓர் இடத்தைச் சுட்டிக் காட்டிக் கேட்டான்.

''ரோட்டோரமாய் வளர்ந்திருக்கின்ற இந்த செடிகள் பார்த்தீனியம் செடிகள்தானே?''

''ஆமா பாஸ்.''

''அந்த செடிகளுக்கு பின்னாடி ஒரு மரத்தோட அடித்தண்டு

பாகம் தெரியுதா...?''

''தெரியுது பாஸ்''

''அது ஒரு லைக்கோபோடியம் மரத்தோட அடிப்பாகம். அந்த அடிப்பாகத்துல ஒரு கறுப்பு வட்டம் தெரியுதா...?''

''கொஞ்சம் கோணலாய் இருந்தாலும் வட்டம் மாதிரிதான் தெரியுது பாஸ்.''

''ரூபலா உனக்கு?''

''நீங்க சொன்ன பின்னாடிதான் அப்படியொரு வட்டம் இருக்கிறதே தெரியுது.''

''இந்த வட்டத்துக்குள்ள என்ன இருக்குதுன்னு ஒரு நிமிஷ நேர அவகாசம் எடுத்துக்கிட்டு உத்துப்பாருங்க.''

இருவரும் அதைப் பார்த்தார்கள். ஒரு நிமிஷத்தில் 30 விநாடி கரைவதற்குள் விஷ்ணு ஒரு புன்னகையோடு விவேக்கைப் பார்த்தான்.

''பாஸ்... தெரியுது...''

''என்ன தெரியுது...?''

''கலங்கலாய் ஒரு நம்பர்...!''

ரூபலாவும் கத்தினாள்.

''ஆமாங்க எனக்கும் தெரியுது.''

''என்ன நம்பர்னு சொல்லு பார்க்கலாம்?''

''83 மாதிரி தெரியுது.''

''இல்ல... பாஸ் அது 88.''

''விஷ்ணு சொன்னது தான் சரி... அது 88 தான். சாலையோரமாய் இருக்கிற மரங்கள் எல்லாமே அரசாங் கத்துக்குச் சொந்தம் அதனால பி.டபிள்யூ. டிபார்ட்மென்ட் ஒவ்வொரு மரத்துக்கும் ஒரு நம்பர் கொடுத்து அதைப் பராமரிச்சுகிட்டு வர்றாங்க. நம்பர் போட்ட மரங்களை யாராவது வெட்டினாலோ அல்லது சேதப்படுத்தினாலோ

சட்டப்படி குற்றம். இது மாதிரியான மரங்களைப் பற்றிய விபரங்கள் பி.டபிள்யூ டிபார்ட்மென்ட்கிட்ட இருக்கும். அந்த டிபார்ட்மென்ட்டோட அதிகாரி யார்னு கண்டுபிடிச்சு அவர்கிட்ட சின்னதாய் ஒரு என்கொயரி பண்ணினால் போதும் இந்த 88 ங்கிற எண்ணிட்ட லைக்கோ போடியம் மரம் கேளம்பாக்கம் தையூர் ரோட்டுல எந்தப் பகுதியில் இருக்குனு கண்டுபிடிச்சுடலாம்.''

''பாஸ்... கூகுள்ல போய் தமிழ்நாடு பொதுப்பணித்துறைனு டைப் பண்ணா போதும், சாலையோர மரங்கள் பராமரிப்பும் கண்காணிப்பும் செய்ற அதிகாரி யார்னு தெரிஞ்சிடும். அவரோட போன் நம்பரும் அதுலயே இருக்கும். லேட் பண்ணாம நான் இப்ப பார்த்துடுறேன் பாஸ்.''

''வேண்டாம் விஷ்ணு.''

''ஏன் பாஸ்...?''

''நான் பார்த்துட்டேன். அந்தப்பகுதியின் சாலையோர மரங்களை பாதுகாக்குற பணியில் இருக்கிற அதிகாரியின் பெயர் நிரஞ்சன்குமார். அவரோட போன் நம்பர் இதோ இந்த நியூஸ் பேப்பர் ஓரத்துல எழுதிவச்சிருக்கிறேன். நீ அவருக்குப் போன் பண்ணிப் பேசி இந்த கேஸோட எல்லா விபரத்தையும் சொல்லி அந்த இடம் எங்கேயிருக்குன்னு கேளு...!''

''பாஸ்...''

''ம் சொல்லு...!''

''மின்னல் வேகம் என்ற வார்த்தையைக் கேள்விப்பட்டிருக்கீங்களா...?''

''ம்... கேள்விப்பட்டிருக்கேன். அதுக்கென்ன இப்ப?''

''அது நீங்க தான் பாஸ்... நானும் மேடமும் இந்த அறையில் இருக்கும்போதே, கம்ப்யூட்டரை மானிட்டர் பண்ணிக்கிட்டே அஷ்டவதானியா இத்தனை வேலையையும் பார்த்து இருக்கீங்க. நான் ஒரு தண்டம் போல...!''

''இப்படியெல்லாம் அப்ரூவராய் மாறி உண்மையை எல்லாம் சொல்லக்கூடாது. அந்த நிரஞ்சன்குமாருக்குப் போன் பண்ணி அந்த இடம் எங்கே இருக்குனு கேளு.''

''இதோ பாஸ்.'' என்று சொன்ன விஷ்ணு தனது செல்போனை எடுத்து அந்த நிரஞ்சன்குமாரின் செல்போன் எண்ணைத் தொடர்பு கொண்டு பேசினான். மறுமுனையில் பேசிய அந்த நிரஞ்சன்குமாரிடம் எல்லா விஷயத்தையும் சொல்லி விபரம் கேட்டான்.

அவர் சொன்னதையெல்லாம் ஒரு துண்டுப்பேப்பரில் குறித்துக் கொண்டு பேச்சுக்கு முற்றுப்புள்ளி வைத்தான். பிறகு விவேக்கிடம் திரும்பினான்.

''அந்த நிரஞ்சன்குமார் க்ரிஸ்டல் கிளியராய் எல்லா விபரங்களையும் கொடுத்துட்டார். அந்த 88வது லைக்கோ போடியம் மரம் இருக்கிற ஏரியாவுக்குப் பெயர் செம்பாக்கம். அது உள்ளே இருக்கிற ஒரு ஃபாரஸ்ட்டுக்குப் போற வழியாம்.''

''அப்படியா?''

''ஆமா பாஸ்... பை த பை... அந்த இடத்தைக் காட்ட அவரே கூட வர்றாராம். எப்ப போலாம்னு கேட்கிறார்?''

''இப்பவே.'' என்றான் விவேக்.

ஞ ஞ ஞ

5

அறிந்து கொள்வோம்: *கொலை நடந்த இடத்தில் ஒரு மனித ரோமம் கொலை செய்யப்பட்ட நபரின் உடையில் ஒட்டியிருக்கிறது. சந்தேக லிஸ்டில் உள்ள ஒருவரது ரோமமும் அந்த ரோமமும் பார்ப்பதற்கு ஒரே மாதிரியுள்ளது. அந்த ரோமத்தை வைத்துக் கொண்டு அவர்தான் கொலையாளி என்று தடயவியல் அதிகாரிகள் எவ்வாறு கண்டுபிடிக்கின்றனர்.*

ஃபாரன்சிக் லேப்பில் அந்த ரோமத்தைக் குறுக்காக வெட்டி மைக்ரோஸ்கோப்பில் வைத்துப் பார்ப்பார்கள். ரோமத்தின் குறுக்கு வெட்டுத் தோற்றம் எல்லாருக்கும் ஒரே மாதிரியான வடிவில் இருந்து விடாது; சிலருக்குத் தட்டையான வடிவம், சிலருக்கு சாய் வடிவம், சிலருக்கு நட்சத்திர வடிவம் சிலருக்கு அவரைவிதை வடிவம் இப்படி அமைந்திருக்கும். கொலை நடந்த இடத்தில் சேகரிக்கப்பட்ட ரோமத்தை வெட்டிப் பார்த்து அது என்ன வடிவம் என்பதைத் தெரிந்து கொண்டால் சந்தேகப் பட்டியலில் உள்ள நபர்களின் தலைரோமத்தை எடுத்து, குறுக்கு வெட்டுச்சோதனை செய்து ஒப்பிட்டுப் பார்த்தால் உண்மை தெரிந்து விடும்.

நீக்ரோக்களின் தலைமுடியைக் குறுக்காக வெட்டிப் பார்த்தால் கிடைக்கக்கூடியது ஒரே மாதிரியான வடிவம்தான். அதாவது சிறுநீரக வடிவம். உலகில் இருக்கும் எந்த ஒரு நீக்ரோவின் தலையில் உள்ள ரோமத்தைக் குறுக்காக வெட்டிப் பார்த்தாலும் இந்த சிறுநீரக வடிவமே இருக்கும்.

கேளம்பாக்கம் - தையூர் சாலை அந்த நள்ளிரவு வேளையில் சாயம் போன கறுப்பு ரிப்பன் மாதிரி தெரிய, ஹெட்லைட்களின் வெளிச்சத்தில் முன்னதாக ஒரு போலீஸ் ஜீப்பும், அந்த ஜீப்பைப் பின்தொடர்ந்து வெள்ளை நிற மாருதி ஸ்விஃப்ட் ஒன்றும் 2 ஏவுகணைகளாய் மாறி விரைந்து கொண்டிருந்தன.

காரை விவேக் ஓட்டிக் கொண்டிருக்க, பக்கத்தில் விஷ்ணு நிலை கொள்ளாமல் உட்கார்ந்திருந்தான்.

''பாஸ்...''

''என்ன...?''

''அந்த தலை புதைச்ச இடத்தைக் கண்டுபிடிக்க இந்த ராத்திரி நேரத்துல பேய்கூட கொட்டாவி விடுற வேளையிலா புறப்பட்டு வந்திருக்கணும்? நாளைக்குக் காலையில வந்திருக்கலாமே.''

''காரை அப்படி ஓரமா நிறுத்தட்டுமா...?''

''எதுக்கு பாஸ்?''

''நீ இறங்கி லாரியோ பஸ்சோ பிடிச்சு வீட்டுக்குப் போயிடு...''

''சாரி பாஸ்... உங்க மனசை ஆயிரத்தோராவது தடவையா புண்படுத்திட்டேன்.''

''விஷ்ணு நீ ஒரு உண்மையைப் புரிஞ்சுக்கணும்; அந்த 2 பேரும் தலையைப் புதைக்கிற வீடியோக் காட்சி ராத்திரி நேரத்துல எடுக்கப்பட்டதா இல்ல பகல் நேரத்துல எடுக்கப்பட்டதா?''

''ராத்திரி நேரத்துல...!''

''ஒரு இடத்தை ராத்திரியில் பார்க்கிறதுக்கும் பகலில் பார்க்கிறதுக்கும் வித்தியாசம் இருக்குமா இருக்காதா?''

''இருக்கும் பாஸ்.''

''நாம பார்த்தது ராத்திரி நேரத்துல எடுக்கப்பட்ட

வீடியோக்காட்சி. அதான் இப்ப நம்ம மனசுக்குள்ள பதிவாகியிருக்கும். அந்த இடத்துக்கு இந்த நேரத்துல போனாத்தான் சரியாய் இருக்கும்.''

விஷ்ணு அனலாய்ப் பெருமூச்சொன்றை விட்டான்.

''இப்ப எதுக்காக இந்த தேவையில்லாத பெருமூச்சு...?''

''அது ஒண்ணுமில்ல பாஸ்... இது மாதிரியான சின்னச் சின்ன விஷயங்கள் கூட என்னோட மூளைக்குள்ளே எட்டிப்பார்க்கிறது இல்லையே, அது ஏன்னு யோசிச்சேன். நுரையீரல் சூடாயிடுச்சு...''

விஷ்ணு சொல்லிக் கொண்டிருக்கும்போதே காரில் பொருத்தப்பட்டிருந்த வயர்லெஸ் சாதனம் 'பீப்' என்று 3 முறை குரல் கொடுத்தது. விவேக் ஸ்பீக்கரையும், ரிஸீவரையும் ஆன் செய்து விட்டுப் பேசினான்.

''எஸ்...''

காருக்கு முன்னால் போய்க் கொண்டிருந்த ஜீப்பிலிருந்து இன்ஸ்பெக்டர் ஆல்பின்ராஜ் பேசினார்.

''சார்... அந்தக் குறிப்பிட்ட 88ம் நம்பர் லைக்கோபோடியம் மரம் இருக்கிற ஸ்பாட்டை அடைய இன்னும் ஒரு கிலோ மீட்டர் தூரம்தான் இருக்குன்னு பி.டபுள்யூ டிபார்ட்மெண்ட்டின் ஆபீசர் நிரஞ்சன்குமார் சொன்னார்... ஜீப்பை அந்த மரத்துக்குப் பக்கத்துல நிறுத்தலாமா, இல்ல கொஞ்சம் தள்ளிப்போய் நிறுத்தலாமா சார்?''

''அந்த மரத்துக்குப் பக்கத்துல நிறுத்துங்க.''

''எஸ்...சார்...''

''ஜீப்பை விட்டு உடனே யாரும் இறங்கவேண்டாம். டாக் ட்ரெய்னர் வில்லியம்ஸ் மட்டும் டாக் ரோஜரோடு கீழே இறங்கட்டும்.''

''எஸ் சார்...''

''ஜீப்போட ஹெட்லைட்டை அணைச்சுடுங்க.''

''எஸ்... சார்...''

''மிஸ்டர் நிரஞ்சன்குமார்...''

விவேக் வயர்லெஸ்சில் அழைக்க நிரஞ்சன்குமார் குரல் கொடுத்தார்.

''சார்...''

''நீங்க இந்த ராத்திரி வேளையில் போலீஸ் டிபார்ட்மெண்ட்டுக்கு கொடுக்கிற ஒத்துழைப்புக்கு நன்றி...''

''சார் உங்களை மாதிரி நானும் ஒரு கவர்ன்மெண்ட் சர்வெண்ட்தான்... நியாயத்துக்குப் புறம்பாகவும், சட்டத்துக்கு விரோதமாகவும் எந்த ஒரு சம்பவமும் இந்த சமூகத்தில் நடக்கக் கூடாதுங்கிறது என்னோட பாலிசி சார். நேற்று ராத்திரி நடந்த சம்பவம் விபரீதமானது. இந்த விபரீதத்துக்குப் பின்னால் இருக்கிற உண்மைகளும் அதுக்குக் காரணமான நபர்களும் வெளிச்சத்துக்கு வந்தாகணும் சார்.''

''யூ ஆர் கரெக்ட்... அந்த உண்மைகளை நோக்கித்தான் நாம் இப்போ போய்ட்டிருக்கோம்...!''

விவேக் சொல்லிக் கொண்டிருக்கும் போதே முன்னால் போய்க் கொண்டிருந்த ஜீப்பின் வேகம் குறைந்தது. பிறகு சாலையோரமாய் ஒதுங்கி நின்றது.

''பாஸ்... ஸ்பாட்டுக்கு வந்துட்டோம்.''

''விஷ்ணு உன்னோட வேலை என்ன தெரியுமா?''

''சொல்லுங்க பாஸ்.''

''நீ காரை விட்டு இறங்கக்கூடாது. உட்கார்ந்திருக்கிற இடத்தை விட்டு அசையக் கூடாது.''

''அப்புறம்?''

''போலீஸ் ஃபார்மாலிடிஸ் நடந்துட்டு இருக்கும் போது நீ சரௌன்டிங்கை அப்சர்வ் பண்ணணும்.கண்ணுக்கெட்டிய தூரம் வரைக்கும் உன்னோட பார்வை போகணும். சந்தேகப்படுற மாதிரி ஏதாவது அசைவுகள் தென்பட்டா

எனக்குத் தகவல் தரணும். காரோட டேஷ்போர்டில் நைட் விஷன் பைனாக்குலர் இருக்கு... இரு நூறு மீட்டர் தூரத்துல யார் இருந்தாலும் எது இருந்தாலும் இதுல 'பளிச்'னு தெரியும்.''

''நான் பார்த்துக்கிறேன் பாஸ்.'' விஷ்ணு சொல்லித் தலையசைத்துக் கொண்டிருக்கும் போதே விவேக் காரிலிருந்து இறங்கி சற்றுத் தொலைவில் தள்ளி நின்றிருந்த போலீஸ் ஜீப்பை நோக்கிப் போனான்.

டாக் ட்ரெய்னர் வில்லியம்ஸ், டாக் ரோஜரோடு ஜீப்பிலிருந்து இறங்கி கீழே நின்று கொண்டிருந்தார். ஜீப்பின் தலையில் நீல விளக்கு சுழன்றது. வில்லியம்ஸ் விவேக்கைப் பார்த்ததும் சல்யூட் வைத்துத் தளர்ந்தார். ரோஜர் வாலாட்டியது.

''வில்லியம்ஸ்...''

''சார்...''

''கொலை செய்யப்பட்ட கைலாஷோட ரத்தக்கறை தோய்ந்த சர்ட்டை ப்ரிஸர்வ் பண்ணி வச்சிருக்கீங்களா...?''

''இந்த பிளாஸ்டிக் பைல இருக்கு சார்.''

''ரோஜருக்கு அந்த வாடையைக் காட்டிட்டு, 'ரன்' கமெண்ட் கொடுத்துவிட்டு, நீங்களும் பின்னாடியே போங்க... ஒரு நிமிஷம் கழிச்சு நாங்க உங்களை ஃபாலோ பண்றோம். எல்லாரும் ஒண்ணா ரோஜரை ஃபாலோ பண்ணினா அது டிஸ்டர்ப் ஆகி ஒரு இடத்தல படுத்துடும்.''

''எஸ்... சார்...'' சொல்லிட்டு வில்லியம்ஸ் ரோஜரோடு நகர்ந்து விட, விவேக் ஜீப் அருகே வந்தான். உள்ளே இன்ஸ்பெக்டர் ஆல்பின்ராஜூம், பி.டபிள்யூ.டி அதிகாரி நிரஞ்சன்குமாரும் தெரிந்தார்கள்.

''இந்த இடம் தானா நிரஞ்சன்குமார்?''

''ஆமா சார்... அதோ அதுதான் 88 என்ற எண்ணிட்ட லைக்கோபோடியம் மரம்.'' நிரஞ்சன்குமார் சொல்லிக் கொண்டிருக்கும் போதே டாக் ரோஜரின் பலமான குரைப்புச்

சத்தம் கேட்டது. கூடவே வில்லியம்ஸின் குரல் சிறு அலறல் மாதிரி கேட்டது.

''சார்...''

விவேக் முதல் ஆளாய் ரோட்டைக் கடந்து குரல் வந்த திசையை நோக்கி ஓடினான். நூறடி தொலைவில் வில்லியம்ஸ் டார்ச் விளக்கோடு நின்றிருக்க ரோஜர் அடர்த்தியான அந்தக் கருவேல மரங்கள் மண்டிய புதரைப் பார்த்துக் குரைத்துக் கொண்டிருந்தது. விவேக் வில்லியம்ஸை நெருங்கினான்.

''என்ன வில்லியம்ஸ்?''

''அ... அ... அங்கே பாருங்க சார்.'' அவர் டார்ச் வெளிச் சத்தைப் புதரின் பக்கமாய் திருப்ப, விவேக்கின் பார்வையும் திரும்பியது.

அடர்த்தியான அந்தப் புதருக்கு நடுவே சிவப்பு நிற சேலை கட்டிய ஒரு பெண்ணின் உடல் ஒருக்களித்த நிலையில் தெரிந்தது.

ஐ

டாக்டர் ருத்திரபதி இன்ஸ்பெக்டர் மார்த்தாண்டம் கொடுத்த அந்தக் கவரை வாங்கிக் கொண்டே குழப்பமான குரலில் கேட்டார்.

''கவருக்குள்ள என்ன இருக்கு இன்ஸ்பெக்டர்?''

''ஒரு போஸ்ட்மார்ட்டம் ரிப்போர்ட்டின் அடிஷனல் ரிப்போர்ட்..?''

''யாரோடது...?''

''பிரபல தொழில் அதிபர் ராஜபாண்டியன் மரணம் சம்பந்தமான ரிப்போர்ட். மூணு மாசத்துக்கு முந்தி ராஜபாண்டியன் படப்பையில் இருக்கிற தன்னோட பண்ணை வீட்டில் மாடியிலிருந்து இறங்கும் போது தவறி விழுந்து, தலையில் அடிபட்டு, மயக்கமான நிலையில் டாக்டர் வெற்றிவேலின் ஹாஸ்ப்பிடலில் அனுமதிக்கப்பட்டார். அப்படி அனுமதிக்கப்பட்ட ஒரு மணி நேரத்துக்குள்ளே

ராஜபாண்டியனின் உடல்நிலை மோசமாகி மூளைச்சாவு என்று சொல்லப்படுகின்ற 'ப்ரெய்ன் டெத்' ஸ்டேஜுக்கும் போயிட்டார்.

டாக்டர் வெற்றிவேல் உங்களுக்குத் தகவல் கொடுத்தார். நீங்களும் வந்து ராஜபாண்டியனைக் காப்பாற்ற, சில வகையான ட்ரீட்மெண்ட்கள் முயற்சி பண்ணிப் பார்த்தீங்க. அது எதுவும் பலன் கொடுக்காத நிலையில் ராஜபாண்டியன் இறந்து போனார். இதெல்லாம் உங்களுக்கு நல்லாவே ஞாபகம் இருக்குமுன்னு நினைக்கிறேன் டாக்டர்?''

''ஷ்யூர்... ராஜபாண்டியன் ஒரு வி.வி.ஐ.பி. பேஷண்ட். அவரை மூளைச்சாவு நிலைமையிலிருந்து காப்பாற்ற நான் என்னோட உச்சபட்ச மருத்துவ அறிவை உபயோகப்படுத்தினேன். இருந்தும் அவரைக் காப்பாற்ற முடியல. தட் ஈஸ் ஹைலி அன்ஃபார்ச்சுனேட் இன் மை மெடிகல் கேரியர்.''

''இறந்து போனார்ன்னு போலீஸ் டிபார்ட்மெண்ட் நினைச்சு ட்டிருந்த வேளையில் அவரோட 2வது பொண்ணு மகிமா என் அப்பாவோட சாவில் ஏதோ மர்மம் இருக்கு. முறையான போஸ்ட்மார்ட்டம் ரிப்போர்ட் வேணும்ன்னு கமிஷனர்கிட்டே மனு குடுத்துட்டாங்க. கமிஷனர் நேர்மையானவர். சும்மா இருப்பாரா...? முதற்கட்ட போஸ்ட்மார்ட்டத்தில் திருப்தி அடையாத அவர், ராஜபாண்டியனின் உள்ளுறுப்புகளை மும்பை பயோ லேப்புக்கு அனுப்பி ஒரு ரசாயன பரிசோதனைக்கு உட்படுத்தி ரிப்போர்ட் தரும்படி கேட்டுகிட்டார். அந்த ரிப்போர்ட் நேத்து ராத்திரிதான் வந்தது. கமிஷனர் ரிப்போர்ட்டைப் பார்த்துட்டு என்னைக் கூப்பிட்டார். ரிப்போர்ட் படி ராஜபாண்டியன் கொலை செய்யப்பட்டிருப்பதாய் சொன்னார்.''

''என்னது... கொலையா?''

''ஆமா, டாக்டர்.''

''அதுக்கு வாய்ப்பு இல்லையே...? ஏன்னா... வெற்றிவேலும், நானும்தான் ராஜபாண்டியனுக்கு

பக்கத்துல இருந்து அனைத்து வகையான நவீன மெடிக்கல் ட்ரீட்மெண்டையும் கொடுத்தோம். ஆனாலும் பலனில்லாமல் அவரோட மூளை சிறிது சிறிதாய்ச் செயலிழந்து மரணத்தை நோக்கிப் பயணித்ததைக் கண்கூடாகவே பார்த்தோம்.''

மார்த்தாண்டம் லேசான புன்னகையுடன் சொன்னார்.

''டாக்டர்கள் அளித்த போஸ்ட்மார்ட்டம் ரிப்போர்ட் படியும் சரி, இப்போது உங்கள் கையில் இருக்கும் மும்பையிலிருந்து வந்து இருக்கும் ரசாயன சோதனையின் ரிப்போர்ட்படியும் சரி ராஜபாண்டியன் இறந்துபோனதுக்குக் காரணம் அவருக்கு ஏற்பட்ட மூளைச் சாவுதான். அது உண்மை. ஆனால் அந்த மூளைச்சாவு ஏற்படக் காரணம் அவர் மாடிப்படிகளில் விழுந்து தலையில் ஏற்பட்ட காயத்தினால் அல்ல.''

''பிறகு?''

''கையில் இருக்கும் ரிப்போர்ட்டை படித்துப் பாருங்கள் டாக்டர்.''

டாக்டர் ருத்திரபதி அந்த ரிப்போர்ட்டைப் படித்தார்.

படிக்கப் படிக்க அவர் லேசாய் முகம் மாறி நெற்றி வியர்த்தார். அந்த அறிக்கையின் கீழே டோட்டல் ரிசல்ட் என்ற கேள்விக்கு நேரே சிவப்பு அடிக்கோடிட்ட வார்த்தைகள் தெரிந்தன.

''ராஜபாண்டியன் உயிர் பிழைத்து இருக்க வேண்டியவர். மூளைச்சாவுக்கு அவருடைய தலைக் காயம் காரணம் அல்ல. அவருடைய உடம்புக்குள் செலுத்தப்பட்ட ஒரு அபாயகரமான வைரஸ். அதன் பெயர் 'க்ளாஸ்டோரியம் பொட்டவீனம்.' அந்த வைரஸ்தான் உடம்புக்குள் பல்கிப் பெருகி மூளைக்குள் சென்று நியூரான்களை அழித்து மரணத்தை ஏற்படுத்தியிருக்கிறது.''

ருத்திரபதி படிக்கப் படிக்க அவருடைய கையில் இருந்த அறிக்கைத் தாள் ஒரு நடுக்கத்துக்கு உட்பட்டது.

6

அறிந்து கொள்வோம்: *உடலில் தீப்பற்றிக் கொண்டால் அவ்வளவு சுலபத்தில் தீயை அணைக்க முடியாது. காரணம் என்ன என்பதை ஒரு ஃபாரன்சிக் ரிப்போர்ட் இவ்வாறு சொல்கிறது.*

ஒரு மனித உடம்பு முழுவதும் எரிந்து கரியாக மாற 650 டிகிரி செல்சியஸ் உஷ்ணம் தேவைப்படும். மனித உடலில் தீப்பற்றிக் கொண்டதும் அடுத்த 30 விநாடிகளில் தீயை அணைப்பது மிக சுலபம். அதற்கு மேல் அணைப்பது கடினம். காரணம் உடலில் பற்றிக் கொண்ட தீ தோலின் கீழே உள்ள சதைப்பகுதியைக் கடந்து கொழுப்புப் பகுதியைத் தொட்டு விட்டால் அந்தக் கொழுப்பு எரிபொருளாக மாறி, தீயின் வேகத்தை அதிகப்படுத்தி எலும்புகளை விறகாகக் கொண்டு சொக்கப்பானை போல் எரிய ஆரம்பித்து விடும். எப்படி ஒரு மெழுகுவர்த்தி எரிய நூல் போன்ற திரியில் மெழுகு உருகி உதவி செய்கிறதோ அதே போல் உடம்பும் அதன் எலும்புகளும் எரிய கொழுப்பு உதவி செய்கிறது. உடம்பில் கொழுப்புச்சக்தி குறைவாக இருப்பவர்கள் தீ விபத்தில் சிக்கிக் கொண்டாலும் வெளிப்புறக் காயங்களோடு தப்பித்துக் கொள்வார்கள்.

டாக்டர் முகம் முழுவதும் பரவிக் கொண்ட திகைப்போடு இன்ஸ்பெக்டர் மார்த்தாண்டத்தை ஏறிட்டார். ''மும்பையிலிருந்து வந்திருக்கும் இந்த ரசாயன சோதனை ரிப்போர்ட்டில் சொல்லப்பட்டிருக்கும் விஷயம் எனக்கு ஆச்சரியமாயிருக்கு.''

''எதை ஆச்சரியம்னு சொல்றீங்க டாக்டர்?''

''ராஜபாண்டியனின் மூளைச்சாவுக்குக் காரணம் ஒரு அபாயகரமான வைரஸ்ன்னும், அதோட பேர் 'க்ளாஸ்டோரியம் பொட்டவீனம்'னு ரிப்போர்ட்டில் டாக்டர்கள் மென்ஷன் பண்ணியிருக்காங்க. அப்படியிருக்க வாய்ப்பு இல்லை இன்ஸ்பெக்டர்... ஹைலி இம்பாசிபிள் ஒன்.''

''வாய்ப்பு இல்லைனு எப்படிச் சொல்றீங்க?''

''க்ளாஸ்டோரியம் பொட்டவீனம் என்ற வைரஸ் ஓர் அபாயகரமான உயிரியல் ரசாயனம். இதுமாதிரியான ரசாயனங்கள் ஈரான், ஈராக் போன்ற நாடுகளில் மட்டுமே இருக்கக்கூடிய ஒன்று. அதுவும் போர் என்று வரும்போது மட்டும் எதிரி நாடுகளின் மேல் பிரயோகம் செய்யக்கூடியது. ஒரு தனிநபரைக் கொலை செய்ய இந்த அபாயகரமான வைரஸ் தேவையில்லை. ஏனென்றால் இந்த மாதிரியான வைரஸின் விலை கோடிக்கணக்கில் இருக்கும்.''

''யூ மே பி கரெக்ட் டாக்டர்... பட் ஒரு விஷயத்தை நீங்க புரிஞ்சிக்கணும்... கொலை செய்யப்பட்ட ராஜபாண்டியன் சாதாரண நபர் கிடையாது. தமிழ்நாட்டில் அவர் ஒரு முக்கியப்புள்ளி. இந்தியாவில் உள்ள 101 டாப் ரிச்சஸ்ட் பர்சனால்டிகளில் அவரும் ஒருவர். 10 ஆண்டுகளுக்கு முன்பு ராஜ்ய சபா எம்பியாகவும் இருந்தவர். ஏதோ ஒரு காரணத்துக்காக இவர் உயிர்பிழைத்து விடக்கூடாது என்பதற்காக இப்படிப்பட்ட காஸ்ட்லியான அபாயகரமான வைரஸைப் பயன்படுத்தியிருக்கலாம் இல்லையா?''

''இருந்தாலும் 'க்ளாஸ்டோரியம் பொட்டவீனம்' வைரஸ் கொஞ்சம் அதிகப்படியாய் தெரிகிறது.''

''டாக்டர்...! ஆஸ் ஏ இன்ஸ்பெக்டர் நான் உங்களிடம் ஒரு விஷயத்தை ஷேர் பண்ண விரும்புகிறேன். 50 ஆண்டுகளுக்கு முன்பு ஒருவரிடம் நூறு ரூபாய் நோட்டு இருந்தாலே அவர் வசதியானவர் லிஸ்டில் சேர்க்கப்பட்டார். 20 ஆண்டுகளுக்கு முன்பு ஒருவரிடம்

ஆயிரம் ரூபாய் நோட்டு இருந்தாலே அவர் பெரிய பணக்காரர். ஒருவரிடம் ஒரு லட்ச ரூபாய் இருந்தால் அவர் லட்சாதிபதி என்றும், ஒரு கோடி ரூபாய் இருந்தால் கோடீஸ்வரர் என்றும் பாமர மக்களால் கொண்டாடப்பட்டார்கள். இன்றைக்கு ஒரு கோடி ரூபாய் என்பது சாதாரண விஷயமாக போய்விட்டது. ஒரு அரசியல்வாதி 500 கோடி, 1000 கோடி ஊழல் செய்தாலும்கூட மக்கள் அதை ஒரு பிரமிப்பான விஷயமாய் பார்ப்பதில்லை. ராஜபாண்டியனைக் கொலை செய்ய உபயோகப்படுத்தப்பட்ட வைரஸ் விலை எத்தனை கோடி ரூபாயாக இருந்தாலும் அதை வாங்கிப் பயன்படுத்தக்கூடிய அளவுக்கு அவருடைய விரோதிகள் வசதிபடைத்தவர்களாய் இருக்கலாம் இல்லையா...?''

''ம்... இருக்கலாம்...!''

''அந்த விரோதிகள் யார் என்பதைக் கண்டுபிடிக்க போலீஸ் குழு ஒன்று அமைக்கப்பட்டுள்ளது டாக்டர். ராஜபாண்டியனால் யார் யாருக்கு என்ன பிரச்சனை... அவரால் பாதிக்கப்பட்டவர்கள், அவரால் வெறுக்கப்பட்டவர்கள் யார் யார் என்ற லிஸ்ட் தயாராகிக் கொண்டிருக்கிறது. இதற்கிடையில் எனக்குள் ஏற்பட்ட ஒரு சந்தேகத்தைத் தெளிவு படுத்திக்கொள்ளவே உங்களைப் பார்க்க வந்தேன்.''

''என்ன சந்தேகம்...?''

''எனக்குத் தெரிந்த ஃபாரன்சிக் பிரிவில் பணியாற்றும் ஓர் அதிகாரியிடம் பேசிக் கொண்டிருக்கும்போது அவர் சொன்ன ஒரு விஷயம் 'க்ளாஸ்டோரியம் பொட்டவீனம்' வைரஸை உயிரியல் ரசாயனம் படித்த டாக்டர் ஒருவரால் மட்டுமே இஞ்ஜெக்‌ஷன் செய்ய முடியும் என்று சொன்னார்.''

''அது உண்மையா...?''

''ஓரளவுக்கு உண்மைதான்.''

''சாரி டாக்டர்... எனக்குத் தெளிவான பதில் வேண்டும். ஓரளவுக்கு என்ற நழுவல் பதில் வேண்டாம். அந்த அபாயகரமான வைரஸை உயிரியல் ரசாயனம் படித்த டாக்டர்

ஒருவரால் மட்டும் தான் போக முடியும் என்பது நூறு சதவீத உண்மையா...?''

''உண்மைதான்.''

''டாக்டர் வெற்றிவேலும் நீங்களும் உயிரியல் ரசாயனம் படித்தவர்கள் அல்ல என்பது எனக்குத் தெரியும். சென்னையில் உயிரியல் ரசாயனம் படித்த டாக்டர்கள் யார் யார் என்பதைச் சொல்ல முடியுமா...?''

''எனக்குத் தெரியாது. ஐ எம் ஏ எனப்படும் இந்தியன் மெடிக்கல் அசோசியேஷனில் கேட்டால் விபரம் கிடைக்கலாம்...''

''ஒரு நபருக்கு விபத்தின் மூலம் 'ப்ரெய்ன் டெத்' நிலை ஏற்பட்டால் அதிலிருந்து அந்நபரை மீட்க நீங்கள் ஏதோ ட்ரீட்மெண்ட் தருவதாகக் கேள்விப்பட்டேன். அது உண்மையா...?''

''உண்மையில்லை... நானும் டாக்டர் வெற்றிவேலைப் போல் ஒரு நியூரோசர்ஜரி டாக்டர்தான்...! என்னிடம் எந்த ஒரு ஸ்பெஷல் ட்ரீட்மெண்ட்டும் கிடையாது.''

டாக்டர் அந்த பொய்யை இயல்பாய் சொல்லிக் கொண்டிருக்கும் போதே மாடியறையிலிருந்து ஒரு அலறல் சத்தம் கேட்டது. ஒரு பெண்ணின் அலறல். அது சுபத்ராவின் அலறல் சத்தம் தான் என்பது டாக்டருக்குப் புரிந்தது. அவருடைய இதயத்துடிப்பு உச்சத்துக்குப்போக, இன்ஸ்பெக்டர் மார்த்தாண்டத்தின் பார்வை மாடியை நோக்கிப் போயிற்று.

ஓ

விவேக் அந்த டார்ச் லைட் வெளிச்சத்தின் உதவியால் பார்வையை உன்னிப்பாக்கிப் பார்த்தான். அது ஒரு பெண்ணின் உடல் தான் என்று தீர்மானமாய் தெரிந்தது. ''வில்லியம்ஸ் அந்த டார்ச்சை என்கிட்ட கொடுங்க...''

''சார், வேணும்னா நான் பக்கத்துல போய் பார்த்துட்டு வர்றேன்...!''

''வேண்டாம், இங்கேயே நில்லுங்க... டாக் ரோஜரோட பார்வை எங்கெங்கே போகுது... அது எந்த திசையைப் பார்த்துக் குரைக்குதுனு வாட்ச் பண்ணுங்க... நான் மொதல்ல போய் அந்தப் பெண் யார்னு பார்க்கிறேன். நான் குரல் கொடுத்தா மட்டும் வாங்க போதும்.''

''எஸ் சார்.''

டாக் ட்ரெய்னர் வில்லியம்ஸ் கொடுத்த டார்ச்சை வாங்கிக் கொண்ட விவேக் அந்தப் பெண்ணின் உடல் கிடந்த இடத்தை நோக்கிப் புதருக்குள் தெரிந்த மெலிதான ஒற்றையடிப்பாதையில் நடந்தான். 50 அடி தூரத்தில் ஒருக்களித்துக் கிடந்த அந்தப் பெண்ணின் உடலை நெருங்கினான். இளம்பெண். வயது முப்பதுக்குள் ஏதோ ஒரு வயது. ஒரு கிராமத்துப் பெண்ணுக்குரிய அடையாளங்கள், அவளுடைய முகத்திலும் உடுத்தியிருந்த ஆடையிலும் நன்றாகவே தெரிந்தது. விவேக் அந்தப் பெண்ணருகே குனிந்து ஒருக்களித்து கிடந்த அவளுடைய உடம்பைப் புரட்டினான். அவள் சலனமில்லாமல் ஸ்லோமோஷனில் மல்லாந்தாள்.

உடம்பில் எந்த பாகத்திலும் காயம் இருப்பதாகத் தெரியவில்லை. அவளுடைய நாசியருகே கை வைத்துப் பார்த்தான். நூலிழையாய் கதகதப்பான மூச்சு வந்து கொண்டிருந்தது. விவேக் தன் செல்போனை எடுத்தான். வெளியே சாலையின் ஓரத்தில் காரில் காத்துக் கொண்டிருந்த விஷ்ணுவைத் தொடர்பு கொண்டான்.

''விஷ்ணு...!''

''பாஸ்...''

''ஆம்புலன்சுக்குப் போன் பண்ணி உடனே இந்த ஸ்பாட்டுக்கு வரச்சொல்லு... சொல்லிட்டு நீ உள்ளே வா.''

''என்ன பாஸ்... ஏதாவது விபரீதமா...?''

''கொஞ்சம்.''

''உங்களுக்கு அது கொஞ்சம்னா எனக்கு அது குறைந்த பட்சம் 2 டன்னாவது இருக்கும். ஆணா..., பெண்ணா... பாஸ்...?''

''பெண்''

''எஸ்.சி.யா..., எம்.ஏ.யா... டி.ஏ...யா?''

''நீ பேசுறது புரியல...''

''எஸ்.சின்னா சீனியர் சிட்டிசன், எம்.ஏன்னா மிடில் ஏஜ்ட், டி.ஏன்னா டீன் ஏஜ்ட்... மூணுல ஏதாவது ஒண்ணை டிக் பண்ணுங்க.''

''நீயே உள்ள வந்து பாரு...''

விவேக் பேசிவிட்டு செல்போனை அணைத்தான். பிறகு வில்லியம்ஸ் இருந்த பக்கமாய் குரல் கொடுத்தான்.

''வில்லியம்ஸ்...''

''சார்...''

''ரோஜர் அமைதியாய் இருக்கு... ஏன் குரைக்கலை...?''

''தெரியல சார்...''

''சரி, ரோஜரைக் கூட்டிட்டு உள்ளே வாங்க. டார்ச் வெளிச்சம் தெரியுதா?''

''தெரியுது சார்''

''வாங்க...'' வில்லியம்ஸ் அடுத்த 30 விநாடிக்குள் விவேக்கை நெருங்கினார். அவர் முகம் முழுவதும் வியப்புப் பரவியது.

''யார் சார் இந்தப் பொண்ணு?''

''தெரியலை... பட் ஷீ இஸ் அலைவ். உடம்பில் எந்த இடத்திலும் ஒரு சிறு ரத்தக் காயம் கூட இல்லை.கொஞ்ச நேரத்துல ஆம்புலன்ஸ் வந்துடும்...!''

''ரேப் அட்டெம்ட் மாதிரியும் தெரியல சார்.''

''ஹாஸ்ப்பிடலுக்குக் கொண்டு போயிட்டா என்னன்னு தெரிஞ்சுடும். பை த பை ரோஜரோட நடவடிக்கைகள் எப்படி இருந்தது?''

''அது அமைதியாயிடுச்சு சார்...!''

''அதை கமான்ட் பண்ணுங்க...''

வில்லியம்ஸ் ரோஜரைப் பார்த்து குரல் கொடுத்தார்.

''ரோஜர்... ஸ்பீக்.''

அது ஒரே ஒரு முறை குரைத்துவிட்டு வில்லியம்ஸை ஏறிட்டுப் பார்த்தது.

''சீ ஹெர்.'' ரோஜர் கீழே படுத்துக் கிடந்த அந்த அந்தப் பெண்ணைப் பார்த்தது. வில்லியம்ஸிடமிருந்து அடுத்த கட்டளை வாக்கியம் வந்தது.

''கோ அண்ட் ஸ்மெல் ஹெர்.'' ரோஜர் அந்தப் பெண்ணை நெருங்கி முகர்ந்து விட்டு வில்லியம்ஸ் பிடித்திருந்த கயிற்றை இழுத்துக் கொண்டு ஓடியது. விவேக் சொன்னான்.

''வில்லியம்ஸ்! நீங்க ரோஜரோடு போங்க. அதனுடைய நடவடிக்கைகள் வித்தியாசமாய் இருந்தால் எனக்கு போன் பண்ணுங்க.''

''எஸ்... சார்.''

வில்லியம்ஸ் ரோஜரின் இழுப்புக்கு ஏற்ற மாதிரி ஓட ஆரம்பிக்க, விஷ்ணு வந்து சேர்ந்தான்.

''ஆம்புலன்சுக்கு போன் பண்ணிட்டேன் பாஸ்.''

''சரி நீ வெளியே கார்ல இருந்த போது ஏதாவது அப்சர்வ் பண்ணியா...?''

''ட்யூட்டியைப் பார்க்காம இருக்க முடியுமா பாஸ்...?''

''என்ன அப்சர்வ் பண்ணினே...?''

''நான் கார்ல உட்கார்ந்து எல்லா பக்கமும் பரவியிருந்த இருட்டை உற்று ஊடுருவிப் பார்த்துட்டிருக்கும்போது எனக்கு முன்னாடி கொஞ்ச தூரத்துல ஏதோ வெள்ளையா ஒரு கோடு அசைஞ்ச மாதிரி இருந்தது பாஸ். அதைத் தொடர்ந்து சிவப்பாய் ஒரு புள்ளி.''

''இறங்கிப் போய் என்னன்னு பார்த்தியா?''

''பார்க்கலாம்னு முடிவு பண்ணி காரை விட்டு இறங்கும் போதுதான் உண்மை தெரிஞ்சது பாஸ்.''

''என்ன உண்மை?''

''நம்ம கூட வந்த இன்ஸ்பெக்டர் ஆல்பின்ராஜ் ஜீப்பை விட்டு இறங்கி தள்ளிப்போய் சிகரெட் பிடிச்சிட்டிருந்தார் பாஸ்...''

விஷ்ணு சொல்லிக் கொண்டிருக்கும் போதே டாக் ரோஜரின் குரைப்புச் சத்தம் அந்த இரவு நேர நிசப்தத்தை இருகூறாய் அறுத்துக் கொண்டு கர்ண கொடூரமாய் கேட்டது.

விவேக் நிமிர்ந்தான். கண்களில் பெரிதாய் பயம்.

''விஷ்ணு...''

''பாஸ்...''

''போலீஸ் டாக் இப்படிக் குரைக்காதே... அந்த குரைப்பில் ஏதோ வித்தியாசம் தெரியுதே!''

7

அறிந்து கொள்வோம்: *மனித ரத்தம் எந்த அடிப்படையில் க்ரூப் வாரியாகப் பிரிக்கப்படுகிறது என்பதை இப்போது பார்ப்போம். பொதுவாக ரத்தத்தில் உள்ள ஆர்பிசி எனப்படும் சிவப்பு அணுக்களில் ஆன்டிஜன் எனப்படும் ஒரு வித புரோட்டின் இருக்கிறது. அதன் தன்மைக்கேற்ப ரத்தம் வகைப்படுத்தப்படுகிறது. ரத்தச் சிவப்பணுக்களில் 'ஏ' என்னும் ஆன்டிஜன் இருந்தால் அது 'ஏ' க்ரூப் என்று அழைக்கப்படும். 'பி' ஆன்டிஜன் இருந்தால் அது 'பி' க்ரூப். ஒரு சிலரின் ரத்த சிவப்பணுக்களில் 'ஏ,பி' என்ற 2 ஆன்டிஜனும் இருக்கும். அது 'ஏபி' என்று அழைக்கப்படும். ரத்த அணுக்களில் எந்த விதமான ஆன்டிஜனும் இல்லையென்றால் அது 'ஓ' க்ரூப்.*

குற்றம் நடந்த ஒரு இடத்தில் காணப்படும் ரத்தக்கறையை வைத்துக் கொண்டு அது ஆணின் ரத்தமா இல்லை பெண்ணின் ரத்தமா என்பதைக் கண்டுபிடிக்க முடியுமா? நிச்சயமாக முடியும். ஆண்களின் ரத்தத்திற்கும் பெண்கள் ரத்தத்திற்கும் உள்ள ஒரே ஒரு வித்தியாசம் பிளாஸ்மா எனப்படும் திரவத்தின் அளவுதான். ஆண்களின் ரத்தத்தில் இருப்பதைக் காட்டிலும் பெண்களின் ரத்தத்தில் பிளாஸ்மா அதிகம். இந்த ஒரு வித்தியாசத்தை வைத்தே தடயவியல் வல்லுநர்கள் கொலை செய்யப்பட்ட நபரின் ரத்தம் ஆணுக்குரியதா அல்லது பெண்ணுக்குரியதா என்பதைத் துல்லியமாக கண்டுபிடித்து விடுவார்கள்.

விஷ்ணு விவேக்கை வியப்பாய் பார்த்தான்.

‘‘என்ன பாஸ் சொல்றீங்க... டாக் ரோஜரோட குரைப்பில் வித்தியாசம் தெரியுதா?’’

‘‘ஆமா.’’

‘‘ஆச்சரியமாயிருக்கு பாஸ்.’’

‘‘இதில் என்ன ஆச்சரியம்?’’

‘‘பொதுவா மனுஷங்கதான் பல மொழி பேசுவாங்க. ஆனா நாய்கள் எந்த நாட்டுல இருந்தாலும் ஒரே மொழிதான். அதாவது ‘லொள்... லொள்.’ கோபம் வந்தா மட்டும் ‘வள்... வள்.’

‘‘விஷ்ணு பி சீரியஸ்.’’

‘‘சீரியசாயிட்டேன் பாஸ்.’’

‘‘ஆம்புலன்ஸ் வர்ற வரைக்கும் அந்தப் பொண்ணுக் கிட்டையே நில்லு. நான் போய் ரோஜர் என் இப்படி கத்துதுன்னு பாத்துட்டு வர்றேன்...’’ சொன்ன விவேக் தனது செல்போன் டார்ச் வெளிச்சத்தை உயிர்ப்பித்துக் கொண்டு நாயின் குரைப்புச்சத்தம் கேட்ட திசையை நோக்கி ஓடினான். பூட்ஸ் அணிந்த கால்களுக்குக் கீழே பெயர் தெரியாத குற்றுச்செடிகள் மிதிபட்டன. செல் போனிலிருந்து வெளிப்பட்ட டிஜிட்டல் டார்ச்சின் வெளிச்சம் தரையில் பாலைக் கொட்டிய தினுசில் பரவி அந்த ஒற்றையடி தடத்தைக் காட்ட, மூச்சிரைக்க ஓடினான். ஒரு நிமிட ஓட்டம். குற்றுச்செடிகளின் எல்லை முடிந்து போயிருக்க, அடர்த்தியான புதர்களிலிருந்து நாயின் குரைப்புச் சத்தம் கேட்டது.

விவேக் செல்போனின் டார்ச் வெளிச்சத்தை புதர்ப்பக்கம் காட்டியபடி குரல் கொடுத்தான்.

‘‘வில்லியம்ஸ்?’’

‘‘சார்...’’ வில்லியம்ஸ் புதருக்குள்ளேயிருந்து பதில் கொடுத்தார்.

‘‘ரோஜர் ஏன் இப்படி கத்துது...?’’

''தெரியல சார்... 5 நிமிஷத்துக்கு முன்னாடி இந்தப் புதருக்குள்ள நுழைஞ்சது... அதுக்கப்புறம் இந்த இடத்தை விட்டுக் கொஞ்சமும் அசையாம ஒரே இடத்துல நின்னுக்கிட்டு குரைச்சிட்டிருக்கு... நீங்களே உள்ள வந்து பாருங்க சார்...'' விவேக் செல்போனின் வெளிச்சத்துடன் உள்ளே நுழைந்தான். கற்றாழை முட்செடிகள் வழியை மறைக்க பக்கவாட்டில் பிரிந்த சிறிய பாறைக்குள் பிரவேசித்தான். சுற்றிலும் கோரைப் புற்கள் மண்டியிருக்க அதன் மையத்தில் வில்லியம்ஸ் டார்ச் வெளிச்ச த்தோடு தெரிந்தார். டாக் ரோஜர் முன்னங்கால்களை ஊன்றிப் படுத்துக் கொண்டு சில விநாடிகள் இடைவெளிவிட்டு குரைத்துக் கொண்டிருந்தது. விவேக் ரோஜரை நெருங்கினான். அது வாலை ஆட்டிவிட்டுத் தன் குரைப்பைத் தொடர்ந்தது.

''என்ன வில்லியம்ஸ்...?''

''புரியல சார்... என்னோட ஃபர்தர் கமான்ட்சை ரோஜர் கண்டுக்கவே இல்ல. கெட்அப்,கோ,ரன் இப்படி எந்த ஒரு வார்த்தை சொன்னாலும் 'ஒபே' பண்ணாம ஒரே அடம். உட்கார்ந்த இடத்தை விட்டு அசையலை... நானும் இந்த நூறடி சதுர பரப்புக்குள்ள ஒரு அங்குலம் விடாம டார்ச் அடிச்சுப் பார்த்துட்டேன். எந்த ஒரு தடயமோ வித்தியாசமான பொருளோ கிடைக்கல...!''

''சரியான காரணம் இல்லாம ரோஜர் இப்படி படுத்துட்டு இருக்காது. கொஞ்சம் பொறுமையாய் சீன் ஆஃப் க்ரைம் பார்த்துடலாம்... அந்த டார்ச்சை என்கிட்ட கொடுங்க வில்லியம்ஸ்.''

வில்லியம்ஸ் கொடுத்த டார்ச்சை வாங்கிக் கொண்ட விவேக் அதன் ஒளிக்கற்றைகளைப் புதரின் இடது பக்கமாய் இருந்த கற்றாழைப் புதர்களின் மேல் பாய்ச்சினான்.

''நான் பார்த்துட்டேன் சார்... அப்நார்மலாய் எதுவும் இல்லை...!''

''மே...பி... வில்லியம்ஸ்.. ஆனா ரோஜர் பிடிவாதம் பிடிக்கறதைப் பார்த்தா அந்த இடத்துக்கு யாரோ வந்து என்னமோ பண்ணியிருக்காங்க... போலீஸ் டாக் மோப்பம்

பிடிச்சுடக்கூடாதுங்கிறதுக்காக அதனோட பவர் ஆஃப் ஸ்மெல்லை டிஸ்டர்ப் பண்ணியிருக்காங்கனு நினைக்கிறேன்.''

''யூ ஆர் கரெக்ட் சார்... பொதுவாய் போலீஸ் டாக்ஸ் ஸ்மெல் பண்ணி ஒரு இலக்கை நோக்கிப் போகும் போது வழியில் ஏதாவது ஹர்டில்ஸ் இருந்தா இப்படித்தான் குரைச்சு கோபத்தைக் காட்டும்... இந்த விஷயத்துல ரோஜருக்கு நிறையவே கோபம் வரும்.''

விவேக் டார்ச் வெளிச்சத்தைச் சுற்றிலும் பரவி வளர்ந்திருந்த கற்றாழைச்செடிகளின் மேல் கவிழ்த்தான். அங்கிருந்த ஓணான்கள் ஓடி மறைந்தன. மெல்ல நடந்தான் விவேக். இப்போது ரோஜர் குரைப்பதை நிறுத்தியிருந்தது. பத்தடி தூரத்தில் உன்னிப்பான பார்வையோடு நடந்த விவேக் சட்டென்று நின்றான். ''வில்லியம்ஸ்... ஒரு நிமிஷம் இங்கே வந்து இந்தக் கற்றாழையைப் பாருங்க.'' வில்லியம்ஸ் வேகமாய் வந்து பார்த்தான்.

''என்ன சார்...?''

''இந்தக் கற்றாழைச் செடிக்கும் மற்ற கற்றாழைச் செடிக்கும் ஏதாவது வித்தியாசம் தெரியுதா..?''

வில்லியம்ஸ் விவேக் சுட்டிக்காட்டிய கற்றாழைச் செடியையும், மற்ற செடிகளையும் ஒரு முப்பது விநாடிகள் வரை உற்றுப் பார்த்துக்கொண்டு இருந்துவிட்டுத் தலையாட்டினார்.

''வித்தியாசமாய் எதுவும் தெரியலை சார்.''

''இந்தக் கற்றாழைச் செடி லேசாய் ஒரு பக்கம் சாஞ்சு இருக்கு... அந்த ஒரு வித்தியாசமாவது தெரியுதா..?''

''அது தெரியுது சார்.''

''இப்பப் பாருங்க.'' சொன்ன விவேக் ஒரு கையால் டார்ச்சைப் பிடித்துக் கொண்டு, இன்னொரு கையால் அந்தச் செடியைப் பிடித்து இழுத்தான். அது கையோடு வந்து ஒரு பக்கமாய் சரிந்து விழுந்தது.

''சார்..சார்...''

''வேற ஒரு பக்கம் வளர்ந்திருந்த கற்றாழைச் செடியை வெட்டிகிட்டு வந்து குறிப்பிட்ட இந்த இடத்தை மறைச்சுருக்காங்க இந்த இடத்துலதான் அந்த மனிதத்தலை புதைக்கப்பட்டு இருக்கணும்...''

௯

மாடியிலிருந்து வந்த அலறல் சத்தத்தைக் கேட்டுவிட்டு இன்ஸ்பெக்டர் மார்த்தாண்டம் டாக்டர் ருத்திரபதியைப் பதட்டத்தோடு பார்த்துக் கேட்டார்.

''மாடியில் யார் இருக்காங்க... ஒரு பெண்ணோட அலறல் சத்தம் கேட்டது?''

ருத்திரபதி ஒரு வியர்வைக் குளியலுக்கு உட்பட்டார்.

''இ... இ... இன்ஸ்பெக்டர்... அது வந்து... சுபத்ரா, என்னோட பர்சனல் அசிஸ்டண்ட்...''

''என்ன பிரச்சனை மேலே?''

''தெரியலை.''

''வாங்க... பார்க்கலாம்.'' மார்த்தாண்டம் சொல்லிக் கொண்டே மாடிப்படிகளில் ஏற ஆரம்பித்துவிட ருத்திரபதியும் வேறு வழியில்லாமல் எகிறும் இருதயத் துடிப்போடு அவரைப் பின் தொடர்ந்து ஏறினார். இருவரும் மாடிப்படிகளை முடித்துக் கொண்டு மாடி வராந்தாவுக்கு வந்த பொழுது எதிரே வேக நடையோடு சுபத்ரா எதிர்ப்பட்டாள்.

பயத்தில் வியர்த்த முகம், தாறுமாறாய்க் கலைந்த கேசம்.

படபடப்போடு ருத்திரபதி கேட்டார், ''என்னாச்சு சுபத்ரா...?''

சுபத்ரா மூச்சு வாங்கிக் கொண்டு பேசினாள். மார்பு தூக்கிப் போட்டது.

''டாக்டர்! நான் அந்த சாம்பிள் ப்ளட் கலெக்ஷன் ரூமுக்குள்ளே உட்கார்ந்து கம்ப்யூட்டர்ல ஒரு ரிப்போர்ட்டை

டைப் பண்ணிட்டிருந்தேன். திடீர்ன்னு கண்ணாடி பீரோவுக்கு பின்புறம் ஏதோ அசையற மாதிரி இருந்தது. எந்திரிச்சுப் போய் எட்டிப் பார்த்தேன். ஒரு பெரிய பூனை படுத்துட்டிருந்தது. கறுப்பு நிறம், பச்சை நிறக் கண்கள்.''

அவளை ஏறிட்டு இன்ஸ்பெக்டர் மார்த்தாண்டம் புன்னகைத்தார்

''பூனையைப் பார்த்து பயந்திட்டியாம்மா?''

''நான் பூனையைப் பார்த்துப் பயப்படலை சார்.''

''அப்புறம்..?''

''அதனோட நடவடிக்கையைப் பார்த்து...!''

இப்போது டாக்டர் ருத்திரபதி பதட்டமானார்.

''சுபத்ரா..! நீ என்ன சொல்றே... அந்தப் பூனை என்ன பண்ணிட்டு இருந்தது...?''

அவளுடைய குரல் நடுங்கியது.

''அ... அ அது வந்து... டாக்டர்...''

''சொல்லு... சுபத்ரா...''

''டாக்டர்... அந்தப் பூனை தன் ரெண்டு முன்னங் கால்களால் ஒரு சின்ன ப்ளட் சாம்பிள் பாட்டிலைப் பிடிச்சுகிட்டு அதைத் தன்னோட வாயால திறக்க முயற்சி பண்ணிட்டிருந்தது.''

''சுபத்ரா... நீ என்ன சொல்ற...?''

''நான் பார்த்ததைச் சொல்லிக்கிட்டிருக்கேன் டாக்டர்.''

''பூனைக்கு எப்படி அந்த ப்ளட் சாம்பிள் பாட்டில் கிடைச்சது?''

''தெரியலையே டாக்டர்...!''

''சரி... நீ என்ன பண்ணினே... அந்த பூனையைத் துரத்தினியா...?''

''துரத்த முயற்சி பண்ணினேன் டாக்டர். ஆனா...''

‘‘ஆனா... என்ன சொல்லு...?’’

‘‘அந்த பாட்டிலை விட்டுட்டு என்மேல பாய்ஞ்சு கழுத்தைக் கடிக்க முயற்சி செய்தது... நான் தள்ளி விட்டுட்டு வெளியே ஓடி வந்துட்டேன்...! வரும்போது கதவையும் சாத்திட்டேன்.’’

‘‘அப்படின்னா அந்தப் பூனை இப்போ உள்ளே தான் இருக்கு...?’’

‘‘ஆமா... டாக்டர்.’’

இன்ஸ்பெக்டர் மார்த்தாண்டம் சுபத்திராவை ஏறிட்டார்.

‘‘அந்த ரூம் எது? வந்து காட்டும்மா... ஒரு பூனைக்கு மனித ரத்தச் சுவை பிடிக்குதுன்னா அது சாதாரண விஷயம் கிடையாது. சம்திங் அப்நார்மல்...!’’

8

அறிந்து கொள்வோம்: *சிக்கலான வழக்குகளில் குற்றம் சாட்டப்பட்டவர்களிடம் இருந்து உண்மையை வரவழைக்கப் போலீசார் அடிப்பது, உதைப்பது போன்ற குறைந்த பட்ச சித்ரவதைகளை மேற்கொள்வார்கள். இவைகளால் பலன் கிடைக்காதபோது அவர்களிடமிருந்து உண்மையைக் கண்டறிய 'நார்கோ' எனப்படும் உண்மை கண்டறியும் சோதனையை நடத்துவார்கள். இதனுடன் மூளை வரைபட சோதனை மற்றும் பாலிகிராப் சோதனையும் நடத்தப்படுவதுண்டு.*

நார்கோ (நார்கோ அனாலைசிஸ்) சோதனையில் குற்றவாளி என்று கருதப்படும் நபரின் உடலுக்குள் மயக்க மருந்தை இஞ்ஜெக்ட் செய்து அந்த நபர் அரைகுறை நினைவோடு இருக்கும்போது கேள்விகளைக் கேட்டு பதிலைப் பெறுவார்கள். அதற்காகப் பல மயக்க மருந்துகள் இருந்தாலும் சோடியம் பெண்டத்தால், சோடியம் அமிட்டால் போன்ற 2 வகையான மருந்துகளே பயன்பாட்டில் உள்ளன. இந்த மருந்து ஒருவரின் உடலில் செலுத்தப்பட்ட சில விநாடிக்குள் அவர் மயக்க நிலைக்குப் போய்விடுவார். போலீசார் கேட்கும் கேள்விகளுக்கு 'ஆம்' அல்லது 'இல்லை' என்று மட்டுமே அவர்களால் பதில் சொல்ல முடியும். இந்த உண்மை கண்டறியும் சோதனையில் நீளமான வாக்கியத்தைப் பேச முடியாது. இந்த உண்மையைக் கண்டறியும் சோதனையை மனித உரிமை கமிஷன் ஏற்றுக் கொள்வதில்லை.

அரைகுறை உணர்வோடு இருக்கும் ஒரு நபர் சொல்வதை எப்படி உண்மை என்று ஏற்றுக் கொள்ள

முடியும் என்பது அவர்கள் வாதம். மேலும் சோதனைக்கு உட்படுத்தும் நபருக்கு உடலில் ஏதாவது ஆரோக்கியக் குறைபாடு இருந்தால் அந்நபர் மயக்கநிலையிலிருந்து சுயஉணர்வுக்கு மீளாமல் மரணமடையும் அபாயமும் உண்டு. ஒருவரை அவரது விருப்பத்துக்கு மாறாக உண்மை கண்டறியும் சோதனைக்கு உள்ளாக்குவதும் மூளை வரைபட சோதனைக்கு உட்படுத்துவதும் சட்டவிரோதம் என்று ஐகோர்ட் தீர்ப்பளித்துள்ளது.

''அந்த ரூம் எது...? வந்துகாட்டும்மா.'' என்று சொல்லிக் கொண்டே இன்ஸ்பெக்டர் மார்த்தாண்டம் நடக்க ஆரம்பிக்க, சுபத்ரா வியர்த்து வழிந்து கொண்டு வழிகாட்டினாள். டாக்டர் ருத்திரபதியும் பின்தொடர்ந்தார்.

அரைநிமிட நடையில் மாடி வராண்டாவின் கடைசியில் இருந்த அறைக்கு முன்பாக 3 பேரும் வந்து நின்றார்கள். சுபத்ரா சொன்னாள்.

''இந்த ரூம்தான் சார்...''

''மொதல்ல நான் உள்ளே போறேன்.''

''சார் பூனை ரூமுக்குள்ளதான் இருக்கு. அது ரத்த வெறியோடு இருக்கு. மேலே பாய்ஞ்சுடும்...''

''பயப்படாதேம்மா... ஒரு பூனையை எப்படி ஹேண்டில் பண்றதுனு எனக்குத் தெரியும்.'' சொன்னவர் தன் செல்போனின் டார்ச்லைட்டை உயிர்ப்புக்குக் கொண்டு வந்தார்.

''இந்த டிஜிட்டல் டார்ச்லைட்டோட வெளிச்சம் பூனைகளுக்குப் பிடிக்காது. விலகி ஓடும்... நான் முதல்ல உள்ளே போறேன். நீயும் டாக்டரும் பின்னாடி வாங்க...'' இன்ஸ்பெக்டர் மார்த்தாண்டம் சொல்லிக்கொண்டே கதவின் தாழ்ப்பாளை விலக்கிக் கொண்டு மெல்ல உள்ளே நுழைந்தார்.

ஒரு லேப் மாதிரியான அறை அது. இரு பக்கச்சுவர் ஓரங்களிலும் கண்ணாடி பீரோக்கள் தெரிய உள்ளே இருந்த

ஷெல்ஃப்களில் சின்னசின்னதாய் லேபிள்கள் ஒட்டப்பட்ட கண்ணாடி பாட்டில்கள். ஒரு பீரோவின் அறை மட்டும் திறந்திருந்தது. அதிலிருந்து 2 பாட்டில்கள் கீழே விழுந்து உடைந்து ரத்தம் நாலா பக்கமும் சிதறியிருந்தது.

மார்த்தாண்டம் மேற்கொண்டு உள்ளே போகாமல் அதே இடத்தில் நின்றபடி செல்போன் டார்ச் வெளிச்சத்தை அறைக்குள் சிதறடித்தார். சுபத்ரா அவருக்குப் பின்னால் ஒண்டிக் கொண்டு குரல் நடுங்க சொன்னாள்.

''அந்த பீரோவுக்குப் பின்னாடிதான் சார் அந்தப்பூனை இருந்தது.''

டாக்டர் ருத்திரபதி இப்போது முன்னால் வந்தார். தனது செல்போனின் டார்ச்சையும் உபயோகித்து அறையை இன்னமும் வெளிச்சமாக்கினார். முதல் பீரோவுக்குப் பின்பக்கமாய் போய் மெல்ல எட்டிப்பார்த்தார். அங்கு பூனை இல்லை.

மார்த்தாண்டம் இரண்டாவது பீரோவுக்கு நகர்ந்தார். டார்ச் வெளிச்சத்தை உமிழ்ந்தபடியே பீரோவுக்கும் சுவருக்கும் இடையே இருந்த இடைவெளியைப் பார்த்தார். அது வெறுமையாய் இருந்தது.

''பூனை வெளியே தப்பிச்சு போயிடுச்சுனு நினைக்கிறேன்.''

''அதுக்கு வாய்ப்பு இல்ல சார்... ஏன்னா இந்த அறையோட 2 ஜன்னல்களும் சாத்தப்பட்டு இருக்கு... இந்த அறைக்கு ஒரு வெண்டிலேட்டர் கூட இல்லை... பூனை என்மேல் பாய்ந்ததுமே அதை தட்டிவிட்டுட்டுத் வெளியே ஓடிவந்து கதவை வெளியே தாழ்ப்பாள் போட்டுக்கிட்டேன். அந்தப் பூனை கண்டிப்பாய் இந்த ரூமுக்குள்ளதான் ஏதாவது ஒரு இடத்துல பதுங்கியிருக்கணும்... அது திடீர்னு எந்தப் பக்கத்தில் இருந்தாலும் பாயலாம் சார்...''

சுபத்ரா சுற்றும் முற்றும் பார்த்து குரல் நடுங்க சொல்லிக் கொண்டு இருக்கும்போதே மார்த்தாண்டம் 'உஸ்' என்றார், உதட்டில் தன் ஆட்காட்டி விரலை வைத்து.

''என்ன சார்...'' அவர் சத்தம் வராமல் பேசினார்.

''நான் அந்தப் பூனையைப் பார்த்துட்டேன்.''

''எங்கே சார்...?'' மார்த்தண்டம் தனது இடது கையின் ஆட்காட்டிவிரலால் இரண்டாவது கண்ணாடி பீரோவுக்கும் 3வது பீரோவுக்கும் இடையில் தெரிந்த இடைவெளியைக் காட்டினார். டாக்டர் ருத்திரபதியும், சுபத்ராவும் தங்களுடைய பார்வைகளை அவர் சுட்டிக்காட்டிய இடத்துக்குக் கொண்டு போனார்கள். பூனை அந்தப்பகுதியில் பதுங்கியிருப்பதற்கு அடையாளமாய் அதன் வால்பகுதி வெளியே நீட்டிக் கொண்டிருந்தது. 3 பேரும் மேற்கொண்டு நகராமல் அப்படியே நின்றார்கள்.

''இப்ப என்ன பண்ணலாம் டாக்டர்?'' மார்த்தாண்டம் கிசுகிசுப்பான குரலில் கேட்டார். டாக்டர் ருத்திரபதியும் குரலைத் தாழ்த்தினார்.

''இன்ஸ்பெக்டர்! நாம 3 பேரும் இந்த அறைக்குள்ளே வந்ததாலே பூனை பயந்து போய் பதுங்கியிருக்கு. அதனோட வாலை நாம பார்த்துட்டோம். ஆனா அது தான் இப்போ பாதுகாப்பாய் இருக்கோம்ன்னு அந்த இடத்துல பதுங்கியிருக்கு... நாம மேற்கொண்டு நடந்தா அது அந்த இடத்தை விட்டு வேற இடத்துக்குப் போக முயற்சி செய்யும். பிறகு பயந்து போய் இதே அறைக்குள்ளே கண்டபடி தாவும். அப்படித் தாவும் போது அதோ அந்த மேஜையின் மேல் வைக்கப்பட்டு இருக்கிற அதி நவீன மருத்துவக் கருவிகள் சேதமடைய வாய்ப்பு இருக்கு இன்ஸ்பெக்டர்.''

''யூ மே பி கரெக்ட் டாக்டர்... இப்ப என்ன செய்யலாம் சொல்லுங்க...!''

''கதவைத் திறந்து வச்சா அது வெளியே ஓடிடும்...''

''அதைத் தப்பிச்சுப் போக விட்டுடலாம்ன்னு சொல்றீங்களா?''

''எஸ்.''

சுபத்ரா குறுக்கிட்டாள்.

''வேண்டாம் டாக்டர்... அதைத் தப்பிச்சுப் போகவிட்டா மறுபடியும் ரெண்டொரு நாள்ல இதே அறைக்கு வர வாய்ப்பு இருக்கு. ஏன்னா மனித ரத்தத்தைச் சுவை பார்த்திருக்கு... நாம இந்த அறைக்கு 24 மணி நேரமும் காவல் இருக்க முடியாது. நாம கொஞ்சம் ஏமாந்தாலும் பூனை உள்ளே நுழைஞ்சிரும்...!''

''சரி... இப்ப என்ன பண்ணலாம்... சொல்லு.''

''அந்தப் பூனையை உயிரோட பிடிக்க முடியுமா?''

''முடியும் டாக்டர்...!''

''எப்படி...?''

''ட்ரான்க்குலைஸர் கன்.'' என்றாள் சுபத்ரா.

ஐ

விவேக் அந்தக் கற்றாழைச் செடியைத் தன்னுடைய பூட்ஸ் காலால் ஒதுக்கிவிட்டு வில்லியம்ஸை ஏறிட்டான்.

''இந்த இடத்துல மண் இளகியிருக்கு. அந்த மனிதத்தலை இந்த இடத்துலதான் புதைக்கப்பட்டு இருக்கணும்... யூ டு ஒன் திங் வில்லியம்ஸ்.''

''சொல்லுங்க சார்...''

''ஜீப்ல வெயிட் பண்ணிட்டு இருக்கிற இன்ஸ்பெக்டர் ஆல்பின்ராஜ்க்கு போன் பண்ணி ரெண்டு கான்ஸ்டபிள்களை டூல்ஸோடு வரச் சொல்லுங்க... இந்த இடத்தைத் தோண்டிப் பார்த்தா தெரிஞ்சுடும்...!''

''எஸ்... சார்...'' வில்லியம்ஸ் சொல்லிவிட்டுத் தன் செல்போனை கையில் எடுத்துக் கொண்ட விநாடி, விவேக்கின் சட்டைப் பையில் இடம் பிடித்து இருந்த அவனுடைய செல்போன் வைப்ரேஷனில் விர்ர்ர் என்றது. எடுத்துப் பார்த்தான். மறுமுனையில் விஷ்ணு.

''பாஸ்...''

''என்ன... விஷ்ணு?''

''மயக்கமாய் இருந்த அந்தப் பொண்ணுக்கு லேசாய் நினைவு திரும்புது பாஸ்.''

''ஆம்புலன்ஸ் வந்தாச்சா..?''

''இன்னமும் வரலை பாஸ்.. ஆன்...த...வே...''

''அந்தப் பொண்ணுகிட்ட பேச்சுக் கொடுத்துப் பாரு.''

''பார்த்தேன் பாஸ்.''

''என்ன சொல்றா..?''

''அவ பேசறதைப் புரிஞ்சுக்கணும்ன்னா முனகல் பாஷை கத்துக்க நாளையிலிருந்து டியூஷனுக்குப் போகணும் பாஸ்! ஒண்ணுமே புரியலை.''

''விஷ்ணு! ஆம்புலன்ஸ் வர்ற வரைக்கும் அந்தப் பொண்ணு கிட்டே சின்னச் சின்ன கேள்விகளாய் கேட்டு ஏதாவது பதில் கிடைக்குதான்னு முயற்சி பண்ணு... ஏதாவது ஒரு வார்த்தை கிடைச்சா கூட போதும்...!

''ஒரு எழுத்து கூட கிடைக்காது போலிருக்கே பாஸ் பை...த...பை... அங்கே என்ன நிலைமை பாஸ்?''

''இடத்தை ஸ்பாட் அவுட் பண்ணியாச்சு...''

''அட... எப்படி பாஸ்...?''

''ரோஜர் ஒரு இடத்துக்குப் போய் அடம் பிடிச்சு படுத்துட்டான்.''

''அவன் கில்லாடி பாஸ்... அவன் சர்வீசிலிருந்து ரிட்டையர் ஆறதுக்கு முந்தி நேரு விளையாட்டு அரங்குல ஒரு பெரிய பாராட்டு விழாவை நடத்தணும்...''

''விஷ்ணு..! ரோஜர் இந்த கேஸ்ல உதவி பண்ணின மாதிரி நீயும் ஏதாவது ஒரு வகையில் உதவி பண்ணணும்... ரெண்டு பேர்க்கும் சேர்த்து நான் பாராட்டு விழாவை நடத்துறேன்.''

''பா... பாஸ்..!''

''உணர்ச்சி வசப்படாதே... அந்தப் பொண்ணோட வாயிலிருந்து ஏதாவது ஒரு உபயோகமான வார்த்தையை வாங்கப் பாரு...''

விவேக் பேசி விட்டு செல்போனை அணைத்த அடுத்த விநாடி இன்ஸ்பெக்டர் ஆல்பின்ராஜ் இரண்டு கான்ஸ்டபிள்களுடன் அந்தப் புதருக்குள் நுழைந்து கொண்டிருந்தார். கான்ஸ்டபிள்களின் கைகளில் சிறிய சைஸ்களில் மண்வெட்டியும், கடப்பாறையும் இடம் பிடித்து இருந்தது.

வில்லியம்ஸ் இடத்தைக் காட்ட கான்ஸ்டபிள்கள் அந்த இடத்தைத் தோண்ட ஆரம்பித்தார்கள்.

ஏற்கனவே தோண்டப்பட்ட குழியாதலால் மண் வேகமாய் வெளிப்பட்டு ஆழம் அதிகரித்தது.

ஒரு பத்து நிமிடத் தோண்டலுக்குப் பின் அந்த கறுப்பு பிளாஸ்டிக் கவர் டார்ச் வெளிச்சத்தில் பார்வைக்குத் தட்டுப்பட்டது. விவேக் மண்டியிட்டு உட்கார்ந்தான்.

''இனிமே கொஞ்சம் கவனமாய் தோண்டுங்க...''

மேலும் 2 நிமிடத்திற்குப் பிறகு ஒட்டுமொத்த பிளாஸ்டிக் கவரும் தெரிய அதை ஒரு கான்ஸ்டபிள் வெளியே எடுத்தார். உள்ளே கடினமாய் எதுவோ ஆடியது. சற்றே அதிகமாய் கனத்தது. டார்ச் வெளிச்சம் அதை நனைத்துக் கொண்டிருக்க கான்ஸ்டபிள் கேட்டார். ''சார்... பிரிக்கட்டுமா...?''

''ம்...''

எல்லாரும் கர்ச்சீப்பால் பாதி முகத்தைப் பொத்திக் கொண்டனர். பிளாஸ்டிக் முடிச்சு அவிழ உள்ளே அந்த மனிதத்தலை தெரிந்தது.

ஆணா...?

பெண்ணா...?

என விவேக் உற்றுப்பார்த்தான்.

அவனுடைய கண்களுக்குள் ஆச்சரியம் ஆணியடித்தது.

9

அறிந்து கொள்வோம்: *மருத்துவக் கல்லூரி மாணவர்கள் படிக்கும் பாடங்களில் ஒரு முக்கியமான பாடம் அனாட்டமி என்பதாகும். இதை தியரியில் படிக்க வேண்டியதில்லை. இறந்தவர்களின் உடல்களைப் பகுதிபகுதியாக வெட்டித்தான் பிராக்டிகலாகப் படிக்க வேண்டும்.*

பொதுவாக அரசு ஆஸ்பத்திரிகளில் அனுமதிக்கப்பட்டு சிகிச்சை பெறும் நபர்கள் இறந்தபின் யாரும் உரிமை கோராமல் இருந்தால் அந்த உடல்களை மருத்துவக் கல்லூரிகள் பெற்றுக் கொள்ளும். அந்த உடல்களைத்தான் மாணவர்கள் தங்களின் படிப்புக்காகப் பாடப்புத்தகங்களைப் போல் பயன்படுத்துவார்கள். இப்படி உரிமை கோரப்படாத உடல்கள் கிடைத்தாலும், இதற்காகத் தங்களின் உடல்களை தானம் செய்யும் நபர்களும் இருக்கிறார்கள்.

ஒவ்வொரு உடலும் உரிய ரசாயனங்கள் மூலம் முறையாகப் பதப்படுத்தப்பட்டு குறிப்பிட்ட மாணவக் குழுக்களுக்கு அனுப்பி வைக்கப்படும். அந்த மாணவர்கள் அந்த உடலைக் கிட்டத்தட்ட 2 ஆண்டு காலத்துக்கு பயன்படுத்திக் கொள்வார்கள். உடல் அந்த 2 ஆண்டு காலத்துக்குக் கெடாமல் அப்படியே இருக்கும். அப்படி பதப்படுத்தப்பட்ட உடலுக்கு 'கடாவர்' (CADAVER) என்று பெயர்.

மனித மூளையின் எடை 1400 கிராம்.உணவுப்பாதையின் நீளம் 8 மீட்டர்கள். உடலில் உள்ள செல்களின் எண்ணிக்கை 75 டிரில்லியன். ரத்தத்தின் கொள்ளளவு 70 கிலோ. மனித உடலில் 6.5 லிட்டர் ரத்தம்.

விவேக்கின் பார்வை இன்னமும் வியப்பில் இருக்க கான்ஸ்டபிள் கேட்டார்.

''சார்... தலையை வெளியே எடுக்கட்டுமா?''

''ஒரு நிமிஷம் அதைக் கவரோடு சேர்த்து அப்படியே இப்படி ஓரமா வைங்க...'' கான்ஸ்டபிள், விவேக் சொன்ன படியே வைக்க இன்ஸ்பெக்டர் ஆல்பின்ராஜ் கேட்டார்.

''ஏன் சார்... என்ன பிரச்சனை... எதுக்காக அப்படி ஓரமா வைக்கச் சொன்னீங்க...?''

''ஆல்பின்ராஜ் ஒரு விஷயத்தை நோட் பண்ணீங்களா...?''

''என்ன சார்...?''

''மண்ணுக்குள்ள புதைக்கப்பட்ட மனிதத்தலையைத் தோண்டியெடுத்திருக்கோம். அதைக் கட்டி வச்சிருந்த பிளாஸ்டிக் பையையும் பிரிச்சுட்டோம். ஆனா ஒரு சின்ன பேட் ஸ்மெல் கூட வரல...''

''அட... ஆமா சார்... இப்ப நீங்க சொன்ன பிறகுதான் அந்த விஷயம் ஞாபகத்துக்கு வருது. ஒருவேளை வெட்டப்பட்ட தலையை கொலையாளி ஃபார்மால்டிஹைட் திரவத்தில் நனைத்துப் பதப்படுத்தியிருக்கலாம் சார்...!''

''அப்படியிருக்கவும் வழியில்ல ஆல்பின்ராஜ்.''

''அப்புறம்... ஸ்மெல் வராமல் இருக்க என்ன காரணம் சார்...?''

''அது வெட்டப்பட்ட ஒரு மனிதனின் தலையே அல்ல.''

''சார்... நீங்க சொல்றது எனக்குப் புரியல...?''

''அது செயற்கையாய் உருவாக்கப்பட்ட சைலாஸ்டிக் ஜெல்லினால் ஆன பிளாஸ்டிக் தலை... இப்ப அதை வெளியே எடுத்துப் பாருங்க புரியும்.''

ஆல்பின்ராஜ் கான்ஸ்டபிளைப் பார்க்க அவர் அந்த கறுப்பு நிற பிளாஸ்டிக் கவருக்குள் கையை நுழைத்து அந்தத் தலையை வெளியே எடுத்தார். டார்ச் வெளிச்சம் அதைக்

குளிப்பாட்டியது. அது ஒரு மனிதத்தலைபோல் தலைக் கேசத்தோடு தெரிந்தாலும் வித்தியாசமாய் தோற்றம் காட்டியது.

விவேக் அந்தத் தலையை கையில் வாங்கி அதன் நடு மண்டைப் பகுதியை தடவினான். ஏதோ ஒரு குமிழ் மாதிரி இருந்தது. அதைப் பிடித்து இழுத்தான். அதுமெதுவாய் திறந்து கொண்டது. உள்ளே மூளையின் அமைப்போடு சாம்பல் நிறத்தில் மேடு பள்ளங்களோடு ஒரு வஸ்து தெரிய அதற்குள் பொருத்தப்பட்டிருந்த கடுகளவே இருந்த சென்சார்கள் நிறநிறமாய் மின்னியது. ஆல்பின்ராஜ் திகைப்பான குரலில் கேட்டார்.

''என்ன சார் அது...?''

''சம்திங் ராங்... இதை பத்திரமாய் அதே பிளாஸ்டிக் கவரில் போட்டு ஜீப்புக்குக் கொண்டு போயிடுங்க ஆல்பின்ராஜ்.''

''எஸ்... சார்...''

''ஃபாரன்சிக் ஐ.டி. செக்ஷனில் இப்போ டெக்னிகல் ஸ்காலர் யாரு?''

''மிஸ்டர் குமரன் சார்.''

''அவருக்கு போன் பண்ணி கமிஷனர் ஆபீசில் இருக்கிற இன் கேமரா செல்லுக்கு வரச்சொல்லுங்க. விஷயம் என்னான்னு கேட்டா இப்போதைக்கு எதையும் ரிவீல் பண்ணாதீங்க... 'ஏ.என்'னு சொல்லுங்க... ஹி வில் அண்டர்ஸ்டாண்ட்.''

''சார்... 'ஏ.என்'னு சொன்னா 'அப்நார்மல்சி' தானே...?''

''எஸ்... இந்த இடத்துல இப்படியொரு பிளாஸ்டிக் மனிதத்தலை புதைக்கப்பட்டிருப்பது சாதாரண விஷயமல்ல. இந்த செயற்கை மனிதத்தலைக்குள்ளே ஏதோ ஒரு விபரீதம் இருக்கு. அது என்னானு ஃபாரன்சிக் டெக்னிகல் ஸ்காலர் குமரனால் சொல்ல முடியும்னு நான் நினைக்கிறேன். நீங்க அவருக்கு போன் பண்ணுங்க.''

''எஸ்...சார்...'' ஆல்பின்ராஜ் தனது செல்போனை எடுத்துக் கொண்டு சற்று தள்ளி நகர்ந்து போக விவேக் வில்லியம்ஸிடம் வந்தான். ரோஜர் எழுந்து நின்று வாலாட்டியது.

''வில்லியம்ஸ்...''

''சார்...!''

''இங்கே புதைக்கப்பட்டது உண்மையான மனிதத்தலையாக இருந்தால் ரோஜர் அந்த இடத்துக்கே போய் படுத்திருக்கும். ஆனா இது ஏதோ ஒரு தொழில் நுட்பம் நிறைந்த செயற்கை மனிதத்தலை. அதிலிருந்து ஏதோ சிக்னல்ஸ் வேற வெளியேறி காற்று மண்டலத்தை ஒலியலைகளால் நிரப்பியிருக்கு. அதுதான் ரோஜரை டிஸ்டர்ப் பண்ணி வித்தியாசமாய் குரைக்க வச்சிருக்கு... ஹி டிட் ஹிஸ் ஜாப் ப்ராம்ப்ட்லி.''

விவேக் சொல்லிவிட்டு ரோஜரை தடவிக் கொடுத்த விநாடி அவனுடைய சட்டைக்குள் இருந்த செல்போன் வைப்ரேஷனில் அதிர்ந்து வெளிச்சமாய் ஒளிர்ந்தது. எடுத்தான்.

மறுமுனையில் விஷ்ணு.

''சொல்லு விஷ்ணு... மயக்கமாகக் கிடந்த அந்தப் பொண் ணு ஏதாவது பேசினாளா...?''

''சாரி... பாஸ்...''

''எதுக்கு இப்ப சாரி...?''

''நான் கொஞ்சம் கவனக்குறைவா இருந்துட்டேன்.''

''என்னடா சொல்ற...?''

''அந்தப் பொண்ணைக் காணோம் பாஸ்.''

''விஷ்ணு விளையாடாதே...!''

''நான் உண்மையைத்தான் சொல்றேன் பாஸ். அந்தப் பெண்ணுக்கு லேசாக சுயஉணர்வு வந்து முக்கலும், முனகலுமாய் இருந்தாள். நான் பேச்சுக் கொடுத்துப் பார்த்தேன். அவளால ஒருவார்த்தை கூடபேச முடியல. அவளைப் பேச வைக்கிற முயற்சியில் நான் ஈடுபட்டுக்கிட்டிருந்த

போதே கொஞ்சம் தள்ளியிருந்த புதருக்குப் பின்னாலிருந்து ஏதோ சத்தம் கேட்ட மாதிரி இருந்தது. நான் உடனே செல்போனின் டார்ச் வெளிச்சத்தோடு அந்தப் பக்கமாய் போய் பார்த்தேன். யாரும் அங்கே இல்லே. நின்னு பார்த்துட்டு மறுபடியும் அந்தப் பொண்ணு மயக்கமாய் கிடந்த இடத்துக்கு வந்தேன். அவ மயங்கி விழுந்த இடம் காலியாய் இருந்தது.நான் எல்லாப் பக்கமும் போய்ப் பார்த்துட்டேன்... அவளைக் காணோம்.''

''விஷ்ணு! நீ இப்போ எங்கே இருக்கே?''

''அந்தப் பொண்ணு விழுந்து கிடந்த இடத்துலதான் இருக்கேன்.''

''நீ அங்கேயே இரு... நான் வந்துட்டு இருக்கேன்.''

''சாரி பாஸ்.''

''விஷ்ணு...! இது சாரி சொல்லிட்டிருக்கவும் அந்த சாரியை ஏத்துக்கிறதுக்குமான நேரம் இல்லை. எச்சரிக்கையாய் இருக்க வேண்டிய நேரம். நம்முடைய எதிரிகள் இதே பகுதியில்தான் பாதுகாப்பாய் ஒரு இடத்துல உட்கார்ந்துக்கிட்டு நம்முடைய நடவடிக்கைகளை கண்காணிச்சுட்டு இருக்காங்க... அது தவிர...''

விவேக் பேசிக் கொண்டிருக்கும்போதே விஷ்ணு அவசரக் குரலில் குறுக்கிட்டான்.

''பா...பாஸ்... ஒரு நிமிஷம்!''

''என்ன?''

''அந்த பொண்ணை நான் பார்த்துட்டேன்.''

ஃ

டாக்டர் ருத்திரபதியும், இன்ஸ்பெக்டர் மார்த்தாண்டமும் சுபத்ராவையே பார்க்க அவள் சொல்லிக் கொண்டிருந்தாள். குரலின் ஸ்தாயி வெகுவாய் கீழே இறங்கியிருந்தது.

''பதுங்கியிருக்கிற அந்தப் பூனையை உயிரோடு பிடிக்கணும்னா 'ட்ரான்க்குலைஸர் கன்'னை உபயோகப்படுத்த வேண்டியது அவசியம் டாக்டர்... பாய்ண்ட் ஃபைவ் ஆம்ப்யுல் மயக்க மருந்தைச் செலுத்தினால் போதும். நான் இன்ஸ்ட்ருமெண்டல் லேப்புக்கு போய் கன்னைக் கொண்டு வந்துடுறேன்.''

சுபத்ரா பேசிக் கொண்டே நகர முயல இன்ஸ்பெக்டர் மார்த்தாண்டம் கையமர்த்தினார்.

''வேண்டாம்மா... அதுக்கு அவசியம் இல்லைன்னு நினைக்கிறேன்...''

''ஏன் சார்...?''

''அந்தப் பூனை உயிரோடு இல்லை.''

டாக்டரும் சுபத்ராவும் அதிர்ந்தார்கள்.

''என்ன சார்... சொல்றீங்க?'' சுபத்ரா கேட்டாள்.

''இப்படி இந்தப் பக்கமாய் ஓரமாய் வந்து நின்னுபாரம்மா.. காரணம் உனக்கே புரியும்.''

டாக்டரும் சுபத்ராவும் இன்ஸ்பெக்டர் சொன்ன இடத்திற்கு வந்து நின்று பார்வையின் கோணத்தை மாற்றிப் பார்த்தார்கள். இப்போது பூனை ஒருக்களித்த நிலையில் படுத்திருக்க அதன் உடம்பில் துளி அசைவில்லை.

ருத்திரபதி தலையாட்டினார்.

''யூ ஆர் கரக்ட் இன்ஸ்பெக்டர். பூனைக்கு சம்திங் ஹேப்பன்ட்...'' சொன்னவர் பூனை இருந்த இடத்தை நெருங்கிக் குத்துக் காலிட்டு உட்கார்ந்து அதனுடைய வாலின் மீது கையை வைத்தார். பூனையிடமிருந்து எந்த ஒரு எதிர்ப்பும் வராமல் போகவே வாலைப் பிடித்து இழுத்தார்.

பூனை வெளிப்பட்டது. அது உயிரோடு இல்லை என்பது பார்த்த மாத்திரத்திலேயே தெரிந்தது.

சுபத்ராவின் கண்களில் மிரட்சி பரவ கலவரமானாள்.

ருத்திரபதியை ஏறிட்டபடி சொன்னாள்.

''டாக்டர்...! இந்தப் பூனை சில நிமிஷங்களுக்கு முன்னாடி ரொம்பவும் ஆக்ரோஷமாய் இருந்தது. ஒரு புலியின் ஆக்ரோஷத்தோடு என்மேல பாஞ்சது... ஆனா இப்போ அது உயிரோடு இல்லை... உடம்புல எந்த விதமான காயமும் கிடையாது.''

''அலமாரியில் வெச்சிருந்த 2 சாம்பிள் பாட்டில்கள் உடைஞ்சு அதிலிருந்து வெளிப்பட்ட ரத்தத்தைப் பூனை நக்கியிருக்கலாம். அந்த ரத்தத்தில் கலந்து இருந்த ரசாயனம் பூனையின் உயிரை எடுத்து இருக்கலாம்னு நினைக்கிறேன்.''

இன்ஸ்பெக்டர் மார்த்தாண்டம் கேட்டார்.

''பூனையின் உயிரை எடுக்கக்கூடிய அளவுக்கு அதுல எதுமாதிரியான ரசாயனம் கலந்து இருக்கலாம்னு நினைக்கிறீங்க டாக்டர்?''

டாக்டர் ருத்திரபதி அந்த ஏ.ஸி. அறையிலும் வியர்த்து விட்ட தன் முகத்தைக் கர்ச்சீப்பால் ஒற்றிக் கொண்டே பேசினார்.

''இன்ஸ்பெக்டர்...! நீங்க இங்கே பார்த்துட்டு இருக்கிற சாம்பிள் பாட்டில்களில் உள்ள ரத்தம் எல்லாமே பல்வேறு நோய்களால் பாதிக்கப்பட்ட நோயாளிகளிடம் இருந்து எடுக்கப்பட்டது. எல்லாமே என்னோட ஆய்வுக்களுக்காகக் காத்திருப்பவை. சில ரத்த மாதிரிகளில் வீரியம் மிக்க வைரஸ்கள் இருக்கலாம். அப்படிப்பட்ட ரத்தத்தை இந்தப் பூனை ருசி பார்த்து இருந்தால் அந்த வைரஸ்கள் பல்கிப் பெருகி பூனையின் மூளை பாகத்தைத் தாக்கி உயிரிழப்பை ஏற்படுத்தியிருக்கலாம்.''

''டாக்டர்! நீங்க இங்கே எதுமாதிரியான ஆய்வுகளை பண்ணிட்டு இருக்கீங்கன்னு தெரிஞ்சுக்கலாமா...?''

''ஷ்யூர்! நான் ஏற்கெனவே உங்ககிட்ட சொல்லியிருக்கேன் இன்ஸ்பெக்டர். இன்றைக்குச் சாலை

விபத்துக்களில் சிக்கும் நபர்களில் பெரும்பாலானோர் இளைஞர்களும், இளம் பெண்களும் தான். மது அருந்தி விட்டு இவர்கள் வாகனங்களை ஓட்டுகிற போது தலையில் அடிபட்டு 90 சதவீத மூளையோட செல்கள் பாதிக்கப்படுவதால் மூளை கொஞ்சம் கொஞ்சமாய் செயல் இழந்து இறப்பு நிலையை நோக்கிப் போகும். இந்த ப்ரெய்ன் டெத் நிலையை குணமாக்க மருந்துகள் இன்னமும் கண்டுபிடிக்கப்படவில்லை. மூளைச் சாவு அடைந்த நபரை அந்த நிலையிலிருந்து மீட்டுக் கொண்டு வர முடியுமா என்பது தான் என்னுடைய ஆய்வின் நோக்கம்... ஆனா இதுவரைக்கும் நான் ட்ரீட்மெண்ட் என்கிற பேர்ல எந்த நோயாளியையும் ஆய்வுக்கு உட்படுத்தியது இல்லை...''

டாக்டர் ருத்திரபதி சொல்லிக் கொண்டு இருக்கும் போதே அவருடைய செல்போன் ரிங்டோனை வெளியிட்டது. 'எக்ஸ்க்யூஸ் மீ' என்று சொல்லி எடுத்து அழைப்பது யார் என்று பார்த்தார்.

மறுமுனையில் டாக்டர் வெற்றிவேல்.

இன்ஸ்பெக்டர்க்கு முன்பாய் பதட்டத்தைக் காட்டிக் கொள்ளாமல் செல்போனைக் காதுக்கு ஏற்றினார். சற்று தள்ளிப்போய் மெல்லிய குரலில் பேசினார். ''சொல்லு வெற்றி''

''நாகஜோதியை உடனடியாய் நீ ஹாஸ்ப்பிடலுக்கு கொண்டு வரணும்...''

''ஏன்... நான்தான் ராத்திரி வரைக்கும் டயம் கேட்டேனே...?''

''இல்ல ருத்ரா... நிலைமை சிக்கல்.''

''என்னாச்சு...?''

''நாகஜோதியோட புருஷன் முத்து மாணிக்கம் விஷயத்தை எப்படியோ மோப்பம் பிடிச்சுகிட்டு ஹாஸ்ப்பிடலுக்கு வந்து ஐ.சி. யூனிட்டுக்கு முன்னாடி உட்கார்ந்துட்டிருக்கான்.''

ஃ ஃ ஃ

10

அறிந்து கொள்வோம்: *கம்ப்யூட்டர் தொடர்பான மோசடிகளையும், குற்றங்களையும் கண்டுபிடிக்க போலீஸ் 'சைபர் க்ரைம்' என்ற துறை ஒன்று உள்ளது. இமெயில் மூலம் மோசடி செய்வது, செல்போன் மூலம் மோசடி செய்வது, செல்போன் மூலம் மிரட்டல் விடுவது, வீட்டில் தனியாக இருக்கும் பெண்களிடம் ஆபாசமாகப் பேசுவது, பிறரது வங்கிக் கணக்குகளின் எண்களை தெரிந்து கொண்டு இன்டர்நெட் பேங்கிங் மூலம் பணம் எடுப்பது போன்றவை சைபர் குற்றங்கள்.*

தமிழ்நாட்டில் சென்னையில் 'சைபர் க்ரைம் லேப்' ஒன்று செயல்பட்டு வருகிறது. இந்த லேப்பில் சைபர் குற்றங்களை உடனுக்குடன் கண்டறிய நவீன தொழில் நுட்பக்கருவிகள் உள்ளன. இமெயில் தகவல்களைத் துல்லியமாகக் கண்டறிய டேட்டா ஹார்டு டிஸ்க் கருவி, சொரண்டிக் டிஸ்க் கருவி, ஃபேக் செல்போன் எண்களைக் கண்டறியும் மொபைல் ஃபாரன்சிக் டூல் கிட், சி.டி.ஆர். அனலைசர் இன்ஸ்ட்ரூமென்ட், இமெயில் தகவல்களைக் கண்டறியும் திறன் கொண்ட ஃபைபர் இன்வெர்ட் டூல் கிட் உட்பட ஏராளமான தொழில் நுட்பக்கருவிகள் உள்ளன.

சைபர் க்ரைம் பிரிவு என்னதான் திறமையாய் செயல்பட்டாலும் உலகம் முழுவதுமுள்ள 'ஹேக்கர்ஸ்' எனப்படும் மோசடிப் பேர்வழிகள், அவர்கள் கண்டுபிடித்த சில விஞ்ஞானக் கருவிகளின் உதவியோடு மோசடிகளை செய்து கொண்டு தான் இருக்கிறார்கள். சைபர் குற்றங்களின் எண்ணிக்கை நாளுக்கு நாள்

அதிகரித்து வருகிறது. சென்னையில் மட்டும் கடந்த 3 மாத காலத்திற்குள் இரண்டாயிரத்துக்கும் மேற்பட்டப் புகார்கள் அதிகரிக்க பொதுமக்களின் அறியாமையும் பேராசையும்தான் காரணம்.

செல்போனில் வரும் பரிசுத்தொகை குறித்த எஸ்.எம். எஸ் செய்திகளைப் படித்து அதில் ஆர்வம் காட்டாமல் உடனுக்குடன் டெலிட் செய்து விடுவது உத்தமம். 'பாஸ்வேர்ட்'களை ரகசியமாய் வைத்திருந்தாலே போதும், பாதி சைபர் க்ரைம் குற்றங்கள் காணாமல் போகும்.

டாக்டர் வெற்றிவேல் சொன்னதைக் கேட்டு ருத்திரபதி அதிர்ந்து போனாலும் அதை இம்மியளவும் வெளிக்காட்டிக் கொள்ளாமல் குரலைத் தாழ்த்திப் பேசினார்.

''வெற்றி...! நீ என்ன சொல்ற... நாகஜோதியோட புருஷன் உன்னோட ஹாஸ்ப்பிடலுக்கு வந்து ஐ.சி. யூனிட்டுக்கு முன்னாடி உட்கார்ந்திருக்கானா...?''

''ஆமா...''

''அவனுக்கு எப்படி இவ்வளவு சீக்கிரத்துல விஷயம் தெரிஞ்சதுனு அவன்ட்ட கேட்கலயா...?''

''கேட்டேன்.''

''என்ன சொன்னான்...?''

''யாரோ போன் பண்ணி, உன் மனைவி நாகஜோதி டாக்டர் வெற்றிவேலின் ஹாஸ்ப்பிடலில் ஐ.சி. யூனிட்டில் இருக்கா, போய்ப்பாரு'னு சொன்னாங்களாம்.''

''போன் பண்ணினது யாரு?''

''கேட்டா தெரியலைனு சொல்றான்.''

''அவன் சொல்றது எதுவுமே நம்பற மாதிரியில்லையே...?''

''இதோ பார் ருத்ரா... அந்த முத்துமாணிக்கம் யாரு,

எப்படிப்பட்டவன், அவன் பொய் சொல்றானா, உண்மை பேசுறானா, இதுமாதிரியான விஷயங்கள் எல்லாம் நமக்கு தேவையில்லை... அவன் தன் பொண்டாட்டியைத் தேடிக்கிட்டு வந்துட்டான்... இப்ப நான் ஏதோ ஒரு காரணம் சொல்லி நாகஜோதியைப் பார்க்க முடியாதுனு தற்காலிகமாய் தடுத்து நிறுத்தியிருக்கேன். அதையே நான் ரொம்ப நேரத்துக்கு மெய்டெய்ன் பண்ணிட்டு இருக்க முடியாது... அவன் நாகஜோதியைப் பார்க்கத் துடிச்சிட்டு இருக்கான்.''

''உன்னோட நிலை எனக்குப் புரியுது வெற்றி... 2 மணி நேரம் அவகாசம் கொடு... நாகஜோதியை எப்படியாவது என்னோட அசிஸ்டென்ட்ஸ் மூலமா நான் அனுப்பி வச்சுடுறேன்.''

''எதுக்கு 2 மணி நேரம்.''

''இங்கேயும் நிலைமை சரியில்லை.''

''நீ என்ன சொல்ற ருத்ரா?''

''மார்த்தாண்டம் என்கிற ஒரு போலீஸ் இன்ஸ்பெக்டர் இங்கே வந்து என்கிட்ட என்கொயரி பண்ணிட்டிருக்கார்.''

''என்னது என்கொயரியா...?''

''ஆமா!''

''எது சம்பந்தமா...?''

''பிரபல தொழிலதிபர் ராஜபாண்டியன் 3 மாசத்துக்கு முந்தி உன்னோட ஹாஸ்ப்பிடலில் அட்மிட்டாகி 'ப்ரெய்ன் டெத்' காரணமாய் இறந்து போனாரே...?''

''ஆமா...!''

''அது சம்பந்தமாய் விசாரிக்க வந்திருக்கார்.''

''அதுல விசாரிக்க என்ன இருக்கு...?''

''அவர் மாடிப்படிகளில் தவறி விழுந்து தலையில் அடிபட்ட காரணத்தினால் தானே அவருக்கு 'ப்ரெய்ன் டெத்' ஏற்பட்டது...?''

''ஆமா...''

''அதுல உண்மையில்லையாம்.''

''பின்னே?''

'''க்ளாஸ்டோரியம் பொட்டவீனம்' வைரஸ் மூலமாய்.''

''இது என்ன பேத்தல்...?''

''இது பேத்தல் கிடையாது வெற்றி...! இன்ஸ்பெக்டர் நேஷனல் ரிசர்ச் ரிப்போர்ட்டோடு வந்திருக்கார். அது சம்பந்தமான விசாரணை நடந்துக்கிட்டு இருக்கும் போதே பூனையால் ஒரு பிரச்சனை.''

''என்ன பிரச்சனை...?''

''இதோ பார்... வெற்றி... போன்ல எல்லா விஷயத்தையும் சொல்ல முடியாது... இன்ஸ்பெக்டர் இன்னும் இந்த இடத்தை விட்டுப் போகல. அவர் போன பிறகு நானே உனக்கு போன் பண்றேன்...''

''ருத்ரா! நீ என்ன பண்ணுவியோ, ஏது பண்ணுவியோ எனக்குத் தெரியாது. அடுத்த 2 மணி நேரத்துக்குள்ள நாகஜோதி என் ஹாஸ்ப்பிடல் ஐ.சி.யுல இருக்கணும்.''

''ஏற்பாடு பண்றேன்.''

''அப்படினு சொல்லிட்டு நீ பாட்டுக்கு சும்மா இருந்துடாதே... 2 பேரும் போலீஸ்ல மாட்டிக்க வேண்டியிருக்கும்.''

''நிலைமை எனக்குப் புரியுது... அடுத்த 2 மணி நேரத்துக்குள்ள நாகஜோதி உன்னோட ஹாஸ்ப்பிடல் ஐ.சி.யுல இருப்பா...'' ருத்திரபதி செல்போனின் பேச்சை முடித்துக் கொண்டு இன்ஸ்பெக்டர் மார்த்தாண்டத்தை நோக்கிப் போனார். செல்லில் எதையோ பார்த்துக் கொண்டிருந்த மார்த்தாண்டம் நிமிர்ந்தார். ருத்திரபதி சொன்னார்.

''சாரி... இன்ஸ்பெக்டர்... ஒரு இம்பார்ட்டண்ட் போன்கால்...''

‘‘நோ... பிராப்ளம் டாக்டர்... நான் ராஜபாண்டியன் மரணம் சம்பந்தமாக நேஷனல் ரிசர்ச் லேப் கொடுத்த ரிப்போர்ட்டை உங்ககிட்ட காட்டி அபிப்பிராயம் கேட்க வந்தேன். ஆனா உங்க ஸ்டேட்மென்ட்படி ராஜபாண்டியனுக்கு ‘ப்ரெய்ன் டெத்’ ஏற்படக் காரணம் அவருக்கு தலையில் ஏற்பட்ட காயம்தான். இல்லையா...?’’

‘‘நிச்சயமாய் அதுதான் காரணம். ஒருத்தரோட உடம்புல வைரஸை செலுத்தி அவருக்கு ‘ப்ரெய்ன் டெத்’தை உண்டாக்க முடியாது. ராஜபாண்டியன் டாக்டர் வெற்றிவேலின் ஹாஸ்ப்பிடலில் அனுமதிக்கப்பட்டு இருந்தபோது நானும் போய் எனது பங்குக்கு ட்ரீட்மெண்டை கொடுத்துப் பார்த்தேன். பட் அவரைக் காப்பாற்ற முடியலை...’’

‘‘ஓகே... டாக்டர்... நான் இனிமேல் இந்த ராஜபாண்டியன் கேஸை வேற கோணத்திலிருந்துதான் என்கொயரி பண்ண முடியும்... பை...த...பை இந்த பூனை இறந்தது விஷயமா நீங்க ஏதாவது கம்ப்ளைண்டு தர விரும்புறீங்களா...?’’

‘‘தேவையில்லை டாக்டர்... இந்தப் பூனை ஏதாவது ஒரு இடத்துல மனித ரத்தத்தைப் பார்த்து இருக்கும். அதனால்தான் நோயாளிகளின் சாம்பிள் ரத்தப் பாட்டில்கள் இருக்கிற இந்த இடத்தைத் தேடி வந்திருக்கு. பொதுவாய் மனித ரத்தத்தை குறிப்பிட்ட சில நாட்கள் வரைதான் கெடாமல் வைத்து இருக்க முடியும். அதுக்குப் பிறகு அது ஒரு நஞ்சாய் மாறிவிடும். அப்படிப்பட்ட நஞ்சான ரத்தத்தைக் குடிச்ச காரணத்தினால்தான் பூனை இறந்து போயிருக்கணும்.’’

‘‘இதைத்தவிர வேற எந்த ஒரு காரணமும் இருக்காதுன்னு நினைக்கிறீங்களா?’’

‘‘கண்டிப்பாய்.’’

‘‘தென் நோ ப்ராப்ளம்... நான் புறப்படறேன் டாக்டர்...’’

இன்ஸ்பெக்டர் மார்த்தாண்டம் டாக்டரின் கையைப் பற்றி குலுக்கிவிட்டு அந்த அறையிருந்து வெளியேறினார்.

அவரை வாசல் வரை சென்று வழியனுப்பி விட்டு

வந்த டாக்டர் ருத்திரபதி சுபத்ராவை ஒரு கோபப் பார்வை பார்த்தார்.

''சுபத்ரா...! நீ எதுக்காக ப்ளட் சாம்பிள்ஸ் இருந்த லேப்புக்குள்ளே போனே...? என்னோட அனுமதியில்லாம நீயோ ஹரியோ அந்த லேப்புக்குள்ளே போகக்கூடாதுன்னு சொல்லியிருக்கேனா இல்லையா...?''

''சாரி டாக்டர்... உங்ககிட்ட பர்மிஷன் கேட்கத்தான் கீழே வந்தேன். ஆனா, நீங்க இன்ஸ்பெக்டர் கிட்டே ஏதோ பேசிட்டு இருந்தீங்க.. அதனால வேறு வழியில்லாமே நானே முடிவு எடுத்து லேப்பைத் திறந்துட்டேன்.''

''அப்படியென்ன தலை போகிற அவசரம்?''

''தலை போகிற அவசரம் இல்லை டாக்டர். உங்க தலைக்கு மகுடம் வரப்போகிற அவசரம்!''

''சுபத்ரா! நீ என்ன சொல்ற...?''

''நாம என்ன நோக்கத்துக்காக இந்த ஆராய்ச்சியை ஆரம்பிச்சோம் டாக்டர்...?''

'''ப்ரெய்ன் டெத்' ஏற்பட்டவர்களுக்கு மறுபடியும் அந்த மூளைக்கு உயிர் கொடுக்க முடியுமாங்கிற ஒரு முயற்சிதான்!''

''அந்த முயற்சிக்கு வெற்றி கிடைச்சாச்சு டாக்டர்.''

''சுபத்ரா! நீ என்ன சொல்ற..?''

''அந்தப் பெண் நாகஜோதியை வந்து பாருங்க டாக்டர்.''

ஐ

விவேக் செல்போனில் குரலை உயர்த்தினான்.

''விஷ்ணு...! நீ என்ன சொல்ற...?''

''நான் அந்தப் பொண்ணைப் பார்த்துட்டேன் பாஸ். ஒரு மரத்துக்குப் பின்னாடி தன்னை யாரும் பார்த்துடப் போறாங்களேங்கிற பயத்துல ஒண்டிகிட்டு உட்கார்ந்திருக்கிறா...''

‘‘சரி... நீ போய் அவளை மடக்கு. அவகிட்ட ஏதோ தப்பு இருக்கப் போய்த்தான் இந்த இடத்திலிருந்து தப்பிக்க நினைச்சிருக்கா.’’

‘‘பாஸ்! நான் அப்புறமாய் பேசுறேன்... அவ அந்த மரத்துக்குப் பின்னாடியிருந்து மெல்ல நகர்ற மாதிரி தெரியுது...!’’

‘‘மறுபடியும் அவளைக் கோட்டை விட்டுடாதே விஷ்ணு.’’

‘‘பாஸ்..! நான் எப்படியோ ஒரு நாளைக்கு ஒரு தடவை தான் ஏமாந்து பழக்கம். இதோ இப்போ அவளை மடக்கிடுறேன்.’’

சொன்ன விஷ்ணு செல்போனை அணைத்து சட்டைப் பாக்கெட்டுக்குள் போட்டுக்கொண்டு இருட்டில் மெதுவாய் நடை போட்டு சற்று தூரத்தில் இருந்த மரத்தை நெருங்கினான்.

நிழல் உருவமாய் தெரிந்த அந்தப் பெண்ணுக்குப் பின்புறமாய் நின்றான்.

‘‘கண்ணாமூச்சி விளையாட்டு விளையாடினது போதும். எந்திரிச்சு இப்படி வர்றியா...?’’

விஷ்ணு குரல் கொடுத்தபடி டார்ச் வெளிச்சத்தை அந்தப் பெண்ணின் மேல் பாய்ச்ச, அவள் தயக்கமாய் எழுந்து நின்றாள். பின் அழுகையோடு திரும்பினாள்.

‘‘அய்யா!... என்னை போலீஸ் ஸ்டேஷனுக்கு எல்லாம் கூட்டிட்டுப் போயிடாதீங்க... நான் உண்மையைச் சொல்லிடுறேன்...!’’

விஷ்ணு திகைப்பாய் அவளைப் பார்த்தான்.

ஆரம்ப கால பாரதிராஜாவின் படங்களில் வருவது போன்ற ஒரு கிராமத்துப் பெண்ணின் தோற்றம். கண்களில் திரண்டிருந்த நீர் அந்த இருட்டிலும் பளபளத்தது. கும்பிட்ட கைகளில் சின்னதாய் நடுக்கம் தெரிந்தது.

விஷ்ணு தன் இடது கையின் ஆட்காட்டி விரலை

உயர்த்தினான்.

''இதோ பார்... நான் இன்னமும் ஒரு கேள்வி கூட உன்கிட்ட கேட்கலை. ஆனா வாக்கு மூலம் கொடுக்க ஆரம்பிச்சுட்டே. மொதல்ல நீ யாரு.. உன்னோட பேர் என்ன...?''

''அய்யா.. எம்பேரு சாமளா... ஆனா சரக்கு சாமளான்னா இந்த ஏரியா பூராவும் தெரியும்.''

''சரக்கு சாமளாவா?''

''ஆமாங்கய்யா... இந்த ஏரியாவில் டாஸ்மாக் கடை எதுவும் இல்லாததினால் கடந்த அஞ்சாறு வருஷமாய் சாராய வியாபாரம் பண்ணிட்டிருக்கேன். இந்த வழியாய் போற லாரி டிரைவர்ஸ் எல்லாருமே என்னோட கஸ்டமர்ஸ்தான்.. சரக்கு சாமளான்னா எல்லோர்க்கும் தெரியும்.''

''சரி... இந்த நேரத்துல உனக்கு இங்கே என்ன வேலை?''

''சரக்கு எடுத்துட்டுப் போக வந்தேன்.''

''என்னது சரக்கு எடுத்துட்டு போக வந்தியா?''

''ஆமாங்கய்யா... அதோ அந்த கிட்டேரிப் பக்கம்தான் சாராயப் பாட்டில்களை புதைச்சு வச்சிருக்கேன். அதுகளை எடுத்துட்டுப் போக வந்தப்பதான் ரோட்ல போலீஸ் ஜீப் வர்றதைப் பார்த்தேன். நாய் குரைக்கிற சத்தமும் கேட்டது. பயந்து போன நான் அந்த பக்கமாய்ப் போய் ஒண்டிகிட்டேன். ஆனா நாய் நான் இருக்கிற திசை நோக்கி வர ஆரம்பிச்சதும் ஓடவும் முடியாமே ஒளியவும் முடியாமே அப்படியே மயக்கம் போட்ட மாதிரி விழுந்துட்டேன்.''

''போலீஸ் ஏமாறுகிற நேரமாய்ப் பார்த்து எந்திரிச்சு ஓடிடலாம்ன்னு நினைச்சே?''

''ஆமாங்கய்யா...''

''சாராயப் பாட்டில்களை புதைச்சு வச்சிருக்கிறதா சொன்னியே அது எந்த இடம்..?''

''அதோ... அந்த கிட்டேரிப் பக்கம்.''

''வா... வந்து காட்டு...!''

விஷ்ணு சொல்லிக் கொண்டிருக்கும்போதே அந்த 'விர்ர்ர்ர்' சத்தம் கேட்டது. அடுத்த விநாடியே சத்தம் நின்றது.

விஷ்ணு கேட்டான்.

''அது என்ன சத்தம் சாமளா?''

''தெரியலீங்கய்யா...''

''நிஜமா உனக்குத் தெரியாது?''

''தெரியாதுங்கய்யா...''

''இதோ பார் சரக்கு சாமளா... போலீஸ்காரனுக்கு பகல்ல ரெண்டு கண்ணு. ராத்திரியில் பத்து கண்ணு. இப்போ 'விர்ர்ர்'ன்னு கேட்ட சத்தம் என்ன தெரியுமா...? உன்னோட இடுப்புப் பகுதியில் ஒளிஞ்சுக்கிட்டிருக்கிற செல்போன் வைபிரேஷன்ல குரல் கொடுத்ததுதான்.

சத்தம் கேட்ட அடுத்த விநாடியே உன்னோட இடதுகை மின்னல் வேகத்துல இடுப்புப்பகுதிக்கு போய் செல்போனோட வாயைச் சாத்தியிருச்சு. நான் பார்த்துட்டேன். உன்னோட இடுப்பு மறைவு பிரதேசத்திலிருந்து அந்தப் போனை எடுத்து என் கையில் தா.'' விஷ்ணு சொல்லி முடிக்கவில்லை. சாமளா தான் நின்ற இடத்திலிருந்தபடியே அரைவட்டமாய் சுழன்று, விருட்டென்று வலது காலை உயர்த்தி சூறாவளியின் வேகத்தோடு விஷ்ணுவின் மார்பை உதைத்தாள்.

விஷ்ணு தான் அந்தரத்தில் இலக்கில்லாமல் பறப்பதை உணர்ந்தான்.

ஃ ஃ ஃ

11

அறிந்து கொள்வோம்: *மண்டை ஓட்டை வைத்துக் கொண்டு அந்த நபரின் வயதைக் கண்டுபிடிக்க முடியுமா என்றால் 'முடியும்' என்கிறது ஃபாரன்சிக் அறிவியல். மனிதனின் மண்டை ஓட்டு எலும்புகள் அவன் வாழ்நாள் வரைக்கும் வளர்ந்து கொண்டே இருக்கிறது. மண்டையோட்டில் உள்ள சுட்ச்சர்ஸ் (Sutures) எனப்படும் மண்டை ஓட்டின் இணைப்புகளை வைத்தே அவன் இத்தனை வயது வரை உயிரோடு இருந்தான் என்பதைத் துல்லியமாகக் கண்டுபிடித்து விட முடியும். மனித மண்டையோட்டில் மொத்தம் 22 எலும்புகள் உள்ளன. மூளையைச் சுற்றி காணப்படும் க்ரேனியம் (Cranium) எனப்படும் மண்டையோட்டில் 8 எலும்புகள் இருக்கும். மீதி உள்ள 14 எலும்புகளும் ஃபேஸியல் (Facial Bones) போன்ஸ் என்றழைக்கப்படுகின்றன.*

ஆண்களின் மண்டையோட்டுக்கும், பெண்களின் மண்டையோட்டுக்கும் வேறுபாடுகள் உண்டு. பெண்களின் மண்டையோடு 10 சதவீத எடை குறைவோடு இருக்கும். பெண்களின் நெற்றி எலும்பு செங்குத்தாகவும் ஆண்களின் நெற்றி எலும்பு சரிவோடும் காணப்படும். அதேபோல் பெண்களின் மண்டையோட்டின் தலைப்பகுதி வட்டமாகவும் ஆண்களின் தலைப்பகுதி நீள்வட்டமாகவும் இருக்கும். ஆண்களின் தாடை எலும்புகள் அகன்றும் பெரியவையாகவும் இருக்கும். ஆட்டோ சங்கரும், அவனுடைய கூட்டாளிகளும்

கொன்று புதைத்த பல சடலங்களைத் தோண்டி எடுத்தபோது, கிடைத்த மண்டையோடுகளை பிளாஸ்டிக்கில் அதாவது ப்ளாஸ்டர் ஆஃப் பாரீசில் வார்த்தெடுத்து, அவைகளை காணாமல் போன பெண்களின் புகைப்படங்களுடன் ஒப்பிட்டுப்பார்த்து, மண்டையோட்டுக்கு உரியவர்கள் அந்தப் பெண்கள் தான் என்பதைத் தடயவியல் ஆய்வாளர்கள் உறுதிசெய்தார்கள். வீடியோ கம்பேரிசன் மிஷின் மூலமாகச் செய்யப்படும் இந்த சோதனைக்கு 'சூப்பர் இம்போசிஷன்' (Super Imposition) என்று பெயர்.

காலை 11 மணி.

போலீஸ் கமிஷனரின் அலுவலகம். 'இன் கேமரா' செல் எனப்படும் அறைக்குள் கமிஷனர் சடகோபனுக்கு முன்பாக விவேக்கும் விஷ்ணுவும் இரு நேர்கோடுகளாய் நிமிர்ந்து உட்கார்ந்திருந்தனர். விஷ்ணுவின் முன்நெற்றியில் ஒரு ப்ளாஸ்திரியும் இடதுகை மணிக்கட்டில் ஒரு பேண்டேஜும் தெரிந்தது. அவனிடம் கமிஷனர் சிறு சிறு கேள்விகளாய் கேட்டுக்கொண்டிருந்தார்.

''சரக்கு சாமளா என்கிற அந்தப் பெண் திடீர்னு உங்க மேல அப்படியொரு தாக்குதலை நடத்துவான்னு நீங்க எதிர்பார்க்கலையா?''

''ஒன் பர்சன்ட் கூட எதிர்பார்க்கலை சார்.''

''அந்த சாமளா ஒரு கிராமத்துப்பொண்ணு மாதிரியான தோற்றத்தில் இருந்ததாய் சொன்னீங்க...?''

''ஆமா... சார்.''

''ஒரு கிராமத்துப் பொண்ணுக்குப் போலீஸ் அதிகாரி ஒருத்தரை தாக்கக்கூடிய அளவுக்குத் துணிச்சலும் பலமும் எப்படி வந்திருக்க முடியும்...?''

''சார்... அந்தப்பெண் சாமளா நிச்சயமாய் ஒரு கிராமத்துப்

பொண்ணாய் இருக்க வாய்ப்பே இல்லை. காரணம் அவள் என்னை எட்டி உதைத்த உதையில் பயிற்சி பெற்ற நேர்த்தி இருந்தது. நின்ற இடத்திலிருந்து அவள் அரைவட்டமாய் சுழன்று மின்னல் வேகத்தில் என்னைத் தாக்கியது மிக பிரமிப்பாய் இருந்தது. எகிறிப்போய் விழுந்த என்னால ஒரு 5 நிமிஷத்துக்கு என் உடம்பை அசைக்க முடியல சார். அது ஏதோ ஒரு வர்மக்கலை யூஸ் பண்ணியிருக்கணும்... நான் 5 நிமிஷம் அசைவில்லாம கீழே விழுந்து கிடந்த தருணத்தைப் பயன்படுத்தி அவ தப்பிச்சுப் போயிட்டா.''

கமிஷனரின் பார்வை இப்போ விவேக்கின் மேல் நிலைத்தது.

''வாட் டூ யூ திங்க் மிஸ்டர் விவேக்...?''

''ஹி இஸ் அப்சலூட்லி ரைட் சார். ஒரு கிராமத்துப்பொண்ணு அந்த இடத்துக்கு அந்த ராத்திரி நேரத்துக்கு வர வாய்ப்பே இல்ல. புதைக்கப்பட்ட அந்த பிளாஸ்டிக் செயற்கை மனிதத்தலைக்கும் அந்தப் பெண் சரக்கு சாமளாவுக்கும் ஏதோ ஒரு வகையில் சம்பந்தம் இருக்கு.''

''மிஸ்டர் விவேக்...! புதைக்கப்பட்டிருந்த அந்த பிளாஸ்ட்டிக் செயற்கை மனிதத்தலையை நீங்க கையில் எடுத்துப் பார்த்தீங்களா...?''

''பார்த்தேன் சார். தலையோட மையப்பகுதியில தடவிப்பார்த்த போது எனக்கு ஏதோ ஒரு குமிழ்போல் தட்டுப்பட்டது. இழுத்துப் பார்த்தேன். திறந்து கொண்டது. உள்ளே க்ரே கலரில் மூளையின் அமைப்போடு ஒரு வஸ்து தெரிய அதுக்கு மேல் ஏகப்பட்ட சென்சார்கள்.''

''அது ஒரு பயோ ரோபோவாய் இருக்கலாமே...?''

''அப்படியிருக்க வாய்ப்பில்ல சார்... ரோபோவின் ஸ்ட்ரக்சருக்கும் இந்த பிளாஸ்டிக் மனிதத்தலைக்கும் நிறைய வித்தியாசம் இருக்கு. ஃபாரன்சிக் டெக்னிகல் ஸ்காலர் குமரன் வந்து அந்த மனிதத்தலையை ஆய்வு பண்ணி இன்னிக்கு மத்தியானம் 12 மணிக்குள்ள ரிப்போர்ட் தருவதாய்

சொல்லியிருக்கிறார்... அந்த ரிப்போர்ட் கைக்கு வந்த பின்புதான் அந்த தலை அங்கே புதைக்கப்பட்டதற்கான காரணம் தெரியும்...''

''குமரன்கிட்ட பேசிப் பார்த்தீங்களா...?''

''ரிப்போர்ட் தயாரானதும் அவரே இங்கே வர்றதா சொல்லியிருக்கிறார் சார்.'' விவேக் பேசப்பேச மேஜையின் மேலிருந்து இன்டர்காம் போன் மெலிதாய் உறுமியது. ரிசீவரை எடுத்து காதுக்கு ஒற்றினார் கமிஷனர். மறுமுனையில் டெப்டி கமிஷனர் செங்குட்டுவன் பேசினார்.

''குட்மார்னிங் சார்...''

''நீங்க ஃப்ரீயா இருந்தா ஒரு 10 நிமிஷம் உங்கக்கிட்ட பேசணும் சார்...''

''வாங்க நானே உங்களை கான்டாக்ட் பண்ணலாம்னு இருந்தேன். போத் மிஸ்டர் விவேக் அண்ட் விஷ்ணு ஆர் ஹியர்...! கம்... லெட் அஸ் ஹேவ் ஏ டாக்.''

''அயாம் கம்மிங் சார்.''

''ப்ளீஸ்...''

கமிஷனர் சடகோபன் ரிசீவரை வைத்துவிட்டு விவேக்கை ஏறிட்டார்.

''வேற ஒரு கேஸ் விஷயமா டெப்டி கமிஷனர் செங்குட்டுவனிடம் சில விபரங்கள் கேட்டிருந்தேன். அதைப்பத்திப் பேசுறதுக்காக இப்போ வந்துட்டிருக்கார். பேசிட்டு ஒரு 10 நிமிஷத்துல கிளம்பிப் போயிடுவார்... அண்ட் தென் வி வில் டிஸ்கஸ்''

''நோ... பிராப்ளம் சார்... இஃப் யூ டோன்ட் மைண்ட் நானும் விஷ்ணுவும் பக்கத்துல இருக்கிற செல்லில் வெயிட் பண்றோம்.''

''நாட் நெசசரி... மிஸ்டர் விவேக். அவர் டிஸ்கஸ் பண்ணப்போற கேஸ் வெளிப்படையான ஒன்று... நீங்களும் விஷ்ணுவும் அவர் என்னிடம் பேசும் போது இதே

அறையில் இருக்கலாம்.''

கமிஷனர் சொல்லிக் கொண்டிருக்கும்போதே அறையின் கதவைத் தள்ளிக் கொண்டு ஆறடி இரண்டங்குல உயரத்தில் அந்த செங்குட்டுவன் கையில் ஒரு ஃபைலோடு உள்ளே வந்தார். கமிஷனருக்கு ஒரு சல்யூட்டை வைத்துவிட்டுத் தளர்ந்தார்.

''ப்ளீஸ்...'' கமிஷனர் காட்டிய இருக்கையில் உட்கார்ந்தபடி விவேக்கையும் விஷ்ணுவையும் பார்த்து சிநேகமாய் புன்னகைத்தார் செங்குட்டுவன்.

''ஹௌ ஆர் யூ சார்?''

''ஃபைன்...''

''பத்தே நிமிஷம்... கிளம்பிடுவேன்.'' என்று சொன்ன செங்குட்டுவன் கமிஷனரிடம் திரும்பி தன் கையில் வைத்திருந்த ஃபைலை அவரிடம் நீட்டினார்.

''சார்... திஸ் ஈஸ் ஏ பர்ஸ்ட் ரிப்போர்ட்.'' ஃபைலை சடகோபன் வாங்கி அதில் கோர்க்கப்பட்டிருந்த தாள்களை மெல்ல புரட்டிக் கொண்டே கேட்டார்.

''ரிப்போர்ட்டை பிரிப்பேர் பண்ணியது யாரு...?''

''இன்ஸ்பெக்டர் மார்த்தாண்டம் சார்.''

''ரிப்போர்ட்டை நீங்க முழுமையா படிச்சீங்களா...? எனி யூஸ்ஃபுல் க்ளூ...?''

''எதுவும் இல்ல சார் ராஜபாண்டியனுக்கு 'ப்ரெய்ன் டெத்' ஏற்பட்ட போது ஸ்பெஷல் ட்ரீட்மெண்ட் கொடுத்த டாக்டர் ருத்திரபதியைப் பார்க்க இன்ஸ்பெக்டர் மார்த்தாண்டம் போயிருக்கார். மும்பை பயோ லேப்பில் இருந்து வந்த உள்ளுறுப்பு ரசாயனப் பரிசோதனை ரிப்போர்ட்டையும் காட்டியிருக்கார். டாக்டர் ருத்திரபதி அந்த ரிப்போர்ட்டைப் பார்த்துட்டு, 'ராஜபாண்டியன் கொலை செய்யப்பட்டிருக்க வாய்ப்பில்லை, ஏனென்றால் நானும், டாக்டர் வெற்றிவேலும் ராஜபாண்டியனுக்குப் பக்கத்துல இருந்து அனைத்து

வகையான நவீன மெடிக்கல் ட்ரீட்மெண்டைக் கொடுத்தோம்.

ஆனாலும் பலனின்றி அவரோட மூளை சிறிது சிறிதாய் செயலிழந்து மரணத்தை நோக்கி பயணித்ததைக் கண்கூடாகப் பார்த்தோம்,' என்று சொல்லியிருக்கார்.''

''அப்படியென்றால் மும்பையிலிருந்து வந்த பயோ லேப் ரிப்போர்ட்டில் 'ராஜபாண்டியன் உயிர்ப்பிழைத்திருக்க வேண்டியவர். மூளைச்சாவுக்கு அவருடைய தலைக்காயம் காரணமல்ல. அவருடைய உடம்புக்குள் செலுத்தப்பட்ட ஒரு அபாயகரமான வைரஸ். அதன் பெயர் க்ளாஸ்டோரியம் பொட்டவீனம். அந்த வைரஸ்தான் உடம்புக்குள் பல்கிப் பெருகி மூளைக்குள் சென்று நியூரான்களை அழித்து மரணத்தை ஏற்படுத்தியிருக்கிறது,' என்று சொல்லப்பட்டு இருப்பது பொய்யோ...?''

''அது எப்படி சார் பொய்யாய் இருக்க முடியும்...?'' செங்குட்டுவன் கேட்ட கேள்விக்குச் சடகோபன் பதில் சொல்ல முயன்ற விநாடி, ''எக்ஸ்க்யூஸ் மீ சார்.'' என்றான் விவேக். விவேக்கை ஏறிட்டார் கமிஷனர்.

''எஸ்...!''

''நான் அந்த மும்பை பயோலேப் ரிப்போர்ட்டைப் படிச்சுப் பார்க்க அனுமதி கிடைக்குமா சார்?''

''ஒய் நாட்... ஷ்யூர்... டேக் ஏ வியூ...''

கமிஷனர் நீட்டிய ஃபைலை வாங்கிக் கொண்ட விவேக் அதைப் பிரித்து முதல் தாளாய் கோர்க்கப்பட்டிருந்த லேப் ரிப்போர்ட்டின் மேல் தன் பார்வையைப் பதித்தான்.

ஜ

டாக்டர் ருத்திரபதி உடம்பின் சகல பாகங்களிலும் அதிர்ந்து போனவராய் சுபத்ராவை ஏறிட்டார்.

''சுபத்ரா... நீ என்ன சொல்றே...?''

'''ப்ரெய்ன் டெத்' ஸ்டேஜ்க்கு போயிட்ட நாகஜோதிக்கு

இத்தனை நாளும் நீங்க குடுத்துட்டு வந்த ட்ரீட்மெண்ட்டுக்குப் பலன் கிடைச்சிருக்கு டாக்டர். நாகஜோதி கண்ணைத் திறந்து பார்த்தா... நான் அந்த சமயத்துல அவளுக்கு ஒரு ஃலைப் சப்போர்ட்டிவ் மருந்தை ப்ரிப்பேர் பண்ணிட்டு இருந்தேன். கண்ணைத் திறந்து பார்த்த நாகஜோதி தன்னோட வலது கையை மெல்ல உயர்த்தி என்னைப் பக்கத்துல வரும்படி சைகை காட்டினாள். நானும் அவளுக்குப் பக்கத்துல போய் குனிஞ்சேன். அவ ஏதோ பேச முயற்சி பண்ணினா. ஆனா முடியல... இந்த விஷயத்தை உங்களுக்கு உடனடியாய் தெரியப்படுத்த நினைச்சேன். ஆனா இன்ஸ்பெக்டரோடு நீங்க பேசிட்டு இருந்ததால அந்த எண்ணத்தை என்னால செயல்படுத்த முடியலை. அதனால நீங்க ஏற்கெனவே சொல்லியிருந்த ஒரு இன்ஸ்ட்ரக்ஷனை ஃபாலோ பண்ணிட்டேன்.''

''என்ன இன்ஸ்ட்ரக்ஷன்?'' நடந்து கொண்டே கேட்டார் ருத்திரபதி.

''நாகஜோதிக்கு ஏற்பட்டு இருக்கிற டெவலப்மென்ட்டை இம்ப்ரூவ் பண்றதுக்காக 'ட்ரான்ஸ்க்ரேனியல் மேக்னடிக் ஸ்டிமுலேஷன்' ட்ரீட்மெண்டைக் கொடுக்க நினைச்சேன். அதுக்கான 'நியூரோநேவிகேட்டர்' இன்ஸ்ட்ரூமெண்ட் ப்ளட் சாம்பிள்ஸ் இருந்த லேப்பில் இருந்ததால நான் லேப்புக்கும் போனேன். லேப்பை நான் திறந்ததுமே அந்தப் பூனையைத்தான் மொதல்ல பார்த்தேன். ப்ளட் சாம்பிள் பாட்டில்களைக் கீழே தள்ளி ரத்தத்தை அது நக்கிகிட்டு இருந்ததைப் பார்த்ததும் என்னையும் அறியாமே பயத்துல அலறிட்டேன். சாரி டாக்டர்... நான் நிலைமையை உணர்ந்து செயல்பட்டு இருக்கணும்.''

''நோ ப்ராப்ளம் சுபத்ரா. அந்த பூனை பிரச்சனையை எப்படியோ சமாளிச்சிட்டோம். இன்ஸ்பெக்டர் மார்த்தாண்டம் 'ப்ரெய்ன் டெத்' காரணமாய் இறந்து போன ராஜபாண்டியனின் மரணத்தில் ஏதோ சந்தேகம் இருக்குன்னு ஃபேமிலி மெம்பர்ஸ் புகார் கொடுத்ததினால மும்பை பயோ லேப் கொடுத்த ரிப்போர்ட்டை கையில வச்சுகிட்டு ராஜ பாண்டியனுக்கு

ட்ரீட்மெண்ட் கொடுத்த என்னை விசாரிக்க வந்துட்டார்...!''

''ராஜபாண்டியன் மரணத்துல என்ன சந்தேகம் டாக்டர்?''

''அதை நான் அப்புறமா சொல்றேன். மொதல்ல நாம இப்ப பார்க்க வேண்டியது நாகஜோதியை...'' ருத்திரபதி சொல்லிக் கொண்டே அந்த ரகசிய அறைக்குள் நுழைந்தார். சுபத்ராவும் பின் தொடர்ந்து உள்ளே போனாள். இருவரும் நாகஜோதியை நெருங்கினார்கள். அவளுடைய கண்கள் திறந்த நிலையில் இருக்க, பார்வையில் மிரட்சி தெரிந்தது.

ருத்திரபதி அவளருகே குனிந்தார்.

''நாகஜோதி...''

அவளுடைய பார்வை டாக்டரின் பக்கம் திரும்பாமல் ஒரே பக்கம் நிலைத்து இருந்தது. ருத்திரபதி மறுபடியும் கூப்பிட்டார்.

''நாகஜோதி! நான் பேசுறது உனக்குக் கேட்குதா...?''

அவளுடைய கருவிழிகளில் சின்னதாய் ஒரு சலனம் கூட நிகழவில்லை. சுபத்ரா சொன்னாள்.

''டாக்டர்...! நாகஜோதிக்கு 'ட்ரான்ஸ்க்ரேனியல் மேக்னடிக் ஸ்டிமுலேஷன்' கொடுத்துடலாமா...?''

''அந்த ட்ரீட்மெண்ட் இப்போது பலன் கொடுக்காது சுபத்ரா... நவ் வீ ஹேவ் டூ மூவ் டி.பி.எஸ்.''

''டாக்டர்.. யூ மீன் 'டீப் ப்ரெய்ன் ஸ்டிமுலேஷன்'?''

''எஸ்... நாகஜோதிக்கு இந்த நிமிஷம் பார்வை சம்பந்தப்பட்ட நியூரான்கள் மட்டுமே உயிர்ப்பு நிலைமைக்குத் திரும்பியிருக்கு. அதாவது ஐம்புலன்களில் ஒன்றுக்கு மட்டுமே உயிர் வந்திருக்கு. மற்ற 4 புலன்களுக்கும் உயிர் வரணும்னா டி.பி.எஸ். ட்ரீட்மெண்ட்டை கொடுத்தே ஆகணும். நியூரோ ஸ்டிம்யுலேட்டரை தயார் பண்ணு... நாகஜோதி விஷயத்தில் இனிமேல் நமக்கு ஒவ்வொரு விநாடியும் முக்கியம்... அவளைப் பேச வச்சுட்டாலே நமக்கு முழு வெற்றிதான்...!'' ருத்திரபதி சொல்லிக் கொண்டிருக்கும்போதே அவருடைய

செல்போன் வைபிரேஷனில் ஒளிர்ந்தது. எரிச்சலானார்.

''சுபத்ரா...! இந்த போன்கால் அநேகமா வெற்றியோடதாத்தான் இருக்கும். போனை நீயே அட்டென்ட் பண்ணு... என்னைக் கேட்டார்ன்னா லேப்புக்குள்ளே நான் ஒரு முக்கியமான வேலையாய் இருக்கேன்னு சொல்லிடு!''

''எஸ்...டாக்டர்...!'' என்று சொல்லி செல்போனை எடுத்து டிஸ்பிளேயில் பார்த்த சுபத்ரா முகம் மாறினாள்.

''டாக்டர்...''

''என்ன...?''

''போன் பண்றது டாக்டர் வெற்றிவேல் இல்லை...?''

''அப்புறம்?''

''இன்ஸ்பெக்டர் மார்த்தாண்டம்.''

12

அறிந்து கொள்வோம்: *விஷச் சாராயம் குடித்து பலர் பலியான செய்தியை பேப்பரில் பலமுறை படித்து அவர்களுக்காகப் பரிதாபப்பட்டு இருக்கிறோம். சாராயம் திடீரென்று எப்படி விஷமாக மாறும்? விஷச்சாராயம் சாப்பிட்டு பலியான ஒருவரின் உடலை போஸ்ட்மார்ட்டம் செய்யப்பட்டபொழுது கிடைத்த ரிப்போர்ட் இது.*

சாராயம் விஷமாக மாறக்கூடிய வாய்ப்பே இல்லை. சாராயம் உடனடியாய் யாரையும் சாகடிக்காது. விஷச்சாராயம் சாப்பிட்டு 4 பேர் பலி என்று பேப்பரில் செய்தி வந்தால் அந்த பலியான 4 பேரும் சாப்பிட்டது சாராயமே கிடையாது. சாராயம் என்ற பெயரில் ரசாயன தொழிற்சாலைகளில் பயன்படுத்தப்படும் 'மெத்தனால்' என்ற ரசாயனப் பொருட்களை தண்ணீரில் சேர்த்து சாப்பிட்டதுதான் காரணம். இந்த மெத்தனால் மிகவும் விஷத்தன்மை கொண்டது. 30 கிராம் அளவு அதாவது 2 ஸ்பூன் அளவு 'மெத்தனால்' சாப்பிட்டாலே ஒருவர் இறந்துவிடுவார். அந்த 'மெத்தனாலை'த்தான் தண்ணீரில் கலந்து போதைக்காகச் சாப்பிடுவார்கள். அதன் அளவு அதிகமாகும்போது மூளை நரம்புகள் பாதிக்கப்பட்டு, கண் பார்வை பறிபோய், இறுதியில் மரணமடைவார்கள்.

இந்த ஆபத்தான மெத்தனால் ரசாயனப்பவுடர் தமிழ்நாட்டில் உள்ள எந்த ஒரு ரசாயனத் தொழிற் சாலையிலும் தயாரிக்கப்படுவதில்லை. வட இந்தியாவில் உள்ள பரோடா, சூரத் போன்ற நகரங்களில் மட்டுமே தயாரிக்கப்படுகிறது. மெத்தனால் ஒரு வேப்பங்காயின் கசப்புச்சுவையைக் காட்டிலும் நூறு மடங்கு கசப்புத் தன்மை கொண்டது.

டாக்டர் ருத்திரபதியின் முகப்பரப்பு முழுவதும் வியப்பு ரேகைகள் பரவியது. சுபத்ராவை மிரண்ட விழிகளுடன் பார்த்தார்.

''என்ன சொன்னே...?''

''போன்ல டாக்டர் வெற்றிவேல் இல்ல. இன்ஸ்பெக்டர் மார்த்தாண்டமா...?''

''இப்பத்தானே அவர் வெளியே போனார். அதுக்குள்ள என்ன போன்...?'' வாய்க்குள் எரிச்சலாய் முனகிக் கொண்டே சுபத்ராவின் கையில் இருந்த செல்போனை வாங்கி தன் இடது காதுக்குக் கொடுத்தார்.

''எஸ்...''

''சாரி... டாக்டர்... ஒன்ஸ் அகெய்ன் அயாம் டிஸ்டர்ப்பிங் யூ...!''

''நோ ப்ராப்ளம் இன்ஸ்பெக்டர்... விஷயத்தைச் சொல்லுங்க...?'' அறையை விட்டு வெளியே வந்தார் ருத்திரபதி.

''நான் அங்கே வந்திருந்த போது ஒரு விஷயத்தைப் பத்தி டிஸ்கஸ் பண்ண மறந்துட்டேன். அதைப்பத்தி கொஞ்சம் பேசலாமா?''

''ம்... பேசலாம்... சொல்லுங்க என்ன விஷயம்?''

'''டீப் ப்ரெய்ன் ஸ்டிமுலேஷன்' (*Deep Brain Stimulation*) ன்னா என்ன டாக்டர்...?'' ருத்திரபதி நெற்றி உடனடியாய் ஒரு அவசர வியர்வைக்கு உட்பட்டது. பதில் உடனடியாகச் சொல்லாமல் மவுனம் காத்தார். அவஸ்தையுமாய் உணர்ந்தார்.

''என்ன டாக்டர்... நான் சொன்னது கேட்கலையா?''

''சாரி... உங்க வாய்ஸ் பிரேக் ஆகுது.''

''ஏதாவது ஒரு முக்கியமான கேள்வி கேட்கும் போதுதான் வாய்ஸ் பிரேக் ஆகும். நீங்க உங்க ரூமுக்குள்ள உட்கார்ந்துட்டு பேசிக்கிட்டு இருக்கீங்கன்னு நினைக்கிறேன்.''

''ஆமா...''

''வெளியே வந்து பேசுங்க டாக்டர்.'' ருத்திரபதி தனது கோபத்தையும் எரிச்சலையும் கட்டுப்படுத்திக் கொண்டு பேசினார்.

''வெளியே வந்துட்டேன்.''

''இப்ப வாய்ஸ் கிளியரா இருக்கா...?''

''ம்... இருக்கு...''

''டீப் ப்ரெய்ன் ஸ்டிமுலேஷன் என்ற மருத்துவ வார்த்தைக்கு என்ன அர்த்தம் டாக்டர்?''

''நான் கேட்ட கேள்விக்கு நீங்க பதில் சொல்லாமலே என்னையே கேள்வி கேட்பது எந்த வகையில் நியாயம்...? ஒரு மணிநேரத்துக்கு முன்னாடி தொழிலதிபர் ராஜபாண்டியனின் மரணம் சம்பந்தமாய் என்னை விசாரணை பண்ண வந்தீங்க. அந்த சமயத்துல நீங்க இந்த கேள்வியைக் கேட்கலையே?''

''சில விஷயங்களை உங்க வீட்ல வச்சு பேச முடியாது டாக்டர்... ஏன்னா உங்களோட அசிஸ்டென்ட்ஸ் சுபத்ராவும் ஹரியும் அதே வீட்டுல இருக்காங்க. அவங்க 2 பேருக்கும் தெரியாமலே நீங்க சில விஷயங்களை பண்ணிட்டு இருக்கிறது எனக்கு மட்டும் தானே தெரியும்.''

''உங்களுக்கு என்ன தெரியும்...?''

''எல்லாமே தெரியும்... சமீபத்துல அதாவது 6 மாசத்துக்கு முன்னாடி சிம்லாவுக்குப் போய் ஒரு வாரம் ரெஸ்ட் எடுத்துட்டு வர்றேன்னு சொல்லிட்டு நைஜீரியா போனீங்க... அங்க யாரைப் பார்த்தீங்க, எதுக்கு பார்த்தீங்கன்னு போன்லையே சொல்லட்டுமா... இல்ல உங்க வீட்டுக்கே நேர்ல வந்து சொல்லட்டுமா...?''

''வே... வேண்டாம்... இன்ஸ்பெக்டர்.'' டாக்டர் ருத்திரபதி சுற்றும் முற்றும் பார்த்துக் கொண்டே குரலைத் தாழ்த்தினார் ''போன்ல எதுவும் வேண்டாம்...''

''போன்ல வேண்டாம்னா வேற எங்கே பேசலாம்...?''

''நானே உங்களை வந்து பார்க்கிறேன்.''

''இடம்...?''

''நீங்களே சொல்லுங்க...!''

''உங்களோட மார்னிங் வாக் தினமும் அடையார் கிளப் ரோடுதானே...?''

''ஆமா...''

''நேரம்...''

''அஞ்சு மணியிலிருந்து ஆறு மணி வரைக்கும்.''

''மீட் பண்ணுவோம்... சரியா அஞ்சுமணிக்கு நான் 'போட் கிளப்' பிரதான சாலையின் என்ட்ரன்சில் வெயிட் பண்ணிட்டிருப்பேன்.''

''நான் வந்துடுறேன்...''

''டாக்டர்... ஒரு விஷயம்...''

''என்ன...?''

''இப்ப உங்க மனசுக்குள்ள பலவிதமான எண்ணங்கள் ஓடிகிட்டிருக்கும்... மூளை பலவிதமாய் யோசனை பண்ணும். எனக்கு விஷயம் தெரிஞ்சிருச்சே என்கிற கோபத்துல என்னை ஏதாவது பண்ணிடலாமான்னு ஒரு கோபம் அரிவாளை தூக்கிக்கிட்டு திரியும்... இன்னொரு கோபம் கையில துப்பாக்கிய தூக்கும்...'' டாக்டர் ருத்திரபதி இடைமறித்தார்.

''நோ... இன்ஸ்பெக்டர்... ஐயாம் நாட் ஏ கிரிமினல். அயாம் ஏ டாக்டர்...''

''அதாவது தப்பான டாக்டர்...''

''சாரி... இன்ஸ்பெக்டர், நான் இப்ப இருக்கக்கூடிய நிலையில் உங்ககூட விவாதம் பண்ண நான் தயாராயில்ல. நாம நேர்ல சந்திக்கும் போது எல்லாத்தையும் விபரமாய் சொல்றேன். அதுவரைக்கும் இந்த விஷயத்தை...''

''டோன்ட் வொரி டாக்டர்... என்னோட ஹை-அஃபிஷியல்களுக்கு ராஜபாண்டியனின் மரணம் சம்பந்தமாய் எது மாதிரியான விஷயங்களை ரிப்போர்ட்டாய் தரணுமோ அதைக் கொடுத்துட்டேன். இப்போ நாம பேசப்போறது ஆஃப் த ரிக்கார்ட் மேட்டர், அதனால்தான் போன் பண்ணி பேசிட்டிருக்கேன். நீங்க பயப்பட வேண்டாம். எல்லா பூட்டுக்கும் ஒரு சாவி இருப்பது போல், எல்லாப் பிரச்சனைகளுக்கும் ஒரு தீர்வு இருக்கு... பேசித் தீர்த்துக்கலாம் வாங்க... இப்ப போனை கட் பண்றேன்...''

மறுமுனையில் இன்ஸ்பெக்டர் மார்த்தாண்டம் இணைப்பைத் துண்டித்துவிட, டாக்டர் ருத்திரபதி வியர்த்த முகத்தைக் கர்ச்சீப்பால் ஒற்றியபடி நாகஜோதி இருந்த அறையை நோக்கிப் போனார்.

சுபத்ரா நாகஜோதிக்கு ஒரு ட்ரிப்ஸ் இன்ஜெக்ஷன் போடும் முயற்சியில் இருந்தாள்.

''சுபத்ரா...!''

அவள் நிமிர்ந்தாள்.

டாக்டரின் முகத்தைப் பார்த்துவிட்டு வியப்போடு தன் இரு புருவங்களையும் உயர்த்தினாள்.

''டாக்டர்... எனிதிங்க் ராங்க்...?''

''எஸ்... கீழே கம்ப்யூட்டர் அறையில் இருக்கிற ஹரியைக் கூப்பிடு...''

சுபத்ராவின் முகத்தில் கலவரம் பரவியது.

''டாக்டர்... விஷயம் என்னான்னு?''

''நாம என்ன பண்ணிட்டு இருக்கோம்ங்கிறதை இன்ஸ்பெக்டர் மார்த்தாண்டம் ஸ்மெல் பண்ணிட்டார். என்னைத் தனியாய்ப் பார்த்து பேசணும்ன்னு சொல்றார்.''

சுபத்ராவின் விழிகள் பயத்தில் நிலைத்தன.

''டா... டாக்டர்...''

''பயப்படாதே சுபத்ரா... மொதல்ல ஹரியைக் கூப்பிடு. இந்த நிமிஷத்திலிருந்து நாம சில விஷயங்களை வேகமாய் பண்ணி முடிக்கணும்...'' சொன்ன டாக்டர் ருத்திரபதி தன்னுடைய முகத்தை இரண்டு கைகளாலும் வழித்துக் கொண்டு அங்கிருந்த நாற்காலியில் தொய்வாய் சாய்ந்தார்.

சுபத்ரா நடுங்கும் கைகளோடு தன் செல்போனில் கீழே கம்ப்யூட்டர் அறையில் இருந்த ஹரியைத் தொடர்பு கொண்டு பதட்டமாய் பேசினாள்.

''ஹரி! நீ உடனே மேலே வா...!''

ல

விவேக் தன் கையில் இருந்த ரிப்போர்ட் ஃபைலை நிதானமாய்ப் புரட்டிப் பார்த்துவிட்டு போலீஸ் கமிஷனர் சடகோபனை ஏறிட்டார்.

''சார்... ராஜபாண்டியனின் மரணம் தொடர்பான இந்த மும்பை லேப் ரிப்போர்ட் சம்பந்தமாய் எனக்கு சில சந்தேகங்கள் இருக்கு. காரணம் ராஜபாண்டியனை நான்கைந்து முறை நான் சந்திச்சுப் பேசியிருக்கேன். அவர் ஒரு சாதாரண நபர் கிடையாது. இந்தியாவில் உள்ள டாப் 101 பணக்காரர்களில் அவரும் ஒருவர். பத்து ஆண்டுகளுக்கு முன்பு ராஜ்யசபா எம்.பி.யாகவும் இருந்து பணியாற்றியவர். போன ஆண்டு அவர் மீது அமலாக்கப் போலீசார் ஒரு ஊழல் வழக்கு சம்பந்தமாய் விசாரிக்கப் போனபோது அமலாக்கப் பிரிவு தலைவர் குணசீலனுடன் நானும் போனேன்...''

கமிஷனர் சடகோபன் கண்களில் வியப்பைக் காட்டி ''இஸ் இட்?'' என்றார்.

''எஸ்... சார்... நானும் குணசீலனும் மட்டும் ராஜபாண்டியனைத் தனியறையில் வச்சு ஒரு ரகசிய விசாரணை செய்தோம். அப்போது அவர் சொன்ன சில விஷயங்கள் எங்க ரெண்டு பேருக்கும் ஆச்சரியமாய் இருந்தது. ராஜபாண்டியனுக்கு

இரண்டு மகன்கள், இரண்டு மகள்கள். எல்லாருக்குமே கல்யாணமாகி வாழ்க்கையில் செட்டில் ஆயிட்டாங்க. மூன்று பேரன்கள், இரண்டு பேத்திகள். ராஜபாண்டியன் பரம்பரைப் பணக்காரர். கும்பகோணம், மயிலாடுதுறையில் ஆயிரக்கணக்கான பரப்பளவில் விவசாய நிலங்கள் இருக்கு. இது தவிர மூணாரில் நாலு ஏக்கர் பரப்பளவில் தேயிலைத் தோட்டங்களும் உண்டு. மேலும் சென்னையைத் தவிர கோவை, மதுரையில் இரண்டு மால்கள். 'பணத்துக்குப் பஞ்சமில்லை... எட்டுத் திசைகளில் இருந்தும் நியாயமான வழியில் கோடிக்கணக்கான ரூபாய்கள் கொட்டோ கொட்டென்று கொட்டும்போது நான் எதுக்காக அரசாங்கப் பணத்துல கையை வைக்கணும்?'னு ராஜபாண்டியன் எங்களைப் பார்த்து ஒரு கேள்வி கேட்டார். அதுக்கு அமலாக்கப் பிரிவு தலைவர் குணசீலன் ராஜபாண்டியனைப் பார்த்து 'அப்படீன்னா... உங்க பண்ணை வீட்டுக்கு ஒரு கன்டெய்னர்ல 1500 கோடி ரூபாய் பணம் வந்ததாய் எல்லா டி.வி சேனல்களிலும் செய்தி வந்தது. அந்த செய்தி பொய்யா?' என்று கேட்டார்.''

''அதற்கு ராஜபாண்டியன் என்ன பதில் சொன்னார்?''

'''1500 கோடி ரூபாய் பணத்தோடு கன்டெய்னர் லாரி என்னுடைய வேப்பம்பட்டு பண்ணை வீட்டுக்கு வந்தது உண்மை. ஆனால் அது என்னுடைய பணம் அல்ல, எனக்கு நண்பர்களாய் இருக்கும் நான்கு மத்திய மந்திரிகளுக்குச் சொந்தமான பணம். என்னுடைய வீட்டில் அந்தப் பணத்தை ஒரு மூன்று மாத காலத்துக்குப் பதுக்கிப் பாதுகாப்புடன் வைத்து இருந்து திருப்பிக் கொடுத்தால் 300 கோடி ரூபாய் எனக்குக் கமிஷனாக தருவதாக சொன்னார்கள். ஆனால் நான் ஒப்புக் கொள்ளவில்லை,' என்று சொன்னாராம்.''

''அவர் சொன்னது உண்மையா?''

''உண்மைதான்.''

''அவர் ஏன் பொய் சொல்லியிருக்கக்கூடாது?''

''அவர் பொய் சொல்லவில்லை. உண்மையைத்தான் சொன்னார் என்பதை அடுத்த இரண்டு நாட்களுக்குள் கண்டு பிடித்து விட்டோம்.''

''எப்படி...?''

''வேப்பம்பட்டு பண்ணை வீட்டில் ராஜபாண்டியனுக்கு விசுவாசமாய் இருக்கும் முருகய்யன் என்கிற வேலையாளை நானும் குணசீலனும் தனியாய் மடக்கி விசாரித்தோம். அவன் சொன்ன விஷயங்கள் எங்களுக்குப் பெரிய அதிர்ச்சியைக் கொடுத்தது.''

''அப்படி அவன் என்ன சொன்னான்?''

''1500 கோடி ரூபாயோடு பண்ணை வீட்டுக்கு கன்டெய்னர் வந்தபோது ராஜபாண்டியனோட ரெண்டு மகன்களான கமலக் கண்ணனும், நவநீதனும் வீட்ல இருந்திருக்காங்க. 300 கோடி ரூபாய் கமிஷன் பணத்துக்கு ஆசைப்பட்டு ஒட்டு மொத்த பணத்தையும் பண்ணை வீட்டில் இருக்கிற நிலவறையில் பதுக்கி வைக்கலாம்ன்னு ரெண்டு பேரும் ராஜபாண்டியன் கிட்டே சொல்லியிருக்காங்க.

ஆனா ராஜபாண்டியன் அந்த ஊழல் பணத்துல நமக்கு பங்கு வேண்டாம்ன்னு கண்டிப்பாய் சொல்லிட்டாராம். அப்பாவுக்கும் மகன்களுக்கும் விடிய விடிய வாக்குவாதம் நடந்ததாம். கன்டெய்னருக்குள்ளே இருக்கிற பணம் வீட்டுக்குள்ளே வந்தா நான் போலீசுக்கு போன் பண்ணி தகவல் கொடுத்துருவேன்னு ராஜபாண்டியன் மிரட்டவே சம்பந்தப்பட்ட பார்ட்டிகள் பயந்து போய் கன்டெய்னரை வேற பக்கம் கொண்டு போய் விட்டதாகத் தகவல். ஆனா அந்த நாளில் இருந்தே ராஜபாண்டியனுக்கும் அவரோட 2 மகன்களுக்கும் உறவு அவ்வளவு சுமூகமாக இல்லையாம்...!'' போலீஸ் கமிஷனர் சடகோபன் நிமிர்ந்து உட்கார்ந்தார்.

''விவேக்... நீங்க சொல்ற தகவல்களை வச்சுப்பார்க்கும் போது ராஜபாண்டியனோட மூளைச்சாவு மரணத்துக்கு ஒரு வேளை அவரோட மகன்களே காரணமா இருக்கலாமோ...?''

விவேக்கின் உதடுகளில் ஓர் புன்னகை உதித்தது. ''பொதுவாய் அப்படித்தான் நினைக்கத் தோன்றும். ஆனால் உண்மையான காரணம் அதுவல்ல...''

''அவரோட மகன்கள் காரணமில்லை என்ற பட்சத்தில் வேறு யாரு ராஜபாண்டியனின் மரணத்தில் சம்பந்தப்பட்டிருப்பாங்கனு நினைக்கிறீங்க விவேக்?''

''இதுல சம்பந்தப்பட்டிருப்பது வெறும் நபர்கள் மட்டும் இல்ல... சார்... ஒரு நாடும்கூட''

''என்னது நாடா...?''

''எஸ்...''

''எந்த நாடு?''

''நைஜீரியா.'' என்றான் விவேக்.

ശ ഉ ഉ

13

அறிந்து கொள்வோம்: *ஊமையாய் இருப்பவர்கள் பேச முடியாததற்குக் காரணம் குரல்வளையில் பழுதா அல்லது மூளையில் பழுதா என்று நம்மில் பலருக்கு குழப்பமிருக்கும். ஒருவர் ஊமையாய் இருப்பதற்குக் காரணம் முழுக்க முழுக்க அந்நபரின் மூளைதான். ஊமையாய் இருப்பவர்களுக்குக் குரல்வளையும் மற்றவர்களைப் போலத்தான் இருக்கும். குரல் நாண்களும், தசை நாண்களும் நேர்த்தியாகத்தான் இருக்கும். ஆனால் அவர்கள் அதை உபயோகப்படுத்த முடியாது.*

நம்முடைய மூளை கிட்டத்தட்ட ஒரு ரிமோட் கண்ட்ரோல் மாதிரிதான். ஒரு பட்டனைத் தட்டினால் காது கேட்கத் தயாராகிவிடும். அடுத்த பட்டனைத் தட்டினால் மூக்கு வாசனையை நுகர தன்னை தயார்படுத்திக் கொள்ளும். ரிமோட் கண்ட்ரோல் என்னும் மூளையில் உள்ள ஒரு பட்டன் பேசுவதற்காகத் தொண்டைக்கு ஆணையிடும். அதே நேரத்தில் தொண்டையில் ஒரு சிறு கோளாறு ஏற்பட மூளை அதை சரி செய்ய முயலும். அந்த ரிப்பேர் வேலை நடந்து கொண்டிருக்கும் போதே அந்தக் கட்டளை சிரமப்பட்டு குரல் தசைகளுக்குப் போய் அரைகுறையாய் சேரும். கட்டளை முழுமையாய் போய்ச் சேர்ந்தால்தான் ஒருவரால் சரளமாக பேச முடியும். கட்டளை முழுமையாய் போய் சேராதபோதுதான் ஊமையாய் இருக்கும் ஒருவர் கண்டபடி ஒலிச்சத்தங்களை எழுப்புவார்.

விவேக் 'நைஜீரியா' என்று சொன்னதும் போலீஸ் கமிஷனர் சடகோபன் தன் இரு புருவங்களையும் சற்றே உயர்த்தினார்.

''ராஜபாண்டியனோட மூளைச்சாவு மரணத்துக்கு எப்படி அந்த கன்ட்ரி காரணமாயிருக்கும் மிஸ்டர் விவேக்...?''

''மும்பை கெமிக்கல் லேப் ரிப்போர்ட்டில் குறிப்பிடப்பட்டிருக்கும் 'க்ளாஸ்டோரியம் பொட்டவீனம்' வைரஸை முதன் முதலில் கண்டுபிடித்த நாடு நைஜீரியாதான். அது ஒரு வைரஸ் என்று சொல்லப்பட்டாலும் உண்மையில் அது ஒரு வைரஸ் அல்ல...''

''அப்புறம்''

''அது ஒரு 'பயோ - வெப்பன்'... தமிழில் சொல்லணும்னா அது ஒரு உயிரியல் ஆயுதம்...''

''சாரி மிஸ்டர் விவேக், நீங்க இப்ப என்ன சொல்ல வர்றீங்கன்னு எனக்குப் புரியல...''

''புரியும்படியாவே சொல்றேன் சார்... உலகில் உள்ள பெரும்பாலான நாடுகள், தங்கள் நாடுகளின் பாதுகாப்புக்காக அணு ஆயுதங்களையும் ஏவுகணைகளையும் தயாரித்துக் கொண்டிருக்கும்போது நைஜீரியா கன்ட்ரி மட்டும் சில அபாயகரமான வைரஸ்களைப் பயன்படுத்தி ரசாயனங்கள் உதவியோடு 'பயோ வெப்பன்'களைத் தயாரிக்க ஆரம்பித்துவிட்டது. அந்த 'பயோ- வெப்பன்'களில் ஒன்றுதான் மும்பையின் லேப் ரிப்போர்ட்டில் குறிப்பிடப்பட்டிருக்கும் 'க்ளாஸ்டோரியம் பொட்டவீனம்,' இது மாதிரியான 'பயோ வெப்பன்'கள் அந்நாட்டின் ராணுவத்தின் கட்டுப்பாட்டில் தான் இருக்கும். போர் என்ற ஒன்று வந்தால் தான் அந்த உயிர் வெப்பனை பயன்படுத்துவோம் என்று நைஜீரியா சொன்னதை உலக நாடுகள் ஏற்றுக் கொள்ளவில்லை. தொடர்ந்து கண்டனங்களை தெரிவித்து வருகின்றன. அந்த கண்டனங்களையெல்லாம் நைஜீரியா பொருட்படுத்தாமல் தொடர்ந்து பயோ வெப்பன்களை விதவிதமாய் விபரீதமாய் தயாரித்து வருகிறது.'' போலீஸ் கமிஷனர் சடகோபன்

பிரமிப்பாய் கேட்டுக்கொண்டிருக்க, விவேக் தொடர்ந்தான்.

''சார்... சென்றாண்டு வரை பயோ வெப்பன்களின் தயாரிப்பில் மட்டுமே ஆர்வம் காட்டி வந்த நைஜீரியா அரசு இப்போது அவைகளை நல்ல விலைக்குத் தன்னுடைய நட்பு நாடுகளுக்கு விற்றுவருகிறது. இதனால் நைஜீரியாவின் 'எக்னாமிக்கல் க்ராபிக் லைன்' உச்சத்தை நோக்கிப் போய் கொண்டிருக்கிறது. இந்தத் தகவல்களையெல்லாம் அமெரிக்காவின் ரகசிய உளவு அமைப்பான சி.ஐ.ஏ. கண்டுபிடித்து ஐ.நா.சபைக்கு அனுப்பியுள்ளது.''

கமிஷனர் குறுக்கிட்டார்.

''மிஸ்டர் விவேக்... நீங்க சொல்ற இந்த பயோ வெப்பன் விஷயங்கள் புரியுற மாதிரி இருந்தாலும் ஒரு விஷயம் தெளிவாய் புரியாம குழப்பமா இருக்கு. அதாவது ராஜபாண்டியனைக் கொலை செய்யணும்னு கொலையாளி நினைச்சிருந்தா அதுக்காக எத்தனையோ வழிகள் இருக்கு.

ஆனா, 'க்ளாஸ்டோரியம் பொட்டவீனம்' என்ற ஒரு விபரீதமான வைரஸைப் பயன்படுத்தித்தான் அவருடைய உயிரை எடுக்கணுங்கிற அவசியம் என்ன?'' விவேக் புன்னகைத்தான்.

''இது ஒரு ஃபைவ் ஸ்டார் மர்டர் சார். ஐ மீன் காஸ்ட்லி மர்டர். ராஜபாண்டியனைக் கொலை செய்ததும் சாதாரண நபர் கிடையாது. அரசு அதிகாரத்தில் இருக்கிற ஒரு நபராகத்தான் இருக்க முடியும். மே... பி... ஏ மினிஸ்டர்...!''

''என்ன சொன்னீங்க மினிஸ்டரா...?''

''அவர் காபினெட் அந்தஸ்துடன் கூடிய ஒரு மினிஸ்டரா கூட இருக்கலாம். ராஜபாண்டியனின் மரணம் இயற்கையான முறையில் நடந்தது போல் இருக்க வேண்டும் என்பதற்காக அந்த வைரஸை நைஜீரியாவிலிருந்து வரவழைத்து அவர் சாப்பிடும் உணவிலோ அல்லது குடிக்கும் நீரிலோ கலந்து கொடுத்திருக்கலாம். அப்படி கலந்து கொடுத்தது யார் என்று கண்டுபிடிக்க ஒரு வழியும் இருக்கிறது சார்.''

‘‘என்ன வழி...?’’

‘‘முதலில் இந்த வைரஸைப் பத்தி சொன்னால்தான் பின்னால் நான் சொல்லப்போகும் விஷயங்கள் உங்களுக்குப் புரியும். இந்த வைரஸ் அபாயகரமானது என்றாலும் ஒரு மனிதனின் உடம்புக்குள் சென்று ரத்த ஓட்டத்தில் கலந்து சுற்றிச் சுற்றி வந்து கொண்டிருந்தாலும் உடனடியாய் எந்த ஒரு பாதிப்பையும் ஏற்படுத்திவிடாது.

ஒரு வாரம் அல்லது 10 நாள் வரைக்கும் இயல்பாய் இருந்துவிட்டுப் பிறகு மெல்ல தன்னுடைய கோரமுகத்தை காட்ட ஆரம்பிக்கும். இந்த வைரஸ் பல்கிப் பெருகியதும் மனிதனின் மத்திய நரம்பு மண்டலத்தில் உட்கார்ந்து கொண்டு மெதுவாய் மூளையை நோக்கிப் பயணிக்கும். இதுபோன்ற சமயங்களில் மாடிப்படி ஏறும்போதோ, அல்லது இறங்கும் போதோ அந்த நபருக்குத் தலைச்சுற்றல் ஏற்பட்டுக் கீழே விழுந்து தலையில் அடிபடவும் வாய்ப்பு அதிகம்...!’’

‘‘ராஜபாண்டியனுக்கும் பண்ணை வீட்டில் மாடிப்படிகளில் இறங்கும் போதுதான் கீழே விழுந்து தலையில் அடிபட்டிருக்கிறது.’’ விவேக் தொடர்ந்தான்.

‘‘ராஜபாண்டியனுக்குத் தலையில் அடிபட்டு விட்டதால் அவரைப் பரிசோதிக்கும் எந்த ஒரு டாக்டரும் ராஜபாண்டியனைப் பரிசோதித்துப் பார்த்து விட்டு அவருக்கு ‘ப்ரெய்ன் டெத்’ ஸ்டேஜ் என்றுதான் சொல்லுவார். நரம்பு மண்டலத்தைப் பாதித்திருப்பது வைரஸ்தான் என்கிற உண்மை அவருக்குத் தெரியாது. அவரால் கண்டுபிடிக்கவும் முடியாது. காரணம் அந்த வைரஸ் இறந்துபோன மனித உடம்பின் செல்களோடு இரண்டறக் கலந்து பதுங்கிக் கொள்வதுதான்.

தன் தந்தையின் மரணத்தில் சந்தேகம் இருப்பதாக ராஜபாண்டியனின் மகள் மலாதி உங்களிடம் புகார் கொடுத்த காரணத்தால் தான் அவருடைய உடம்பின் உள் உறுப்புகள் மும்பையின் ரசாயன ஆய்வுக் கூடத்துக்கு அனுப்பப்பட்டு இப்போது அசைக்க முடியாத ஆதாரத்தோடு ரிப்போர்ட் நம் கைக்கு வந்திருக்கிறது.’’

''விவேக்! இந்த ராஜபாண்டியனின் வழக்கில் நாம் மேற்கொண்டு எது மாதிரியான விசாரணையை மேற்கொள்ள வேண்டுமென்று நினைக்கிறீர்கள்?''

''சார்... ராஜபாண்டியனின் மரணத்துக்குப் பின்னால் மிகப்பெரிய பண விவகாரம் இருக்கிறது. பணம் என்றால் சாதாரணத் தொகை கிடையாது. 1500 கோடி ரூபாய். கன்டெய்னரில் வந்த அந்தப் பணம் அவருடைய பண்ணை வீட்டில் மறைத்து வைக்க உதவி கேட்கப்பட்டுள்ளது.

ஆனால் அதற்கு அவர் ஒப்புக் கொள்ளவில்லை. 300 கோடி ரூபாய் கமிஷன் பேரமாகப் பேசப்பட்டும் ராஜபாண்டியன் ஏற்றுக் கொள்ளாததால் எதிரணிக்குக் கோபம் வந்திருக்கிறது. அந்தக் கோபமே பிறகு பயமாக மாறி அவர் என்றைக்காவது பிற்காலத்தில் வருமானவரித் துறைக்கோ, அல்லது அமலாக்கப் பிரிவுக்கோ தகவல் கொடுத்துவிடக்கூடும் என்கிற நினைப்பில் அவருடைய உயிர் பறிக்கப்பட்டிருக்கிறது. அவருடைய மரணம் ஒரு கொலை என்று தெரிந்துவிடக்கூடாது என்பதற்காகத்தான் அந்த வைரஸ் பயன்படுத்தப்பட்டிருக்கிறது. பணம் 1500 கோடி ரூபாய் கன்டெய்னரில் வந்தது யாருடைய பணம் என்று தெரிந்தால் மட்டுமே கொலையாளி யார் என்கிற கேள்விக்குப் பதில் கிடைக்கும்.''

''அதை எப்படிக் கண்டுபிடிக்கப் போகிறோம் விவேக்?''

''ஒரு வழி இருக்கிறது.''

ஃ

டாக்டர் ருத்திரபதி கண்களை மூடியபடி ஆழ்ந்த யோசனையில் இருக்க சுபத்ரா அவர் காதருகே குனிந்து மெல்லக் குரல் கொடுத்தாள்.

''டாக்டர்! ஹரி வந்துட்டார்.''

கண்களை மலர்த்தினார் ருத்திரபதி. எதிரே நின்றிருந்த ஹரி கலவரமாய் பார்வைக்கு சிக்கினான். அவனுடைய நெற்றி வியர்வையில் மின்னியது.

''ஹரி!''

''டாக்டர்...?''

''இப்படி பக்கத்துல வா...''

அவன் வந்தான். ருத்திரபதி பெருமூச்சை வெளியேற்றிவிட்டுக் கேட்டார்.

''சுபத்ரா ஏதாவது சொன்னாளா?''

''ஏதோ பிரச்சனைன்னு சொன்னா...''

''அது ஏதோ பிரச்சனையில்லை... எது மாதிரியான பிரச்சனை வரக்கூடாதுன்னு நினைச்சோமோ அந்தப் பிரச்சனை இப்போ வீட்டு வாசற்படி ஏறி கதவைத் தட்டிகிட்டு இருக்கு... ராஜபாண்டியனின் மரணம் சம்பந்தமாய் என்னை விசாரிக்க வந்த அந்த இன்ஸ்பெக்டர் மார்த்தாண்டம் ஒரு எமகாதகப் பேர்வழி. நாம இந்த வீட்டுல பண்ணிட்டு இருக்கிற எல்லா விஷயங்களும் தெரிஞ்சிருக்கு. 'டீப் ப்ரெய்ன் ஸ்டிமுலேஷன்' பத்தி பேசுறார். ஆறு மாசத்துக்கு முன்னாடி நான் நைஜீரியா போய்ட்டு வந்ததும் அவருக்குத் தெரிஞ்சிருக்கு.''

''ப்ளாக் மெயில் பண்றாரா...?''

''அவரோட பேச்சு கிட்டத்தட்ட அப்படித்தான் இருக்கு. 'என்னுடைய ஹை அஃபிஷியல்ஸ்களுக்கு ராஜபாண்டியனின் மரணம் சம்பந்தமாய் எது மாதிரியான விஷயங்களை ரிப்போர்ட்டாய் தரணுமோ அதைக் கொடுத்துட்டேன். இப்போ நாம பேசப் போறது ஆஃப் த ரிக்கார்ட் மேட்டர். அதனால்தான் போன் பண்ணி பேசிட்டிருக்கேன். நீங்க பயப்பட வேண்டாம். கம்ஃபர்டபுளாய் இருங்க. எல்லாப் பூட்டுக்கும் ஒரு சாவி இருக்கிற மாதிரி எல்லாப் பிரச்சனைகளுக்கும் ஒரு தீர்வு இருக்கு. பேசித் தீர்த்துக்கலாம் வாங்கன்னு,' சொல்றார்.''

''இது ஒரு அப்பட்டமான ப்ளாக் மெயில் தான் டாக்டர்... ஆனால் நாம் பயப்பட வேண்டியது இல்லை...!''

''என்னது பயப்பட வேண்டியது இல்லையா?''

''ஆமாம் டாக்டர்...!''

''எப்படிச் சொல்றே...?''

''விபத்தில் சிக்கி தலையில் அடிபட்டவர்கள் 'ப்ரெய்ன் டெத்' ஸ்டேஜுக்குப் போய்விட்டால் அந்த நபரின் உயிரைக் காப்பாற்றவே முடியாது என்று சொல்கிறது மருத்துவ விதி. அந்த விதியை மாற்றி அமைக்க நீங்கள் சில ஆராய்ச்சிகள் செய்து கொண்டு இருக்கிறீர்கள். அது எப்படி குற்றமாகும் டாக்டர்...? நீங்கள் இதுவரைக்கும் செய்த ஆராய்ச்சிகளில் யாருக்கும் எந்த ஒரு பாதிப்பும் ஏற்பட்டது இல்லையே... 'டீப் ப்ரெய்ன் ஸ்டிமுலேஷன்' மருத்துவ சிகிச்சை இப்போது சென்னையில் சில மருத்துவமனையில் செய்யப்படுகிறது. அதைத்தான் நீங்களும் செய்து கொண்டு இருக்கிறீர்கள்?''

''நீ சொல்வது சரிதான் ஹரி... ஆனால் மற்ற ஹாஸ்ப்பிடல்களில் செய்யப்படும் 'டீப் ப்ரெய்ன் ஸ்டிமுலேஷன்' சிகிச்சைக்கும் நான் செய்யும் அதே சிகிச்சைக்கும் பெரிய வித்தியாசம் இருக்கிறது. ஹாஸ்ப்பிடல்களில் பணியாற்றும் நியூரோ சர்ஜன்கள் மருத்துவ விதிகளுக்கு உட்பட்டு பார்கின்ஸன், அம்னீஷியா, அல்ஸீமர் போன்ற நோய்களால் பாதிக்கப்பட்ட நோயாளிகளுக்கு இந்திய மருத்துவ கவுன்சிலின் விதிகள்படி 'டீப் ப்ரெய்ன் ஸ்டிமுலேஷன்' சிகிச்சையைக் கொடுத்துக் கொண்டிருக்கிறார்கள். ஆனால் நான் இந்த ட்ரீட்மெண்ட்டை 'ப்ரெய்ன் டெத்' ஸ்டேஜில் உள்ள நோயாளிகளுக்குக் கொடுத்து மேலும் சில ஆய்வுகளை அவர்களின் மூளைப்பகுதியில் நடத்துவதற்கு அந்த விதிகள் இடம் கொடுக்கவில்லை... அதாவது நோயாளிகளைச் சோதனை எலிகளாக மாற்றி இம்சை செய்வது ஓர் உயிரைக் கொலை செய்வதற்கு சமமானது என்று உலக சுகாதார அமைப்பு உறுதிபடவே சொல்லியிருக்கு. விஷயம் வெளியே தெரிஞ்சா என் மேல பலவிதமான சட்டப் பிரிவுகள் பாயும்; என்னுடைய எம்.எஸ். எஃப்.ஆர்.சி.எஸ் மருத்துவப் பட்டம் பறிமுதல் செய்யப்படும். ஜாமீன்ல வெளியே வர முடியாத அளவுக்குக் கைது நடவடிக்கை இருக்கும்.''

சுபத்ரா மென்மையாய் குறுக்கிட்டாள்.

''டாக்டர்... நம்ம நிலைமை இப்போ எனக்கு நல்லாவே புரியுது. இருந்தாலும் இத்தனை நாள் நீங்க பட்ட சிரமத்துக்கு இந்த பேஷண்ட் நாகஜோதி மூலமாய் ஒரு நல்ல ரிசல்ட் கிடைச்சிருக்கு... 'ப்ரெய்ன் டெத்' ஸ்டேஜூக்குப் போயிட்டிருந்த நாகஜோதிக்கு லேசாய் உணர்வுகள் திரும்பிட்டிருக்கு...''

''அந்த சந்தோஷத்தை அனுபவிக்கக் கூடிய நிலைமையில் நாம இப்ப இல்ல சுபத்ரா. நாகஜோதியை உடனடியாய் டாக்டர் வெற்றிவேலின் ஹாஸ்ப்பிடலுக்கு கொண்டு போய் சேர்ப்பிக்கணும். நாகஜோதியோட கணவன் முத்துமாணிக்கம் தன்னோட மனைவியைப் பார்த்தே ஆகணும்ன்னு அடம் பிடிச்சு ஐ.சி. யூனிட்டுக்கு வெளியே உட்கார்ந்து கிட்டு இருக்கான். டாக்டர் வெற்றிவேல் இதுவரைக்கும் நாலு தடவை எனக்கு போன் பண்ணி நாகஜோதியை அனுப்பியாச்சான்னு கேட்டுட்டார். இனியும் நான் லேட் பண்ண முடியாது...! ஹரி...''

''டாக்டர்...!''

''நீயும் சுபத்ராவும் நாகஜோதியை நம்ம ஆம்புலன்ஸ் வேன்ல ஏத்திக்கிட்டு உடனே டாக்டர் வெற்றிவேலின் ஹாஸ்ப்பிடலுக்குப் புறப்படுங்க. ஹால்பிட்டலோட பின்பக்க ஐ.சி. யூனிட்டுக்குப் போக ஒரு வழி இருக்கு. அந்த வழியாய் நாகஜோதியை உள்ளே கொண்டு போய் படுக்க வெச்சுடலாம்.''

டாக்டர் ருத்திரபதி சொல்லிக் கொண்டிருக்கும் போதே அவருக்குப் பின்னால் யாரோ மூச்சிரைப்பது போல் சத்தம் கேட்டது.

ருத்திரபதி திரும்பிப் பார்த்தார்.

அவருடைய முதுகுத் தண்டுவடத்தில் எவரஸ்ட் குளிர் ஸ்லோமோஷனில் இறங்கியது.

ஃ ஃ ஃ

14

அறிந்து கொள்வோம்: *குற்றாவாளிகள் பொய் பேசினால் அது பொய்தான் என்று கண்டுபிடிக்கக்கூடிய கருவி காவல்துறையிடம் உள்ளது. இந்தக் கருவிக்கு பெயர் 'லை டிடெக்டர்.' 'லை டிடெக்டர்' என்பது கம்ப்யூட்டர் கருவிகள் அடங்கிய ஒரு தொகுப்பு மட்டுமே. இதன்படி ஓர் அறைக்குள் குற்றம் செய்தவர் நாற்காலியில் உட்கார வைக்கப்படுவார். அவருக்கு எதிரே போலீஸ் அதிகாரி ஒருவர் அமர்ந்திருப்பார்.அதையொட்டி இன்னொரு அறையில் கம்ப்யூட்டர் கருவிகள் வைக்கப்பட்டிருக்கும். விசாரணை நடக்கும் அறைக்குள் இருப்பவர்களை கம்ப்யூட்டர் அறையில் இருக்கும் அதிகாரிகள் கண்காணிக்க முடியும். ஆனால் குற்றவாளியால் கம்ப்யூட்டர் அறையில் இருக்கும் அதிகாரிகளைப் பார்க்க முடியாது.*

போலீஸ் அதிகாரி குற்றவாளியிடம் நிதானமான குரலில் சின்னச் சின்னதாய் கேள்விகளைக் கேட்க ஆரம்பிப்பார். அறையின் மேலேயும் பக்கவாட்டிலும் இருக்கும் சி.சி.டி.வி. கேமராக்கள் மற்றும் சில உபகரணங்கள் மூலம் குற்றவாளியின் நடவடிக்கைகள் அடுத்த அறையில் உள்ள கம்ப்யூட்டர் திரையில் தெரியும். முதலில் போலீஸ் அதிகாரி குற்றவாளியிடம் 'உன் பெயர் என்ன?' 'உன்னுடைய அப்பா பெயர் என்ன?' என்ற சாதாரண கேள்விகளைக் கேட்க ஆரம்பிப்பார். பொதுவாக இதுபோன்ற கேள்விகளுக்குக் குற்றவாளி உண்மையான பதில்களைத்தான் சொல்வார். அப்போது அந்த நபரின் நடவடிக்கைகள், இதயத்துடிப்பு போன்றவை கம்ப்யூட்டர் திரையில் பதிவாகும்.

பின்னர் அவர் சம்பந்தப்பட்ட குற்றப் பின்னணியோடு கூடிய கேள்விகள் கேட்கப்படும். அந்தக் கேள்விகளுக்கு அவர் பதில் சொல்லும்போது அவரிடம் காணப்படும் பதட்டம், இதயத்துடிப்பு, பெருகும் வியர்வையின் அளவு இவைகளைக் கவனித்து இரண்டுக்கும் உள்ள வேறுபாடுகளை அட்டவணைப்படுத்தி குற்றம் சுமத்தப்பட்ட நபர் பேசியது உண்மையா, பொய்யா என்பதைக் கண்டுபிடித்து விடுவார்கள்.

தன் முதுகுக்குப் பின்னால் மூச்சிரைப்பு எழும் சத்தம் கேட்டு திடுக்கிட்டுப் போய் திரும்பிப் பார்த்த டாக்டர் ருத்திரபதி அப்படியே உறைந்து போய் நின்றார். கட்டிலில் படுத்திருந்த நாகஜோதி பெரிது பெரிதாய் மூச்சிரைத்தபடி எழுந்து உட்கார முயற்சி செய்து கொண்டிருந்தாள். ருத்திரபதி, சுபத்ரா, ஹரி ஆகிய மூவரும் இமைக்க மறந்து விழிகளோடு பரஸ்பரம் ஒருவரை ஒருவர் பார்த்துக் கொண்டார்கள்.

''அன்பிலீவபள்.''

''டாக்டர்... ஷி ஈஸ் கெட்டிங் கான்ஷியஸ்.''

''எஸ்... இத்தனை நாள் நாம் எந்த ஒரு அதிசயத்துக்காகக் காத்திருந்தோமோ அந்த அதிசயம் நம்ம கண்ணுக்கு முன்னாடி அரங்கேறிட்டு இருக்கு...!'' ருத்திரபதி சந்தோஷக்குரலில் கத்திக் கொண்டே நாகஜோதியை நோக்கிப் போனார். ஹரியும் சுபத்ராவும் அவரைப் பின் தொடர்ந்தார்கள்.

நாகஜோதி எழுந்து உட்கார முயற்சித்து முடியாமல் மறுபடியும் படுக்கையில் சாய்ந்து கொண்டாள். ருத்திரபதி அவளுடைய மணிக்கட்டைப் பற்றி நாடியை சோதித்துக் கொண்டே குனிந்து கேட்டார்.

''நீ யார்னு உனக்குத் தெரியுதா?'' நாகஜோதியின் பாதி சோர்ந்த விழிகள் ருத்திரபதியைப் பார்த்துக் கொண்டிருக்க அவர் இன்னும் குனிந்து காதருகே கேட்டார்.

''உன் பெயர் என்ன?'' அவளுடைய உதடுகள் ஒரு சிறு அசைவுக்கு மட்டுமே உட்பட்டது. தொண்டைக்குழி வேகமாய் மேலேறி கீழே இறங்கியது.

''ம்... சொல்லு... உன் பெயர் என்ன...! உன்னால பேச முடியும் பேசு...'' நாகஜோதியின் உதடுகள் இப்போது வேகமாய் அசைய அவளுடைய உடல் ஒரு முறை 'திடும்'மென்று தூக்கிப்போட்டது.

''சுபத்ரா''

''டாக்டர்''

''அந்த எல்.எஸ்.டி. 24 இன்ஜெக்ஷனை ப்ரிப்பேர் பண்ணிக் கொண்டு வா...!''

''எஸ்... டாக்டர்...'' சொல்லிவிட்டு சுபத்ரா பக்கத்து அறையை நோக்கி ஓட, ஹரியிடம் திரும்பினார் ருத்திரபதி.

''ஹரி...! நாகஜோதியின் தலைமாட்டில் இருக்கிற செரிப்ரோ வாஸ்குலார் மானிட்டரிங் ஸ்கீரினை ஆன் பண்ணு.''

ஹரி வேகமாய் போய் மானிட்டரை ஆன் செய்தான். பச்சை நிறத் திரை உயிர் பெற்று நெளி நெளியான வரிகளையும் கோடுகளையும் உற்பத்தி செய்தது. ருத்திரபதி அந்தத் திரையையே சில விநாடிகள் பார்த்துக் கொண்டு இருந்துவிட்டு நாகஜோதியிடம் திரும்பினார். இப்போது அவளுடைய கண்கள் மூடியிருந்தது. மூச்சிரைப்பு அடங்கி சீரான சுவாசம் வெளிப்பட்டுக் கொண்டிருந்தது.

''நாகஜோதி!'' அவள் காதருகே குனிந்து குரல் கொடுத்தார் டாக்டர். பதிலில்லை.

''டாக்டர்.'' ஹரி கூப்பிட்டான்.

''சொல்லு.''

''செரிப்ரோ வாஸ்குலார் மானிட்டரிங் பர்ஃபாமென்ஸ் அவ்வளவு திருப்திகரமாய் இல்லை. 'சம்திங் வென்ட் ராங்க்'னு திரும்பத் திரும்ப கேப்ஷனைக் காட்டிக்கிட்டு இருக்கு!''

''அதை மொதல்ல ஆஃப் பண்ணு.''

சுபத்ரா பக்கத்து அறையில் இருந்து ஒரு சிறிய பாட்டிலோடு வெளிப்பட்டாள்.

''டாக்டர்... நாகஜோதிக்கு இன்ஜெக்ஷன் போட எல்.எஸ். டியிலிருந்து எவ்வளவு ஆம்பியூல்ஸ் எடுக்கட்டும்?''

''இப்போதைக்கு அந்த இன்ஜெக்சன் வேண்டாம். அந்த நாகஜோதி மயக்கத்துக்குப் போயிட்டா.''

''டாக்டர்... நம்ம ப்ராஜெக்ட்ல இது ஒரு முக்கியமான நாள் 'ப்ரெய்ன் டெத்' ஸ்டேஜில் இருந்த நாகஜோதி கண்விழித்துப் பார்த்ததும், எழுந்து உட்கார முயற்சி பண்ணினதும் நாம எதிர்பார்க்காத ஒண்ணு. நாகஜோதி இன்னமும் ஒருவாரம் இங்கே இருந்தா அவளை இந்த 'ப்ரெய்ன் டெத்' ஸ்டேஜிலிருந்து முழுமையாய் மீட்டுவிட முடியும்.''

''டாக்டர் வெற்றிவேல் இதுக்கு ஒத்துழைக்கணுமே?''

''அவர்கிட்டே பேசிப்பாருங்க, டாக்டர்!'' சுபத்ரா சொன்னதும் ருத்திரபதி தன்னுடைய செல்போனை எடுத்து டாக்டர் வெற்றிவேலைத் தொடர்பு கொண்டார். ருத்திரபதி பேசுவதற்கு முன்பாக வெற்றிவேல் கேட்டார்.

''என்ன ருத்ரா நாகஜோதியை ஆம்புலன்ஸ்ல என்னோட ஹாஸ்ப்பிடலுக்கு அனுப்பிட்டியா...?''

''அதைப் பத்திப் பேசத்தான் உனக்கு போன் பண்ணினேன்.''

''என்ன பேசணும்?''

''நீ கேட்டுக்கிட்டபடி நாகஜோதியை உன்னோட ஹாஸ்ப்பிடலுக்கு அனுப்ப நான் ஏற்பாடு பண்ணிட்டு இருந்த போதுதான் அந்த மிராக்கிள் நடந்தது...!''

''என்ன மிராக்கிள்?''

'''ப்ரெய்ன் டெத்' ஸ்டேஜில் இருந்த நாகஜோதிக்கு கான்ஷியஸ் வந்து எழுந்து உட்கார முயற்சி செஞ்சா.''

''என்ன உளர்றே ருத்ரா?''

''இது உளறல் இல்லை, உண்மை. நம்ப முடியாத உண்மை. ஆனா நீ நம்பித்தான் ஆகணும்... இனிமே 'ப்ரெய்ன் டெத்' நிலைமை யாருக்கு ஏற்பட்டாலும் அவங்களைக் காப்பாத்த முடியும் என்கிற நம்பிக்கை எனக்கு வந்தாச்சு...!''

''என்னால இன்னமும் நம்ப முடியல...!''

''நாகஜோதி மேற்கொண்டு இங்கே ஒரு வார காலம் இருந்தா போதும், அவளை முழுமையாய் குணப்படுத்தி காட்டிருவேன்.''

மறுமுனையில் வெற்றிவேல் சிரித்தார். ருத்திரபதி கோபமானார்.

''என்ன வெற்றி, சிரிக்கிற?''

''சிரிக்காமே என்ன பண்றது... ஒரு பொய்யை இவ்வளவு அழகா உன்னைத் தவிர வேற யாருமே சொல்ல முடியாது.''

''ஸோ... நான் சொன்னதை நீ நம்பலை?''

''நம்ப முடியலை.''

''இதோ பார் வெற்றி... நான் எதுக்காகவும் பொய் சொல்ல வேண்டிய அவசியம் இல்லை. என்னோட இந்த ரிவைவல் ஆஃப் 'ப்ரெய்ன் டெத்' ப்ராஜெக்ட் தன்னோட முதல் வெற்றிப்படியில் ஏறிவிட்டது.''

''சரி... நாகஜோதி இப்ப எழுந்து உட்கார்ந்திட்டு இருக்காளா?''

''எழுந்து உட்கார முயற்சி பண்ணினா. ஆனா மறுபடியும் மயக்கத்துக்குப் போயிட்டா.''

''அதாவது பழைய நிலைமைக்கு போயிட்டான்னு சொல்லு.''

''நீ எப்படி வேணும்னாலும் வெச்சுக்கலாம் வெற்றி. ஆனா நாகஜோதி இன்னமும் ஒரு வார காலம் என்னோட கண்காணிப்பில் இருக்க நீ அனுமதி தரணும்!''

‘‘என்ன ருத்ரா... நீ விளையாடறியா... நான் இப்போ எப்பேர்ப்பட்ட நிலைமையில் இருக்கேன் தெரியுமா...? நாகஜோதியோட கணவன் முத்து மாணிக்கம் ஐ.சி. யூனிட்டுக்கு வெளியே அவளைப் பார்க்கிறதுக்காகக் காத்துட்டிருக்கான். நான் ரொம்ப நேரத்துக்கு அவனைக் கண்ட்ரோல் பண்ணி வச்சுட்டு இருக்க முடியாது. அவ இப்போ எந்த நிலைமையில் இருந்தாலும் சரி, அடுத்த ஒரு மணி நேரத்துக்குள்ளே என்னோட ஹாஸ்ப்பிடலுக்கு ஐ.சி.யூவில் நாகஜோதி இருந்தாகணும்...!’’

‘‘சரி... அனுப்பி வைக்கிறேன். ஆனா ஒரு கண்டிஷன்...?’’

‘‘என்ன...?’’

ருத்திரபதி குரலைத் தாழ்த்தினார்.

ஃ

போலீஸ் கமிஷனர் சடகோபன் இன்னமும் தன்னுடைய பிரமிப்பிலிருந்து அகலாமல் விவேக்கை ஏறிட்டபடி கேட்டார்.

‘‘பணம் 1500 கோடி ரூபாய் கன்டெய்னரில் வந்தது யாருடைய பணம் என்று தெரிந்தால் மட்டுமே ராஜபாண்டியனைக் கொன்ற கொலையாளி யார் என்கிற கேள்விக்கு பதில் கிடைக்கும் என்று சொன்னீர்கள், இல்லையா விவேக்?’’

‘‘ஆமாம்.’’

‘‘அது யாருடைய பணம் என்று கண்டுபிடிக்க ஒரு வழியும் இருப்பதாய் சொன்னீர்கள்?’’

‘‘ஆமாம்.’’

‘‘என்ன வழி...?’’

‘‘ராஜபாண்டியன் மரணமடைந்து இப்போது மூன்று மாத காலம் ஆகிவிட்டது இல்லையா?’’

‘‘ஆமாம்.’’

‘‘அவர் மரணமடைந்ததற்கு ஒரு மாதம் முன்பு யார்

யாரெல்லாம் அவரைச் சந்தித்துப் பேசினார்கள் என்கிற விபரம் வேண்டும். அது தவிர அவர் பயன்படுத்திய செல்போன் எண்களை வைத்து வெளிநாட்டு நபர்களோடு, முக்கியமாக நைஜீரியாவில் யாரோடு பேசினார் என்பதைக் கண்டுபிடிக்க வேண்டும். இந்த விபரங்கள் எல்லாம் நம் கைக்குக் கிடைத்தால்தான் ராஜபாண்டியனின் விபரீத மரணத்திற்குக் காரணம் யார் என்பதை கணித்து அவரை நோக்கி நகர முடியும்...!''

''யூ ஆர் செண்ட் பர்சன்ட் கரெக்ட் மிஸ்டர் விவேக்... இப்பவே அதற்கான ஏற்பாடுகளைச் செய்யச் சொல்லி இன்ஸ்ட்ரக்ஷன் கொடுத்து விடுகிறேன்.'' கமிஷனர் சொல்லிக் கொண்டிருக்கும் போதே விவேக்கின் செல்போன் வைப்ரேஷனில் அழைத்தது.

எடுத்து அழைப்பது யார் என்று பார்த்தான். ஃபாரன்சிக் டெக்னிகல் ஸ்காலர் குமரன் பெயர் டிஸ்ப்ளேயில் தெரிந்தது.

விவேக் கமிஷனரை ஏறிட்டான்.

''சார்... குமரன் கூப்பிடறார்.''

''ம்... பேசுங்க.''

ஸ்பீக்கரை ஆன் செய்துவிட்டுப் பேசினான் விவேக்.

''சொல்லுங்க மிஸ்டர் குமரன்.''

''சார்! நேற்றைக்கு ராத்திரி தையூர் பகுதியில் புதைக்கப்பட்டிருந்த ப்ளாஸ்டிக் செயற்கை மனிதத்தலையை ஒரு முழுமையான பரிசோதனைக்கு உட்படுத்திப் பார்த்துட்டேன்.''

''ரிப்போர்ட் என்ன?''

''சொன்னா நம்பமாட்டீங்க சார்... அது ஒரு விளையாட்டு பொம்மை.''

''என்னது... விளையாட்டு பொம்மையா?''

''ஆமா... சார்...''

‘‘மிஸ்டர் குமரன் ஆர்...யூ...ப்ளேயிங்?’’

‘‘நோ சார்... அயாம் சீரியஸ்லி டாக்கிங். அந்த ப்ளாஸ்டிக் செயற்கை மனிதத்தலையை தரோவாய் செக் பண்ணிப் பார்த்துட்டேன். ஐ டிட் நாட் ஃபைன்ட் அவுட் எனிதிங்க் சீரியஸ். ஏதோ ஒரு டாய் சென்டர்ல வாங்கின பொம்மை அது... ப்ளாஸ்டர் ஆஃப் பாரிஸையும், கார்பைட்டையும் கலந்து பண்ணின ஒரு பொம்மையின் தலை...!’’

‘‘நோ... மிஸ்டர் குமரன்...! அந்தத் தலையை நான் கையில் எடுத்துப் பார்த்தபோது அதன் மையப்பகுதியில் ஒரு குமிழ் போல் எனக்கு ஏதோ தட்டுப்பட்டது. இழுத்துப் பார்த்தேன். திறந்து கொண்டது. உள்ளே க்ரே நிறத்தில் மனித மூளையின் அமைப்போடு ஒரு பொருள் இருந்தது. அதோடு இணைக்கப்பட்ட சென்சார்கள்.’’

‘‘எஸ்... நானும் அதையெல்லாம் பார்த்தேன். அது எல்லாமே ரிமோட் சென்ஸார்ஸ். ரிமோட்டை ஆன் பண்ணினா 24 மணி நேரமும் தலையாட்டிக் கொண்டேயிருக்கிற பொம்மை சார் அது.’’

‘‘அதாவது உங்க ரிப்போர்ட்படி அது ஒரு சாதாரண விளையாட்டு பொம்மை. எல்லா டாய் சென்டர்களிலும் கிடைக்கக்கூடிய ஒரு பொம்மை...!’’

‘‘எஸ்.’’

‘‘அப்படியொரு சாதாரண பொம்மையை ஒரு நள்ளிரவு நேரத்தில் இரண்டு பேர் திருட்டுத்தனமாய் வந்து குழி தோண்டி புதைக்க வேண்டிய அவசியம் என்ன...?’’

விவேக் கேட்ட இந்த கேள்விக்கு மறுமுனையில் ஃபாரன்சிக் டெக்னிகல் ஸ்காலர் குமரன் சொன்ன பதில் அவனை வியப்புக்குள் வீழ்த்தியது.

15

அறிந்து கொள்வோம்: *ஓரிடத்தில் ஒரு மனித உடல் எரிந்து போன நிலையில் கரிக்கட்டையாய் கிடக்கிறது. அது இறந்தபின் எரிக்கப்பட்ட உடலா அல்லது உயிருடன் எரிக்கப்பட்ட உடலா என்பதை ஃபாரன்சிக் துறை எப்படி கண்டுபிடிக்கிறார்கள், எரிக்கப்பட்ட உடல் எது மாதிரியான பொசிசனில் (Position) விழுந்து கிடக்கிறது என்பதைப் பார்த்த உடனேயே மரணம் எப்படி நிகழ்ந்திருக்கும் என்பதைக் கணித்து விடுவார்கள். உயிர்பிரிந்த பிறகு ஓர் உடல் எரிக்கப்பட்டிருந்தால் அது ஒரு நீளமான கரிக்கட்டையாக மல்லாந்த நிலையிலேயோ குப்புறப்படுத்த நிலையிலேயோ இருக்கும். ஆனால் ஒரு மனிதன் உயிரோடு எரிக்கப்பட்டிருந்தால் அந்த உடல் 'பாக்ஸர்ஸ் ஆட்டிட்யூட்' (Boxer's Attitude) என்ற நிலையில் இருக்கும். அது என்ன 'பாக்ஸர்ஸ் ஆட்டிட்யூட்' என்று கேட்கிறீர்களா?*

பொதுவாக, கொலை செய்யப்பட்டாலோ சித்ரவதை செய்யப்பட்டாலோ ஒரு மனித உடல் துடிக்கும். உயிர்பிரியும் போது நடக்கும் மரணப்போராட்டம் மிகக் கொடூரமானது. கடைசி நேரத் துள்ளல்கள் தாறுமாறாய் இருக்கும். கத்தியால் குத்தப்பட்டோ, அல்லது துப்பாக்கியால் சுடப்பட்டோ கொலை செய்யப்பட்டால் அந்த நபரின் கைகால்கள் வளையாமல் இருக்கும். ஆனால் உயிரோடு எரிக்கப்பட்ட ஒரு நபரின் கைகளும், கால்களும் தீயின் வெப்பத்தால் வளைந்து ஒரு குத்துச் சண்டை வீரர் எதிராளியைக் குத்தும்போது

எதுமாதிரியான நிலைமையில் கைகளையும் கால்களையும் வைத்து இருப்பாரோ அதுபோன்ற ஒரு தோற்றத்தோடு கீழே விழுந்து கரிக்கட்டையாய் மாறியிருப்பார். இதைத்தான் ஃபாரன்சிக் துறை Boxer's Attitude என்று குறிப்பிட்டு இறந்து கிடப்பவர் உயிரோடு எரிக்கப்பட்டுள்ளார் என்ற முடிவுக்கு வருகிறார்கள்.

'அப்படியொரு சாதாரண பொம்மைத்தலையை ஒரு நள்ளிரவு நேரத்தில் 2 பேர் திருட்டுத்தனமாய் வந்து குழிதோண்டிப் புதைக்க வேண்டிய அவசியம் என்ன?' விவேக் கேட்ட இந்தக் கேள்விக்கு மறுமுனையில் ஃபாரன்சிக் டெக்னிக்கல் ஸ்காலர் குமரன் சொன்ன பதிலைக் கேட்டதும் விவேக் வியப்பின் விளிம்புக்கே போனான்.

அந்தப் பதிலை நம்ப முடியாதவனாய் மறுபடியும் கேட்டான். ''குமரன்! இப்ப நீங்க என்ன சொன்னீங்க?''

''அதைக் கண்டுபிடிக்க வேண்டியது என்னோட வேலை இல்லை. உங்க வேலைன்னு சொன்னேன்.''

''வாட் ஈஸ் ராங் வித் யூ... ஏன் இப்படி திடீர்னு எமோஷனலாகி பேசறீங்க...?''

''பின்னே என்ன சார்... அது ஒரு விளையாட்டு பொம்மைனு சொல்றேன். நீங்க அதை நம்பாம என்னை ஏதோ ஒரு குற்றவாளி மாதிரி விசாரணை பண்ணிட்டிருக்கீங்க...''

''இதோ பாருங்க குமரன், நாம இப்ப டீல் பண்ணிட்டிருக்கிறது சாதாரண விஷயம் இல்லை. ஒரு விபரீதத்தை உள்ளடக்கிய விஷயம். அந்த பிளாஸ்டிக் தலை புதைக்கப்பட்ட இடத்தில் நேத்து ராத்திரி எது மாதிரியான சம்பவங்கள் நடந்ததுன்னு உங்களுக்குத் தெரியும்.''

''இட்ஸ் ஓகே... நான் இப்ப என்ன பண்ணணும்னு நினைக்கிறீங்க...?''

‘‘அந்த பிளாஸ்டிக் தலையை மறுபடியும் ஒரு தடவை ஆய்வுக்கு உட்படுத்திப்பாருங்க... அதன் உள்கட்டமைப்புக்குள்ளே ஏதாவது வித்தியாசமாய் தட்டுப்படும்...’’

‘‘நான் பொய் சொல்றேன்னு சந்தேகப்படுறீங்களா சார்?’’

‘‘நோ...நோ... உங்களைப்பத்தி எனக்குத் தெரியும். நான் இன்வெஸ்டிகேட் பண்ணின எத்தனையோ சிக்கலான கேஸ்களில் நீங்க முக்கியமான சில ஃபாரன்சிக் ரிப்போர்ட்ஸ் கொடுத்து குற்றவாளிகளைப் பிடிக்க உதவி பண்ணியிருக்கீங்க... ஸோ.. பொய் சொல்ல வாய்ப்பில்லை. அதே நேரத்துல அது ஒரு விளையாட்டு பொம்மைத் தலைனு நம்பவும் முடியல.’’

‘‘சார்... இப்ப எனக்கு முன்னாடி மேஜையில் அந்த ப்ளாஸ்டிக் தலை இருக்கு. ஃபாரன்சிக் ஆபீசர் வைத்தியநாதனும் ரிசர்ச் ஸ்காலர்ஸ் ரம்யாபாரதியும் இளமதியும் எனக்குப் பக்கத்துல தான் இருக்காங்க... நீங்க உடனடியாய் புறப்பட்டு இங்கே வாங்க. உங்களுக்கு முன்னாடியே அந்தத் தலையை ஓப்பன் பண்ணி உள்ளே எது மாதிரியான விஷயம் இருக்குன்னு காட்றேன்...’’

‘‘அதுக்கு அவசியம் இல்லை குமரன். நீங்க தர்ற ரிப்போர்ட்டை நான் நம்பறேன்... மேற்கொண்டு இந்தக் கேஸை எப்படி டீல் பண்றதுன்னு நான் பாத்துக்கிறேன். தேங்க்ஸ் ஃபார் யுவர் கோவாப்ரேஷன்...’’ விவேக் செல்போனை அணைத்துவிட்டு எதிரிலிருந்த போலீஸ் கமிஷனர் சடகோபனை ஏறிட்டான்.

அவர் கேட்டார்.‘‘என்ன மிஸ்டர் விவேக்... குமரன் சொன்ன ரிப்போர்ட் சரியில்லைன்னு நினைக்கிறீங்களா?’’

‘‘அதுதான் சார் எனக்கு குழப்பமாய் இருக்கு. இதுவரைக்கும் அவர் 50க்கும் மேற்பட்ட கேஸ்களில் ஃபாரன்சிக் ரிப்போர்ட் கொடுத்திருப்பார். எதுவுமே மிஸ் மேட்ச் ஆனதே இல்லை... அவர் ஒரு ரிப்போர்ட்டைக் கொடுத்துட்டா நூறு சதவீதம் நம்பகத்தன்மை இருக்கும்.’’

''இந்த விஷயத்துல நாம இன்னொரு முடிவு எடுத்தா என்ன...?''

''இன்னொரு முடிவா?''

''எஸ்... அந்த பிளாஸ்டிக் தலையை பெங்களூர்ல இருக்கிற ஃபாரன்சிக் லாப்புக்கு அனுப்பி ஒரு செகண்ட் ஒப்பினியன் வாங்கினா குமரன் சொல்றது உண்மையா, பொய்யான்னு தெரிஞ்சிடும்!''

''அப்படி செகண்ட் ஒப்பினியன் வாங்கினா குமரன் வருத்தப்படுவாரே...?''

''ஸோ...வாட்... அதுக்கு நாம என்ன செய்ய முடியும் மிஸ்டர் விவேக்...? இந்த விஷயத்துல நமக்கு ஒரு தெளிவு கிடைக்கும்னா நாம இந்த நடவடிக்கையை எடுத்துத்தான் ஆகணும்...!'' கமிஷனர் சடகோபன் தீர்க்கமான குரலில் விவேக்கிடம் சொல்லிக் கொண்டிருக்கும் போதே அவருடைய இன்டர்காம் டெலிபோன் முணுமுணுத்தது. எடுத்து காதுக்கு ஒற்றினார். மறுமுனையில் கமிஷனரின் உதவியாளர் பேசினார்.

''சார்... ஃபாரன்சிக் டிபார்ட்மெண்டிலிருந்து ஆபீசர் வைத்தியநாதன் உங்களைப் பார்க்க வந்து இருக்கார்.''

கமிஷனர் நிமிர்ந்து உட்கார்ந்தார். குழப்பம் முகம் முழுவதும் பரவிக் கொள்ள சற்றே பதட்டத்துடன் கேட்டார்.

''என்ன சொன்னீங்க...? ஃபாரன்சிக் ஆபீசர் வைத்தியநாதனா...?''

''ஆமா சார்.''

''அவர் எப்ப வந்தார்?''

''இப்பத்தான் ஒரு ரெண்டு நிமிஷத்துக்கு முன்னாடி.''

''அவர் கூட வேற யாராவது வந்திருக்காங்களா?''

''இல்ல சார்... அவர் மட்டும் தான்.''

''சரி அவரை உடனே என்னோட அறைக்கு அனுப்பி வையுங்க...''

''எஸ்... சார்.''

இன்டர்காம் ரிஸீவரைக் கவிழ்த்த கமிஷனர் சடகோபன் விவேக்கை திகைப்பாய்ப் பார்த்தார். ''விவேக்...! அஞ்சு நிமிஷத்துக்கு முன்னாடி உங்ககூட பேசிட்டிருந்த குமரன் ஃபாரன்சிக் ஆபீசர் வைத்தியநாதன் அவருக்குப் பக்கத்துல இருக்கிறதாகத்தானே சொன்னார்?''

''ஆமா சார்.''

''ஆனா அந்த வைத்தியநாதன் இப்போ என்னைப் பார்க்க வந்திருக்காரே... குமரன் ஏன் அப்படி ஒரு பொய்யைச் சொல்லணும்...''

''குமரன் கிட்டே ஏதோ ஒரு தப்பு இருக்கு சார். வைத்தியநாதன் வரட்டும். அவர்கிட்டே பேசிப் பார்த்தா உண்மை நிலவரம் என்னான்னு தெரிஞ்சுடும்...''

விவேக் சொல்லச் சொல்ல கமிஷனரின் அறைக்கதவு லேசாய்த் தட்டப்பட்டது.

''ப்ளீஸ் கம் இன்...''

இளம் நீல நிற சஃபாரியில் வழுக்கையும், தொப்பையும் உள்ள அந்த 50 வயது வைத்தியநாதன் உள்ளே வந்தார். கமிஷனருக்கு சம்பிரதாய சல்யூட் ஒன்றைக் கொடுத்துவிட்டு அட்டென்ஷன் பொசிஷனிலிருந்து தளர்ந்தார்.

''உட்காருங்க வைத்தியநாதன்.''

உட்கார்ந்தார்.

''சொல்லுங்க என்ன விஷயம்?''

''சார்! குமரன் கேரளாவில் இருக்கிற அவரோட சொந்த ஊருக்கு எர்லி மார்னிங்கே புறப்பட்டுப் போயிட்டார். அந்த 'ப்ராஸ்தடிக்' தலை விஷயமாய் நான் உங்ககிட்ட கொஞ்சம் பேசணும்.''

விவேக்கும் போலீஸ் கமிஷனர் சடகோபனும் ஓர் அதிர்ச்சியான பார்வையை பரஸ்பரம் பரிமாறிக் கொண்டார்கள்.

௧௦

டாக்டர் ருத்திரபதி செல்போனில் குரலைத் தாழ்த்தினார்.

''வெற்றி! என்னோட கண்டிஷன் இதுதான். நாகஜோதியை அடுத்த ஒரு மணி நேரத்துக்குள்ளே உன்னோட ஹாஸ்ப்பிடலுக்கு அனுப்பி வைக்கிறேன். ஆனா இன்னிக்கு ராத்திரி பதினோரு மணிக்கு மேல் நான் ஹாஸ்ப்பிடலுக்கு வருவேன். நாகஜோதிக்கு என்னுடைய ட்ரீட்மெண்ட்டை கன்டினியூ பண்ணுவேன். அதுக்கு நீ மறுப்பு சொல்லக் கூடாது...!''

செல்போனில் மறுமுனையில் இருந்த டாக்டர் வெற்றிவேல் அனலாய் பெருமூச்சொன்றை விட்டார்.

''ருத்திரபதி இது தேவையா?''

''வெற்றிவேல்... நீ என்னை நம்பணும்...!

''நாகஜோதியை இன்னும் ஒரு வாரத்துக்குள்ளே 'மூளைச் சாவு' நிலைமையில் இருந்து என்னால மீட்டு எடுக்க முடியும். அதுக்கு நீ ஒத்துழைப்பு தரணும்.''

''ருத்ரா...! உன்னோட திறமையை நான் அண்டர் எஸ்டிமேட் பண்றதாய் நினைக்காதே... 'ப்ரெய்ன் டெத்' ஸ்டேஜூக்குப் போனவங்களை மறுபடியும் சுயஉணர்வுக்குக் கொண்டு வர நீ எடுத்துக்கிற மருத்துவ ரீதியான சிகிச்சை முறைகள் உனக்கும் எனக்கும் உடன்பாடாய் இருந்தாலும் சட்டத்துக்கு உடன்பாடு இல்லாதவை. சர்வதேச விதிகளுக்கு எதிரானவை. விஷயம் வெளியே கசிஞ்சா விளைவுகள் விபரீதமாய் இருக்கும். என்னோட ஹாஸ்ப்பிடலில் நடந்த எல்லா மூளைச்சாவு நோயாளிகளின் மரணங்களுக்கும் நீயும் நானும் தான் காரணம்னு முத்திரை குத்தப்படும். அதுக்கப்புறம் சந்தோஷம் என்கிற வார்த்தையை தொலைச்சுட்டு வருஷக்கணக்குல ஜெயில்ல இருக்க வேண்டியதுதான்!''

''கவலைப்படாதே வெற்றி.. அப்படிப்பட்ட ஒரு நிலைமை உனக்கும் சரி, எனக்கும் சரி வராது... ஒரு வேளை சட்டத்தின் பிடியில் நான் மாட்டிக்கிட்டாலும் உன்னைக் காட்டிக் கொடுக்கவே மாட்டேன்...''

‘‘அந்த நம்பிக்கை இருக்கப்போய்த்தான் நான் உனக்கு இத்தனை நாளும் என்னாலான ஒத்துழைப்பு கொடுத்துட்டு வந்தேன். இனியும் அது தொடர்ந்தால் நமக்குக் கிடைக்கப் போகிற முடிவுகள் அவ்வளவு சாதகமாய் இருக்காது... ருத்ரா!’’

‘‘உன்னோட பயம் எனக்கும் புரியுது வெற்றி! எனக்கு ஒரே ஒரு வாய்ப்பு மட்டும் கொடு. இதுல நான் தோத்துட்டா அந்த *DBS* ப்ராஃஜக்ட்டையே விட்டுடறேன். கிவ் மி ஒன் லாஸ்ட் சான்ஸ்...!’’

‘‘லாஸ்ட் சான்ஸ்ன்னா எப்படி...?’’

‘‘இந்த நாகஜோதி உன்னோட ஹாஸ்ப்பிடல் ஐ.சி. யூனிட்டில் ரெண்டு வார காலம் இருக்கட்டும். நான் தினமும் ராத்திரி பதினோரு மணிக்கு மேல் தனியாய் ஹாஸ்ப்பிடலுக்கு வந்து ‘டீப் ப்ரெய்ன் ஸ்டிமுலேஷன்’ ட்ரீட்மெண்டைத் தர்றேன். நாகஜோதி எப்படியும் அந்த ‘ப்ரெய்ன் டெத்’ ஸ்டேஜிலிருந்து விடுபட்டு சுய உணர்வுக்கு மீண்டு உயிர் பிழைப்பாள் என்கிற நம்பிக்கை எனக்கு இருக்கு. ஒரு வேளை துரதிர்ஷ்டவசமாய் என்னோட ட்ரீட்மெண்ட் தோல்வியில் முடிஞ்சுட்டா நான் டி.பி.எஸ். ப்ராஜெக்ட்டை மேற்கொண்டு தொடராமே ‘ஸ்கிப்’ பண்ணிடுவேன்.’’

‘‘ருத்ரா...! நீ இப்ப சொன்னது நிஜம்தானே?’’

‘‘நிஜம்தான்... ஏ வேர்ட் ஈஸ்... ஏ வேர்ட். நான் சொன்ன வார்த்தையில் இருந்து பின்வாங்கமாட்டேன்...’’

‘‘சரி... இன்றைய தினத்திலிருந்து நான் உனக்கு பத்து நாள் டைம் தர்றேன். சரியா பத்து நாள். அதுக்குள்ளே நீ உன்னோட ‘டீப் ப்ரெய்ன் ஸ்டிமுலேஷன்’ ப்ராஜெக்ட்ல ஜெயிக்கணும்... தோத்துட்டா அடுத்தநாளில் இருந்து நீ அந்த ப்ராஜெக்ட்டையே பேசக்கூடாது.’’

‘‘கண்டிப்பாய் பேசமாட்டேன்... ஆனா வெற்றி, ஒரு விஷயத்தை உன்கூட ஷேர் பண்ணிக்க விரும்புறேன்.’’

‘‘என்ன...?’’

''ஒருவருக்குத் தலையில் அடிபட்டு அவர் 'ப்ரெய்ன் டெத்' ஸ்டேஜூக்குப் போயிட்டா அது ஒரு சீரியஸான விஷயம் கிடையாது. அவசரப்பட்டு யாருக்கும் உறுப்புத் தானம் செய்ய வேண்டிய அவசியம் இல்லை. அது ஒரு நிச்சயமான மரணம் கிடையாது. தற்காலிகமான மரணமே. அந்த மரணத்திலிருந்து அவரை மீட்க முடியும். இப்ப நான் சொன்னதெல்லாம் நாளைய நிஜங்களாய் மாறும்.''

''மாறினா நல்லதுதான் ருத்ரா. நீ மொதல்ல அந்த நாகஜோதியை என்னோட ஹாஸ்ப்பிடலுக்கு அனுப்பி வை. இன்னும் ஒரு மணி நேரத்துல அந்தப் பொண்ணு இங்கே இருக்கணும். ஏதாவது காரணத்தைச் சொல்லி லேட் பண்ணிடாதே...!''

மறுமுனையில் டாக்டர் வெற்றிவேல் அழுத்தந்திருத்தமாய் சொல்லிவிட்டு செல்போனை அணைத்துவிட ருத்திரபதியும் தன் செல்போனை இருட்டாக்கினார். அதேவிநாடி அவருக்குப் பின்புறம் இருந்த சுபத்ரா குரல் கொடுத்தாள்.

''டாக்டர்...''

திரும்பினார். அதிநவீன ஒரு செல்போனோடு சுபத்ரா நின்றிருந்தாள்.

''என்ன சுபத்ரா?''

''நைஜீரியாவிலிருந்து போன்.''

16

அறிந்து கொள்வோம்: *உங்கள் நினைவாற்றலை அதிகப்படுத்திக்கொள்ள வேண்டுமா? இந்த மாத்திரையை தினந்தோறும் எடுத்துக் கொள்ளுங்கள் என்று தினசரிகளில் விளம்பரம் வருவதைப் பார்த்திருப்பீர்கள். அந்த விளம்பரத்தில் ஒரு பிரபல நடிகரும் அந்த மாத்திரையைச் சாப்பிடும்படி சிபாரிசு செய்திருப்பார். அந்த மாத்திரையின் செயல்பாடுகள் என்ன என்பதை இப்போது பார்ப்போம். நம் மூளையில் கோடிக்கணக்கான நரம்பணுக்கள் என்று சொல்லக்கூடிய நியூரான்கள் ஒன்றோடு ஒன்று கைகோர்த்துக் கொண்டு கூட்டுக்குடும்பமாய் இருந்து வருகின்றன. ஒரு நியூரானுக்கும் இன்னொரு நியூரானுக்கும் இடையில் ஒரு வகை திரவம் சுரப்பதால் நியூரான்கள் அந்த வழியாகச் செய்திகளைப் பரிமாறிக் கொள்கின்றன. அந்த அற்புதமான திரவத்துக்குப் பெயர் 'அசிட்டோகோலின்.' அந்த 'அசிட்டோகோலின்' திரவம் நியூரான்களுக்கு மத்தியில் உலராமல் ஈரத்தோடு இருக்கும் வரையிலும் ஒவ்வொரு மனிதனின் நினைவாற்றலும் சிறப்பாக இருக்கும்.*

ஒரு மனிதனின் உடல் 50 வயதைத் தாண்டும் போதுதான் இந்த 'அசிட்டோகோலின்' சுரப்பு மெதுவாய் குறைய ஆரம்பிக்கிறது. காரை எங்கே 'பார்க்' செய்தோம் என்று ஒரு சில விநாடிகள் யோசிப்போம், திருக்குறளைச் சொல்ல ஆரம்பிப்பவர்கள் பாதியிலேயே நிறுத்திவிட்டு தலையை சொறிவதும், 'நீங்க என்னைக்குத்தான் நான் சொன்னதை ஒழுங்க வாங்கிட்டு வந்திருக்கீங்க, என்று மனைவி கணவனைத் திட்டுவதும் அது

மாதிரியான சமயங்களில்தான். அதனால்தான் அரசு ஒரு ஊழியர் ஓய்வு பெறும் வயதை 60 ஆக நிர்ணயம் செய்திருக்கிறது. மார்க்கெட்டில் இப்போது கிடைக்கும் மாத்திரைகளுக்கு பெயர் 'நுரோட்ராபிக்ஸ்' (Nurotropics). இவைகள் நியூரான்களுக்கு மத்தியில் சுரக்கும் திரவத்தை அதாவது 'அசிட்டோகோலி'னை உலர்ந்து போகாமல் பார்த்துக் கொள்கின்றனவாம். இந்த மாத்திரைகள் சாப்பிட்டால் பக்கவிளைவுகள் உண்டாகும் வாய்ப்புள்ளதாக பயோமெடிக்கல் ஆராய்ச்சியாளர்களில் ஒரு பிரிவினர் சொல்லி வருகிறார்கள்.

'நைஜீரியாவிலிருந்து போன்!' என்று சுபத்ரா சொன்னதும் ஒரு சில விநாடிகள் மவுனமாய் இருந்த டாக்டர் ருத்திரபதி பின் அவளிடம் இருந்த செல்போனை வாங்கிக் காதுக்கு ஒற்றினார்.

பிறகு மெதுவான குரலில் பேச ஆரம்பித்தார். நைஜீரிய நாட்டு மொழியில் உரையாடல் நடந்தது.

''நான் ருத்திரபதி.''

மறுமுனையில் ஒரு பெண்ணின் குரல் கேட்டது.

''அங்கே என்ன நடக்கிறது? உங்களிடம் இருந்து கடந்த ஒரு வாரகாலத்தில் எந்த ஒரு போன் அழைப்பும் வரவில்லை?''

''இங்கே கொஞ்சம் பிரச்சனை.''

''பிரச்சனைகள் வரத்தான் செய்யும். நாம் முன்பே எதிர்பார்த்ததுதானே?''

''ஆனால் இவ்வளவு விரைவில் வரும் என்று நினைக்கல.''

''நான் நினைத்தேன்...''

''இப்போது என்ன செய்யலாம்?''

''அதை முடிவு செய்ய வேண்டியது நீங்கள்தான் ஆனால்

நீங்கள் எடுக்குற எந்த முடிவும் எங்களுக்கு பாதகமா இருக்கக்கூடாது.''

''இருக்காது.''

''இருந்தால் அதற்கான விளைவுகளை நீங்கள் சந்திக்க வேண்டியிருக்கும்.''

''தெரியும். அதெல்லாம் நாம் முன்பே பேசியதுதானே?''

''நினைவிலிருந்தால் சரி...''

''இப்போது எதற்காக இந்த போன் என்று நான் தெரிந்து கொள்ளலாமா?''

''நீங்கள் அடுத்த ஒரு வாரத்திற்குள் நைஜீரியா வரவேண்டியிருக்கும்.''

''அடுத்த வாரத்திற்குள்ளாகவா?''

''ஆமாம்.''

''சாத்தியமில்லை...''

''நிகும்புவே உங்களை நேரில் சந்தித்துப் பேச விரும்புகிறார்.''

''விஷயம் முக்கியமானதா?''

''அதி முக்கியம்...''

''நான் நாளை பதில் சொல்கிறேன்.''

''வரமுடியாது என்று சொல்லிவிடவேண்டாம். நிகும்புவேக்குப் பிடிக்காது.''

''அது எனக்கு தெரியாதா என்ன... பை...த...பை...''

''என்ன?''

''எனக்கு ஒரு பிரச்சனை என்று சொன்னேன். அது என்ன பிரச்சனை என்று கேட்கமாட்டீர்களா...?''

''அது எங்களுக்குத் தேவையில்லை. நாளைக்கு இதே நேரம் நான் உங்களுக்குப் போன் செய்கிறேன்.''

மறுமுனையில் செல்போன் அணைக்கப்பட்டுவிட, ருத்திரபதி இரும்பாய் இறுகிப்போன முகத்தோடு செல்போனை சுபத்ராவிடம் நீட்டினார்.

''சுபத்ரா!''

''டாக்டர்...''

''நாளைக்கு இதே நேரம் நைஜீரியாவிலிருந்து எனக்கு போன் வரும். அந்த போன் காலை நீ அட்டெண்ட் பண்ணாதே.''

''ஓகே டாக்டர்...!''

''இப்ப நீயும் ஹரியும் பண்ண வேண்டிய வேலை இதுதான். 'ப்ரெய்ன் டெத்' ஸ்டேஜில் இருக்கிற நாகஜோதியை டாக்டர் வெற்றிவேலின் ஹாஸ்ப்பிடலுக்கு யாருக்கும் தெரியாமே கொண்டு போய் ஐ.சி.யூவில் படுக்க வெச்சுட்டு வந்துடணும்... ஆம்புலன்சுக்கு சைரன் வேண்டாம். ஹரி... ஆம்புலன்சை நீ ஓட்டு...''

''எஸ்... டாக்டர்...''

''கிளம்புங்க... நான் டாக்டர் வெற்றிவேலுக்கு போன் பண்ணி விஷயத்தைச் சொல்லிடுறேன்.''

சுபத்ராவும், ஹரியும் தலைகளை அசைத்துவிட்டு நாகஜோதியை நோக்கிப் போனார்கள்.

சுயஉணர்வற்ற நிலையில் இருந்த நாகஜோதியை ஸ்ட்ரெச்சரில் கிடத்தி அதே கட்டடத்தின் கீழே இருந்த அண்டர்கிரௌண்டு செல்லர் அறைக்கு கொண்டு போய் அங்கே நின்றிருந்த ஆம்புலன்சில் ஏற்றினார்கள்.

ஹரி பெருமூச்சு வாங்கிக் கொண்டே ''சுபத்ரா'' என்றான்.

''என்ன ஹரி?''

''உனக்கு பயமாயில்லை?''

''எதுக்கு பயம்...?''

''நம்ம டாக்டரைக் காக்கி யூனிஃபார்ம் மோப்பம் பிடிச்சு

ட்டாங்க. அவர் மாட்டிகிட்டார்னா அவர்க்குத் துணையாய் இருந்த நாமும் மாட்டிக்குவோம்... அந்த பயம் உனக்கு இல்லையான்னு கேட்டேன்.''

''எனக்கு இல்லே ஹரி...''

''எப்படி உனக்கு இவ்வளவு தைரியம்?''

''ஹரி! ஒரு விஷயத்தை நீ புரிஞ்சிக்கணும். நம்ம டாக்டர் ஒரு சாதாரண எம்.பி.பி.எஸ். டாக்டர் கிடையாது. இந்தியாவில் இருக்கிற பெஸ்ட் 101 நியூரோ சர்ஜன்களில் நம்ம டாக்டரும் ஒருவர். அவர் இப்ப பண்ணிட்டிருக்கிற இந்த 'டீப் ப்ரெய்ன் ஸ்டிமுலேஷன்' ட்ரீட்மெண்ட்டில் சில விதிமுறைகள் மீறப்பட்டு இருக்கலாம். ஆனா அது ஒண்ணும் பெரிய குற்றம் இல்லை.''

''போலீஸ் ஆபீசர் மார்த்தாண்டம் இங்கே என்ன நடக்குதுன்னு ஸ்மெல் பண்ணி டாக்டருக்கு போன் பண்ணி மிரட்ட ஆரம்பிச்சுட்டாரே?''

''நம்ம டாக்டர் அந்த மார்த்தாண்டத்தை எப்படி ஹேண்டில் பண்ணணுமோ அப்படி பண்ணிக்குவார். உனக்கு அந்த கவலை எல்லாம் வேண்டாம்.''

''உனக்கு இருக்கிற தைரியம் எனக்கு இல்லை.''

''உன்னோட உடம்புல கால்சியமும், பாஸ்பரஸும் ரொம்பவும் கம்மின்னு நினைக்கிறேன். தினசரி ஒரு ஆப்பிளும், ரெண்டு பேரீச்சம் பழமும் சாப்பிடு. ரெண்டு மாசத்துக்குள்ளே தைரியம் தானா வந்துடும்.''

''சரி... சரி... சாப்பிடுறேன்... அதே நேரத்துல நீ கொஞ்ச நாளைக்கு பாலும் நெய்யும் சாப்பிடாதே?''

''ஏன்?''

''உனக்கு வர வர கொழுப்பு அதிகமாயிட்டே போகுது.''

''என்ன சொன்னே?'' சுபத்ரா தன் பற்களைக் கடித்துக் கொண்டே ஹரியின் வலது காதைப் பற்றித் திருகினாள்.

''சாரி சாரி... சுபத்ரா... காதை ஒண்ணும் பண்ணிடாதே! நாளைக்கு உன்னைக் கல்யாணம் பண்ணிகிட்டு வாழ்க்கை நடத்தப் போறவன்...''

''அந்த ஒரு விஷயத்துக்காக உன்னை இப்ப விடுறேன்.'' சுபத்ரா மெல்லச் சிரித்துக் கொண்டே அவனுடைய காதை விட்டாள்.

''சரி... கிளம்பலாமா?''

''ம்... நான் நாகஜோதிக்குப் பக்கத்துல உட்கார்ந்துக்கிறேன். நீ போய் வேனை எடு... ஒரு மணி நேரத்துக்குள்ளே நாம வெற்றிவேல் ஹாஸ்ப்பிடலுக்குப் போய் நாகஜோதியை ஐ.சி. யூனிட்டுக்குள்ளே படுக்க வெச்சுட்டு வந்துடணும்...''

சுபத்ரா வேனுக்குள் ஏறி உட்கார்ந்தாள். ஹரி தன் கையில் வைத்து இருந்த கர்ச்சீப்பால் முக வியர்வையை ஒற்றிக் கொண்டே வேனின் ட்ரைவிங் சீட்டை நெருங்கினான்.

இதயத்துக்குள் மின்னல் கோடு ஒன்று அதிர்ச்சியாய்ப் பாய்ந்தது.

வேனின் ட்ரைவிங் இருக்கையில் யாரோ ஒரு நபர் தன்னுடைய அகலமான முதுகைக் காட்டிக் கொண்டு உட்கார்ந்திருந்தான்.

காற்றில் சிகரெட் புகை.

௧௦

விவேக் அதிர்ச்சி விலகாத பார்வையோடு அந்த வைத்தியநாதனை ஏறிட்டான்.

''மிஸ்டர் வைத்தியநாதன்! நீங்க என்ன சொல்றீங்க... ஃபாரன்சிக் டெக்னிகல் ஸ்காலர் குமரன் கேரளாவில் இருக்கிற அவரோட சொந்த ஊருக்கு காலையிலேயே புறப்பட்டுப் போயிட்டாரா?''

''ஆமா... சார்''

''திடீர்ன்னு எதுக்காகப் போனார்?''

''அவரோட ஃபாதர்க்கோ மதர்க்கோ உடம்பு சரியில்லைன்னு சொன்னார்...?''

''இந்த விஷயத்தை அவர் உங்ககிட்டே போன்ல சொன்னாரா... இல்லை நேர்ல சொன்னாரா?

''போன்ல சொன்னார் சார்''

''வேற என்ன சொன்னார்?''

''அந்த 'ப்ராஸ்தெடிக்' செயற்கைத் தலையைப் பத்தின ஒரு ரிப்போர்ட்டைத் தயார் பண்ணி உங்ககிட்டே கொடுக்கச் சொன்னார். அது விஷயமாய் பேசத்தான் சார் நான் வந்தேன்... ஏன் சார்... எனி ப்ராப்ளம்... நீங்க டென்சனோடு பேசறதைப் பார்த்தா ஏதோ பிரச்சனைன்னு நினைக்கிறேன்.''

''எஸ்... மிஸ்டர் வைத்தியநாதன்... நீங்க இந்த ரூமுக்குள்ளே வர்றதுக்கு பத்து நிமிஷத்துக்கு முன்னாடிதான் குமரன் என்கூட பேசினார். அவர் பேசின பேச்சு வழக்கத்துக்கு மாறாய் இருந்ததால நானும் அவரும் பேசிகிட்ட கான்வர்சேஷனை அப்படியே என்னோட செல்போனில் பதிவு பண்ணியிருக்கேன். அதை மொதல்ல நீங்க கேட்கணும்.''

சொன்ன விவேக் தன் செல்போனை உயிர்ப்பித்து ஆடியோ ஆப்ஷன் ஐகானைத் தேய்த்தான். அடுத்த சில விநாடிகளுக்குப் பிறகு விவேக்கும், குமரனும் பேசிக் கொண்ட உரையாடல் தெளிவாய் ஒலிபரப்பாகியது. அந்த உரையாடலைக் கேட்கக் கேட்க ஃபாரன்சிக் ஆபீசர் வைத்தியநாதனின் முகம் அடியோடு மாறியது. அதிர்ச்சியோடு குறுக்கிட்டார்.

''ஸ... ஸார்... குமரன் இப்படியெல்லாம் பேசமாட்டாரே?''

''இது குமரனோட குரல்தானா?''

''ஆமா சார். சந்தேகமே இல்லை. இது அவரோட குரல்தான். அவர் எப்பவுமே சாஃப்ட் ஸ்போக்கன். எவ்வளவு டென்ஷனாய் இருந்தாலும் கோபப்பட மாட்டார். நிச்சயமாய் அவர் இப்படிப் பேசியிருக்க மாட்டார். சம் திங் ராங் ஸார்.''

''குமரனோட போன் நம்பர் உங்ககிட்டே இருக்கா?''

''இருக்கு சார்.''

''அவருக்குப் போன் பண்ணிப் பாருங்க.''

வைத்தியநாதன் செல்போனை எடுத்து குமரனின் எண்ணைத் தொடர்பு கொண்டார். மறுமுனையில் இணைப்பு கிடைத்து ஒரு பெண் குரல் கேட்டது.

''யாரு?''

''மிஸ்டர் குமரன் இருக்காரா?''

''நீங்க...?''

''வைத்தியநாதன் எஃப்.ஓ.''

''ஓ... நீங்களா... நான் அவரோட ஒய்ஃப் பேசுறேன். என்ன விஷயம்...?''

''மிஸ்டர் குமரன்கிட்டே கொஞ்சம் பேசணும்.''

''அவர் தூங்கிட்டிருக்காரே?''

''என்னது அவர் தூங்கிட்டிருக்காரா... மேடம் இப்ப நேரம் காலை பதினோரு மணி.''

''நேற்று ராத்திரி பூராவும் ஆபீசில் ஏதோ வேலைன்னு இருந்துட்டு ஒரு மணி நேரத்துக்கு முன்னாடி வந்துதான் படுத்தார். நடுவில் யார் போன் பண்ணினாலும் எழுப்ப வேண்டாம்ன்னு சொல்லியிருக்கார்... ஒரு 2 மணி நேரம் கழிச்சு போன் பண்றீங்களா?''

17

அறிந்து கொள்வோம்: *நம் நாட்டிலிருந்து ஒரு முக்கியமான குற்றவாளி தப்பித்து வெளிநாட்டுக்குப் போய்விட்டால் நம் நாட்டுப் போலீஸ் அதிகாரிகள் தன்னிச்சையாய் அந்த நாட்டுக்குப் போய் அந்தக் குற்றவாளியைக் கைது செய்ய முடியாது. Interpol எனப்படும் சர்வதேச காவல்துறையின் உதவியோடுதான் அந்தக் குற்றவாளியை நெருங்க முடியும். இன்டர்போல் (Interpol) என்பதின் விரிவாக்கம் The International Criminal Police Organization என்பதாகும். இதை சுருக்கமாக ICPO என்றும் சொல்வார்கள்.*

சர்வதேச குற்ற நடவடிக்கைகளைத் தடுப்பதை நோக்கமாகக் கொண்டு 1923ம் ஆண்டு உருவாக்கப் பட்டது இந்த இன்டர்போல் என்ற சர்வதேச காவல் அமைப்பு. இது 184 உலக நாடுகளை உறுப்பினர்களாக கொண்டுள்ளது. ஐ.நா. சபை அல்லது உலகப் பொது நீதிமன்றம் கேட்டுக் கொள்வதின் பேரில் இன்டர்போல் காவல்துறை செயல்படும். குற்றங்களின் தன்மைக்கேற்ப பன்னாட்டுக் காவல்துறையின் அறிவிப்புகள் சிவப்பு, நீலம், பச்சை, மஞ்சள், கருப்பு, ஆரஞ்சு மற்றும் ஊதா போன்ற வண்ண குறியீடுகள் கொண்டுள்ளது.

இந்த ஏழு நிறங்களையும் தவிர்த்து, எட்டாவது நிற அறிவிப்பானது ஐ.நா. சபை கேட்டுக் கொள்வதின் பேரில் அந்த குறியீடு அமைக்கப்படும். இன்டர்போலில் கிட்டத்தட்ட ஆயிரம் பேர் உயர்தர அதிகாரிகளாய் பணிபுரிகிறார்கள். இந்த அமைப்புக்காக வருடந்தோறும்

113 மில்லியன் டாலர் செலவிடப்படுகிறது. இதனுடைய பிரசிடென்ட் பெயர் மென்ங் ஹாங்வெய் (MENG HONGWEI) இன்டர்போலில் உள்ள எல்லா அதிகாரிகளுக்கும் ஆங்கிலம், அரபிக், ப்ரெஞ்ச், ஸ்பானிஷ் மொழிகள் கண்டிப்பாய் தெரிந்திருக்க வேண்டும். ஏனென்றால் இந்த 4 மொழிகளில் மட்டுமே கருத்துப் பரிமாற்றங்கள் நடைபெறும்.

ஃபாரன்சிக் ஆபீசர் வைத்தியநாதன் தன் செல்போனை இடது உள்ளங்கையால் பொத்திக் கொண்டே விவேக்கிடம் திரும்பினார். ''சார்...''

''என்ன வைத்தியநாதன்?''

''குமரனோட ஒய்ஃப் லைன்ல இருக்காங்க சார். நேத்து ராத்திரி பூராவும் குமரன் ஆபீசில் வேலையாய் இருந்துட்டு ஒருமணிநேரத்துக்கு முன்னாடிதான் வீட்டுக்கு வந்து படுத்தாராம். இப்ப அவர் தூங்கிட்டு இருக்காராம்... யார் போன் பண்ணினாலும் தன்னை எழுப்ப வேண்டாம்னு சொல்லிட்டுப்படுத்தாராம்.''

''அந்த செல்போனை என்கிட்ட கொடுங்க.'' விவேக் வைத்தியநாதனிடம் இருந்து செல்போனை வாங்கித் தன் காதில் வைத்தான்.

''குட்மார்னிங் மிஸஸ் குமரன்! நான் விவேக், க்ரைம்பிராஞ்ச்.''

''குட்மார்னிங்... சொல்லுங்க சார்.''

''உங்க கணவர் நேத்து ராத்திரி முழுக்க ஆபீசில் இருந்தாரா?''

''ஆமா.''

''அது உண்மைன்னு உங்களுக்கு எப்படி தெரியும்?''

''அப்படியெல்லாம் அவர் பொய் சொல்லக்கூடியவர்

இல்லையே சார். எதுக்காக இப்போ இந்த விசாரணை?''

''ஒரு முக்கியமான ரிப்போர்ட்டை இன்னிக்குக் காலையில் 10 மணிக்கு தர்றதாய்ச் சொன்னார். ஆனா தரலை. அது சம்பந்தமாய் அவர்கிட்ட கொஞ்சம் பேசணும்.''

''சாரி... சார்... வரும்போதே அவர் ரொம்பவும் டயர்டாய் இருந்தார். மத்தியானம் ஒரு மணி வரைக்கும் என்னை எழுப்ப வேண்டாம். எந்த ஒரு போன்கால் வந்தாலும் நீயே அட்டெண்ட் பண்ணிப் பேசிடு. ஆபீசிலிருந்து முக்கியமான கால் ஏதாவது வந்தா விஷயம் என்னான்னு கேட்டு ஒரு பேப்பர்ல குறிச்சுவைன்னு சொன்னார்.''

''நான் மறுபடியும் இந்தக் கேள்வியைக் கேட்கிறேன்னு தப்பா நினைக்க வேண்டாம். காலையில் அவர் வீட்டுக்கு வரும்போது நேரம் என்ன இருக்கும்?''

''ஒரு 8 மணி இருக்கும்.''

''எதுமாதிரியான மனநிலையில் இருந்தார்?''

''உங்க கேள்வி எனக்குப் புரியல.''

''பொதுவாய் உங்க கணவர் வெளியே போய்ட்டு வீட்டுக்கு வரும்போது எதுமாதிரியான மனநிலையில் இருப்பார்னு உங்களுக்குத் தெரியும். அந்த நிலையில் இருந்து அவர் மாறுபட்டு இருந்தாரானு கேட்கிறேன்.''

''சாரி... அவர்கிட்ட எந்த ஒரு மாறுதலும் இல்லை. எப்படியும் மாசத்துல இரண்டு, மூணு தடவை ஆபீசுல நைட் பூராவும் இருந்துட்டு காலை நேரங்கள்ல வந்திருக்கிறார். மத்தியானம் 2 மணி வரைக்கும் தூங்கிட்டு லஞ்ச் சாப்ட்டுட்டு மறுபடியும் ஆபீசுக்குப் போயிடுவார்.''

''தேங்க்ஸ் ஃபார் யுவர் இன்ஃபர்மேஷன்.''

விவேக் செல்போனை அணைத்துவிட்டு கமிஷனர் சடகோபனை ஏறிட்டார். ''சார்... குமரனோட ஒய்ஃப் சொல்றதைப் பார்த்தா குமரன்கிட்ட ஏதோ தப்பு இருக்கிற மாதிரி தெரியுது. இந்த விஷயத்துல ஒரு தெளிவு

கிடைக்கணும்னா குமரன் வீட்டுக்கு நேரடியாய் போய் அவரை எழுப்பி விசாரிக்கணும்...''

''டூ இட் இம்மீடியட்லி விவேக்... அவர் பேர்ல ஏதாவது தப்பிருந்தா டிபார்ட்மென்ட் ரீதியாய் நடவடிக்கை எடுக்கவும் தயங்க வேண்டாம்.''

''எஸ்...சார்...'' விவேக் சொல்லிக் கொண்டே எழுந்தான்.

''மிஸ்டர் வைத்தியநாதன்.''

''சார்...''

''உங்களுக்கு குமரன் வீடு தெரியுமா?''

''தெரியும் சார்... அவசரத்துக்கு முந்தி ஒரு தடவை என்னோட கார்ல அவரை அவர் வீட்ல ட்ராப் பண்ணியிருக்கேன். நேரமாயிட்டதால வீட்டுக்குள்ள போகல...!''

''சரி வாங்க போய் பாத்துடலாம்.''

விவேக், விஷ்ணு, வைத்தியநாதன் 3 பேரும் கமிஷனரிடம் விடை பெற்றுக் கொண்டு வெளியே வந்தார்கள். காரில் ஏறும்போது விவேக் கேட்டான்.

''குமரன் வீடு எந்த ஏரியா?''

''நுங்கம்பாக்கம் வில்லேஜ் ரோட்ல 'டிக் அண்ட் பிக்' ரெஸிடென்சியல் குடியிருப்பு சார். அங்கதான் அவருக்கு வீடு. 2 வருஷத்துக்கு முன்னாடிதான் வீடு கட்டி கிரகப்பிரவேசம் பண்ணினார்.''

''குமரனுக்கு என்ன பிரச்சனை... ஏன் தான் கேரளாவில் இருப்பதாகப் பொய் சொல்லணும்? உங்ககிட்ட அப்படி ஒரு பொய்யச் சொல்லிட்டு ஒய்ஃப்கிட்ட ராத்திரி பூராவும் ஆபீசுல இருந்ததாய் பொய் பேசணும்?''

''சார்... என் மனசுக்குள்ளே இருக்கிற ஒரு சந்தேகத்தைச் சொல்லட்டுமா?'' வைத்தியநாதன் தயக்கமாய் பேச்சை ஆரம்பித்தார்.

''என்ன...?''

''அவர் வீட்டு கிரகப்பிரவேசத்துக்கு நான் போயிருந்தேன். வீட்டை ரொம்பவும் பிரமாதமாய் கட்டியிருந்தார். எஸ்டிமேஷன் ஒரு கோடிக்கும் மேல போயிட்டதாய் சொன்னார். 4 பேங்க்ல பர்சனல் லோன் வாங்கியிருக்கார். ட்யூ சரியா கட்ட முடியலனு என்கிட்ட வருத்தப்பட்டார்.''

''இருக்கட்டும்... அந்த விஷயத்துக்கும் இப்போ நடந்துக்கிட்டு இருக்கிற இந்த விஷயத்துக்கும் என்ன சம்பந்தம்?''

''சம்பந்தம் இருக்கா இல்லையானு எனக்கு தெரியாது சார். எம் மனசுக்குள்ள இருந்த ஒரு சின்ன குறுகுறுப்பை உங்ககிட்ட சொல்லிட்டேன்.''

கார் பிரதான சாலைக்கு வந்து வேகம் பிடித்ததும் விஷ்ணு வைத்தியநாதனிடம் கேட்டான்.

''சார்! 'ப்ராஸ்தடிக்' தலை உண்மையிலேயே ஒரு 'டாய்' விஷயமா இல்லை அதுல ஏதாவது விபரீதம் இருக்கா?''

''விபரீதமான விஷயம்தான். ஆனா அதுக்குள்ளே எது மாதிரியான விபரீதம் அடங்கியிருக்குன்னு என்னால கண்டுபிடிக்க முடியல சார்.''

''ஏன் கண்டுபிடிக்க முடியல...?''

''உண்மையைச் சொல்லணும்ன்னா அந்த அளவுக்கு எனக்கு டெக்னாலஜி நாலேட்ஜ் இல்லை... குமரனுக்கு அந்த நாலேட்ஜ் இருக்கு... ஆனா இந்த ரிப்போர்ட்டைத் தயாரிக்கிற வேலையை என்கிட்டே கொடுக்க என்ன காரணம்ன்னு தெரியலை...''

''நம்ம ஃபாரன்சிக் டிபார்ட்மெண்டில் குமரனைத் தவிர வேற யாருக்குமே அந்த ப்ராஸ்தடிக் டெக்னாலஜி நாலேட்ஜ் இல்லையா?''

''இல்லை... மும்பை ஃபாரன்சிக் பிரிவுக்குக் கொண்டு போனா ஒரு வேளை அந்த விபரீதம் என்னவாய்

இருக்கும்ன்னு கண்டுபிடிக்க முடியும்.''

காருக்குள் வேண்டாத ஒரு அமைதி நிலவ விவேக் இறுகிப்போன முகத்தோடு காரின் வேகத்தை அதிகரித்தான்.

அடுத்த இருபதாவது நிமிடம் நுங்கம்பாக்கமும் வில்லேஜ் ரோடும் வந்தது.

''அந்த 'கட்'ல திரும்பணும் சார்.''

விவேக் காரைத் திருப்பினான்.

'அபிராமி அவென்யூ குடியிருப்போர் நலச்சங்கம் தங்களை அன்புடன் வரவேற்கிறது' என்கிற பெயர்ப்பலகை வழிகாட்ட கார் வேகத்தைக் குறைத்துக் கொண்டு நிழலான சாலைகளில் ஓடியது.

''எட்டாவது குறுக்குத் தெருவில் ஆறாம் நம்பர் பங்களா சார்.'' வைத்தியநாதன் சொன்ன பங்களாவுக்கு முன்பாய் போய் கார் நின்றது.

மூன்று பேரும் இறங்கினார்கள். விஷ்ணு முன்னதாகப் போய் காம்பௌண்ட் கேட்டைத் தள்ளினான். அது உட்பக்கமாய் தாழிடப்பட்டு இருக்கவே கையை 'க்ரில் கேட்'டின் இடைவெளியில் நுழைத்துத் தாழ்ப்பாளை விலக்கினான். உள்ளே கட்டிப் போட்டிருந்த நாய் குரைத்தது.

உள்ளே போனார்கள். போர்டிகோ தூணில் ஒரு சங்கிலியால் கட்டிப் போடப்பட்டிருந்த அந்த டாபர்மேன் கறுப்பு நாய், முன் ஜென்மப் பகையோடு தொண்டை தெறிக்கக் குறைத்தது. நாயின் குரைப்பை பொருட்படுத்தாமல் விஷ்ணு வாசற்படி ஏறி அழைப்புமணியின் பொத்தானின் மேல் விரலை வைக்க முயன்ற விநாடி கதவு திறந்தது.

அந்த இளம்பெண் நின்றிருந்தாள். உடுத்தியிருந்த சேலையிலும், முகத்தில் தெரிந்த லட்சணத்திலும் அவள் அந்த வீட்டின் வேலைக்காரி என்பது உடனே புரிந்தது.

மிரண்ட பார்வையோடு கேட்டாள்.

''யார் வேணுங்க?''

''குமரன்!'' என்றான் விஷ்ணு.

''அய்யாவைக் கேக்கறீங்களா...? அய்யாவும் அம்மாவும் நேத்து ராத்திரியே சிங்கப்பூருக்கு கிளம்பிப் போயிட்டாங்களே?''

ஃ

ஹரி தடதடக்கும் இதயத்தோடு அந்த வேனின் இருக்கையை உற்றுப் பார்த்தான்.

இருக்கையில் உட்கார்ந்திருந்த நபரின் முதுகு மட்டும் நீல நிறச் சட்டையோடு தெரிய, காற்றில் சிகரெட் புகை கோணல் மாணலாய் அலைந்தது.

'யாரது...?' மனம் கேள்வி கேட்க, வயிற்றுக்குள் சின்னதாய் ஒரு பயம் பிறாண்டியது.

மெல்ல பின்வாங்கி வேனின் பின்பக்கம் உட்கார்ந்திருந்த சுபத்ராவை நெருங்கினான். கிசுகிசுப்பான குரலில் கூப்பிட்டான்.

''சுபத்ரா...''

நாகஜோதியை ஸ்ட்ரெச்சரில் சரியாய் கிடத்திக் கொண்டிருந்த சுபத்ரா திகைப்போடு திரும்பினாள்.

''என்ன ஹரி... வேனை எடு...''

''சத்தம் போட்டுப் பேசாதே.''

''ஏன்... என்னாச்சு...?''

''வேனோட ட்ரைவிங் சீட்ல எவனோ ஒருத்தன் உட்கார்ந்திருக்கான்.''

''யா..யாரது?''

''தெரியலை... வந்து பாரு...''

சுபத்ரா வேனிலிருந்து வேக வேகமாய் கீழே இறங்கினாள். ஹரியும் அவளும் வேனின் முன்பக்கம் போனார்கள். நெருங்கினார்கள்.

ஹரி திடுக்கிட்டான். வேனின் ட்ரைவிங் இருக்கையில் யாரும் இல்லை.

சுபத்ரா ஹரியை ஏறிட்டாள்.

''என்ன ஹரி! யாரையும் காணோம்?

''இப்பப் பார்த்தேனே... நீல நிறத்துல சர்ட்டு போட்டுகிட்டு ஒருத்தன் உட்கார்ந்திருந்தான். சிகரெட் குடிச்சுட்டு இருந்தான்.''

''பிரமை! உனக்கு ஏற்கெனவே பயம், அரண்டவன் கண்ணுக்கு...!'' சுபத்ரா பேசி முடிக்கவில்லை. பின்பக்கம் அந்தக் குரல் கேட்டது.

''அது பிரமை இல்லை நிஜம்தான்.''

இருவரும் அதிர்ந்து போனவர்களாய் திரும்பிப் பார்த்தார்கள். செல்லர் மாடியிலிருந்து திடகாத்திர உடம்போடு உயரமாய் ஒருவன் வெளிப்பட்டான். கையில் ஒரு ஆயுதம், துப்பாக்கியா கத்தியா என்று இனம் பிரிக்க அரைகுறை இருட்டு ஒத்துழைக்கவில்லை. அதற்குள் அவன் குரல் கேட்டது.

''இந்த நிமிஷத்திலிருந்து நீங்க ரெண்டு பேரும் உங்க விருப்பப்படி செயல்பட முடியாது. நான் என்ன சொல்றேனோ அதைத்தான் நீங்க ரெண்டு பேரும் கேட்கணும். சுபத்ரா... நீ நாகஜோதிக்குப் பக்கத்துல போய் உட்கார். ஹரி... நீ ட்ரைவிங் சீட்டுக்குப் போ... நான் உனக்குப் பின்னாடி இருக்குற சீட்ல தான் இருப்பேன்.''

சுபத்ரா திக்கி திணறிக் கேட்டாள். ''யா... யார்.. நீ...?''

''இப்போதைக்கு இதெல்லாம் தேவையில்லாத கேள்வி. நான் யாருன்னு போக வேண்டிய இடத்துக்கு நாம மூணு பேரும் சாரி நாம நாலும் பேரும் போய்ச் சேர்ந்ததும் உங்க இரண்டு பேருக்கும் தெரியவரும்.''

ஹரியும் சுபத்ராவும் அவனையே பார்த்துக் கொண்டு அசையாமல் அப்படியே நின்றார்கள். அவன் தனது வலது கையை மெல்ல உயர்த்தினான். கையில் சில்வர் நிற

உடம்போடு அரையடி நீளத்தில் டார்ச்லைட் போல் எதுவோ இடம் பிடித்து இருந்தது.

''ஹரி, சுபத்ரா! இது 'காஸ்மிக் இன்ஃப்ரா ரெட்' பிஸ்டல். இவன் மகா துஷ்டன். ஒரு பொருளை அழிச்சு சாம்பலாய் மாத்துறதுக்கு இவனுக்கு பத்து விநாடி போதும். இப்ப அதை டெஸ்ட் பண்ணிப் பார்த்துடலாமா...?''

சொன்னவன் அந்தப் பிஸ்டலை இயக்க சிவப்பு வெளிச்சம் ஒரு கற்றையாய் பாய்ந்து இருபதடி தூரத்தில் கீழே விழுந்து கிடந்த ஒரு டயரை நனைத்தது.

சரியாய் பத்து விநாடிகள் கரைவதற்குள் அந்த டயர் சிறிதும் புகையை வெளிப்படுத்தாமல் எரிந்து நீராக வழிந்தோடி பிறகு ஒரு சிறிய சாம்பல் மேடாக மாற, ஹரியும் சுபத்ராவும் அப்படியே உறைந்து போனார்கள்.

18

அறிந்து கொள்வோம்: *இந்தியாவில் மரணதண்டனையே இருக்கக்கூடாது என்று சொல்லிவருகிறோம். ஆனால் உலகின் பல நாடுகளில் கொடூரமான கொலைகளைச் செய்த குற்றவாளிகளுக்கு மரணதண்டனைகள் வழங்கப்பட்டு நிறைவேற்றப்பட்டுக் கொண்டிருக்கின்றன. இந்தியாவில் ஒரு கைதியை தூக்கிலிடுவதன் மூலம் மரணதண்டனை நிறைவேற்றப்படுகிறது. சவுதி அரேபியாவில் தலையை வெட்டுவதன் மூலமாகவும் அமெரிக்காவில் கைதியை மின்சார நாற்காலியில் உட்கார வைத்து மின்சாரம் பாய்ச்சுவதன் மூலமாகவும் நிறைவேற்றப்படுகிறது. இதில் விநாடிக்கும் குறைவான நேரத்தில் தண்டனை நிறைவேற்றப்படுவது மின்சார நாற்காலியில்தான். அதிகாலை நேரத்தில் இந்த தண்டனை நிறைவேற்றப்படுகிறது. தண்டனையை எப்படி நிறைவேற்றுகிறார்கள் என்பதை பார்ப்போம். முதலில் மரணதண்டனை கைதியை தனியறையின் மையத்தில் இருக்கும் நாற்காலியில் உட்கார வைத்து பிளாஸ்டிக் ஒயர்களால் அவனுடைய கைகளையும் கால்களையும் இடுப்பையும் நாற்காலியோடு சேர்த்து இறுக்கமாய் அசையாத அளவுக்கு கட்டி விடுகிறார்கள்.*

பிறகு 'எலக்ராட்' எனப்படும் 2 மின் கடத்திகளில் ஒன்றை அவன் நெற்றிப்பொட்டிலும் இன்னொன்றை அவனுடைய கால்பகுதியிலும் பொருத்திவிடுவார்கள். தண்டனை நிறைவேற்றப்படும்போது 2 ஆயிரம் வோல்ட் அளவுள்ள மின்சாரம் பாய்ச்சப்படும். ஒட்டுமொத்த உடம்பும் ஒரே ஒரு முறை தூக்கிப்போடும். அவ்வளவுதான் ஒரு மைக்ரோ

விநாடி நேரத்திற்குள் மரணம் நடந்து முடிந்துவிடும். சரி... இந்த மரணம் நிகழும்போது அந்த கைதியின் உடம்பில் எது மாதிரியான மாற்றங்கள் நிகழ்ந்திருக்கும்? ஒரு மனித உடம்புக்குள் 2 ஆயிரம் வோல்ட் மின்சாரம் பாயும் போது முதலில் பாதிக்கப்படுவது அவனுடைய மூளைதான். ஆயிரத்து ஐந்நூறு கிராம் எடை கொண்ட அந்த மூளை மின் அதிர்ச்சியின் வெப்பத்தால் ஒரு விநாடிக்குள் தண்ணீர் போன்ற திரவமாக மாறியிருக்கும். மொத்த நரம்பு மண்டலமும் கருகிச் சாம்பலாயிருக்கும்.

ஹரியும் சுபத்ராவும் துடிக்க மறந்த இதயத்தோடும், இமைக்க மறந்த விழிகளோடும் அந்த நபரையே பார்த்துக் கொண்டிருக்க அவன் அடித்தொண்டையில் உறுமினான்.

''என்னோட கையில் இருக்குற இந்த 'காஸ்மிக் இன்ஃப்ரா ரெட்' பிஸ்டல் எதுமாதிரியானதுன்னு இப்ப உங்க 2 பேருக்கும் தெரிஞ்சிருக்கும். ஹரி... நீ போய் ட்ரைவிங் சீட்டுல உட்கார். சுபத்ரா... நீ மயக்கமா இருக்குற நாகஜோதிக்குப் பக்கத்துல போய் உட்காரணும்... வேன் நான் சொல்ற இடத்துக்குப் போகணும். அங்க போன பின்புதான் ஏன் எதுக்காக இந்தக் கடத்தல்னு உங்க 2 பேருக்கும் புரியும்...''

ஹரியும் சுபத்ராவும் மிரண்ட பார்வைகளோடு வேனை நோக்கி நடந்தார்கள்.

அதே விநாடி சுபத்ராவின் செல்போன் வெளிச்சமாய் ஒளிர்ந்து வைப்ரேஷனில் கூப்பிட்டது. சுபத்ரா நின்று பிஸ்டல் பேர் வழியைப் பார்க்க அவன் கேட்டான்.

''அது யாரோட கால்?''

''டாக்டர் ருத்திரபதி...''

''எதுக்காக அவர் கூப்பிடுறார்?''

''தெரியலை.''

‘‘சரி... ஸ்பீக்கரை ஆன் பண்ணிட்டு எப்பவும் பேசுகிற மாதிரி இயல்பா பேசணும். பேசுற வார்த்தைகளில் கொஞ்சங்கூட நடுக்கமோ பயமோ இருக்கக்கூடாது.’’

‘‘ம்...’’ சுபத்ரா தலையாட்டி விட்டு ஸ்பீக்கரை ஆன் பண்ணிப் பேசினாள்.

‘‘டாக்டர்...’’

‘‘என்ன சுபத்ரா இன்னுமா நீயும் ஹரியும் கிளம்பல? வேன்ல ஏதாவது பிரச்சனையா?’’

‘‘அதெல்லாம் ஒண்ணுமில்ல டாக்டர்... வேன் புறப்படுற நேரத்துல ஹரிக்கு அவரோட ஃபிரண்ட்கிட்டயிருந்து போன் வந்தது. அதை அட்டென்ட் பண்ணி பேசிட்டிருந்தார்.’’

மறுமுனையில் ருத்திரபதி எரிச்சலானார். ‘‘போன் பேசிகிட்டிருக்க இதுவா நேரம்? அங்கே டாக்டர் வெற்றிவேல் நாகஜோதிக்காக வெயிட் பண்ணிட்டிருக்கிறார். சீக்கிரம் கிளம்புங்க...’’

‘‘இதோ புறப்படறோம் டாக்டர்...’’

‘‘நாகஜோதியை வெற்றிவேல்கிட்ட ஒப்படைச்சதும் எனக்கு உடனடியாய் போன் பண்ணி விஷயத்தைச் சொல்லணும்...’’

‘‘அந்த நிமிஷமே போன் பண்றோம் டாக்டர்.’’

‘‘பத்திரம்... சுபத்ரா... ஹரிகிட்டே சொல்லு, ரேஷ் டிரைவிங் வேணாம், மிதமான வேகமே போதும்.’’

‘‘ஓகே... டாக்டர்...’’

‘‘உங்க போனுக்காக வெயிட் பண்ணிட்டிருப்பேன்.’’ மறுமுனையில் ருத்திரபதி செல்போனை அணைத்து விட சுபத்ராவும் இணைப்பைத் துண்டித்தாள். பிஸ்டல் ஆசாமி கையசைத்தான்.

‘‘2 பேரும் வேனுக்குப் போங்க. இனி செல்போன்கள் ஸ்விட்ச் ஆஃப்பில் இருக்கட்டும்.’’

சுபத்ரா வேனின் பின்பக்கம் போக ஹரி இருண்டு வியர்த்துப் போன முகத்தோடு ட்ரைவிங் சீட்டை ஆக்கிரமித்தான். அவன் ஹரியின் பின்பக்க சீட்டில் உட்கார்ந்து கொண்டு ஹரியின் பிடரியில் பிஸ்டலை வைத்து உரசினான். காதருகே குரல் உஷ்ணமாய் மோதியது.

''இதோ பார்... நீ என்னை ஏமாத்த நினைச்சா ட்ரைவிங் சீட்டில் உன்னோட உடம்பு ஒரு கைப்பிடி சாம்பலாய் கொட்டிக் கிடக்கும்''

ஹரி எரிச்சலாய் திரும்பி பார்க்காமல் சொன்னான். ''நிலைமை எனக்குப் புரியுது.''

''புத்திசாலி.''

''எங்கே போகணும், சொல்லு...''

''முட்டுக்காடு.'' என்று சொன்னவன் நன்றாக சாய்ந்து உட்கார்ந்து கொண்டான்.

அதற்குப் பிறகு அவன் பேசவில்லை. ஹரி வேனை நிதானமான வேகத்தில் செலுத்தினான். அந்த பிஸ்டல் மட்டும் ஹரியின் பிடரியில் உறுத்திக் கொண்டே இருந்தது.

கிட்டத்தட்ட ஒரு மணி நேர பயணத்திற்குப் பிறகு முட்டுக்காடு எல்லையை கார் தொட்டது. மீண்டும் காதருகே அவன் குரல் கேட்டது.

''ஹரி, வேனோட வேகத்தைக் குறை.''

குறைத்தான்.

''அதோ, கொஞ்ச தூரத்துல சாலையோட வலதுபக்கம் ஒரு பெரிய மரம் தெரியுதா?''

''தெரியுது.''

''அதையொட்டி கரடுமுரடா ஒரு ரோடு போகும். அதுல வேன் போகட்டும்.''

''அங்கே யார் இருக்காங்க?''

''இப்படி என்கிட்ட கேள்வி கேக்குறது இதுவே முதலும்

கடைசியுமாய் இருக்கட்டும். இப்போதைக்கு உன்னோட வேலை வேனை ஒழுங்காய் ஓட்றது மட்டுமே.''

ஹரி மறுபடியும் மவுனமானான். பிஸ்டல் பேர்வழி சொன்னதுபோலவே அந்தப் பெரிய மரத்தையொட்டி சாலை ஒன்று உற்பத்தியாகி நீண்ட கோணல் கோடு மாதிரி தெரிந்தது.

''ரோடு மோசமாய் இருக்கும் போலிருக்கே?''

''ரொம்ப மோசம்தான்... வேனைப்பார்த்து ஓட்டு. தேர்ட் கியரைப் போட்டு ஓட்டாதே. வண்டி குதிக்கும்...''

ஹரி வேனின் வேகத்தைக் குறைத்து அந்தக் குறுகலான கரடுமுரடான பாதையில் வேனை நுழைத்தான்.

சாலையின் முகப்பிலேயே அந்த அறிவிப்புப் பலகையில் எழுதப்பட்டிருந்த வார்த்தைகள் பெயிண்ட்டின் நிறம் மங்கித் தெரிந்தன. ஹரி படித்தான்.

''எச்சரிக்கை! அந்நியர்கள் இந்தப் பகுதியைக் கடந்து செல்வது ஆபத்தானது. இது தடை செய்யப்பட்ட பகுதி.''

''முட்டுக்காடு வனச்சரகம்.''

வேனை ஓட்டிக் கொண்டிருந்த ஹரியின் இதயம் பந்தயக் குதிரையின் மைதானமாய் மாறியது.

ஐ

''**அ**ய்யாவும் அம்மாவும் நேத்து ராத்திரியே சிங்கப்பூருக்குக் கிளம்பிப் போயிட்டாங்களே...'' என்று அந்த வேலைக்காரப் பெண் சொன்னதைக் கேட்டு விவேக், விஷ்ணு, ஃபாரன்சிக் ஆபீசர் வைத்தியநாதன் மூன்று பேரும் குழப்பப் பார்வையைப் பரிமாறிக் கொண்டார்கள்.

விவேக் சுதாரித்துக் கொண்டு அந்தப் பெண்ணை ஏறிட்டான்.

''நீ இந்த வீட்ல வேலை செய்யற பொண்ணா?''

''ஆமாங்கய்யா.''

‘‘உன் பேர் என்ன...?’’

‘‘மரகதம்.’’

‘‘நாங்க யார்ன்னு உனக்குத் தெரியுமா?’’

‘‘தெரியாதுங்கய்யா...’’

‘‘போலீஸ்.’’

‘‘அ...அ... அய்யா...!’’ அவள் முகம் ஒரு மிரட்சிக்கு உட்பட்டு அடியோடு மாறியது.

விஷ்ணு அவளை உன்னிப்பாய் பார்த்தபடி கேட்டான்.

‘‘போலீஸ்ன்னு சொன்னதும் ஏன் பயப்படறே?’’

‘‘நான் பயப்படலீங்கய்யா.’’

‘‘போலீஸ்கிட்டே பொய் சொல்லக்கூடாது, தெரியுமில்ல...?’’

‘‘நான் பொய் சொல்லலல்லீங்கய்யா...’’

‘‘இப்ப வீட்ல யார் இருக்காங்க...?’’

‘‘நானும் என்னோட புருசனும்...’’

‘‘எங்கே உன் புருஷன்?’’

‘‘அய்யா... அவர் இந்த வீட்டுக்கு வாட்ச்மேன், இப்ப அவர் நாய்க்குக் கறிவாங்க மார்க்கெட்டுக்குப் போயிருக்காரு... இன்னும் கொஞ்ச நேரத்துல வந்துடுவார்...’’

‘‘உன் புருஷன் பேர் என்ன?’’

‘‘செல்லப்பன்.’’

விவேக் அந்த வீட்டுக்குள் நுழைந்து கொண்டே கேட்டான்.

‘‘உன்னோட அய்யாவும் அம்மாவும் சிங்கப்பூர் போயிருக்காங்கன்னு சொன்னே. எதுக்காகப் போயிருக்காங்கன்னு தெரியுமா?’’

‘‘தெரியாதய்யா.’’

‘‘அவங்க சிங்கப்பூருக்குத்தான் போயிருக்காங்கன்னு உனக்கு எப்படி தெரியும்?’’

‘‘அப்படிதான்ய்யா என்கிட்டே அய்யாவும் அம்மாவும் சொன்னாங்க!’’

‘‘அவங்க இந்த வீட்டிலிருந்து புறப்பட்டுப் போகும் போது நீ பார்த்தியா?’’

‘‘இல்லீங்கய்யா... அம்மாதான் கொஞ்ச நேரத்துக்கு முந்தி எனக்கு போன் பண்ணி, ‘‘மரகதம்! அய்யாவும் நானும் திடீர்ன்னு நேத்து ராத்திரி புறப்பட்டு சிங்கப்பூர் வந்துட்டோம். ஊர் திரும்பறதுக்கு எப்படியும் ஒரு வாரம், பத்து நாளாயிடும். யாராவது எங்களைக் கேட்டுட்டு வந்தா விபரம் சொல்லிடுன்னு சொன்னாங்க...!’’

விவேக் அவளைப் பார்வையால் மருவினான்.

‘‘நீ சொல்றது எதுவும் நம்பற மாதிரியில்லையே...?’’

‘‘அய்யா! எனக்கும் என் புருசனுக்கும் பொய் பேசிப் பழக்கமில்லை. நான் இந்த வீட்ல வேலைக்காரியாகவும். எம் புருசன் வாட்ச்மேனாகவும் வேலை பார்த்தாலும், அய்யாவும் அம்மாவும் அப்படிப்பட்ட எண்ணத்தோடு பார்க்காமே அவுட் ஹவுஸ் ஒண்ணைக் கட்டிக்கொடுத்து எங்களை அவங்க கூடவே வச்சுகிட்டாங்க... அவங்க வெளியூரோ, வெளிநாடோ போகும்போது இந்த பங்களாவைப் பார்த்துக்கிறது நாங்கதான்.’’

‘‘அவங்க திடீர்ன்னு தான் வெளிநாடு கிளம்பிப் போவாங்களா...?’’

‘‘ரெண்டு நாளைக்கு முன்னாடியே சொல்லுவாங்க. இந்த தடவைதான் இப்படி போன் பண்ணி சொன்னாங்க...’’

விவேக் சில விநாடிகள் யோசனையாய் இருந்துவிட்டு வேலைக்காரியை ஏறிட்டான்.

''குடிக்கக் கொஞ்சம் தண்ணி வேணும்.''

''இதோ... கொண்டு வர்றேன்ய்யா.'' மரகதம் வேகமாய் அந்த இடத்தை விட்டு அகன்றாள்.

அவளுடைய தலை மறைந்ததும் விவேக் அருகில் நின்றிருந்த வைத்தியநாதனிடம் திரும்பினான்.

''குமரன் விஷயத்துல ஏன் இவ்வளவு குழப்பம்?''

வைத்தியநாதன் சற்றே கோபமான குரலில் சொன்னார்.

''சார்... அந்த குமரன்கிட்டே ஏதோ தப்பு இருக்கு.''

''என்ன தப்பு...?''

''அவர் ஏதோ 'ப்ளே' பண்றார். நம்மை இந்த 'ப்ராஸ்தடிக்' விவகாரத்தில் டைவர்ட் பண்றார்.''

''டைவர்ட் பண்றது குமரன் இல்லை வைத்தியநாதன்.''

''வேற யார் சார்?''

''சம் எக்ஸ்...''

''அப்படீன்னா என் கூட குமரன் பேசினது, கொஞ்ச நேரத்துக்கு முன்னால் குமரன் மனைவி உங்ககிட்ட பேசினது எல்லாம் பொய்யா?''

''பொய்யில்லை... உண்மைதான்.''

''அப்புறம்...?''

''ரெண்டு பேரும் அப்படி பேச வைக்கப்பட்டிருக்காங்க... வைத்தியநாதன்.''

19

அறிந்து கொள்வோம்: *ஒரு மனிதனின் உடல் உயரம் 25 வயதுக்கு மேல் வளர்வதில்லை ஏன்? நாம் வாழும் உலகம் மட்டுமல்ல, நமது உடலும் அதிசயமானதுதான். நம் உடலின் கனமான உறுப்பு மூளைதான். இதன் எடை ஆயிரத்து ஐந்நூறு கிராம். ஒரு பெண்ணின் மூளையைக் காட்டிலும் ஆணின் மூளை நூறு கிராம் அதிமாக இருக்கும். மூளையின் அடிப்பகுதியில் இருக்கும் பிட்யூட்டரி சுரப்பி (Pituitary gland) தான் ஒரு மனிதனின் உடல் வளர்ச்சியையும் பாலினத் தன்மையையும் கட்டுப்படுத்துகிறது.*

ஒரு சிறு பட்டாணி சைசில் உள்ள இது உடலின் பல பகுதிகளுடன் 50 ஆயிரம் முக்கியமான நரம்புகளோடு தொடர்பு கொண்டுள்ளது. ஒரு மனிதன் தன்னுடைய 25வது வயதில் முழு வளர்ச்சி பெற்று விடுகிறான். 40 வயது வரை அப்படியே நீடித்திருக்கும் அந்த வளர்ச்சி 40 வயதுக்குப்பின் மெதுவாகக் குறையவும் ஆரம்பிக்கும். 10 ஆண்டுகளுக்கு 4/10 அங்குலம் என்ற கணக்கில் உயரம் குறையத் தொடங்கும். இந்த உயரக்குறைவுக்குக் காரணம் நமது உடலில் உள்ள குருத்தெலும்புகள் தேய்ந்து போவதுதான். ஒரு மனிதன் பகலைக் காட்டிலும் ராத்திரியில்தான் அதிகம் வளர்கிறான். நாம் பகலில் உட்காரும்போதும், நிற்கும்போதும் முதுகில் உள்ள குருத்தெலும்புகள் அழுத்தப்பட்டு சுருங்கும். ஆனால் இரவில் நாம் தூங்கும்போது அந்த அழுத்தம் இல்லாததால் அவைகள் நீண்டு வளர்கின்றன. பிறந்த குழந்தையின் உடலில் 300 எலும்புகள் இருக்கும். குழந்தை வளர வளர இதில் 94 எலும்புகள் இணைந்து

18 வயதைத் தொடும் முன்பு 206 எலும்புகளாக மாறுகிறது. எடையைத் தாங்குவதில் ஒரு கருங்கல்லைக் காட்டிலும் மனிதனின் எலும்புகள் வலிமையானவை. ஒரு தீப்பெட்டி அளவுள்ள எலும்பு 9 டன் எடையைத் தாங்கக்கூடிய அளவுக்கு உறுதியானது.

ஃபாரன்சிக் ஆபீசர் வைத்தியநாதன் வியப்பில் விழிகளை இமைக்க மறந்து விவேக்கையே பார்த்தார்.

''என்ன...சார் சொல்றீங்க? குமரன் அவரோட மனைவி 2 பேரும் அப்படி பேச வைக்கப்பட்டிருக்காங்களா?''

''எஸ்...''

''யூ...மீன்... அவங்க கடத்தப்பட்டிருக்கலாம்னு சொல்ல வர்றீங்களா?''

''சென்ட் பர்சன்ட்!''

''காரணம்?''

''புதைக்கப்பட்ட அந்த 'ப்ராஸ்தடிக்' தலையைப் பற்றிய மருத்துவ விஞ்ஞான உண்மைகள் அவர் மூலமாய் வெளியே தெரிஞ்சுடக்கூடாதுங்கிற எண்ணமும் ஒரு காரணமாய் இருக்கலாம்.''

''சாரி சார்... இந்தக் காரணம் எனக்கு சரியாப் படலை...!''

''ஏன்...?''

''சார், அந்த 'ப்ராஸ்தடிக்' தலை பற்றிய மருத்துவ உண்மைகள் எனக்கு வேண்டுமானால் தெரியாமல் இருக்கலாம். ஆனால் அதை மும்பைக்கு அனுப்பி அங்கே இருக்கக்கூடிய ஃபாரன்சிக் ஸ்காலர்கிட்டே ரிப்போர்ட் கேட்டா எல்லா உண்மைகளும் வெளிவர வாய்ப்பிருக்கு... இந்த உண்மை குமரனுக்குத் தெரியாதா என்ன?''

விவேக்கின் உதடுகளில் ஒரு புன்னகை பரவி அது அப்படியே நின்றது. பக்கத்தில் நின்றிருந்த விஷ்ணு கேட்டான்.

‘‘பாஸ், இந்த கிருஷ்ண பரமாத்மாவோட புன்னகைக்கு என்ன அர்த்தம்னு தெரிஞ்சுக்கலாமா?’’

‘‘விஷ்ணு... இந்த விஷயத்துல என்ன நடந்திருக்கும்னு உன்னோட மூளைக்கு ஓவர்டைம் கொடுத்து கொஞ்சம் யோசிச்சுப் பாரு.’’

‘‘3 ஷிப்ட்ல வேலை வாங்கினாலும் என்னோட மூளைக்கு அந்த விஷயமெல்லாம் எட்டாது பாஸ். என்ன நடந்திருக்கும்னு நீங்களே சொல்லுங்க...’’

விவேக் ஃபாரன்சிக் ஆபீசரை ஏறிட்டான்.

‘‘மிஸ்டர் வைத்தியநாதன்...! அந்த ‘ப்ராஸ்தடிக்’ தலையைக் குமரன் சொன்னபடி செக் பண்ணி ரிப்போர்ட்டை பிரிப்பேர் பண்ணிட்டீங்களா...?’’

‘‘எனக்குத் தெரிஞ்ச அளவுக்கு ரிப்போர்ட்டை ரெடி பண்ணிட்டேன் சார். ஆனா அது முழுமையான ரிப்போர்ட் கிடையாது.’’

‘‘சரி... உங்க ரிப்போர்ட் என்ன சொல்லுது?’’

‘‘அந்த ‘ப்ராஸ்தடிக்’ தலையில் எந்த ஒரு அப்நார்மல்ஸியும் இல்ல சார்...!’’

‘‘நல்லா ஞாபகப்படுத்திச் சொல்லுங்க. அந்தத் தலையோட மையப் பகுதிக்குள்ள ஒரு குமிழ்மாதிரி ஏதாவது தட்டுப்பட்டுதா?’’

‘‘ஆமா... சார்... தட்டுப்பட்டது.’’

‘‘அதை இழுத்துப் பார்த்தீங்களா?’’

‘‘பார்த்தேன் சார்.’’

‘‘உள்ளே என்ன இருந்தது?’’

‘‘எதுவுமே இல்ல சார்... ஹாலோவா இருந்தது.’’

‘‘நல்லா யோசனை பண்ணிச் சொல்லுங்க?’’

‘‘இதுல யோசனை பண்ண ஒண்ணுமேயில்ல சார். நவ் வாட் அயாம் சேயிங் ஈஸ் கரெக்ட். உள்ளே எதுவுமே இல்ல.’’

''அப்படின்னா நான் நினைச்சது சரிதான்.''

''வாட் டிட் யூ திங்க் சார்?''

''நான் முதல் முதலாய் அந்த 'ப்ராஸ்தடிக்' தலையை செக் பண்ணிப் பார்த்தபோது தலையின் மையப்பகுதியில் இருந்த குமிழைத் தள்ளிப் பார்த்தேன். உள்ளே க்ரே கலரில் மனித மூளையின் அமைப்போடு ஒரு பொருள் இருந்தது. அதனோடு சில சென்சார்களும் இணைக்கப்பட்டிருந்தன.''

வைத்தியநாதனின் முகம் மாறியது.

''அப்படிப்பட்ட எந்த ஒரு பொருளையும் நான் பார்க்கல சார்.''

''இப்ப உங்களுக்குப் புரிஞ்சிருக்கும்னு நினைக்கிறேன் வைத்தியநாதன். குமரன் 'ப்ராஸ்தடிக்' தலையை உங்ககிட்ட ஆய்வு பண்ண கொடுக்குறதுக்கு முன்பே அந்த தலைக்குள்ள இருந்த க்ரே கலர் மூளை போன்ற அமைப்பை எடுத்திருக்கணும்.''

''அவர் அப்படியெல்லாம் செய்யக்கூடியவர் இல்ல சார்...''

''நானும் அதைத்தான் சொல்ல வர்றேன். குமரன் அப்படிப்பட்டவர் இல்ல... அப்படி செய்யும்படி கட்டாயப்படுத்தப்பட்டிருக்கிறார். குமரன் மூலமாய் தெரிஞ்சிடக்கூடாதுன்னு குற்றவாளிகள் செயல்பட்டிருக்காங்க. குமரனையும் அவரோட மனைவியையும் கடத்தி தங்களோட கட்டுப்பாட்டுக்குள்ள வச்சுக்கிட்டு செல்போன்ல அவங்க விரும்பினபடி பேச வைக்கிறாங்க...!''

''பாஸ்... குமரன், அவரோட மனைவி இவங்களோட செல்போன்களை 'மானிட்டரிங்' பண்ணச் சொல்லி...''

''நான் ஏற்கெனவே சைபர் க்ரைம் ப்ராஞ்சுக்கு எஸ்.எம்.எஸ். அனுப்பி பதிலும் வாங்கிட்டேன். அந்த நெம்பர்களை மானிட்டரிங் பண்ண முடியலைன்னு சைபர் க்ரைம் ப்ராஞ்ச் பீப்பிள் சொல்லிட்டாங்க.''

''காரணம்...?''

‘‘குற்றவாளிகள் செல்போன் ஜாமர்களையும், ப்ளாக்கர்களையும் யூஸ் பண்ணி மானிட்டரிங்கை ப்ளாக் பண்ணியிருக்காங்க...’’

‘‘இப்ப எப்படி பாஸ், குமரனையும் அவரோட மனைவியையும் யார் கடத்திட்டுப் போயிருக்காங்க, எங்கே இருக்காங்கன்னு கண்டுபிடிக்கப் போறோம்?’’

‘‘அதுக்கான முயற்சிகளை இந்த வீட்டிலிருந்து தான் ஆரம்பிக்கப் போறோம்.’’ விவேக் சொல்லிக் கொண்டிருக்கும்போதே வேலைக்காரி மரகதம் நீர் நிரம்பிய கண்ணாடி டம்ளர்களை ஒரு ட்ரேயில் வைத்தபடி வீட்டின் உள்ளேயிருந்து வெளிப்பட்டாள். ட்ரேயை டீபாயின் மேல் வைத்துக் கொண்டே கேட்டாள்.

‘‘அய்யா! டீ, காப்பி ஏதாவது போட்டுட்டு வரட்டுங்களா...?’’

‘‘அதெல்லாம் ஒண்ணும் வேண்டாம்.’’

மூன்று பேரும் டம்ளர்களை எடுத்துக் கொண்டார்கள். நீரைப் பருகிமுடித்த பின்பு விவேக் கேட்டான்.

‘‘இந்த வீட்ல மொத்தம் எத்தனை ரூம்?’’

‘‘நாலு ரூமுங்கய்யா.’’

‘‘பெட்ரூம் எது...?’’

‘‘மாடியில் முதல் ரூம்...’’

‘‘ரூம் திறந்திருக்கா?’’

‘‘திறந்திருக்கய்யா...’’

‘‘வா... வந்து காட்டு...’’

வேலைக்காரி மரகதம் மாடிப்படிகளில் ஏற அவளை மூன்று பேரும் பின்தொடர்ந்தார்கள். படிகள் ஏறும்போது விஷ்ணு விவேக்கின் காதருகே கிசுகிசுத்தான்.

‘‘பாஸ்...’’

''சொல்லு...''

''இந்த வேலைக்காரி மேல எனக்கு ஒரு சின்ன சந்தேகம்?''

''என்ன?''

''இவ ஒரு வேலைக்காரியாய் இருக்க முடியாது.''

''எப்படி சொல்றே?''

''ஒரு வேலைக்காரி இவ்வளவு சுத்தமாய் இருக்க மாட்டா.''

விவேக் முறைக்க ''சாரி பாஸ்... என்னோட மனசு க்குப்பட்டதைச் சொல்லிட்டேன். அப்புறம் உங்க இஷ்டம்.'' என்றான்.

''இதான்ய்யா... பெட்ரூம். பக்கத்து ரூம் அய்யா படிக்கிற ரூம்...''

விவேக் பாதி திறந்து இருந்த கதவை முழுவதுமாய் தள்ளி உள்ளே எட்டிப் பார்த்தான்.

சற்றே பெரிய அறை. ஷெல்ஃபில் நிறைய புத்தகங்கள். மேஜையின் மேல் இரண்டு அதி நவீன கம்ப்யூட்டர்கள். ஒரு லேப்டாப். ஒரு புக் சைஸுக்கு டேப். நீளமான மேஜையின் மேல் வரிசையாய் நிறம் நிறமாய் ஃபைல்கள். ஸ்பைரல் பைண்டிங் செய்யப்பட்ட கம்ப்யூட்டர்தாள்கள்.

விவேக் உள்ளே நுழைந்தான். பார்வை ஒரு லேசர் கதிராய் மாறியது. ஷெல்ஃபில் இருந்த எல்லாப் புத்தகங்களுமே 'நாங்கள் ஃபாரன்சிக் ஜாதி' என்று சொன்னது. ஒரு கம்ப்யூட்டரை ஆன் செய்து பார்த்தான். அது 'வெல்கம்' என்ற வார்த்தையை உற்பத்தி செய்து காட்டிவிட்டு 'பாஸ்வேர்ட்' கேட்டது. மெல்ல நகர்ந்தான். சில ஃபைல்களைப் புரட்டி மேலோட்டமாய் படித்தான்.

ஒரு ஐந்து நிமிடம் கரைந்திருந்த போது விஷ்ணு வேகமாய் பக்கத்தில் வந்தான். கையில் ஒரு தாள். குரலில் பதட்டம்.

''பாஸ்... இதை ஒரு செகண்ட் பாருங்க.''

விஷ்ணு தன் கையில் வைத்து இருந்த தாளை விவேக்கிடம்

நீட்ட அவன் வாங்கிப் பார்த்தான். நெற்றி வியப்புக்கு உட்பட்டு சுருங்கியது.

அந்தத் தாளில் ஒரு சிவப்பு ஸ்கெட்ச் பேனாவால் கொட்டை கொட்டையாக ஆங்கில எழுத்துக்களில் அந்த மூன்று வார்த்தைகள் எழுதப்பட்டிருந்தன.

vivek

vishnu

somewhat perversity

''என்ன பாஸ் இது?'' விஷ்ணுவின் விழிகளில் கலக்கம் தெரிந்தது.

''புரியலையா?''

''நல்லாவே... புரியுது பாஸ்...'விவேக், விஷ்ணு கொஞ்சம் விபரீதம்'ன்னு எழுதியிருக்காங்க. அதோ அந்த லேப்டாப்புக்குக் கீழே தான் இந்த காகிதத்தை நாலாய் மடிச்சு வைச்சிருந்தாங்க... நாம இங்கே வரப்போறது யாருக்குத் தெரியும்? எதுக்காக இப்படியொரு லெட்டரை எழுதி இங்கே வைக்கணும்...?''

விஷ்ணு புலம்பிக் கொண்டிருக்க விவேக் தன் கையில் வைத்து இருந்த தாளை இரண்டாவது தடவையாய் பார்த்தான். பார்த்துக் கொண்டிருக்கும் போதே அவனுடைய உதடுகளின் கடைக்கோடியில் ஒரு சிறிய புன்னகையொன்று அரும்பி மலர்ந்தது.

ஐ

முட்டுக்காடு வனச்சரகப் பகுதிக்கு உட்பட்ட அந்த கோணல்மாணலான காட்டுப்பாதையில் ஆம்புலன்ஸ் வேனை நிதானமான வேகத்தில் ஓட்டிக் கொண்டிருந்தான் ஹரி. அவனுடைய பின்னங்கழுத்தில் லேசர் பிஸ்டல் அழுத்தமாய் பதிந்திருந்தது.

பாதை போகப் போக மோசமாய் இருந்தது. பாதைகளும் கற்றாழைச் செடிகளும் விடாப்பிடியாய் கூடவே வந்தன.

அடிவயிற்றில் பயம் ஒரு கல்லைப் போல இறுகிப்போய் கனத்தது.

'இன்னும் எவ்வளவு தூரம் போக வேண்டும் என்று தெரியவில்லையே...?'

ஹரி யோசித்துக் கொண்டிருக்கும்போதே பின்னால் இருந்தவன் ஹரியின் தோள்பட்டையைத் தட்டினான்.

''வேனை வலது பக்கமாய் திருப்பு. இனிமேல் வரப்போகிற ரோடு இன்னமும் மோசமாய் இருக்கும். பார்த்து ஓட்டு!''

ஹரி வேனைத் திருப்பிக் கொண்டே கேட்டான். ''இந்தக் காட்டுக்குள்ளே இன்னும் எவ்வளவு தூரம் போகணும்?''

அப்படி கேட்ட அடுத்த விநாடி பிடரியில் 'ரப்ப்ப்' பென்று ஓர் அறை விழுந்து ஹரியின் ஐம்புலன்களையும் பொறி கலங்க வைத்தது. பின்னால் உட்கார்ந்திருந்தவன் உறுமினான்.

''என்னைக் கேள்வி கேட்கக் கூடாதுன்னு சொல்லியிருக்கேன். நான் நிறுத்துன்னு சொல்கிற வரைக்கும் வண்டியை ஓட்டணும்... என்ன புரியுதா?''

அதற்குப் பிறகு ஹரி ஒரு வார்த்தைக்கூட பேசவில்லை. வேன் அந்த மோசமான காட்டுப் பாதையில் ஓர் அடி உயரத்துக்கு எம்பி எம்பி ஓடியது.

ஒரு பத்து நிமிடப் பயணத்துக்குப் பிறகு பிஸ்டல் பேர்வழியின் குரல் கேட்டது.

''வேனை இந்த இடத்தில் நிறுத்திக்க...''

ஹரி நிறுத்தினான்.

''இறங்கு...''

பயத்தோடும் குழப்பத்தோடும் ஹரி இறங்கிக் கொண்டு சுற்றும் முற்றும் பார்த்தான். எல்லாத் திசைகளிலும் ஆறடி உயரத்துக்குக் கோரைப்புல்கள் வளர்ந்து காய்ந்து தெரிந்தன. அவனுடைய தோளில் தட்டினான் பிஸ்டல் ஆசாமி.

''என்ன பார்க்கிறே?''

''இது எந்த இடம்...?''

''நாம் வர வேண்டிய இடம்.''

''யாரை இப்போ பார்க்கப் போறோம்?''

''இன்னும் கொஞ்ச நேரத்தில் தெரியும். போய் வேனோட பின்பக்கத்தைத் திற...!''

ஹரி வேனின் பின்பக்கத்தை நோக்கிப் போனான்.

20

அறிந்து கொள்வோம்: ஒரு மனிதனின் உடல்நலம் என்கிற விஷயம் அவன் தாயின் வயிற்றில் இருக்கும்போதே ஆரம்பமாகிவிடுகிறது. தாயின் கருவறையில் இருக்கும்போதே கடிகாரத்தின் பெண்டுல சத்தம்போல் தாயின் இதயத்துடிப்பைக் கேட்டுக் கொண்டிருக்கிறான். நாட்கள் செல்லச் செல்ல தாயின் இதயத்துடிப்பை மட்டுமல்லாமல் தாயின் தும்மல் ஒலியையும் இருமல் சத்தத்தையும் கேட்கிறான். பிரசவ நாள் நெருங்க நெருங்க தாயின் இரைப்பையில் உணவு ஜீரணமாகும் சத்தத்தையும், வெளியே நடைபெறும் மற்ற மனிதர்களின் பேச்சு சத்தத்தையும் கேட்கிறான். இதில் வியப்புக்குரிய விஷயம் என்னவென்றால் ஒரு குழந்தை வயிற்றில் இருக்கும்போது நாம் கேட்காத ஒலிகளைக்கூட குழந்தை கேட்கக்கூடும் என்கிறது, ஜான் ஹம்பர்க் என்னும் டாக்டர் ஒருவரின் ஆராய்ச்சிக் கட்டுரை.

வெளியில் இருக்கும் நாம், 20 ஆயிரம் ஹெர்ட்ஸ் என்ற ஒலியளவு வரை கேட்க முடியும் என்றால் தாயின் வயிற்றில் இருக்கும் ஒரு குழந்தை ஒருலட்சத்து 80 ஆயிரம் ஹெர்ட்ஸ் ஒலியளவு வரை கேட்கக் கூடும். இதற்குக் காரணம் கருப்பைக்குள் குழந்தை பெரிதாகி வளரும்போது தாயின் வயிற்றின் மேல்தோல் மெலிந்து லேசாகி விடுகிறது. அந்த மெல்லியத் தோல் வழியாக ஒளியும் ஊடுருவி உள்ளே போவதால் அந்த வெளிச்சத்தின் காரணமாக அதனுடைய உறக்கம் கலைகிறது. அதனால் அசைகிறது. தாய்

பேசுவதையும் கோபத்தில் கத்துவதையும் கவனிக்கிறது. ஒரு தாய் கோபப்படும்போதோ, அழும்போதோ அது பயந்து போய் விடுகிறது. சில சமயம் தாயின் எதிர்மறையான உணர்வுகள் குழந்தையையும் தாக்கி அதன் மூளைப்பகுதியில் பதிவாகின்றது. எனவே பெண்கள் கருவுற்ற நாளில் இருந்தே எதற்கும் உணர்ச்சிவசப்படாமல் மனதை சந்தோஷமாக வைத்துக் கொள்வது ஓர் இன்றியமையாத விஷயமாகும்.

ஹரி உதறிக் கொள்ளும் இதயத்தோடு வேனின் பின்புறத்தை அதன் கைப்பிடியைப் பிடித்து இழுத்தான்.

அது சற்று சிரமத்தோடு திறந்துகொள்ள உள்ளே இருள் மண்டிய முகத்தோடு சுபத்ரா தெரிந்தாள். ஹரியைப் பார்த்தும் பதட்டமும் நடுக்கமுமாய் எழுந்து வந்தாள்.

''ஹரி... யாரவன்... எதுக்காக இந்தக் காட்டுப்பகுதிக்குள்ளே உன்னையும் என்னையும் கூட்டிட்டு வந்திருக்கான்?''

ஹரி வியர்த்து வழிந்து கொண்டு குரலைத் தாழ்த்தினான். ''சத்தம் போட்டுப் பேசாதே சுபத்ரா. ஏதாவது கேள்வி கேட்டாலே அவனுக்குக் கோபம் வருது... தலையில் ஒரு தட்டு தட்றான். வலி உயிர் போகுது... இப்போதைக்கு அவன் என்ன சொல்றானோ அதைக் கேட்டு நடக்குறது தான் புத்திசாலித்தனம்.''

ஹரி சொல்லிக் கொண்டிருக்கும் போதே அவன் பக்கத்தில் வந்தான். ''இப்ப நீ சுபத்ராகிட்டே சொன்னியே ஒரு வார்த்தை அதுதான் சரியான வார்த்தை.''

ஹரி அந்தக் காட்டுப்பகுதியை சுற்றும் முற்றும் பார்த்துவிட்டுக் கேட்டான்.

''நாங்க என்ன பண்ணணும்?''

''வேனுக்குள்ளே இருக்கிற நாகஜோதியை ஸ்ட்ரெச்சரோடு வெளியே கொண்டு போங்க...!''

ஹரியும் சுபத்ராவும் மறுபேச்சு பேசாமல் வேனுக்குள் நுழைந்து சுயஉணர்வு இழந்த நிலையில் இருந்த நாகஜோதியை ஸ்ட்ரெச்சரோடு வெளியே கொண்டு வந்தார்கள்.

''அவளைத் தூக்கிட்டு எம் பின்னாடி வாங்க...''

அவன் முன்னால் நடக்க ஆரம்பித்துவிட ஹரியும், சுபத்ராவும் ஸ்ட்ரெச்சரோடு பின்தொடர்ந்தார்கள்.

எல்லாத் திசைகளிலும் கோரைப்புற்கள் 6 அடி உயரம்வரை வளர்ந்து காய்ந்து போய் தெரிந்தது. அதற்கு நடுவே ஒரு கோணல்கோடு போல் ஒற்றையடிப் பாதை பார்வையில் பட அவன் அதில் வேகநடை போட்டான்.

''பார்த்து வரணும்... திடீர்னு குழியும் மேடும் மாறி மாறி வரும். என்னைப் பார்த்துக்கிட்டே நடந்து வந்தா பிரச்சனை இருக்காது.''

ஒரு ஐம்பது அடி தூரம் நடப்பதற்குள் சுபத்ராவுக்கு உடம்பு வியர்த்துக் கொட்டி மூச்சு வாங்கியது.

அவன் பத்தடி தொலைவில் முன்னால் போய்க் கொண்டிருந்தான். சுபத்ரா மெதுவாய், ''ஹரி.'' என்றாள் கிசுகிசுப்பான குரலில்.

''என்ன?''

''என்னால முடியல... இன்னும் எவ்வளவு தூரம் போகணும்னு தெரியலை...''

''சுபத்ரா... இந்த மாதிரியான நேரத்துலதான் நாம தைரியமாய் இருக்கணும். இந்தக் காட்டுக்குள்ளே என்ன நடக்குதுன்னு பார்த்துடலாம்...''

''கண்ணுக்கெட்டின தூரம் வரைக்கும் எந்த ஒரு கட்டடத்தையும் காணோம். இவன் எங்கே கூட்டிட்டுப் போறான்னு தெரியலையே...!''

சுபத்ரா மூச்சு வாங்கி சிரமமாய் பேசிக் கொண்டிருக்கும்போதே முன்னால் போய்க் கொண்டிருந்தவன் சட்டென்று நின்றான்.

அவனுக்கு முன்பாய் அந்த பாறைக் குடைவு தெரிந்தது.

''எம் பின்னாடியே வாங்க...'' சொன்னவன் ஏதோ திறந்த வீட்டுக்குள் நுழைவதுபோல் அந்த பாறைக் குடைவுக்குள் நுழைந்தான்.

சுபத்ராவும் ஹரியும் ஸ்ட்ரெச்சரை சற்றே தூக்கிப் பிடித்தபடி அவனைப் பின்தொடர்ந்து உள்ளே போனார்கள். எங்கிருந்தோ குளிர்க்காற்று வீசியது.

சிறிதுநேரம் அரையிருட்டோடு வந்த பாறைக் குடைவுப் பாதை பிறகு கொஞ்சகொஞ்சமாய் வெளிச்சத்துக்குத் திரும்பி, பரந்த பரப்பைக் காட்டியது. ஏதோ ஒரு மலையைக் குடைந்த மாதிரியான தோற்றம். ஆங்காங்கே எல்.இ.டி. மின்விளக்குகள் ஒளிர்ந்து கொண்டிருக்க, ஹரியும் சுபத்ராவும் பிரமிப்போடு பார்த்தார்கள்.

அவன் சிரித்தான்.

''என்ன இந்த இடத்தைப் பார்க்கும்போது ஆச்சரியமாய் இருக்கா. இது ஒரு சின்ன மலையோட குடைவுதான். இதையே ஒரு வீடு மாதிரி மாத்தியிருக்கோம். மொதல்ல அந்த நாகஜோதியை அந்தக் கட்டில்ல கொண்டுபோய் படுக்கவைங்க.'' என்று சொன்னவன், அந்த இடத்தின் மூலைப்பகுதியை நோக்கிப்போய் அங்கிருந்த இன்டர்காம் போனின் ரிசீவரை எடுத்துக்கொண்டு பேச ஆரம்பித்தான்.

ஸ்ட்ரெச்சரிலிருந்து நாகஜோதியை எடுத்து கட்டிலின் மேல் கிடத்திக் கொண்டிருந்த ஹரியும் சுபத்ராவும் அவன் போனில் பேசுவதைக் கேட்டுவிட்டு ஆச்சரியத்தோடு ஒருத்தரை ஒருத்தர் பார்த்துக் கொண்டார்கள். சுபத்ரா கிசுகிசுப்பான குரலில் கூப்பிட்டாள்.

''ஹரி...''

''ம்...''

''நோட் பண்ணியா?''

''பண்ணிட்டிருக்கேன்...''

‘‘என்ன?’’

‘‘நம்மைக் கடத்திகிட்டு வந்தவன் நைஜீரிய பாஷை பேசறான்.’’

‘‘யார்கிட்டே பேசிட்டிருக்கான்னு தெரியலையே?’’

‘‘வர்றான்...!’’

இருவரும் பேச்சை நிறுத்திக் கொண்டு நாகஜோதியைக் கட்டிலில் கிடத்திவிட்டு, பயம் நிறைந்த பார்வையோடு நிமிர்ந்தார்கள். அவன் அவர்களுக்கு பக்கத்தில் வந்து நின்றான். ஒரு விஷமப் புன்னகையோடு கேட்டான்.

‘‘என்ன ரெண்டு பேரும் ஏதோ பேசிட்டிருந்தீங்க போலயிருக்கு?’’

‘‘இல்லையே...!’’

‘‘எனக்குச் சத்தம் கேட்டது.’’

‘‘அது... வந்து... சுபத்ரா குடிக்கிறதுக்கு தண்ணி கிடைக்குமான்னு உன்கிட்ட கேட்கச் சொன்னா...?’’

‘‘பொய் பேச ஆரம்பிச்சுட்டீங்க... இந்த இடத்துல இதுவே நீங்க ரெண்டு பேரும் பேசுற முதல் பொய்யாகவும் கடைசிப் பொய்யாகவும் இருக்கட்டும். இப்பவே இந்த நிமிஷமே உங்க ரெண்டு பேருக்கும் ஒரு உண்மையை சொல்லிடுறேன். இந்த இடத்திலிருந்து நீங்க தப்பிக்க நினைச்சா அந்த நினைப்பு தான் உங்க ரெண்டு பேரோட வாழ்க்கையிலேயே ஒரு மோசமான நினைப்பாய் இருக்க முடியும். இருந்தாலும் முயற்சி பண்ணிப் பார்க்கலாமேன்னு நினைச்சு அதைச் செயல்படுத்த நினைக்கும்போது உடம்புல உயிர் இருக்காது...’’

சுபத்ரா பயத்தோடு உமிழ்நீரை விழுங்கிவிட்டு ஈனஸ்வர குரலில் கேட்டாள்.

‘‘எ..ஏ.. எங்களை... எதுக்காக... இங்கே...?’’

‘‘கடத்திட்டு வந்திருக்கேன்னு கேட்கிறியா?’’

‘‘ஆ...ஆமா...’’

கலவர விழிகளோடு சுபத்ரா தலையாட்ட அவன் பதில் சொல்வதற்குள் சுபத்ராவின் பின்புறம் அந்தப் பெண் குரல் கேட்டது.

''சுபத்ரா! நீ கேட்ட இந்தக் கேள்விக்கு நான் பதில் சொல்லட்டுமா?''

ஹரியும் சுபத்ராவும் திரும்பிப் பார்த்தார்கள். இரண்டு ஜோடி விழிகளும் எல்லையற்ற வியப்புக்குப் போயிற்று.

ஐ

விவேக்கின் உதடுகளில் உற்பத்தியான புன்னகையைப் பார்த்து ஒரு மினி பெருமூச்சை விட்டான் விஷ்ணு.

''பாஸ்... இந்தப் புன்னகைக்கு என்ன அர்த்தம்ன்னு நான் தெரிஞ்சுக்கலாமா...?''

''விஷ்ணு! இந்த *vivek, vishnu, some what perversity* என்கிற வார்த்தைகளை மறுபடியும் ஒரு தடவை பாரு!''

''பார்த்துகிட்டேதான் இருக்கேன் பாஸ். விவேக், விஷ்ணு, கொஞ்சம் விபரீதம்ன்னு யாரோ எழுதி வச்சு உங்களையும் என்னையும் மிரட்டறாங்க...!''

''நோ விஷ்ணு... இது யாரோ எழுதி வச்சது கிடையாது''

''அப்புறம்?''

''இதை எழுதினது ஃபாரன்சிக் ரிசர்ச் ஸ்காலர் குமரன்தான்!''

விவேக் சொல்ல விஷ்ணுவின் வாய் தன்னிச்சையாய் சில மில்லி மீட்டர் விட்டத்துக்குத் திறந்து கொண்டது.

''எ... எ... எப்படி பாஸ் ஒண்ணும் ஒண்ணும் ரெண்டுன்னு சொல்ற மாதிரி இவ்வளவு உறுதியாய் சொல்றீங்க?''

''மேஜை மேல் இருக்கிற அந்தக் கருப்பு நிற டயரியை எடுத்து அதோட முதல் பக்கத்துல என்ன எழுதியிருக்குன்னு பாரு...''

விஷ்ணு குழப்பமாய் நகர்ந்து போய் அந்த டயரியை

எடுத்து முதல் பக்கத்தைப் பிரித்தான். ஆங்கிலத்தில் சில வரிகள் தெரிந்தன.

பச்சை நிற ஸ்கெட்ச் பேனாவால் அந்த வார்த்தைகள் எழுதப்பட்டு இருக்க மனசுக்குள் படித்தான் விஷ்ணு. தமிழாக்கம் மூளைக்குள் பதிவானது.

''ஒவ்வொரு மனிதனும் தன்னுடைய வாழ்க்கையில் அதிகமாய் பேச வேண்டிய ஆறு வார்த்தைகள்

1. எங்கே?

2. என்ன?

3. எப்படி?

4. ஏன்?

5. எப்போது?

6. எதனால் - இந்த ஆறு வார்த்தைகளும் எவன் ஒருவன் அதிகமாய் உபயோகிக்கிறானோ அவன் வெற்றிக்குப் பக்கத்தில் வந்துவிட்டான் என்று அர்த்தம்.''

விஷ்ணு படித்துவிட்டு விவேக்கைப் பார்த்துக் கேட்டான், ''நீ இப்ப படிச்ச வாசகங்களுக்குக் கீழே யார் கையெழுத்துப் போட்டு இருக்காங்கன்னு பார்த்தியா?''

''பார்த்தேன் பாஸ்.''

''யாரு?''

''குமரன்தான் கையெழுத்துப் போட்டிருக்கார்.''

''அதாவது அந்த வாசகங்களை குமரன் தன் டயரியோட முதல் பக்கத்தில் எழுதி அதுக்குக் கீழே தன்னோட கையெழுத்தையும் போட்டிருக்கார் இல்லையா?''

''ஆமா பாஸ்.''

''இந்த டயரியில் இருக்கிற வாசகங்களையும் இந்த விவேக், விஷ்ணு கொஞ்சம் விபரீதம் வார்த்தைகளையும் ஒப்பிட்டு பாரு விஷ்ணு... எழுதப்பட்டு இருக்கிற ஆங்கில

எழுத்துக்கள் ஒரே மாதிரியாய் இல்லை?''

''ஆமா பாஸ்... ரெண்டும் ஒரே மாதிரிதான் இருக்கு... கொஞ்சங்கூட வித்தியாசம் தெரியலை...''

''இதிலிருந்து உனக்கு என்ன தெரியுது?''

''குமரனுக்கு இந்த வீட்டிலிருந்தே ஆபத்து ஆரம்பமாகியிருக்கணும் பாஸ்... நாம இந்த வீட்டைச் சோதனையிட வரும்போது 'விவேக், விஷ்ணு கொஞ்சம் விபரீதம்' என்கிற வார்த்தைகள் எழுதப்பட்ட இந்தக் காகிதத்தாள் நம்மோட பார்வையில் படணும்ன்னு குமரன் எழுதி வச்சிருக்கணும்.''

''அதே தான்...பாஸ்...''

''என்ன?''

''இந்த வீட்டு வேலைக்காரிக்குத் தெரியாமல் குமரனும் அவரோட மனைவியும் கடத்தப்பட்டு இருக்க முடியாது... அவகிட்டே ஏதோ தப்பு இருக்கு. அவகிட்டே பத்து நிமிஷம் விடாமே கேள்வி மேல் கேள்வி கேட்டு விசாரணை பண்ணினால் ஏதாவது ஒரு பதிலில் மாட்டிக்குவா...!''

''விஷ்ணு! யூ மே பி கரெக்ட்... கூப்பிடு, அவளை தரோவாய் விசாரணை பண்ணிருவோம்...!''

விஷ்ணு அறைக்கு வெளியே வந்து மாடி வராந்தாவில் நின்று வேலைக்காரியின் பெயரைச் சொல்லி சத்தமாய் கூப்பிட்டான்.

''மரகதம்...''

மறுபக்கம் பதிலில்லை.

விஷ்ணு கீழே எட்டிப் பார்த்து குரலை சில டெஸிபில் உயர்த்தி அழைத்தான்.

''மரகதம்...''

நிசப்தம்.

''விஷ்ணு...! நீ கீழே போய் பார்த்துட்டு வா.''

விஷ்ணு மாடிப்படிகளில் வேகமாய் இறங்கிப் போனான். சில நிமிஷங்கள் கழித்து வியர்த்து வழியும் முகத்தோடு வந்தான்.

''பாஸ்... இந்த வீட்ல எல்லாப் பக்கமும் தேடிப் பார்த்துட்டேன்...அந்த மரகதம் இல்லை.''

ௐ ஶ ஶ

21

அறிந்து கொள்வோம்: *கம்ப்யூட்டரில் வைரஸ் இருக்கிறது என்று சொன்னால் சிலர் நினைப்பதுபோல் அது நோய்க்கிருமியோ, பாக்டீரியாவோ கிடையாது. கம்ப்யூட்டரில் இருக்கும் சாப்ட்வேர்களைச் செயலிழக்க வைக்கும் ஒரு ப்ரோகிராமுக்குப் பெயர்தான் வைரஸ். அதாவது கம்ப்யூட்டரில் ஒரு குறிப்பிட்ட பணியைச் செய்யுமாறு சாப்ட்வேர்கள் மூலமாக நாம் கம்ப்யூட்டர்களுக்கு அளிக்கும் கட்டளைக்குப் பெயர்தான் ப்ரோகிராம். நம்முடைய ப்ரோகிராம்களைக் குழப்பும் போட்டி ப்ரோகிராம்களே வைரஸ் என்று அழைக்கப்படுகிறது. நம்முடைய ப்ரோகிராம் 'போ' என்று சொன்னால் அது போகாதே என்று சொல்லும். வைரஸ்களை பேட்டை ரவுடிகள் என்று கூட சொல்லலாம்.*

வைரஸ்களில் பலவகை உண்டு. இன்டர்நெட் மூலமாக நாம் இமெயில் பார்க்கும்போது திருட்டுத்தனமாக உள்ளே புகுந்து ஒரு ஓரத்தில் இடம் பிடித்துக் கொள்ளும். ப்ரோகிராம் வைரஸ், இன்டர்நெட் வைரஸ் இந்த இரண்டுக்கும் அண்ணன் ஒருவன் இருக்கிறான். அவனுக்குப் பெயர் பூட்வைரஸ். இதுதான் வைரஸ்களிலேயே மிகப்பெரிய தாதா. இந்த வகையான வைரஸ்கள் பாதித்த கம்ப்யூட்டர்களின் செயல்பாடு எப்படியிருக்கும்... ? கம்ப்யூட்டர் நிறைய பொய் பேசும். நாம் கேட்கும் சீரியஸான கேள்விகளுக்கு கேலியாக பதில் சொல்லும். கட்டளைகளுக்கு அடிபணிய அடம்

பிடிக்கும். சில கேள்விகளுக்கு நீண்ட நேரம் மவுனம் சாதித்துவிட்டு, போனால் போகிறது என்று எதையாவது சொல்லி வைக்கும். நாம் தொடர்ந்து ஏதாவது கேட்டுக் கொண்டிருந்தால் அது எரிச்சலாகி கம்ப்யூட்டர் சிஸ்டத்தையே முடக்கிவிடும். கம்ப்யூட்டருக்கு மட்டும் கைகளும், கால்களும் இருந்திருந்தால் நிறைய பேர் அடி வாங்கியிப்பார்கள். சில மோசமான வைரஸ்களுக்குச் செல்லப்பெயர்களும் உண்டு. சைக்கோ-13, டிஸ்ஆர்டர் 2000, ஏப்ரல் ஃபூல், ப்ளையிங் பீஸ், பேட் பாய், வொர்ஸ்ட் கேர்ள், டைஹார்ட், ஐ லவ் யூ. இந்த வைரஸ்களில் 'ஐ லவ் யூ' அமெரிக்காவின் நாசா விண்கலக் கூடத்தையே அலற வைத்து, எல்லா சூப்பர், டூப்பர் கம்ப்யூட்டர்களையும் ஊமைகளாக மாற்றிவிட்டது. அந்த வைரஸ்களை 'எராடிகேட்' செய்து சீரமைப்பதற்குள் விஞ்ஞானிகளின் தலைகளில் ஒட்டிக் கொண்டிருந்த கொஞ்சநஞ்ச தலைமுடியும் காணாமல் போய்விட்டது.

போலீஸ் கமிஷனர் தன்னுடைய பரந்த நெற்றியை சில விநாடிகள் வரை இடது கையால் தேய்த்துக் கொண்டு இருந்துவிட்டு எதிரே உட்காந்திருந்த விவேக்கையும் விஷ்ணுவையும் ஏறிட்டார்.

''அந்த வேலைக்காரி மரகதம் வீட்டுல இல்லை என்ற விஷயம் உறுதியானதுதானா மிஸ்டர் விவேக்?''

''ஆமா...சார்.''

''வீடு முழுக்கத் தேடிப்பார்த்துட்டோம்...''

''அவ உயிர்க்கு ஏதாவது ஆபத்து ஏற்பட்டிருக்கலாமோ...?''

''அப்படி ஏற்பட்டிருக்க வாய்ப்பில்லை சார். அந்த வீட்டை ஒரு அங்குலம் விடாம துருவிட்டோம். அவ அந்த வீட்டுல இல்லை...''

''ஒரு வேளை கடத்தப்பட்டிருக்கலாமோ...?''

‘‘அதற்கான வாய்ப்புகளும் குறைவு சார்...’’

‘‘எப்படி சொல்றீங்க...?’’

‘‘அவ கடத்தப்பட வேண்டிய நபராய் இருந்திருந்தா நாங்க அந்த வீட்டுக்குப் போறதுக்கு முந்தியே எதிரிகள் செயல்பட்டிருப்பாங்க...’’

‘‘சரி மரகதம் காணாமல் போனதுக்கு வேறென்ன காரணம் இருக்க முடியும்னு நினைக்கிறீங்க...?’’

‘‘சார்... அவ காணாமல் போகலை.’’

‘‘தென்...?’’

‘‘தலைமறைவாயிட்டாள்...?’’

‘‘ரெண்டும் ஒண்ணுதானே?’’

‘‘இல்ல சார்... அவளுடைய விருப்பத்துக்கு மாறாக அவளை வெளியே யாராவது கூட்டிட்டுப் போயிருந்தால் அவளைக் காணாமல் போனவள் லிஸ்டில் சேர்க்கலாம். ஆனா மரகதம் எங்க விசாரணைக்குப் பயந்து நாங்க, மாடியில் குமரனோட அறையை சோதனை பண்ணி சில தடயங்களை ஸ்மெல் பண்ணி சேகரிச்சிட்டிருக்கும்போதே அந்த வீட்டிலிருந்து வெளியேறியிருக்கணும்.’’

‘‘அவகிட்ட ஏதாவது தப்பு இருக்கும்னு நினைக்கிறீங்களா...?’’

‘‘ஷ்யூர்.’’

‘‘எது மாதிரியான தப்பு?’’

‘‘குமரனும் அவருடைய மனைவியும் வேலைக்காரி மரகதத்துக்குத் தெரிஞ்சேதான் கடத்தப்பட்டிருக்கணும்!’’

‘‘அப்படின்னா இந்த உண்மை அவளோட புருஷன் செல்லப்பனுக்கும் தெரிய வாய்ப்பிருக்கே?’’

‘‘எஸ்... மரகதத்துக்கிட்ட அவளோட புருஷனைப் பத்தி கேட்ட போது அவன் நாய்க்குக் கறி வாங்க மார்க்கெட்டுக்கு போயிருக்கிறதா சொன்னா. ஆனா அந்த வீட்டுல ஒரு மணி

நேரம் நானும் விஷ்ணுவும் வெயிட் பண்ணிப் பார்த்தோம். மரகதத்தோட புருஷன் வரவேயில்லை... பக்கத்து வீடுகளில் விசாரிச்சும் பார்த்தோம்... அவங்களைப் பத்தி எங்களுக்குத் தெரியாதுன்னு ஒரே ஒரு வார்த்தையில் பதிலை சொல்லிட்டு மவுனமாயிட்டாங்க.''

கமிஷனர் எல்லாவற்றையும் உன்னிப்பாக கேட்டுவிட்டு நெருப்பாய் பெருமூச்சு ஒன்றை விட்டார். பிறகு மெதுவாய் குரலைத் தாழ்த்தினார்.

''மிஸ்டர் விவேக்... நடந்திருக்கிற எல்லா விஷயங்களையும் உன்னிப்பாய் கவனிச்சுப் பார்க்கும்போது ஒரு விஷயம் எனக்கு கிளியராய் புரியுது...''

''சொல்லுங்க சார்.''

''2 நாட்களுக்கு முன்னால் நள்ளிரவு நேரத்தில் புதைக்கப்பட்ட பிராஸ்தடிக் செயற்கை தலைப் பற்றிய வீடியோ படம், 'ஸ்கை ஈகிள்' என்ற ஆங்கிலப் பத்திரிகையின் ரிப்போர்ட்டர் கைலாஷ் என்பவரால் எடுக்கப்பட்டது. அவர் வீடியோ எடுப்பதைப் பார்த்த 2 குற்றவாளிகள் அவரைத் துரத்திட்டுப்போய் உயிரை எடுத்திருக்காங்க.

ஆனா ரிப்போர்ட்டரின் செல்போன் அந்த 2 பேரின் கைகளில் கிடைக்காததனால் சீன் ஆஃப் க்ரைம் பார்த்த போது அந்த ஏரியா இன்ஸ்பெக்டர் ஆல்பின்ராஜ் பார்வைக்கு ஒரு புதருக்குள் இருந்த கைலாஷின் செல்போன் தட்டுப்பட்டிருக்கு. அந்த செல்போன் மட்டும் இன்ஸ்பெக்டரின் கைக்குக் கிடைக்காமல் இருந்திருந்தால் 'பிராஸ்தடிக்' தலை புதைக்கப்பட்ட விஷயமே வெளியே வந்திருக்காது. இந்த நிகழ்வில் எனக்கிருக்கிற ஒரே ஆச்சரியமான விஷயம் எது தெரியுமா விவேக்...?''

''தெரியும் சார்.''

''என்ன?''

''சென்னையில் ஒரு 'பிராஸ்தடிக்' செயற்கைத் தலை புதைக்கப்படப்போகிற விஷயம் கொல்கத்தாவிலிருந்து

வரக்கூடிய 'ஸ்கை ஈகிள்' என்கிற ஒரு ஆங்கிலப் புலனாய்வு பத்திரிகையின் ரிப்போர்ட்டரான கைலாஷுக்கு எப்படியோ தெரிஞ்சிருக்கு. அப்படி தெரிஞ்சதுனால தான் குற்றவாளிகளான அந்த இரண்டு பேரையும் ஃபாலோ பண்ணிட்டு வந்து அவங்க அந்தத் தலையைப் புதைக்கும்போது வீடியோ எடுத்திருக்கார். இப்படிப்பட்ட ஒரு விபரீதமான விஷயம் அந்த ஆங்கிலப் பத்திரிகையின் நிருபருக்கு எப்படி தெரிந்து இருக்கும்? இதுதானே சார் உங்களை ஆச்சரியப்படுத்திக் கொண்டிருக்கிற விஷயம்?''

கமிஷனர் சிரித்தார்.

''கரெக்டாய் கெஸ் பண்ணிட்டீங்க... இந்த ஆச்சரியத்துக்கான பதிலையும் நீங்கதான் சொல்லணும்... கேன் யூ டெல் மீ...?''

''சார்... நானும் இதைப்பத்தித்தான் உங்ககிட்ட பேசணும்ன்னு நினைச்சுட்டிருந்தேன். சென்னையில் இருக்கிற ஒரு விபரீதமான விஷயம் கொல்கத்தாவில் இருக்கிற 'ஸ்கை ஈகிள்' *(Sky Eagle)* என்கிற புலனாய்வு பத்திரிக்கைக்குத் தெரிஞ்சிருக்கு. அந்தப் பத்திரிகையின் ஆசிரியர் யார் என்பதை கூகுளில் போய்ப் பார்த்தேன். அந்த ஆசிரியரின் பெயர் ராம்நாத் பானர்ஜி. அவரோட அனுமதி இல்லாமல் ரிப்போர்ட்டர் கைலாஷ் இங்கே சென்னைக்கு வந்து இப்படியொரு விபரீதச் செயலில் ஈடுபட்டிருக்கமாட்டார். அந்த ராம்நாத் பானர்ஜிகிட்டே ஒரு முறையான முழுமையான விசாரணை நடத்தப்பட்டால் ஏதாவது உண்மைகள் வெளியே வர வாய்ப்பு இருக்கு. ஏதாவது ஒரு சின்ன 'க்ளூ' கிடைச்சாக்கூட போதும் சார். ஒரு கொக்கியைப் போட்டு எல்லா உண்மைகளையும் வெளியே இழுத்துடலாம்...!''

''பொதுவாய் பத்திரிக்கைக்காரங்க அவ்வளவு சுலபத்துல விஷயத்தைச் சொல்லிட மாட்டாங்க... இந்த விவகாரத்தை டி.ஜி.பி. கிட்டே கொண்டு போனாத்தான் அவர் மூலமாய் ப்ரஷர் கொடுத்து உண்மையை வாங்க முடியும்... நான் ஏற்பாடு பண்றேன்.''

கமிஷனர் பேசிக் கொண்டிருக்கும்போதே விவேக்கின் செல்போன் மெலிதாய் முணுமுணுத்தது. எடுத்து அழைப்பது யார் என்று பார்த்தான்.

பெயர் இல்லை.

ஒரு புதிய எண்.

''சாரி... சார்.'' கமிஷனரிடம் சொல்லிவிட்டு செல்போனை இடது காதுக்கு ஏற்றினான்.

''ஹலோ.'' என்றான்.

மறுமுனையில் அந்தக் குரல் சற்றே தயக்கத்துடன் கேட்டது. ''மிஸ்டர் விவேக்...!''

''எஸ்... ஹோல்டிங்...''

''சார்... நான் குமரன்.''

ஐ

''சுபத்ரா... நீ கேட்ட இந்தக் கேள்விக்கு நான் பதில் சொல்லட்டுமா?'' குரல் கேட்டு ஹரியும் சுபத்ராவும் திடுக்கிட்டு போய் திரும்பிப் பார்த்தார்கள்.

பின்னால் யாரும் இல்லை.

'ஏதோ பெண் குரல் கேட்ட மாதிரி இருந்ததே?'

கையில் காஸ்மிக் பிஸ்டலோடு நின்றிருந்த அந்த உயரமான தடியன் தன் பாழடைந்த பல் வரிசையைக் காட்டிச் சிரித்தான்.

''என்னடா... குரல் மட்டும் கேட்குது.. ஆள் யாருமே இல்லைன்னு பார்க்கறீங்களா... இந்த இடத்துல என்னைத்தவிர வேற யாரையும் நீங்க பார்க்க முடியாது.''

சுபத்ரா சற்றே துணிச்சலை வரவழைத்துக் கொண்டு கேட்டாள். ''இப்ப ஒரு பொண்ணோட குரல் கேட்டதே...?''

''குரல் மட்டும்தான் கேட்கும்... உனக்கு வலது பக்கம் இருக்கிற சுவருல என்ன இருக்குன்னு பாரு...''

சுபத்ராவும் ஹரியும் தங்களுடைய பார்வைகளை அந்தச் சுவருக்குக் கொண்டு போனார்கள்.

சுவரில் அந்த ஸ்கொயர் ஸ்பீக்கர் பொருத்தப்பட்டு இருப்பது பார்வைக்குத் தட்டுப்பட்டது. இருவரும் அதை பிரமிப்போடு பார்த்துக் கொண்டிருக்கும்போதே ஸ்பீக்கரில் மீண்டும் பெண் குரல் கேட்டது.

''இந்த நிமிஷத்தில் இருந்து நீங்க ரெண்டு பேருமே நாங்க சொல்றபடி கேட்டு நடந்துக்கற மனப்பக்குவத்துக்கு மாறணும், உங்க பார்வைக்கு நானும், காஸ்மிக் பிஸ்டலோடு நிற்கிற ஜாஃபரும் தப்பானவர்கள் மாதிரி தெரியலாம். ஆனா எங்க ரெண்டு பேருக்கும் கொடுத்து இருக்கிற ட்யூட்டியை நாங்க நேர்மையாய்ப் பார்க்க வேண்டியிருக்கு.

அதே நேர்மையைத்தான் உங்ககிட்டேயிருந்தும் நாங்க எதிர்பார்க்கிறோம். உங்க ரெண்டு பேர்ல யார் வேணும்ன்னாலும் என்கிட்டே எது மாதிரியான கேள்வியை வேணும்ன்னாலும் கேட்கலாம்.''

சுபத்ரா சுவரில் பொருத்தப்பட்டு இருந்த அந்த ஸ்கொயர் ஸ்பீக்கரையே சில விநாடிகள் பார்த்துக் கொண்டிருந்து விட்டுக் கேட்டாள்.

''என்னையும் ஹரியையும் இப்படி கடத்திகிட்டு வர்றதுக்கு என்ன காரணம்...?''

ஸ்பீக்கரில் குரல் சிரித்தது.

''நீ தப்பாய் சொல்றே சுபத்ரா... உன்னையும் ஹரியை மட்டும் கடத்தலை... நாகஜோதியையும் சேர்த்து கடத்தியிருக்கோம்.''

''சரி... எதுக்காக இந்தக் கடத்தல்...?''

''நாகஜோதி இப்போ எது மாதிரியான நிலைமையில் இருக்கா...?''

''அவள் மூளைச்சாவு அடைந்த பெண்.''

''அவளை உயிர் பிழைக்க வைக்க முடியுமா?''

''முடியாது...!''

''டாக்டர் ருத்திரபதி நாகஜோதியை மூளைச்சாவு ஸ்டேஜிலிருந்து மீட்டெடுக்கச் சில பரிசோதனைகளை அவளுடைய உடம்புக்குள் செய்து பார்த்தார். இல்லையா...?''

''அது... வந்து...!''

''இதோ பார்... நீயோ ஹரியோ ஒரு சின்ன பொய் பேசினால் கூட ஜாஃபருக்குப் பிடிக்காது. அவன் தரக்கூடிய தண்டனைகள் கடுமையாய் இருக்கும்.'' கலவரமாகி பதட்டப்பட்ட சுபத்ரா, ஏதோ பேச முயல ஹரி அவளைக் கையமர்த்திவிட்டு ஸ்பீக்கரைப் பார்த்து பேச ஆரம்பித்தான்.

''நீ கேட்கிற கேள்விகளுக்கெல்லாம் சுபத்ராவால் பதில் சொல்ல முடியாது. ஏன்னா டாக்டர் ருத்திரபதி மூளைச் சாவு அடைந்த நபர்களை மீட்டெடுக்க எது மாதிரியான சோதனைகளைப் பண்றாருன்னு எனக்குத்தான் தெரியும். இப்ப உனக்கு என்ன வேணும்...?''

''உங்க ரெண்டு பேரோட ஒத்துழைப்பும் வேணும்.''

''ஒத்துழைப்புன்னா... எந்த விஷயத்துக்காக...?''

''மூளைச்சாவு என்பது ஒரு மனிதன் கிட்டத்தட்ட இறந்துவிட்ட நிலைமை. அந்த நிலைமையிலிருந்து அவனை மீட்டெடுத்து உயிர் பிழைக்க வைக்கத்தான் டாக்டர் ருத்திரபதி முயற்சி பண்றார் இல்லையா?''

''ஆமா...''

''அந்த முயற்சியில் அவருக்கு வெற்றி கிடைக்க வாய்ப்புகள் இருக்கிறதாய் கேள்விப்பட்டேன். உண்மையா...?''

''ஓரளவுக்கு உண்மைதான். அவர் கொடுத்த சில ட்ரீட்மெண்ட் காரணமாய் 'ப்ரெய்ன் டெத்' ஸ்டேஜில் இருந்த நாகஜோதி, அந்த ஸ்டேஜில் இருந்து மீண்டு கண்களைத் திறந்து பார்த்தா. எழுந்து உட்காரவும் முயற்சி செஞ்சா. ஆனா அந்த நிகழ்வு சில விநாடிகள்

தான். நாகஜோதி மறுபடியும் பழைய மூளைச்சாவு நிலைக்குப் போயிட்டா. மீண்டும் அவளுக்கு ட்ரீட்மெண்ட் கொடுத்து பார்க்கலாம்னு டாக்டர் ருத்திரபதி நினைச்சார்.

அதுக்குள்ளே ஒரு சிக்கல். டாக்டர் வெற்றிவேல் ருத்திரபதிக்கு போன் பண்ணி நாகஜோதியைத் தன் ஆஸ்பிட்டலோட ஐ.சி. யூனிட்டுக்கு உடனடியாய் கொண்டு வரும்படிச் சொல்லிட்டார். காரணம் நாகஜோதியோட கணவன் அவளை பார்க்கிறதுக்காக ஐ.சி. யூனிட்டுக்கு வெளியே வெயிட் பண்ணிட்டிருக்கிறதாய் தகவல். டாக்டர் ருத்திரபதியும் நிலைமையைப் புரிஞ்சுக்கிட்டு எங்க 2 பேரையும் நாகஜோதியோடு அனுப்பி வச்சார். ஆனா...''

''நாங்க உங்களைக் கடத்திபோவோம்னு நீங்க எதிர்பார்க்கலை இல்லையா...?''

ஹரி, சுபத்ரா 2 பேரும் மவுனமாய் இருக்க, குரல் தொடர்ந்தது.

''நாங்க காரணம் இல்லாம யாரையும் கடத்துறது இல்ல. நீங்க 2 பேரும் இந்த இடத்தைவிட்டு வெளியே உயிரோடு போகணும்னா இந்த மூளைச்சாவு நிலையில் உள்ள நாகஜோதி அந்த நிலையில் இருந்து மீண்டு எழுந்து உட்காரணும், பேசணும்... மொத்தத்துல அவ பழைய நாகஜோதியாய் மாறணும்.''

ஃ ஃ ஃ

22

அறிந்து கொள்வோம்: *மனித மூளையின் அமைப்பு எல்லாருக்கும் ஒரே மாதிரிதான் இருக்கிறது. ஆனாலும் ஒருவர் புத்திசாலியாய் இருப்பதற்கும் மற்றவர்கள் அந்தளவுக்கு இல்லாமல் இருப்பதற்கும் என்ன காரணம் என்பதை இப்போது காண்போம். நம்முடைய மூளை ஓர் அற்புதமான கெமிக்கல் கம்ப்யூட்டர். இது இரு பிரிவாகப் பிரிக்கப்பட்டுள்ளது. ஒன்று இடது பெருமூளை (Left Cereberal Hemisphere) இரண்டாவது வலது பெரு மூளை (Right Cereberal Hemisphere) இதில் இடது பெருமூளையின் வேலை எதையும் சிந்தித்துப் பார்த்து ஏன்... எதற்கு என்ற கேள்விகளை எழுப்புவதாகும். வலது பெருமூளையின் வேலை நாம் படிக்கும், பார்க்கும், எழுதும் கோடிக்கணக்கான தகவல்களைத் தன்னுள் பதிய வைத்துக்கொண்டு 'பேரலல் ப்ராசஸ்' முறையில் பொருட்களையும் ஆட்களையும் கண்டுபிடிப்பது. வீட்டில் ஒரு பொருள் வைத்த இடத்தில் இல்லையென்றால் அதைக் கண்டுபிடிப்பது வலது பெருமூளைதான். மேலும் சிறுவயதில் திருட்டு மாங்காய் அடித்தது, பக்கத்துவீட்டுப் பெண்ணைப் பார்த்தது, பள்ளிக்கூட, கல்லூரிகால நண்பர்களின் பெயர்கள் இப்படி எல்லாவற்றையும் ஞாபகம் வைத்துக் கொள்வதும் வலது பக்க பெருமூளையின் வேலைதான்.*

ஒரு மனிதன் புத்திசாலியாய் இருப்பதற்குக் காரணம் அவன் தன்னுடைய மூளையை எப்படி பயன்படுத்திக் கொள்கிறான் என்பதைப் பொறுத்தே அமைகிறது. வீட்டிலிருக்கும் ஒரு வேலைக்காரனுக்கு வேலை கொடுக்காமல் வைத்திருந்தால்

அவன் சோம்பேறியாகிவிடுவான். மூளையை வேலை வாங்கினால்தான் ஒருவன் சிறந்த அறிவைப் பெற முடியும். விஞ்ஞானிகளும், கணிதமேதைகளும் நிறைய சிந்திப்பார்கள். அப்படி சிந்திக்கும் போதுதான் மூளைக்கு அதிகப்படியான ரத்தம் பாயும். ரத்தம் அதிகமாய் பாயும் பொழுதுதான் 2 பெருமூளைகளும் கூர்மையோடு செயல்படும். இந்த 2 மூளைகளின் செயல்கள் முறையாக இருந்தால்தான் அறிவு மேம்படும். இந்த இணைப்பு வேலையைச் செய்ய மூளைக்குள்ளேயே ஓர் உறுப்பு இருக்கிறது. அதன் பெயர் 'கார்ப்பஸ் கலோசம்' (Corpus Callosum) இது சுமார் பத்தில் எட்டுபேருக்குச் செயல்படாது. இதன் செயல்பாடு வெகுவாகக் குறையும் போது தான் குழப்பம், மறதி எற்படும். 'உன்கிட்டேயிருந்து நான் பணம் கடன் வாங்கினேனா, நல்ல கதையாய் இருக்கே?' என்று டபாய்ப்பதும் இந்த 'கார்ப்பஸ் கலோசம்' செய்யும் வேலைதான்.

ஹரியும் சுபத்ராவும் எதுவும் பேசாமல் மவுனமாய் நிற்க, ஸ்பீக்கரில் அந்த பெண்குரல் சிரிப்பு இழையோடக் கேட்டது.

''ஏன் 2 பேர்கிட்டே இருந்தும் ஒரு முனகல் சத்தம் கூட வரலை... ஏதாவது பொய் சொல்லித் தப்பிக்க வழி இருக்கான்னு யோசனை பண்றீங்களா?''

ஹரி கோபமாய் குரலை உயர்த்தினான்.

''இதோ பார்... உனக்கு யாரோ தப்பான தகவல்களைக் கொடுத்திருக்காங்கன்னு நினைக்கிறேன். மூளைச்சாவு அடைந்த நபரைக் காப்பாற்றும் முயற்சியில் டாக்டர் ருத்திரபதி சில சோதனைகளைச் செஞ்சுட்டு வர்றது உண்மைதான். ஆனா அது எல்லாமே ஆரம்பகட்டத்துல தான் இருக்கு... நாகஜோதி கண்விழித்துப் பார்த்ததும் எழுந்து உட்கார்ந்ததும் ஒரு சில விநாடிகள்தான்; அதனாலயே அந்த சோதனை வெற்றின்னு சொல்லிட முடியாது. ஏன்னா அந்த சோதனை முறைகளைப் பற்றி எனக்கு நல்லாவே தெரியும்...!''

ஸ்பீக்கரில் குரல் மறுபடியும் சிரித்தது.

''ஹரி...! இப்ப உனக்கொரு உண்மையைச் சொல்லட்டுமா?''

''என்ன...?''

''நீ எம்.எஸ்ஸி. பயோ டெக்னாலஜி படிச்சுட்டு அதுக்கப்புறமும் அமெரிக்காவின் மினசோட்டா யூனிவர்ஸிடியில் உள்ள ஸ்பெஷல் கேட்டகெரி சப்ஜெக்ட்டான 'ஃப்யூச்சர் பயோ சயின்ஸ்' படிச்சவன்தானே?''

''ஆமா...''

''மினசோட்டா யூனிவர்சிடியிலேயே நல்ல சம்பளத்தில் உனக்கு வேலை கிடைச்சும்கூட அதை வேண்டாம்னு சொல்லிட்டு டாக்டர் ருத்திரபதி கிட்ட நீ அவரோட அசிஸ்டண்டாய் சேர்ந்ததற்கு என்ன காரணம்னு சொல்ல முடியுமா...?''

''அவரோட 'டீப் ப்ரெய்ன் ஸ்டிமுலேஷன்' ப்ராஜெக்ட் எனக்குப் பிடிச்சிருந்தது. ஒரு மெடிக்கல் செமினார்ல அவரோட ஸ்பீச்சைக் கேட்டேன். அதுல இன்ஸ்பையர் ஆகி...''

''அவருக்கிட்டையே போய் வேலைக்கு சேர்ந்துட்டே?''

''ஆமா...''

''வேலைக்கு சேர்ந்து 2 வருஷம் இருக்குமா?''

''இருக்கும்...''

''நீ ஒரு நாளைக்கு அவர் கூட எத்தனை மணி நேரம் வேலை செய்யறே?''

''10 மணிநேரம்.''

''அந்த 'டீப் ப்ரெய்ன் ஸ்டிமுலேஷன்' ப்ராஜெக்ட் பத்தி விரிவா டிஸ்கஸ் பண்றாரா?''

''பண்றார்.''

‘‘அப்படின்னு நீ நினைச்சுட்டு இருக்கே...?’’

‘‘இப்ப நீ என்ன சொல்ல வர்றேன்னு எனக்குப் புரியல...’’

‘‘டாக்டர் ருத்திரபதியோட ப்ராஜெக்ட் ஆரம்பகட்டத்தைத் தாண்டி ஒரு முக்கியமான கட்டத்தைத் தொட்டாச்சுன்னு சொல்றேன். அதை உன்கிட்டேயிருந்து மறைச்சுட்டார். அதை உன் கூட ஷேர் பண்ணிக்க அவர் விரும்பலை.’’

‘‘நோ... நீ சொல்றதை நான் நம்ப மாட்டேன். டாக்டர் ருத்திரபதி அப்படிப்பட்டவர் இல்லை... அந்த ப்ராஜெக்ட் சம்பந்தமான எல்லா உண்மைகளையும் உடனுக்குடன் எனக்கு தெரியப்படுத்தி மணிக்கணக்கில் டிஸ்கஸ் பண்ணுவார்.’’

‘‘உன்கிட்டே டிஸ்கஸ் பண்ணியிருப்பார் ஒரே ஒரு விஷயத்தை தவிர...’’

‘‘என்ன அது?’’

‘‘ரெஜீனவேட் 4141.’’

‘‘அப்படின்னா?’’

‘‘பாத்தியா, நான் ரெஜீனவேட் 4141னு சொன்னதும் அது உனக்குப் புரியலை. உன்னோட டாக்டர் ருத்திரபதிகிட்டே இதே கேள்வியைக் கேட்டுப்பாரு. உடனடியாய் அவரது முகம் மாறும். அப்படீன்னா என்னான்னு உன்னையே திரும்பிக் கேட்பார். ஆனா ‘ரெஜீனவேட் 4141’ என்ற வார்த்தைக்கு என்ன அர்த்தம்னு அவருக்கு கண்டிப்பாய் தெரியும்.’’

‘‘அந்த வார்த்தைக்கு என்ன அர்த்தம்னு உனக்கு தெரியுமா?’’

‘‘தெரிஞ்சிருந்தா நான் எதுக்கு உன்னையும் சுபத்ராவையும் இந்த இடத்துக்குக் கடத்திட்டு வரப் போறேன்...? ஆனா அந்த வார்த்தை ‘ரெஜீனவேட் 4141’ல்தான் ப்ராஜெக்ட்டோட ஒட்டு மொத்த வெற்றியும் அடங்கியிருக்கு என்ற விஷயம் மட்டும் உறுதி...’’

சில விநாடிகள் வரை மவுனமாய் இருந்த ஹரி சற்றே துணிச்சலை வரவழைத்துக் கொண்டு கேட்டான், ‘‘சரி

இந்த விஷயத்துல நானும் சுபத்ராவும் உனக்கு எப்படி உதவப் போறோம்...?''

''இனிமேல் அதைப்பத்தித்தான் பேசப் போறோம். அந்த ரெஜீனவேட் 4141 என்கிற வார்த்தைக்குப் பின்னாடி இருக்கிற 'பயோ ட்ரூத்'ன்னு சொல்லப்படுகிற 'உயிரியல் உண்மை' எனக்கு வேணும். இன்னும் மூணு நாள் அதாவது 72 மணி நேரம் தான் டயம். அதுக்குள்ளே அது என்னான்னு எனக்குத் தெரிஞ்சாகணும்...!''

''எங்களை கடத்திக் கொண்டு வந்து இங்கே வச்சுகிட்டா அந்த உண்மையை எப்படி கண்டுபிடிக்கிறது...?''

ஸ்பீக்கரில் குரல் சிரித்தது.

''அது உனக்குத் தெரியாதா என்ன...? சுபத்ரா அடுத்த 72 மணி நேரத்துக்கு எங்களோட கஸ்டடியில்தான் இருப்பா. நீ மட்டும் வெளியே போறே.. டாக்டர் ருத்திரபதியை மீட் பண்ணி, விபரத்தை எடுத்துச் சொல்லி, பேசி அவர்கிட்டேயிருந்து உண்மையை வாங்கப் போறே...''

ஹரி மௌனமாய் இருக்க, குரல் தொடர்ந்தது.

''இப்போ உன்னோட மனசுக்குள்ளே ஒரு சின்ன சந்தோஷம் எட்டிப் பார்க்கும். 'இவங்க என்னை வெளியே விடப் போறாங்க. தப்பிக்க ஏதாவது வாய்ப்பு கிடைக்கலாம்'ன்னு உன்னோட மூளைக்குள்ளே ஒரு எண்ணம் ஓடும். அப்படிப்பட்ட நினைப்பு ஏதாவது இருந்தா உடனடியாய் அழிச்சுடு. ஏன்னா டாக்டர் ருத்திரபதியைச் சந்திச்சுப் பேச நீ மட்டுமே வெளியே போகப் போவது இல்லை. கூடவே 'லிட்டில் ஜெயண்ட்'டும் வருவான்.''

''லிட்டில் ஜெயண்ட்டா...?''

''ம்... இங்கிலீஷ்ல அவன் பேர் லிட்டில் ஜெயண்ட் தமிழில் சொல்றதாயிருந்தால் குட்டி ராட்சசன்...''

''எனக்குப் புரியலை...''

''இப்பப் புரியும்...'' என்று சொன்ன அந்த குரல் சிறிய

இடைவெளிவிட்டு, ''ஜாஃபர்'' என்று அழைத்தது.

சற்றுத்தள்ளி கையில் காஸ்மிக் பிஸ்டலோடு நின்றிருந்த அந்த உயரமான தடியன் பவ்யமாகி ''சொல்லுங்க மேடம்.'' என்றான்.

''ஹரியையும் சுபத்ராவையும் உள்ளே இருக்கிற செல்லுக்குக் கூட்டிட்டுப் போய் நம்ம 'லிட்டில் ஜெயண்ட்டை' காட்டு... அவனை அவங்களுக்கு அறிமுகப்படுத்தி வை...!''

''எஸ்... மேடம்...'' ஜாஃபர் சொல்ல ஸ்பீக்கரில் குரல் அணைந்து போய் அந்த அறை நிசப்தமானது.

ஐ

'சார் நான் குமரன்,' என்ற குரலைக் கேட்டதும் விவேக் தான் அமர்ந்திருந்த இருக்கையினின்றும் நிமிர்ந்து உட்கார்ந்தான்.

''யா... யாரு... குமரனா?''

''எஸ்... சார்... ஃபாரன்சிக் பயோ ஸ்காலர் குமரன்தான் பேசுறேன்.''

''எங்கிருந்து பேசறீங்க?''

''ஒரு பாதுகாப்பான இடத்திலிருந்து...''

''பாதுகாப்பான இடம்ன்னா...?''

''சார்... ஒரு பத்து நிமிஷம் நான் உங்ககிட்டே மனம் விட்டு பேசணும். நீங்க இப்போ எங்கே இருக்கீங்க...?''

''நான் இப்ப கமிஷனர் ஆபீசுல அவருக்கு முன்னாடி உட்கார்ந்துட்டிருக்கேன்.''

''உங்க கூட வேற யார் இருக்காங்க?''

''விஷ்ணு.''

''வேற யாரும் பக்கத்துல இல்லையே?''

''இல்லை மிஸ்டர் குமரன்... நீங்க என்கிட்டே

சொல்ல வந்த விஷயத்தைத் தாராளமாய் சொல்லலாம்.'' விவேக் பேசிக் கொண்டே ஸ்பீக்கரை ஆன் செய்தான். கமிஷனரும், விஷ்ணுவும் தங்களுடைய செவிகளுக்கு உன்னிப்பைக் கொடுத்தார்கள்.

மறுமுனையில் குமரன் நிதானமான குரலில் பேச்சை ஆரம்பித்தார். ''சார்... உங்ககிட்டே சில பொய்களை சொன்னதுக்காக அபாலஜி கேட்டுக்கிறேன். நான் கேரளா போயிட்டதாக ஃபாரன்சிக் ஆபீசர்கிட்டே சொன்னதும், சிங்கப்பூர் போனதாய் எங்க வீட்டு வேலைக்காரி மரகதம்கிட்டே சொன்னதும் பொய். நான் எங்கேயும் போகலை. இந்தத் தமிழ்நாட்டின் ஒரு ஊர்ல நானும் என்னோட மனைவியும் பத்திரமாய் இருக்கோம்.''

''எதுக்காக இந்த பொய்கள்?''

''சார்! நான் சொன்ன பொய்களை வச்சு நீங்க எந்த முடிவுக்கு வந்தீங்க?''

''நீங்களும் உங்க மனைவியும் கடத்தப்பட்டு இருக்கலாம்ன்னு நினைச்சேன். நான் மட்டுமில்லை... ஒட்டுமொத்த போலீஸ் டிபார்ட்மெண்ட்டே அப்படித்தான் அஸ்யூம் பண்ணியிருக்கு...''

''அப்படி 'அஸ்யூம்' பண்ணணும்ங்கிறது தான் என்னோட திட்டம் சார்.''

''மிஸ்டர் குமரன்... ஐ குட் நாட் ஃபாலோ யுவர் வேர்ட்ஸ்... உங்க ப்ளான்... என்ன?''

''சார்... ரெண்டு நாளைக்கு முன்னாடி நடுராத்திரி நேரத்துல தோண்டியெடுக்கப்பட்ட 'பிராஸ்தடிக்' தலையை ஆய்வு பண்ணச் சொல்லி என்கிட்டே கொடுத்தீங்க இல்லையா?''

''ஆமா...''

''நான் அதை ஆய்வு பண்ணிப் பார்த்தபோது அதுக்குள்ளே ஒரு விபரீதமான விவகாரம் உறைஞ்சு போயிருக்கிற பயங்கரத்தை 'ஸ்மெல்' பண்ணினேன். அது என்னன்னு உடனடியாய் எனக்குப் புலப்படல. அதை ஒரு தீவிரமான

ஆய்வுக்கு உட்படுத்திப் பார்த்தால்தான் உண்மைகள் வெளியே வரும். அதுக்குச் சில நாட்கள் ஆகும். அந்த சில நாட்கள் ஒரு வாரமாகவும் இருக்கலாம். ஒரு மாதமாகவும் இருக்கலாம். நான் ட்யூட்டியில் இருந்துகிட்டே அந்த ஆய்வைச் செய்ய முடியாது. காரணம் அந்த விபரீதத்துக்குக் காரணமானவர்கள் என்னை உயிரோடு விட்டு வச்சிருக்கமாட்டாங்க...''

விவேக் ஒரு சின்ன அதிர்வுக்கு உட்பட்டான்.

''குமரன்! நீங்க என்ன சொல்றீங்க...?''

''உண்மையைச் சொல்லிட்டிருக்கேன் சார்... 'ப்ராஸ்தடிக்' எனப்படும் அந்த செயற்கை மனிதத்தலைக்குள்ளே சாம்பல் நிறத்தில் ஒரு மூளையின் வடிவத்தில் இருந்த அந்தப் பொருள் ஒரு நிஜமான மனித மூளைக்குச் சமமானது. அதில் பொருத்தப்பட்டு இருந்த சென்சார்கள் நியூரான்களைப் போலவே செயல்பட்டதைப் பார்த்து பிரமிச்சு போயிட்டேன். 'ப்ராஸ்தடிக்' தலையைப் புதைத்த நபர்கள் கண்டிப்பாய் சாதாரண நபர்களாய் இருக்க முடியாது. அசாத்தியமான விஞ்ஞான அறிவைக் கொண்டவர்களாய் இருக்கணும். அந்த நபர்கள் வேறு ஒரு நாட்டைச் சேர்ந்தவங்களாகவும் இருக்கலாம் என்கிற முடிவுக்கு வந்தேன்.

அந்த நபர்கள் யார்ன்னு கண்டுபிடிக்க ஒரே வழி நான் 'ப்ராஸ்தடிக்' மூளையோடு யாரோ சில நபர்களால் கடத்தப்பட்டு விட்டதாய் எதிரிகளும் நம்மோட போலீஸ் டிபார்ட்மெண்ட்டும் நம்பணும்னு நினைச்சேன். என்னோட ஒய்ஃப் கிட்டே சொன்னேன். அவள் தனியாய் இருக்க பயப்பட்டு என்கூடவே வந்துடறதாய் சொன்னா. இந்த நிமிஷம் நானும் என்னோட மனைவியும் தமிழ்நாட்டின் ஒரு மூலையில் பத்திரமாய் இருக்கோம். நாங்க எங்கே இருக்கோம்ன்னு கண்டுபிடிக்க எந்த முயற்சியும் எடுக்க வேண்டாம். 'ப்ராஸ்தடிக்' தலையின் மூளையில் எது மாதிரியான விபரீதம் இருக்குன்னு நான் கண்டுபிடிச்ச அடுத்த விநாடியே உங்களுக்கு போன் பண்ணுவேன்.''

''குமரன்... இப்ப நீங்க பேசிட்டிருக்கிற போன் நம்பர்

யாரோடது?''

''இது ஒன் டைம் மட்டுமே யூஸ் பண்ற சிம்கார்ட். அதாவது டிஸ்போஸபல் டம்ளர் மாதிரி யூஸ் அண்ட் த்ரோ. நான் மறுபடியும் உங்ககிட்டே பேசும்போது வேற ஒரு 'ஒன் டைம்' சிம்கார்டை உபயோகிப்பேன்.''

''சரி உங்க வீட்டு வேலைக்காரி மரகதம் இப்போ எங்கே...?''

''அவளும் அவளோட புருஷனும் நீங்க என்னோட வீட்டை சோதனை போட வந்ததும் பயந்துட்டாங்க. நீங்க வீட்டுமாடியில் இருக்கும்போது மரகதம் வீட்டை விட்டு வெளியேறி மார்க்கெட்டிலிருந்து வந்துட்டிருந்த தன்னோட புருஷனையும் கூட்டிக்கிட்டு கிராமத்துக்குப் போயிட்டா. பாவம்... விசாரணை எங்கற பேர்ல் அவங்களைத் தொந்தரவு பண்ண வேண்டாம் சார்.''

''இட்ஸ் ஓகே குமரன் சார்... இப்ப என்னோட மனசுக்குள்ள இருக்கிற சந்தேகம் ஒண்ணே ஒண்ணுதான். அதை மட்டும் கொஞ்சம் க்ளியர் பண்ணுங்க...''

''உங்க சந்தேகம் என்ன?''

''அந்த 'ப்ராஸ்தடிக்' மூளையில் ஒரு விபரீதம் இருக்கிறதாய் சொன்னீங்களே... அது எது மாதிரியான விபரீதம்னு சொல்ல முடியுமா...?''

குமரன் மறுமுனையில் நிதானமான குரலில் சொன்னார். ''அந்தத் தலையை மட்டும் தோண்டியெடுக்காமல் இருந்திருந்தால் அடுத்த 12 ஆண்டுக்குள் அந்த இடத்தைச் சுற்றியுள்ள 5 சதுர கிலோ மீட்டர் எல்லையில் இருக்கும் எல்லா விளை நிலங்களும் தரிசாக மாறி, புல்பூண்டு முளைக்கக்கூட தகுதியில்லாதவைகளாக மாறியிருக்கும்.''

23

அறிந்து கொள்வோம்: *அமெரிக்கா, சிங்கப்பூர் போன்ற வெளிநாடுகளில் ஒரு சிம்கார்டு அல்லது தரைவழி தொலைபேசி இணைப்பு பெற வேண்டுமானால் அவ்வளவு சுலபத்தில் கிடைத்து விடாது. ஏகப்பட்ட ஃபார்மாலிட்டிசைக் கடந்துதான் அவைகளைப் பெற முடியும். சிம்கார்டு கேட்டு விண்ணப்பிக்கும் நபர் நல்லவரா கெட்டவரா? அவனுடைய பெற்றோர், பின்புலம் என்ன என்பதைத் துல்லியமாக விசாரித்துத் தெரிந்து கொண்ட பின்னரே வழங்குகிறார்கள். ஆனால் நம்நாட்டில் ஒரு சிம்கார்டு வாங்குவது என்பது ஒரு பிஸ்கட் பாக்கெட் வாங்குவது போல் அவ்வளவு எளிதானது. ஒரு சாதாரணப் பெட்டிக்கடையில் கூட சிம்கார்டுகள் விற்கப்படுகின்றன. ஹைவேஸ் சாலைகளில் இன்ஸ்டண்ட் ஷாமியானாப் போட்டுக் கொண்டு அதன் கீழே அமர்ந்து கொண்டு நூறு ரூபாய் இலவச 'டாக் டைம்' மதிப்புடன் சிம்கார்டு விற்பனை கனஜோராக நடந்து கொண்டிருக்கிறது.*

சமீபத்தில் வந்த ஒரு பத்திரிகைச் செய்தியின் படி கார்பன் காகிதத்தை மேலே சுற்றி செல்போன் சிம்கார்டுகளை மண்ணுக்குள் புதைத்து வைத்தால் செல்போன் டிடெக்டர் கருவியாலோ, மோப்ப நாய் மூலமாகவோ அங்கு செல்போன் சிம்கார்டுகள் இருப்பதைக் கண்டுபிடிக்க முடியாது என்ற ஒரு தொழில் நுட்பத்தை செல்போன் ரெய்டு மூலமாகத்தான் போலீஸாரே தெரிந்து கொண்டனர். சிம்கார்டு கொடுப்பதில் உள்ள குளறுபடிகளையெல்லாம் கண்டுபிடிக்க 'டிராய்' எனப்படும் துறை உள்ளது. (டிராய் என்பதின் விரிவாக்கம் 'டெலிகாம் ரெகுலேட்டரி அத்தாரிட்டி ஆஃப் இண்டியா'). ஆனால் போலி சிம்கார்டுகளை சைபர்

க்ரைம் ப்ராஞ்ச் ஏதாவது ஒரு வழியில் டிராக் செய்து விடுகிறார்கள் என்பதைப் புரிந்து கொண்ட சமூக விரோதிகள் வேறு ஒரு வகையில் செல்போனைப் பயன்படுத்துகிறார்கள். எந்த ஒரு ஆதாரமும் இல்லாமல் சிம் அட்டை இல்லாமல் ஒரு போலி மொபைல் எண்ணை உருவாக்கி செல்போனில் பேசுவதன் மூலம் தங்களுடைய ரகசியப் பேச்சு வார்த்தைகளை நடத்திக் கொள்கிறார்கள். இந்த செல்போன் உரையாடல்களை எல்லாம் 'மானிட்டரிங்' செய்ய The Truth Spy, Mobile Spy, Android Spy, Hidden Spy App, Phone Tracker என்று ஏகப்பட்ட விஞ்ஞான விஷயங்கள் வந்துவிட்டாலும் கூட அதற்கேற்றாற்போல் தீவிரவாதிகளும் அதிரடி சாதனங்களை கண்டுபிடித்து விடுகிறார்கள் என்பதுதான் வியப்பின் உச்சம்.

விவேக்கின் இதயம் அவனுடைய விலா எலும்புகளில் உதைத்துக் கொண்டது. செல்போனின் மறுமுனையில் பேசிக் கொண்டிருந்த குமரனிடம் குரல் நடுங்கக் கேட்டான்.

''குமரன்...! இப்ப நீங்க என்ன சொன்னீங்க... ஒன்ஸ் அகெய்ன் ரிபீட் த வேர்ட்ஸ்.''

''அந்த 'ப்ராஸ்தட்டிக்' செயற்கைத் தலையை மட்டும் தோண்டியெடுக்காமல் இருந்திருந்தால் அடுத்த 12 ஆண்டுக்குள்ளே அந்த இடத்தைச் சுற்றியுள்ள 5 சதுர கிலோமீட்டர் எல்லையில் இருக்கும் எல்லா விளைநிலங்களும் தரிசு நிலமாக மாறி, புல்பூண்டு முளைக்கக்கூட தகுதியில்லாதவைகளாக மாறியிருக்கும். அதாவது அந்த நிலங்களில் எந்த ஒரு விவசாயமும் செய்யமுடியாத அளவுக்கு மண் விஷமாகியிருக்கும்.''

''ஏன் எதனால அப்படி...?''

குமரன் மறுமுனையில் சிலவிநாடிகள் தயங்கி விட்டு மெதுவாய் பேச்சை ஆரம்பித்தார்.

''சார்... நான் இப்போ சொல்லப் போகிற விஷயத்தை

மீடியாக்களுக்கு கொண்டு போயிடாதீங்க. இந்த விஷயத்துல ரகசியமும் மவுனமும் பாதுகாக்கப்பட்டால்தான் நான் எதிர்பாக்கிற உண்மைகள் வெளியே வரும்.''

''நீங்க சொல்லப்போகிற விஷயம் இந்த அறையை விட்டு வெளியே போகாது. சொல்லுங்க... அந்த 'ப்ராஸ்தட்டிக்' தலைக்குள்ளே என்ன பிரச்சனை?''

''சார்! தலைக்குள்ளே சாம்பல் நிறத்தில் ஒரு மூளையின் வடிவத்திலிருந்த அந்தப் பொருள் ஒரு சின்ன அணு உலைக்கு சமம்னு நான் சொன்னா உங்களால நம்ப முடியுதா...''

''குமரன்...! நீ... நீ... நீங்க என்ன சொல்றீங்க? மனித மூளை மாதிரி சாம்பல் நிறத்தில் இருக்கிற அந்தப் பொருள் ஒரு மினி அணுஉலையா?''

''எஸ்... வாட் அயம் ஸேயிங் ஈஸ் ஹண்ட்ரடு பர்சன்ட் கரெக்ட்... அது ஒரு மினி அணுஉலை. மெலிதான ப்ளூடோனியம், யுரேனியம் கம்பி இழைகளால் நேர்த்தியாய் வடிவமைக்கப்பட்ட மனித மூளையின் வடிவிலான அந்த மினியேச்சர் உலையில் இருக்கிற சென்சார்கள் எல்லாமே 'போரான்' அல்லது 'காட்மியம்' அணுக்களால் உருவாக்கப்பட்டது.''

''குமரன்! நீங்க சொல்றதைக் கேட்க கேட்க எனக்கு பிரமிப்பாய் இருக்கு!''

''எனக்கு பயமாய் இருக்கு சார்... நம்ம தமிழ்நாட்டின் விவசாய நிலங்களை எதுக்கும் உதவாத தரிசு நிலங்களாய் மாற்றவும் மக்களுக்கு புதுப்புது வியாதிகளை வரவழைக்கவும் யாரோ இது மாதிரியான ஒரு விபரீதத்தை பூமியில் புதைக்கத் தயாராயிட்டாங்க...! இது புதைக்கப்பட்ட முதல் தலையா இல்ல... இதுக்கு முன்னாடி தமிழ்நாட்டின் வேற ஏதாவது ஒரு இடத்துல புதைச்சிருக்காங்களான்னு உடனடியாய் கண்டுபிடிக்கப்படணும். இதுக்குப் பின்னால் இருந்து செயல்படுறவங்க யாருங்கிறதையும் ட்ரேஸ் பண்ணி மடக்கணும்.''

''குமரன்... என்னோட மனசுக்குள்ள இருக்குற ஒரு சந்தேகத்தை கேட்கலாமா...?''

''கேளுங்க சார்...''

''நீங்க படிச்ச படிப்பு பயோடெக்... அந்த 'ப்ராஸ்தடிக்' தலையில் இருந்த மூளை போன்ற பொருள் ஒரு மினியேச்சர் அணுஉலை என்ற விஷயத்தை எப்படிக் கண்டுபிடிச்சீங்க...?''

''என்னோட ஃபாதர் ஞானமூர்த்தி, ஹோமிபாபா அடாமிக் ரிசர்ச் யூனிட்டில் சீஃப் ஐடென்டிட்டி போஸ்ட்டில் *(CHIEF IDENTITY POST)* பணிபுரிந்தவர் என்கிற விஷயம் பலருக்குத் தெரியாது. ரிட்டையராகி வீட்டில் இருந்த போது அவர் எனக்குச் சொல்லிக் கொடுத்தது அணுக்கரு, அணுஉலை சம்பந்தப்பட்ட விஷயங்கள்தான். அவர் பணியிலிருந்து ஓய்வு பெற்றுவிட்டாலும் கூட வீட்டில் இருந்தபடியே அணுக் கதிர் வீச்சு பற்றிய ஆராய்ச்சிக் கட்டுரைகளை எழுதிட்டு இருந்தார்.

அவருக்கிட்டே ஒரு அடாமிக் ரே டிடெக்டரும் இருந்தது. 2 ஆண்டுகளுக்கு முன்னால் பக்கத்து வீட்டிலிருந்த 2 குழந்தைகளுக்கு இடைவிடாத இருமலும் வாந்தியும் இருந்தது. எவ்வளவோ ஹாஸ்ப்பிடல்களுக்குப் போய் எத்தனையோ டிரீட்மென்ட்களைக் கொடுத்தும் குழந்தைகளின் உடல் நிலையில் எந்த முன்னேற்றமும் இல்லை. குழந்தைகள் நாளுக்கு நாள் இளைச்சுட்டே போனாங்க.

ஒருநாள் நானும் அப்பாவும் அந்தக் குழந்தைகளைப் பார்க்கப் போனோம். குழந்தைகளோட பேரண்ட்ஸ்கிட்ட அப்பா குழந்தைகளுக்கு எப்போதிருந்து இந்த பிரச்சனை ஆரம்பம்னு கேட்டார். அவங்க சொன்ன பல விஷயங்கள்ல ஒரு விஷயம் மூணு மாசத்துக்கு முன்பிருந்து விளையாடிய சில வெளிநாட்டு ரிமோட் கண்ட்ரோலினால் இயக்கப்படும் பொம்மைகள். அப்பா உடனடியாய் அந்த பொம்மைகளை எடுத்துவரச் சொல்லி, பரிசோதித்து பார்த்தார்.

தன்னிடம் இருந்த அடாமிக் ரே டிடெக்டர் மூலம் ஸ்கேன் செய்து பார்த்த போது .0001 மில்லி 'சீவர்ட்' அணுக்கதிர்வீச்சு அந்த பொம்மைகளின் சென்சார்களிலும் ரிமோட்

கண்ட்ரோல்களிலும் இருந்ததை அப்பா கண்டுபிடித்து குழந்தையின் ஆரோக்கியக் குறைவுக்குக் காரணம் அந்த .0001 மில்லி 'சீவர்ட்' அணுக்கதிர் வீச்சுதான் என்று சொல்லி, அந்த பொம்மைகளை பெட்ரோல் ஊற்றி எரித்துச் சாம்பலாக்கினார். அதற்குப் பிறகு அந்தக் குழந்தைகளின் உடல் ஆரோக்கியம் படிப்படியாய் தேறி பழைய ஆரோக்கியமான நிலைமைக்கு மீண்டாங்க.''

சில விநாடிகள் பேச்சை நிறுத்திய குமரன் மீண்டும் தொடர்ந்தார். ''என்னோட அப்பா இப்போ உயிரோடில்லை. அப்பாவுக்குப் பிறகு அந்த அடாமிக் ரே டிடெக்டரை நான் அவ்வப்போது எடுத்துப் பார்ப்பேன். என்னோட வீட்டுக்கு விஞ்ஞானம், மின்சாரம் சம்பந்தப்பட்ட எந்த ஒரு பொருள் வாங்கி வந்தாலும் நான் 'அடாமிக் ரே டிடெக்டர்' மூலமாய் அவைகளில் ஏதாவது அணுக்கதிர் வீச்சு இருக்கான்னு சோதிச்சுப் பார்ப்பேன்...!''

விவேக் குறுக்கிட்டுக் கேட்டான்.

''அதே சந்தேகத்தோடுதான் இந்த 'ப்ராஸ்தட்டிக்' தலையையும் சோதிச்சுப் பார்த்திருக்கீங்க, இல்லையா?''

''ஆமா சார்.''

''அது என்ன மில்லி சீவர்ட்...?''

''பொதுவாய் அணுக்கதிர் வீச்சு மில்லி சீவர்ட் என்கிற கணக்கில்தான் அளக்கப்படுது. ஒரு சீவர்ட் என்பது 1000 மில்லி சீவர்ட். நம் உடம்பை எக்ஸ்ரே எடுக்கும்போதும், ஸ்கேன் எடுக்கும் போதும் 15லிருந்து 30 மில்லிவரைதான் கதிர்கள் நம் உடம்பில் பாயும். இதனால் பெரிய ஆபத்து இல்லை. ஒரு சீவர்ட் அதாவது 1000 மில்லி என்றால் தலைச் சுற்றலும் வாந்தி மயக்கமும் ஏற்படும். உயிருக்கும் ஆபத்து ஏற்படலாம். இப்போது நம் கையில் சிக்கியிருக்கும் 'ப்ராஸ்தட்டிக்' தலைக்குள் எவ்வளவு சீவர்ட் கதிர்வீச்சு அடக்கி வைக்கப்பட்டிருந்ததுன்னு தெரியுமா சார்?''

''எவ்வளவு...?''

‘‘2500 சீவர்ட். இந்த அளவுள்ள அணுக்கதிர் வீச்சு பூமியில் புதைக்கப்படும்போது உள்ளே இருக்கும் வெப்பத்தால் அதன் ஆற்றல் பெருகிவிரிவாக்கம் அடைந்து பெய்கிற மழை நீரில் கரைஞ்சு விளை நிலங்களுக்குப் பரவும். இந்த பிராசஸ் மிக மிக மெதுவாகத்தான் நடக்கும். வருடா வருடம் விளைச்சல் குறைந்து, 12 ஆண்டுகளுக்குப் பிறகு அந்த நிலங்கள் தரிசாக மாறி, எந்த ஒரு பயிரையும் விளைவிக்க முடியாத அளவுக்குத் தகுதியற்றதாக மாறிவிடும்.’’

விவேக் லேசாய் பதட்டப்பட்டான்.

‘‘மிஸ்டர் குமரன்... இது எவ்வளவு பெரிய ஆபத்தான விபரீதமான விஷயம். இதை உடனே சம்பந்தப்பட்ட அரசுத் துறைக்குத் தெரியப்படுத்த வேண்டாமா...?’’

‘‘சார்...! இந்த விஷயத்தில் நாம் அவசரப்பட்டால் சம்பந்தப்பட்ட குற்றவாளிகள் நம் பார்வைக்குச் சிக்காமல் தப்பித்து விடுவார்கள். இப்போது என் கையில் இருக்கும் 2500 சீவர்ட் அணுக்கதிர்கள் பூமியில் புதைக்கப்பட்டால் தான் ஆபத்து. கதிர்வீச்சு பரவ வெப்பம் வேண்டும். அந்த வெப்பம் கிடைக்காதவரை அதனால் நமக்கு எந்த ஆபத்தும் இல்லை. அது இப்போது பிரிஜ்ஜில் வைக்கப்பட்டு உறைந்துபோய் ஊமையாய் இருக்கிறது.

‘ப்ராஸ்தட்டிக்’ தலையைப் புதைத்தவர்கள், நானும் என்னுடைய மனைவியும் யாரால் கடத்தப்பட்டிருக்கி றோம் என்று குழம்பிப்போய் உங்களைப் போலவே அவர்களும் தேடிக் கொண்டிருப்பார்கள். அவர்கள் அப்படித் தேடும்போதுதான் உங்களுடைய பார்வைக்கும் தட்டுப்படுவார்கள். அந்த நபர்களைக் கண்டுபிடிக்க வேண்டிய முழுப்பொறுப்பும் இனி உங்களுக்குத்தான் சார். 2 நாளைக்கு ஒரு தடவை நான் போன் பண்றேன். தயவு செய்து என்னைக் கண்டுபிடிக்க எந்த ஒரு முயற்சியையும் எடுக்க வேண்டாம். முயற்சி எடுக்கிற மாதிரி பாவ்லா பண்ணி எதிரிகளை நம்ப வச்சா போதும்...’’

‘‘ஓ.கே... மிஸ்டர் குமரன்... நீங்க எங்கே இருந்தாலும் சரி,

பத்திரமாய் ஸேப்ஃபா இருங்க. 2 நாளைக்கு ஒரு தடவை மறக்காம எனக்கு போன் பண்ணுங்க.'' என்று சொல்லிவிட்டு ஸ்பீக்கரை அணைத்து செல்போன் இணைப்பைத் துண்டித்தான் விவேக். பக்கத்தில் உட்காந்திருந்த விஷ்ணுவின் முகத்திலும், எதிரில் அமர்ந்திருந்த கமிஷனரின் முகத்திலும் கலவரம் பரவியிருந்தது.

கமிஷனர் கேட்டார் ''விவேக்! இந்த விபரீதமான விவகாரத்தில் குற்றவாளிகளை நாம் எப்படி நெருங்கப் போறோம்?''

''ஒரு வழி இருக்கு சார்.''

ஜ

ஹரியும், சுபத்ராவும் வியர்வை மினுமினுக்கும் முகங்களோடு ஒருவரை ஒருவர் பார்த்துக் கொண்டிருக்கும்போதே அந்த ஜாஃபர் உறுமினான்.

''2 பேரும் வலதுபக்கமாய் திரும்பி நேரா நடங்க.'' ஏதும் பேசாமல் இருவரும் திரும்பி நடந்தார்கள்.

சில விநாடி நடையில் அந்தப் பாறைக் குடைவு ஒரு வெளிச்சமான அறையாய் மாறியிருக்க அதற்குள் நுழைந்தார்கள்.

ஜாஃபர் உள்ளே இருந்த ஒரு நீளமான பாறைத்திட்டைக் காட்டினான்.

''2 பேரும் போய் அதுல உட்காருங்க.'' ஜாஃபர் சொல்லிவிட்டு அங்கேயிருந்த ஒரு பாறை பிளவுக்குள் கையை நுழைத்து மணிக்கட்டில் கட்டும் கைக்கடிகாரம் ஒன்றை எடுத்தான்.

''ஹரி... நீ மட்டும் எந்திரிச்சு வா...''

ஹரி தயக்க நடையோடு ஜாஃபரை நெருங்கி நின்றான். அவன் கேட்டான்.

''இது என்னன்னு தெரியுமா?''

‘‘ம்... தெரியும்... வாட்ச்.’’

‘‘இது மத்தவங்களுக்குத்தான் வாட்ச். உனக்கும் எனக்கும் இவன் லிட்டில் ஜெயண்ட். இவன் தான் உன் கூட வரப்போறான். ம்... கட்டிக்கோ...!’’

ஹரி அந்த வாட்ச்சை வாங்கிப்பார்த்தான். அது ஒரு சாதாரண வாட்ச் போல் தெரிந்தாலும் கனத்தது.

ஜாஃபர் சிரித்தான்.

‘‘என்ன ஏதாவது வித்தியாசம் தெரியுதா?’’

‘‘ம்... கொஞ்சம் கனமாய் இருக்கு.’’

‘‘பின்னே கனக்காமே இருக்குமா...? இந்த வாட்சுக்குள்ளே ஒரு வீடியோ யூனிட்டும், ஆடியோ யூனிட்டும் இயங்கிக்கிட்டிருக்கு. ம்... கட்டிக்கோ.’’

ஹரி ஜாஃபரை ஒரு பயப்பார்வை பார்த்துக்கொண்டே இடது கையின் மணிக்கட்டில் கட்டிக்கொண்டான்.

‘‘ஹரி... இந்த வாட்சுக்குள்ளே *RFID Chip* இருக்கு. இந்தச் சிப்பைப் பத்தி நீ கேள்விப்பட்டிருக்கியா?’’

ஹரி இல்லையென்பது போல் தலையாட்டினான். ஜாஃபர் ஒரு கோணல் சிரிப்போடு பேச்சைத் தொடர்ந்தான்.

‘‘இந்த ஆர்.எஃப்.ஐ.டி. சிப் ஒரு ஒற்றன் மாதிரி. இனி 24 மணி நேரமும் உன்னை வேவு பார்க்கும். நீ இந்த உலகத்தோட எந்த மூலைக்குத் தப்பிப் போனாலும் நீ இருக்கிற இடத்தைக் காட்டிக் கொடுத்துடும். நீ உன்னோட உயிரைக் காப்பாத்திக்க நினைச்சா சுபத்ரா உயிரோடு இருக்க மாட்டா. அதுக்கப்புறம் உன்னையும் தேடிப் பிடிச்சு தீர்த்துடுவோம்.

மேடம் சொன்ன மாதிரி அடுத்த 24 மணி நேரத்துக்குள்ளே நீ டாக்டர் ருத்திரபதியை மீட் பண்ணி, விபரத்தை எடுத்துச் சொல்லி, ‘ரெஜீனவேட் 4141’ என்கிற வார்த்தைக்குப் பின்னாடி இருக்கிற ‘பயோ ட்ரூத்’ பற்றிய தகவல்களைக் கொண்டு வர முயற்சி எடுத்துக்கணும். 72 மணி நேரத்துக்குள்ளே

நீ வரலன்னா முதல்ல சுபத்ரா உயிரோடு இருக்கமாட்டா. அதுக்கப்புறம் நீயும் உயிரோடிருக்கமாட்ட.''

ஹரி வியர்த்து வழிந்து கொண்டே குரல் நடுங்கப் பேசினான். ''ஒரு... வேளை... டாக்டருக்கு அதைப்பத்தி எதுவுமே தெரியலைன்னா நான் என்ன செய்ய முடியும்?''

''டாக்டருக்குக் கண்டிப்பாய் தெரியும்... நீயும் சுபத்ராவும் இப்போ எப்படிப்பட்ட சூழ்நிலையில் மாட்டிக்கிட்டு இருக்கீங்கன்னு அவருக்குப் புரியவை. உடனே அந்த 'பயோ ட்ரூத்' சம்பந்தப்பட்ட ஃபைலை எடுத்துக் கொடுத்துடுவார்... ஏன்னா உங்க 2 பேர் மேல அவருக்குத் தனிப்பட்ட முறையில் கூடுதலான அன்பு உண்டு.''

அதுவரைக்கும் எதுவும் பேசாமல் பயத்தில் உறைந்து போய் உட்கார்ந்திருந்த சுபத்ரா மெல்ல எழுந்து வந்தாள்.

''நீ சொல்றது உண்மைதான். ஆனா எங்க இரண்டு பேரோட உயிரைக் காப்பாத்துற அளவுக்கு அவருக்கு எங்க மேல அன்போ, பாசமோ கிடையாது. நீ கேட்கிற 'பயோ ட்ரூத்' அவருக்குத் தெரிஞ்சிருந்தாலும் கண்டிப்பா அவர் சொல்ல மாட்டார். எங்களைக் கடத்தினதுக்கு பதிலாய் நீ அவரைக் கடத்தியிருக்கலாம்...!''

ஜாஃபர் அவளை நோக்கி தன் இடதுகை விரலை உயர்த்தினான். ''இதோ பார்! எங்கே கல் வீசினா மாங்காய் கீழே விழும் என்ற வித்தை எனக்குத் தெரியும். நீ ஒண்ணும் எனக்குச் சொல்லிக் கொடுக்க வேண்டாம். உன்னோட இன்றைய காதலன், வருங்கால கணவன் ஹரி, டாக்டர் ருத்திரபதியைப் பார்த்துப் பேசி, அவர்க்கிட்டே இருந்து அந்த 'பயோ ட்ரூத்' ஃபைலை, கண்டிப்பாய் வாங்கிட்டு வருவான் என்ற நம்பிக்கை எனக்கிருக்கு...!'' என்ற ஜாஃபர் தனக்கு இடப்பக்கம் திரும்பி குரல் கொடுத்தான்.

''ஜோஸ்...''

அடுத்த சில விநாடிகளில் ஒரு பாறையின் இடைவெளியில்

இருந்து நைஜீரிய இளைஞன் ஒருவன் கட்டுமஸ்தான உடம்போடு வெளிப்பட்டான். பிசிறடிக்காத தமிழ் பேசினான்.

''என்ன ஜாஃபர்?''

''ஹரியைக் கொண்டுபோய் சிட்டி லிமிட்டுக்குள்ளே விட்டுட்டு வந்துடு...''

''சரி.'' என்று சொன்ன ஜோஸ் தன் எஃகு போன்ற உள்ளங்கையை ஹரியின் தோள்மீது வைத்து தள்ளினான்.

''ம்... நட...''

24

அறிந்து கொள்வோம்: *மூன்றாவது உலகப்போர் ஏற்பட்டால் அந்தப் போரில் ரசாயன ஆயுதங்கள் பயன்படுத்தப்படும் அபாயம் உள்ளது என்று ஐ.நா. சபை அச்சம் தெரிவித்துள்ளது. ரசாயன ஆயுதங்கள் ஈராக், ஈரான், சீனா போன்ற நாடுகளில் இருப்பதாக அமெரிக்கா, ரஷ்யா போன்ற நாடுகள் ஒப்புக் கொண்டிருக்கின்றன. ரசாயன ஆயுதங்கள் என்பவை வாயு ரூபத்திலும் மாத்திரைகளின் வடிவத்திலும் இருப்பவை. இதில் வாயு ரூபத்தில் இருக்கும் ரசாயன ஆயுதங்கள் மிகக் கொடியவை. அவை காற்று மண்டலத்தில் கலந்து மனிதன் சுவாசிக்கும் போது அவனுடைய நரம்பு மண்டலத்தைத் தாக்கி செயலிழக்க வைக்கும். விலங்குகளுக்கும் இதே நிலைதான். எல்லாரும் உயிருடன் இருப்பார்கள். ஆனால் கைகால்களைச் சிறிதுகூட அசைக்க முடியாது. கட்டடங்கள், வாகனங்கள் அப்படியே இருக்கும். மனிதன் ஜடப்பொருளாய் மாறி ஒரே இடத்தில் உட்கார்ந்து கொண்டு மூச்சுத் திணறி சிறிதுசிறிதாய் உயிரை விட வேண்டிய நிலை ஏற்படும்.*

மாத்திரைகள் வடிவில் இருக்கின்ற ரசாயன ஆயுதங்கள் காற்றில் மெதுவாய் கரைந்து அதிலிருந்து வெளிப்படும் ரசாயனம் காற்றில் பரவி மனிதர்களின் உடம்பில் பட்டதும் தோலை உரியச் செய்து பெரிய பெரிய கொப்பளங்களை உண்டாக்கும். அவைகள் உடைந்து ரத்தம் வெளிப்படும். இதற்கு எந்த ஒரு மருத்துவ சிகிச்சையும் பலனளிக்காது. உடம்பில் ஏற்படும் வலியையும், எரிச்சலையும் தாங்கிக் கொள்ள முடியாமல் தற்கொலை செய்யும் எண்ணத்துக்கு ஒரு

மனிதனைக் கொண்டு போய்விடும். க்ளைக்கோல் க்ளோரைட், தியோநைல் க்ளோரைட் போன்ற ரசாயனங்களைப் பயன்படுத்தி இந்த ஆயுதங்கள் தயாரிக்கப்படுகின்றன. மூன்றாவது உலகப்போர் ஏற்பட்டு அதில் ரசாயன ஆயுதங்கள் பயன்படுத்தப்பட்டால் இந்த பூமியில் கட்டடங்களும், வாகனங்களும் மட்டும்தான் மிஞ்சி நிற்கும். மனிதனை மட்டுமல்ல, ஒரு புல் பூண்டைக் கூட பார்க்க முடியாது.

டாக்டர் ருத்திரபதி தீர்க்கமான குரலில் டாக்டர் வெற்றி வேலுக்கு முன்பாய் உட்கார்ந்து சொல்லிக் கொண்டிருந்தார்.

''இதோ பார் வெற்றி, உன்கிட்ட பொய் சொல்ல வேண்டிய அவசியம் எனக்குக் கிடையாது. நான் சொல்றதை நீ நம்பணும்.''

''சரி... சொல்லு...''

''பேஷண்ட் நாகஜோதியை என்னோட ஆம்புலன்ஸ் வேன்ல ஏத்திக்கிட்டு ஹரியும் சுபத்ராவும் உன்னோட ஹாஸ்ப்பிடலுக்கு வரத்தான் புறப்பட்டாங்க...!''

''புறப்பட்டாங்க சரி... ருத்ரா. ஆனா இங்க வந்து சேரலையே...!''

''அதான் எனக்கும் புரியலை... வழியில் அவர்களுக்கு ஏதோ நடந்திருக்கு...!''

''என்ன நடந்திருக்கும்னு நினைக்கிற?''

''என்னால கெஸ்ஒர்க் பண்ண முடியலை.''

''அவங்க 2 பேரும் கடத்தப்பட்டிருப்பாங்கன்னு நினைக்கிறியா...?''

''அப்படியும் இருக்கலாம்.''

''சரி... அப்படியிருந்தா பேஷண்ட் நாகஜோதியோடு

அவங்க கடத்தப்பட என்ன காரணம்...?''

''எனக்குத் தெரியலை வெற்றி...''

''இப்படிச் சொல்லிட்டா பிரச்சனை தீர்ந்து போயிடுமா ருத்ரா! அந்த நாகஜோதியோட புருஷன் முத்துமாணிக்கம் தன்னோட பொண்டாட்டியை ஒரு தடவையாவது கண்ணுல காட்டும்படி வந்து நச்சரிச்சிட்டிருக்கான். நான் ஏதேதோ சொல்லி சமாளிச்சுட்டிருக்கேன்... இனியும் அவனை நான் சமாளிக்க முடியாது. அவனுக்கு என் மேல ஏதாவது சந்தேகம் வந்து போலீஸுக்குப் போயிட்டா, விஷயம் வெட்ட வெளிச்சமாகி எல்லா மீடியாக்களுக்கும் போயிடும்.''

''உன்னோட நிலைமை எனக்குப் புரியுது வெற்றி. அதேமாதிரி என்னோட நிலைமையையும் நீ புரிஞ்சிக்கணும். நீயும் நானும் ஸ்கூல் டேஸிருந்தே ஃபிரண்ட்ஸ். உனக்கொரு பிரச்னை வர்ற மாதிரி நான் விட்டுடுவேனா...?''

''சரி, இப்ப என்ன பண்ணலாம்?''

''எனக்கு ஒண்ணும் தோணல. நீயே சொல்லு...''

''என் மனசுக்குள்ள இப்போ ஒரு யோசனை ஓடிக்கிட்டிருக்கு... சொல்லவா?''

''ம்... சொல்லு...''

''தாம்பரத்தில் எனக்கு வேண்டிய பிரைவேட் டிடெக்டிவ் ஒருத்தர் இருக்கார். பேரு அகத்தியன். ரொம்பவும் நம்பிக்கையான நபர். அவர்கிட்ட பிரச்சனையைக் கொண்டு போயிட்டா அவர் ஏதாவது ஒரு வழிசொல்லுவார்...''

''எனக்கு என்னவோ இந்த யோசனை அவ்வளவு உசிதமாய் படல?''

''ஏன்?''

''இந்த 'டீப் ப்ரெய்ன் ஸ்டிமுலேஷன்' ஆராய்ச்சி உன்னையும் என்னையும் தவிர வேறு யாருக்கும் தெரியாது. ஆனா இதை அந்த பிரைவேட் டிடெக்டிவ் அகத்தியன்கிட்ட சொல்ல வேண்டி வருமே?''

''அந்த ஆராய்ச்சி விஷயத்தை அகத்தியன்கிட்ட பட்டும்படாமலும் சொல்லி வைப்போம்...!''

ருத்திரபதி ஒரு பெருமூச்சோடு தன்னுடைய நெற்றியைப் பிடித்துக்கொண்டார்.

''வெற்றி... நீ சொல்றது ஒரு வகையில் என்னுடைய மனசுக்கு சரின்னுபட்டாலும் இதுல இன்னொரு பிரச்சனையும் இருக்கு...''

''என்ன...?''

''இன்ஸ்பெக்டர் மார்த்தாண்டம், நான் மருத்துவ விதிகளுக்கு எதிராய் ஏதோ ஒரு ஆராய்ச்சி பண்றேன்னு ஸ்மெல் பண்ணி என்னை இப்போ போன் மூலமாய் மிரட்டிக்கிட்டு இருக்கார்.''

''என்ன, ப்ளாக் மெயில் பண்றாரா?''

''அவர் பேசுற விதம் அப்படித்தான் இருக்கு. அந்த பணக்கார வி.ஐ.பி. ராஜபாண்டியனின் மூளைச்சாவு மரணம் விஷயமாய் என்னை விசாரிக்க வந்தவர், ஆரம்பத்துல ஓர் இயல்பான விசாரணையைத்தான் நடத்தினார். நானும் பிரச்சனை எதுவும் இருக்காதுன்னு நினைச்சுட்டிருக்கும்போதுதான் வெளியே போய், எனக்கு போன் பண்ணி 'என்னுடைய ஹை அஃபிஷியல்களுக்கு ராஜபாண்டியன் மரணம் சம்பந்தமாய் எது மாதிரியான விஷயங்களை ரிப்போர்ட்டாய் தரணுமோ அதைக் கொடுத்துட்டேன்.''

''இப்போ நாம பேரம் பேசுறது ஆஃப் த ரெக்கார்ட் மேட்டர். அதனால்தான் போன் பண்ணிப் பேசிட்டிருக்கேன். நீங்க பயப்பட வேண்டாம். எல்லாப் பூட்டுக்கும் ஒரு சாவி இருக்கிற மாதிரி எல்லாப் பிரச்சனைகளுக்கும் ஒரு தீர்வு இருக்கு. பேசித் தீர்த்துக்கலாம் வாங்க'னு, சொன்னார்.''

''எந்த இடம்?''

''நாளைக்குக் காலைல 5 மணியிலிருந்து 6 மணிக்குள்ள

அடையார் 'போட் கிளப்' பிரதான சாலையில் நான் வாக்கிங் போகும்போது என்னை மீட் பண்றதாய் சொல்லியிருக்கார்.''

''நீ அவரை மீட் பண்ணப் போறியா?''

''வேற வழி...?''

''அவர் ஒரு பெரிய அமௌண்டை டிமாண்ட் பண்ணுவார்ன்னு நினைக்கிறேன்.''

''அப்படிக்கேட்டா குடுத்துட வேண்டியது தான்.''

''ருத்ரா... நான் ஆரம்பத்திலேயே இந்த 'டீப் ப்ரெய்ன் ஸ்டிமுலேஷன் ஆராய்ச்சியெல்லாம் வேண்டாம்னு சொன்னேன். நீ கேட்கலை. இப்ப பார், உன்னையும் என்னையும் சுற்றி எவ்வளவு பிரச்சனைகள்? எந்த ஒரு விஷயத்தையுமே சட்டவிதிகளுக்குட்பட்டு செஞ்சாத்தான் நிம்மதியும் சந்தோஷமும் கிடைக்கும்.''

டாக்டர் வெற்றிவேல் சொல்லிக் கொண்டிருக்கும் போதே அந்த அறையின் கதவு மெல்லமாய் தட்டப்பட்டது.

''எஸ்.'' டாக்டர் குரல் கொடுக்க அறைக் கதவைத் தள்ளிக் கொண்டு நர்ஸ் சாந்தி உள்ளே வந்தாள்.

''டாக்டர்''

''என்ன சாந்தி?''

''அந்த நாகஜோதியோட புருஷன் முத்துமாணிக்கம் ஃபுல்லா குடிச்சிட்டு ஐ.சி. யூனிட்டுக்கு முன்னாடி வந்து படுத்துட்டு ரகளை பண்ணிட்டிருக்கான். அவனோட ஒய்ஃப் நாகஜோதியை உடனடியாய் பார்க்கணுமாம். இல்லேனா போலீஸ்ல போய் சொல்லுவானாம். நான் அவன்கிட்ட இதமா பேசிப் பார்த்தேன். முடியலை. நீங்க வந்து ஏதாவது சொல்லி அவனை சமாதானப்படுத்தணும். இல்லன்னா அவன் போடுற சத்தத்துல நாகஜோதி விவகாரம் எந்த நிமிஷத்துலையும் எல்லாருக்கும் தெரிய வாய்ப்பிருக்கு!''

டாக்டர் வெற்றிவேல் எரிச்சலோடு எழுந்தார்.

‘‘இப்ப அந்த முத்துமாணிக்கம் எங்க இருக்கான்?’’

‘‘ஐ.சி. யூனிட்டுக்கு முன்னாடி...!’’

‘‘அவனைச் சுத்தி யாரும் கூட்டம் போடலையா?’’

‘‘இல்ல டாக்டர்... விசிட்டர்ஸ் ஹவர் முடிஞ்சுட்டதால கும்பல் இல்லை...’’

வெற்றிவேல் ருத்திரபதியை கோபத்தோடு பார்த்தார்.

‘‘உன்னால எனக்கு எவ்வளவு பிரச்சனை பார்த்தாயா? வா, வந்து நீயும் அவனை கன்வின்ஸ் பண்ணு...’’

இருவரும் அறையை விட்டு வெளியே வந்தார்கள். நர்ஸ் முன்னால் போக அவளைத் தொடர்ந்தார்கள்.

போலீஸ் கமிஷனர் நிமிர்ந்து உட்கார்ந்தார். கண்களில் ஆர்வம் மின்னக் கேட்டார்.

‘‘அது என்ன வழி விவேக்...?’’

விவேக் நிதானமான குரலில் சொல்ல ஆரம்பித்தான்.

‘‘சார்... நான் ஏற்கனவே சொன்ன மாதிரி சென்னையில் நடக்கப் போகிற இந்த மினி அணுஉலை விபரீதம் கொல்கத்தாவில் இருக்கிற ‘ஸ்கை ஈகிள்’ என்கிற புலனாய்வு பத்திரிகைக்குத் தெரிந்திருக்கு. அதாவது பத்திரிக்கை ஆசிரியருக்குத் தெரிந்திருக்கு. அந்த ஆசிரியரின் பெயர் ராம்நாத் பானர்ஜி. அவரோட அனுமதியின் பேரில்தான் ரிப்போர்ட்டர் கைலாஷ் சென்னைக்கு வந்து குற்றவாளிகளை வேவு பார்த்திருக்கணும். அவர்களை ஃபாலோ பண்ணி வந்து அந்த ‘ப்ராஸ்தடிக்‘ தலையைப் புதைக்கும் போது தன் செல்போனில் வீடியோ எடுத்திருக்கணும். அவங்க யாருன்னு சொல்றதுக்கு கைலாஷ் இப்போ உயிரோடு இல்லை. ஆனா ஆசிரியர் ராம்நாத் பானர்ஜிக்கு அந்த நபர்கள் யார் என்கிற விஷயம் தெரிஞ்சிருக்கலாம். நம்ப டி.ஜி.பி. மூலமாய் அந்த வெஸ்ட்

பெங்கால் டி.ஜி.பிக்கு கொஞ்சம் அழுத்தம் கொடுத்தால் போதும் உண்மை வெளியே வர வாய்ப்பிருக்கு சார்.''

''யூ மே பி கரெக்ட் மிஸ்டர் விவேக்... நமக்கு இந்த விவகாரத்துல வெளிச்சம் கிடைக்கணும்னா அந்த ஜன்னலை நாம திறந்தாகணும். டி.ஜி.பி. இப்போ சென்னையில் இல்லை. ஒரு மேரேஜ் அட்டெண்ட் பண்ண ஐதராபாத் போயிருக்கார். நாளைக்குக் காலையில் வந்துடுவார். வந்ததுமே அவர்கிட்ட பேசிட்டு உங்களுக்குத் தகவல் தர்றேன்...''

''தேங்க்யூ சார்...'' விவேக் எழுந்து கமிஷனரிடம் விடை பெற்றுக் கொண்டு அறையினின்றும் வெளிப்பட்டான். விஷ்ணு அவனுக்கு இணையாக நடந்து கொண்டே ''பாஸ்.'' என்றான்.

''என்ன?''

''என்னோட மனசுக்குள்ளே ஒரு குருவி உட்கார்ந்துக்கிட்டு ரொம்ப நேரமா சுத்திட்டிருக்கு... எனக்கு பறவை பாஷை தெரிஞ்சதால அது என்ன சொல்லுதுன்னு புரிஞ்சிக்கிட்டேன்.''

''என்ன சொல்லுது...?''

''குமரன் உங்ககிட்ட சொன்னது எதுவுமே நம்புற மாதிரி இல்லையாம்.''

''ஏன்?''

''2500 சீவர்ட் அணுக்கதிர்களுடன் ஒரு மினி அணுஉலை - இதெல்லாம் ஏன் பொய்யாய் இருக்கக்கூடாதுன்னு கேட்குது!''

விவேக் கட்டடத்தினின்றும் வெளிப்பட்டு காரை நோக்கி நடந்து கொண்டே கேட்டான்.

''நீ இப்போ என்னோட கட்சியா இல்ல குருவியோட கட்சியா...?''

''என்ன பாஸ் இது... நான் எப்பவுமே உங்க கட்சிதான்...''

''அப்படின்னா அந்தக் குருவியை உன்னோட மனசிலிருந்து துரத்தி விட்டுடு... பொய் சொல்ற குருவியை இனிமே

உன்னோட மனசுக்குள்ளே உட்கார விடாதே!''

''பாஸ்...! குமரன் சொன்னதெல்லாம்...?''

''24 காரட் உண்மை.''

''எப்படி பாஸ் இவ்வளவு உறுதியாய் சொல்றீங்க?'' விவேக் பார்க்கிங்கில் நின்றிருந்த காருக்குள் ஏறி அமர்ந்தான். விஷ்ணு பக்கத்தில் உட்கார்ந்ததும் காரை நகர்த்திக் கொண்டே பேசினான்.

''விஷ்ணு...! நாம என்னிக்கோ கேள்விப்பட்ட சில வியப்பான விஷயங்கள் உண்மைகளாய் மாறி நம்ம முன்னாடி வந்து நிற்கும் போது நமக்கு எப்படி இருக்கும்...?''

''பெரிய அதிர்ச்சியாய் இருக்கும் பாஸ்.''

''அது மாதிரியான ஓர் அதிர்ச்சிதான் இன்னிக்கு எனக்கு குமரன் செல்போனில் பேசும் போது ஏற்பட்டது.''

''என்ன பாஸ் சொல்றீங்க?''

''என்னோட செல்போனை எடுத்து வாட்ஸ்அப் ஆப்ஷனுக்கு போ...!''

விஷ்ணு, விவேக்கின் செல்போனை எடுத்து வாட்ஸ்அப் ஆப்ஷனுக்குப் போனான். விவேக் சொன்னான்.

''அதுல ஸர்ச் ஸ்பேசில் *SLY*ன்னு டைப்பண்ணி அந்த குரூப்ல எது மாதிரியான செய்தியையும் போட்டோவையும் காட்டுதுன்னு பாரு...''

டைப் செய்து விஷ்ணு பார்த்தான்.

தொழில் நுட்பத்தோடுக்கூடிய ஆங்கில வார்த்தைகள் விரிவாய் ஓடியிருந்தன.

Mini Nuclear Power Stations

Designs For Mini Atomic Plants

Miniatures for Nuclear Reactors

விஷ்ணு படித்துவிட்டு கேட்டான், ''இதெல்லாம் என்ன பாஸ்...?''

‘‘குமரன் செல்போன்ல எங்கிட்டே என்ன சொன்னாரோ அதுதான் இது எல்லாமே...?’’

‘‘எனக்குப் புரியலை பாஸ்...’’

‘‘நான் மொதல்ல *SLY*ன்னு சொன்னேன். அந்த எழுத்துக்களுக்கு ஃபுல் ஃபார்ம் என்ன தெரியுமா?’’

‘‘தெரியலையே?’’

‘‘*Scotland Yard.* நான் 2 ஆண்டுகளுக்கு முந்தி ஸ்காட்லாண்ட் யார்டில் நடந்த ஒரு ‘இன்டர்போல் மீட்’டில் கலந்து கொண்ட போது உலகநாடுகளை அச்சுறுத்தப் போகிற எதிர்கால விஞ்ஞான விபரீதங்கள் எது எதுன்னு இன்டர்போல் சீஃப் ரொனால்ட் ப்ராட்மேன் வெளியிட்ட அட்டவணையில் இந்த மினி அட்டாமிக் ப்ளான்ட்ஸ் இருந்தது. இந்த அட்டவணையை வெளியிட்டுப் பேசிய இன்டர்போல் சீஃப் தன்னுடைய உரையை முடிக்கும் போது கடைசியாய் என்ன சொன்னார் தெரியுமா விஷ்ணு?’’

‘‘என்ன சொன்னார்?’’

‘‘தீவிரவாதிகள் இந்த மினி நியூக்ளியர் ப்ளான்ட்ஸைப் புதைச்சு வைச்சு சோதனை நடத்த தேர்ந்தெடுக்கப்பட்டிருக்கும் முதல் நாடு இந்தியா தான்... குறிப்பாக இந்தியாவில் தமிழ்நாடு...!’’

‘‘பா... பாஸ்.’’ என்று சின்னதாய் அலறினான் விஷ்ணு.

25

அறிந்து கொள்வோம்: *இந்தியாவில் சில வழக்குகளில் தீர்ப்பு கிடைக்க குறைந்தபட்சம் 20 ஆண்டுகள் வரை பிடிக்கிறது. பொதுவாக எல்லா நாடுகளிலும் இப்படித்தான். ஆனால் இந்தியா அளவுக்கு நத்தை வேகம் இல்லை. இதில் விதிவிலக்கு சிங்கப்பூர் மட்டுமே. அங்கே எந்த ஒரு வழக்காக இருந்தாலும் சரி, கோர்ட்டில் 5 மாதங்களுக்குள் தீர்ப்பு கிடைத்துவிடும். கோர்ட்டின் நடவடிக்கைகளை விரைவுபடுத்தி சீக்கிரமாக முடிக்க போலீஸில் ஒரு தனிப்பிரிவே உண்டு. எந்த ஒரு வக்கீலும் அவர் எவ்வளவு பிரபலமானவர்களாய் இருந்தாலும் வாய்தா போட்டு வழக்கை இழுத்தடிக்க முடியாது. சிங்கப்பூரில் எல்லா போலீஸ் ஸ்டேஷன்களும் நவீனமானவை. ஏ.ஸி. செய்யப்பட்டவை. புகார் தர வருபவர்களை நாற்காலிகளில் மரியாதையோடு உட்கார வைத்து அவர்கள் கொடுக்கும் புகாரை உடனுக்குடன் கம்ப்யூட்டரில் பதிவு செய்துவிடுவார்கள். ஒரு போலீஸ் ஸ்டேஷனில் குறைந்தபட்சம் 10 கார்களாவது நவீன தகவல் பரிமாற்ற கருவிகளோடு தயார்நிலையில் இருக்கும். எல்லா உயர் போலீஸ் அதிகாரிகளும் உடனுக்குடன் தொடர்புகொள்ள உயர்தர செல்போன்கள் கொடுக்கப்பட்டுள்ளன. எல்லாவற்றுக்கும் மேலாக லஞ்சம் என்ற வார்த்தைக்கே அங்கே இடமில்லை, கொள்ளையடிப்பது, கற்பழிப்பு, நம்பிக்கை மோசடி போன்ற குற்றங்களுக்கு 5 ஆண்டு தண்டனையோடு பிரம்படியும் உண்டு.*

ஒரு கைதிக்கு அதிகபட்சமாக 24 பிரம்படிகள் கொடுக்க சட்டம் அனுமதியளிக்கிறது. குப்புற படுக்க வைத்து நிர்வாண நிலையில் இரு பிட்டத்தின் மேல் ஓங்கி அடிப்பார்கள். முதல் அடியில் மேல் தோல் பிய்ந்து கொள்ளும், சதை பெயர்த்துக் கொண்டு வரும். மூன்றாவது அடியில் தோல் சதை காற்றில் பஞ்சு போல் பறக்கும். நான்காவது அடியில் ரத்தம் உள்ளிருந்து பீய்ச்சும். ஐந்தாவது அடியில் மயக்கம் வந்துவிடும், மயக்கம் தெளியும் வரைக்கும் காத்திருந்து அடிப்பார்கள். பிரம்படி விழும்போது கைதியால் கத்தி அழக்கூட முடியாது. காரணம் கைதியின் வாயை ரப்பர் பட்டையால் கட்டி வைத்திருப்பார்கள். உடம்பை அசைக்கவும் முடியாது.

''அப்படிப்பட்ட ஒரு சம்பவம் நடந்திருந்தா அதை எப்படி கண்டுபிடிக்கப்போறோம் பாஸ்.''

''பத்ரிநாத் இருக்க பயமேன்.''

''பத்ரிநாத்தா... யார் பாஸ் அது?''

''இன்னும் அரைமணி நேரத்துக்குள்ள அவரை நாம பார்க்கப்போறோம்... நீயும் நானும் ரொம்ப நாளைக்கு முன்னாடி ஒரு கேஸ் விஷயமாய் அவரை மீட் பண்ணியிருக்கோம்.''

''அவர் யார்னு இப்பப் புரியுது பாஸ். போன வருஷம் வரைக்கும் கல்பாக்கம் அணுமின் நிலையத்தில் எலெக்ட்ரிகல் டெஸ்டர் ஆஃப் கமிஷனிங் *(ELECTRICAL TESTER OF COMMISSIONING)* என்ஜினியர் போஸ்ட்டில் இருந்து பணியாற்றி ஓய்வு பெற்ற அதிகாரிதானே?''

''அவரேதான்...''

''அவருக்கு இது விஷயமாய் என்ன தெரிஞ்சிருக்கும்னு நீங்க எதிர்பார்க்குறீங்க பாஸ்...!''

''விஷ்ணு...! சமீபத்துல அவர் எழுதின கதிரியக்கச் சிதைவு பற்றிய ஆர்ட்டிக்கிள் ஒன்றை வடநாட்டிலிருந்து வர்ற 'ஃப்யூச்சர் வொண்டர்' பத்திரிகையில் படிச்சேன். அதில் அவர் சொல்லியிருந்த சில அப்நார்மல் விஷயங்கள் இப்ப நாம் ஃபேஸ் பண்ணிட்டிருக்கிற சம்பவங்களோடு பொருந்திப் போகுது; அவர்கிட்ட இந்த விஷயத்தைக் கொண்டுபோனா கேஸுக்கு உதவுறமாதிரி ஏதாவது பெட்டர் ஹோல்டிங் கிடைக்கலாம்...''

''பாஸ்! நீங்க புள்ளிகள் வச்சுட்டா ஒரு கோலமாய் மாறுகிற வரைக்கும் விடமாட்டீங்கன்னு எனக்குத் தெரியும். இப்ப அந்த பத்ரிநாத் எங்கே இருப்பார்...?''

''திருவான்மியூர்ல 'செவன் - ஹெவன்' அப்பார்ட்மெண்ட், 'ஜி' ப்ளாக்கில் இருக்கார். இன்னும் 30 நிமிஷம் கழிச்சு அவர் முன்னாடி உட்கார்ந்திட்டிருப்போம். பத்ரிநாத் ரியல்லி பேட்ரியாட்டிக் பர்சன். அவர்கிட்ட பேசும் போது ஜாக்கிரதையாய் பேசணும். கேலி கிண்டல்னு எதுவும் இருக்கக்கூடாது...''

''நீங்க சொல்ல வர்ற விஷயம் என்னான்னு தெரியுது பாஸ். நீங்க அவர்கிட்ட பேசும் போது நான் வாயைத் திறக்கக்கூடாது. அது தானே...?

''அதேதான்...!''

''இந்த நிமிஷத்தில் இருந்து நான் மவுனவிரதம் பாஸ்.'' விவேக் சொன்னபடி சரியாய் 30 நிமிடம் கழித்துப் பத்ரிநாத்தின் அப்பார்ட்மெண்ட்டில் அவருக்கு முன்பாய் உட்கார்ந்திருந்தார்கள்.

பத்ரிநாத் 60 வயதைக் கடந்திருந்தாலும் ஒரு இளைஞனைப் போல் சுறுசுறுப்பாய் இருந்தார். விவேக்கைப் பார்த்ததும் ஆச்சரியப்பட்டு அந்தக் கேள்வியைக் கேட்டார்.

''என்ன விவேக்... உங்களுக்கு மட்டும் வயசாகாதா...? என்னிக்குப் பார்த்தாலும் ஒரே மாதிரியாய் இருக்கீங்க...''

''அதுக்கு ஒரு காய கல்பம் சாப்பிடுறேன் சார்...''

''காய கல்பமா?''

''ஆமா சார்... அந்த காய கல்பத்தோட பேரு சந்தோஷம். நம்ம வாழ்க்கையில் எது நடந்தாலும் அதை இயல்பாய் ஏத்துக்கிட்டு மனசை சந்தோஷமாய் லேசாய் வச்சிட்டிருந்தாலே போதும் சார்... முப்பதுக்கு மேல் வயசு ஏறாது...''

பத்ரிநாத் சிரித்தார்... ''வெரி நைஸ் ஆன்ஸர். பட் அந்த காய கல்பம் எல்லாருக்கும் கிடைக்காது... பை த பை... காரணம் இல்லாமல் என்னைத் தேடிட்டு வந்திருக்க மாட்டீங்க... எனிதிங் இம்பார்ட்டண்ட்?''

''எஸ் சார்...''

''சொல்லுங்க... வாட்ஸ் த மேட்டர்...''

விவேக் சில நிமிட நேரங்களைச் செலவழித்து, மினியேச்சர் நியூக்ளியர் ப்ளான்ட்ஸைப் புதைத்து வைக்கப்பட்டிருந்த விபரங்களைச் சொன்னான்.

அவன் சொல்லச் சொல்ல பத்ரிநாத்தின் முகம் அதிர்வலைகளால் நிரம்பியது. 'மை குட்னஸ்' என்று சொல்லி நெற்றியைப் பிடித்துக் கொண்டவர், சில விநாடிகளுக்குப் பின் நிமிர்ந்தார். தன் குரலில் பயமும் கவலையும் நிரம்பக் கேட்டார்.

''என்கிட்டயிருந்து உங்களுக்கு எதுமாதிரியான உதவி வேணும்...?''

''சார்... அந்த மினியேச்சர் நியூக்ளியர் ப்ளான்ட்ஸ் தமிழ்நாட்டில் வேறு ஏதாவது ஒரு கிராமத்தில் புதைக்கப்பட்டிருந்தால் அதை ஜி.பி.எஸ். உதவியோடு கண்டுபிக்கக்கூடிய டிவைஸ் ஏதாவது கல்பாக்கம் அணு ஆராய்ச்சி நிலையத்தில் இருக்கா...?''

பெரிதாய் தன் உதட்டைப் பிதுக்கிய பத்ரிநாத் தீர்க்கமாய் தலையாட்டினார்.

''இல்லவே... இல்ல... ஆனால் புதைக்கப்பட்ட இடம் தெரிஞ்சா அந்த இடத்துக்குப் போய் 'இ ஃபைண்டர்' கருவி மூலமாய் லொக்கேட் பண்ணலாம். தமிழ்நாட்டுல வேற ஏதாவது சில இடங்களில் மினியேச்சர் நியூக்ளியர் ப்ளான்ட்ஸ் புதைக்கப்பட்டிருக்கலாம்னு நினைக்கிறீங்களா விவேக்?''

''எஸ் சார்...''

பல விநாடிகள் மவுனமாய் இருந்த பத்ரிநாத் நிமிர்ந்து விவேக்கை ஒரு தீவிரப் பார்வையோடு ஏறிட்டார்.

''இதுல இருக்கிற இன்னொரு விஷயத்தை நோட் பண்ணீங்களா?''

''என்ன சார்...?''

''அந்த 'ப்ராஸ்தடிக்' தலை... இது ஒரு வகை கனிமத்தால் செய்யப்பட்ட செயற்கை மனிதத்தலை... இந்த செயற்கை மனிதத்தலைக்குள் மினியேச்சர் நியூக்ளியர் பிளாண்ட்ஸை வைத்துப் புதைக்க வேண்டிய அவசியம் என்ன?''

''அதுவும் ஒரு புதிரான விஷயம்தான் சார்...''

''விவேக், உங்களுக்கு டாக்டர் ருத்திரபதியைத் தெரியுமா?''

''தெரியாது சார்...!''

''நானும் அவரும் லயன்ஸ் கிளப் மெம்பர்ஸ். அதிகப் பழக்கமில்லை. ஏதாவது ஒரு சந்தர்ப்பத்தில் பேசிக்கு வோம். அவர் ஒரு மூளை நரம்பியல் டாக்டர். சில மாதங்களுக்கு முன்னால் 'லயன்ஸ் கிளப்' சார்பாய் ஒரு விழிப்புணர்வு மருத்துவ முகாமில் அவர் பேசினார். ''டூ வீலர்களில் பயணிப்பவர்கள் ஹெல்மெட்டைப் பயன்படுத்தாத காரணத்தால் விபத்தில் சிக்கி தலையில் அடிபட்டு, மூளைச்சாவு நிலைக்குப் போய் விடுகிறார்கள். அதன் பிறகு அவர்களின் உடல் உறுப்புகள் அகற்றப்பட்டு தேவைப்படும் சிலருக்குத் தானமாக வழங்கப்படுகின்றன. இனி வரும் எதிர்காலங்களில் மூளைச்சாவு அடைந்த

ஒரு நபர் உயிர்ப்பிழைக்க 'ப்ராஸ்தடிக் ஹெட்ஸ்' எனப்படும் செயற்கைத்தலைகள் பயன்படப் போகின்றன. வெளிநாடுகளில் ஜப்பான், ஜெர்மனி போன்ற நாடுகள் அந்தத் தலைகளைத் தயாரிக்கும் பணியில் ஈடுபட்டுள்ளனர் என்று அந்த விழிப்புணர்வு முகாமில் டாக்டர் ருத்திரபதி பேசினார்.'' விவேக் இடையில் குறுக்கிட்டான்.

''அந்த டாக்டர் ருத்திரபதிக்கு 'ப்ராஸ்தடிக் தலை'கள் பற்றிய தகவல்கள் தெரிஞ்சிருக்கும்முன்னு சொல்றீங்க இல்லையா சார்?''

''அதேதான்... நான் இப்போ அவர்கிட்டே பேசி நீங்கள் அவரை மீட் பண்றதுக்கு ஒரு அப்பாய்ன்மென்டை வாங்கித் தர்றேன்.'' பத்ரிநாத் சொல்லிக் கொண்டே தன்னுடைய செல்போனை எடுக்க முயல, விவேக் தடுத்தான்.

''அப்பாயிண்ட்மென்ட் வேண்டாம் சார்... டாக்டரோட வீட்டு அட்ரஸ் கொடுங்க... நேரடியாவே நாங்க போய்ப் பார்த்துடறோம்.''

ஃ

டாக்டர் ருத்திரபதியும், டாக்டர் வெற்றிவேலும் நர்ஸ் சாந்தியைப் பின்தொடர்ந்து ஐ.சி. யூனிட்டை நோக்கி வேகவேகமாய்ப் போனார்கள்.

டாக்டர் வெற்றிவேல் நடந்து கொண்டே சாந்தியிடம் கேட்டார்.

''சாந்தி... அந்த முத்துமாணிக்கம் குடிபோதையில் கத்தி ரகளை பண்ணினதை யாரும் பார்த்துடலையே?''

''இல்ல டாக்டர்...''

''மத்த நர்ஸ்கள் யாருக்கும்...?''

''தெரியாது டாக்டர்... நான் அவன்கிட்ட எவ்வளவோ இதமாய் பேசிப் பார்த்தேன்... நான் சொன்னதையெல்லாம் அவன் காதுலேயே போட்டுக்கல. டாக்டரைக் கூப்பிடு... என்னோட நாகஜோதியை உடனே பார்க்கணும்.

இல்லைன்னா நான் போலீஸ்ல போய் கம்ப்ளைய்ன்ட் பண்ணிடுவேன்னு மிரட்ட ஆரம்பிச்சுட்டான். அதனால்தான் நான் உங்ககிட்ட வந்தேன்.''

அடுத்த ஒரு நிமிட நடையில். ஐ.சி. யூனிட் வந்தது. கதவுக்குப் பக்கத்தில் இருந்து சுவரில் சாய்ந்தபடி அந்த முத்துமாணிக்கம் கை கால்களையும் பரப்பிக் கொண்டு உட்கார்ந்திருந்தான். டாக்டர் வெற்றிவேல் சுற்றும்முற்றும் பார்த்தபடி அவனருகே போய் குனிந்து அவன் தோளைத் தொட்டார்.

''இதோ பார்... முத்துமாணிக்கம்... நீ இப்படி எல்லாம்...'' என்று பேச ஆரம்பித்தவர், சட்டென்று முகம் மாறினார்.

சுவரில் சாய்ந்திருந்த முத்துமாணிக்கம் கண்கள் ஒரே திசையைப் பார்த்தபடி வெறித்த நிலையில் தெரிந்தது. வெற்றிவேல் வியர்வை முகமாய் நிமிர்ந்தார். குரலை தாழ்த்தினார்.

''ருத்ரா...''

''என்ன, வெற்றி?''

''ஆள் போயிட்டான் போலிருக்கே!''

''என்ன சொல்ற?''

''நீயே பாரு...?''

அவர் நாடி பிடித்துப் பார்த்தார். உடம்பில் உயிர் இல்லை என்பது உடனே தெரிந்தது. ருத்திரபதியின் முகம் கலவரமானது.

''எ... எ...ப்படி திடீர்ன்னு?''

''தெரியலையே...!''

பார்த்துக் கொண்டிருந்த நர்ஸ் சாந்தி பதட்டமானாள்.

''5 நிமிஷத்துக்கு முன்னாடி நல்லா பேசிட்டிருந்தான் டாக்டர். குடிச்சிருந்தாலும் தெளிவாய் பேசினான்.''

''லிக்கர் கன்ஸ்யூமிங் கொஞ்சம் அதிகப்படியாய் இருந்து,

ஓவர் எமோஷன் காரணமாய் ‘ஹார்ட் அட்டாக்’ ஏற்பட்டு, மரணம் சம்பவித்து இருக்கலாம்...’’

சொல்லிக்கொண்டே டாக்டர் வெற்றிவேல் சுற்றும்முற்றும் பார்த்தார்.

‘‘இப்ப இவனை என்ன பண்றது ருத்ரா...?’’

‘‘போலீஸுக்கு இன்ஃபார்ம் பண்ண முடியாது. போலீஸ் இதில் இன்வால்வ் ஆயிட்டா நாம அவர்களுக்கு எல்லா விஷயங்களையும் சொல்ல வேண்டியிருக்கும். நாகஜோதி மேட்டரையும் மறைக்க முடியாது.’’

ருத்திரபதி கனமான கவலைக்குரலில் சொல்லிக் கொண்டிருக்கும்போதே டாக்டர் வெற்றிவேலின் செல்போன் வைப்ரேஷனில் அதிர்ந்தது. கை நடுக்கத்தோடு செல்போனை எடுத்துப்பார்த்தார்.

ஹாஸ்ப்பிடல் ரிசப்ஷனிஸ்ட் கூப்பிட்டுக் கொண்டிருந்தார். செல்போனை இடது காதுக்குக் கொடுத்து ‘‘சொல்லுமா!’’ என்றார்.

‘‘டாக்டர்! டாக்டர் ருத்திரபதி வீட்டுக்குக் கிளம்பிட்டாரா... இல்ல... இன்னும் நம்ம ஹாஸ்ப்பிடலில் தான் இருக்காரா?’’

‘‘இங்கேதான் இருக்கார்... ஏம்மா... என்ன விஷயம்?’’

‘‘அவரைப் பார்க்கிறதுக்காக க்ரைம் ப்ராஞ்சிலிருந்து வந்திருக்கிறார் மிஸ்டர் விவேக் அண்ட் விஷ்ணு.’’

26

அறிந்து கொள்வோம்: காருக்குள் ஏ.ஸி. போட்டுக்கொண்டு சிலர் ராத்திரி முழுவதும் உறங்குவதுண்டு. அப்படி உறங்குவதால் வெகு அரிதாக அந்நபர்களுக்கு மூச்சுத்திணறல் ஏற்பட்டு மரணத்தில் போய் முடிவதுண்டு. சில ஆண்டுகளுக்கு முன்பு வரை ஃப்ரியான், ஃப்ளுரான் போன்ற கியாஸ்(GAS)கள் தான் கார் ஏ.ஸி.க்குப் பயன்படுத்தப்பட்டு வந்தது. ஆனால் இப்போது 134-A எனப்படும் கியாஸ் பயன்பாட்டுக்கு வந்துவிட்டது. இது கசிந்தால் வாசனை வருமே தவிர மூச்சித்திணறலை உண்டாக்கி மரணத்தை ஏற்படுத்தாது. இதுதவிர முன்பு தயாரிக்கப்பட்ட கார்களில் எல்லாம் காரின் கண்ணாடி பூட்டப்பட்டிருக்கும்போது ஏ.ஸி. போடாமல் இருந்தால் வெளிக்காற்று உள்ளே வராது. ஆனால் இப்போது தயாரிக்கப்படும் கார்களில் ஒரு பட்டனைத் தட்டினால் வெளிக்காற்று காரின் கண்ணாடி மூடியிருக்கும் நிலையிலும் காருக்குள் வரும்படி ஏற்பாடு செய்யப்பட்டுள்ளது. ஒரு கார் ஏ.ஸி.யில் கம்ப்ரஸர் ரிசீவர், கூலிங்காயில் போன்றவை மிக முக்கிய பாகங்கள், கார் ஸ்டார்ட் செய்யப்பட்டதும் ஏ.ஸி.யை ஆன் செய்தால் கம்ப்ரஸரில் உள்ள கியாஸ் கண்டன்ஸர் ரிசீவர் வழியாகச் சென்று கூலிங்காயிலை அடைகிறது. பின் பழையபடி கம்ப்ரஸருக்கே போய்ச் சேருகிறது. இப்படி நம் உடலில் ரத்தம் ஓடுவதைப் போல் கியாஸ் தொடர்ந்து ஓடிக் கொண்டிருக்கும்போது ஏ.ஸி. இயங்குகிறது. கம்ப்ரஸர் பெல்ட் சுற்றும்போது காருக்குள் குளிர்க்காற்று பரவும். இந்த குளிர்க்காற்றில் கியாஸ் கசிந்து பரவ வாய்ப்பில்லை. பொதுவாக ஒரு கார் 50 ஆயிரம் கிலோ மீட்டர் தூரம் ஓடியபின் ஏ.ஸியை மாற்றிவிடுவது நல்லது.

டாக்டர் வெற்றிவேலின் நெற்றிப்பரப்பு ஒரு மெலிதான வியர்வைப் பூச்சுக்கு உட்பட்டது. சற்றே குரல் நடுங்க செல்போனில் பேசினார்.

''நீ என்னம்மா சொல்ற... டாக்டர் ருத்திரபதியைப் பார்க்க க்ரைம் பிராஞ்சிலிருந்து ஆபீசர்ஸ் விவேக், விஷ்ணு வந்திருக்காங்களா?''

''ஆமா, டாக்டர்...''

''எதுக்காக அவரைப் பார்க்கணும்னு நீ கேட்கலையா?''

''கேட்டேன் டாக்டர்... ஒரு க்ளாரிஃபிகேஷன்னு சொன்னாங்க...''

''சரி... இப்போ எங்கே இருக்காங்க... அவங்க?''

''ரிசப்ஷன்ல வெயிட் பண்ணிட்டிருக்காங்க...''

''இப்போ ஒரு 10 நிமிஷத்துக்குள்ள வந்துடுறோம்னு சொல்லு...''

''எஸ்... டாக்டர்.'' மறுமுனையில் ரிசப்ஷனிஸ்ட் சொல்லிட்டு ரிசீவரை வைத்துவிட வெற்றிவேலும் செல்போனை அணைத்துவிட்டு பக்கத்தில் குழப்பமாய் நின்றிருந்த ருத்திரபதியை ஏறிட்டார்.

''ருத்ரா! பிரச்சனை பெரிசாகும் போலிருக்கே?''

''ஏன்... என்னாச்சு?''

''உன்னைப் பார்த்துப் பேச க்ரைம் ப்ராஞ்சிலிருந்து விவேக், விஷ்ணுன்னு 2 ஆபீசர்ஸ் இந்த ஹாஸ்ப்பிடலுக்கு வந்து ரிசப்ஷன்ல வெயிட் பண்ணிட்டிருக்காங்களாம்!''

ருத்திரபதி கலவரமானார்.

''எதுக்கு...?''

''தெரியலையே...''

''நான் இங்கே இருக்கிறது அவங்களுக்கு எப்படித் தெரிஞ்சது...?''

‘‘இதோ பார் ருத்ரா... நீயும் நானும் மாறிமாறி பேசிட்டிருக்கிறதுல ஒரு பிரயோஜனமும் கிடையாது விஷயம் என்னான்னு நீ அவங்ககிட்டத்தான் கேட்கணும்... அவங்க இப்போ ரிசப்ஷன்ல வெயிட் பண்ணிட்டிருக்காங்க... நீ போய்ப் பார்த்து பேசிட்டிரு... நான் இந்த முத்துமாணிக்கத்தோட பாடியை ப்ரீசர் ரூமுக்குக் கொண்டுபோய் வெச்சுட்டு வந்திடறேன்.’’ என்று சொன்ன வெற்றிவேல் நர்ஸ் சாந்தியிடம் திரும்பினார்.

‘‘நீ போய் ஒரு வீல்சேரைக் கொண்டாம்மா... விஷயம் யாருக்கும் தெரியக்கூடாது. வீல் சேர்ல முத்துமாணிக்கத்தோட பாடியை யாரும் சந்தேகப்படாத வகையில் ஃப்ரீசர் ரூமுக்குக் கொண்டு போயிடலாம்...’’

நர்ஸ் சாந்தி வியர்வை வழியும் முகத்தோடு தலையாட்டிவிட்டு வேகமாய் அங்கிருந்து நகர்ந்தாள். ருத்திரபதி வெற்றிவேலின் கையை மெல்லப் பற்றினார்.

‘‘வெற்றி...! அந்த க்ரைம் ப்ராஞ்ச் ஆட்கள் எதுக்காக வந்திருப்பாங்களோன்னு ஒரே டென்ஷனாய் இருக்கு!’’

‘‘எதுக்கு வந்திருந்தாலும் நீ அதை ஃபேஸ் பண்ணித்தான் ஆகணும் ருத்ரா. உள்ளுக்குள்ளே எவ்வளவு டென்ஷன் இருந்தாலும் அதை வெளிக்காட்டிக்காம அவங்கக்கிட்டே பேசு...’’ ருத்திரபதி குரலைத் தாழ்த்தினார்.

‘‘நீயும் கூட வரலாம்ல வெற்றி?’’

‘‘என்ன ருத்ரா... நான் இப்போ எப்பேர்ப்பட்ட நிலையில் இருக்கேன்னு உனக்குத் தெரியாதா? நானும் உன்கூட வந்துட்டா இங்கே செத்துக்கிடக்கிற முத்துமாணிக்கத்தோட பாடியை என்ன பண்றது? நானும் நர்ஸ் சாந்தியும் பாடியை ஃப்ரீசர் ரூமுக்குக் கொண்டு போய் மறைவாய் வெச்சிருந்து இன்னிக்கு ராத்திரிக்குள்ளே டிஸ்போஸ் பண்ண வேண்டாமா...?’’

ருத்திரபதி பெருமூச்சு விட்டார்.

‘‘இட்ஸ்... ஓகே... உன்னோட நிலைமை எனக்குப்புரியுது

வெற்றி... நானே போய் அவங்களைப் பார்க்கிறேன்.'' சொல்லிக் கொண்டே நகர முயன்றவரை வெற்றிவேல் நிறுத்தினார்.

''ஒரு நிமிஷம் ருத்ரா. வந்திருப்பவர்கள் போலீஸ் ஆபீசர் ரேங்க் கிடையாது. 'க்ரைம் ப்ராஞ்ச்' ஆஃபீசர்ஸ். பார்த்து அவங்களை ஹேண்டில் பண்ணணும்... முதல்ல அவங்களைப் பேசவிடு... அப்புறம் நீ பேசு.''

ருத்திரபதி தலையசைத்துவிட்டு ஆஸ்பிட்டலின் ரிசப்ஷனை நோக்கிப் போனார். 2 நிமிட நடையில் ரிசப்ஷன் வந்தது. எல்ஈடி டி.வி.யில் கார்ட்டூன் பார்த்துக் கொண்டிருந்த விவேக்கும் விஷ்ணுவும் ருத்திரபதியைப் பார்வையில் வாங்கியதும் எழுந்தார்கள். விவேக் தயக்கக் குரலில் கேட்டான்.

''டாக்டர் ருத்திரபதி?''

''எஸ்...''

''வீ ஆர் கம்மிங் ஃப்ரம் சி.பி.ஐ.! ஸாரி ஃபார் ட்ரபுளிங்க் யூ... டாக்டர்.''

ருத்திரபதி வலிய புன்னகைத்தார். ''நோ ப்ராப்ளம். நீங்க என்னைப் பார்க்க வந்ததாய் ரிசப்ஷனிலிருந்து தகவல் வந்தது. ஃபார் வாட் பர்ப்பஸ் யூஹேவ் கம் ஹியர்...''

''ஒரு ஸ்மால் க்ளாரிஃபிகேஷன்...''

''ப்ளீஸ்...'' ருத்திரபதி சோபாக்களைக் காட்ட உட்கார்ந்தார்கள். பதட்டத்தைச் சிறிதும் காட்டிக் கொள்ளாமல் கேட்டார்.

''எஸ்... மிஸ்டர் விவேக். இப்போ கேளுங்க...?''

''டாக்டர்... நீங்க ஒரு மூளை நரம்பியல் டாக்டர் என்ற விபரத்தை கல்பாக்கம் அணுமின் நிலையத்தில் வேலை பார்த்து ஓய்வுபெற்ற பத்ரிநாத் மூலமாய் தெரிஞ்சுக்கிட்டோம். அவர்தான் அட்ரஸ் கொடுத்தார். உங்களைப் பார்க்க உங்க ஹாஸ்ப்பிடலுக்குப் போனோம். நீங்க அங்கே இல்லை. ஆனா

உங்க ஹாஸ்ப்பிடல் பி.ஆர்.ஓ. நீங்க டாக்டர் வெற்றிவேல் ஹாஸ்ப்பிடலுக்கு போயிருக்கலாம்னு சொன்னார். அதான் இங்கே புறப்பட்டு வந்தோம்.''

''ஏதோ ஸ்மால் க்ளாரிஃபிகேஷன்னு சொன்னீங்க?''

''எஸ்... அது என்ன 'ப்ராஸ்தடிக் ஹெட்ஸ்...'?''

ருத்திரபதி தன் இதயத்தின் மையப்பகுதியில் ஒரு சின்ன நிலநடுக்கத்தை உணர்ந்தாலும் அது தன் முகத்தில் எதிரொலிக்காதபடி பார்த்துக் கொண்டார். தயக்கமில்லாமல் பேசினார்.

''ப்ராஸ்தடிக் ஹெட்ஸ்'ங்கிறது செயற்கையான மனிதத்தலைகள்... மருத்துவத்துறையில் இது ஒரு வகையான வளர்ச்சி.''

''இதனோட பயன்பாடு என்னான்னு சொல்ல முடியுமா டாக்டர்...?''

''இனிவரும் எதிர்காலங்களில் விபத்தில் சிக்கி மூளைச் சாவு அடைந்த நபர்களை மரணத்திலிருந்து காப்பாற்றுகிற ஒரு முயற்சி தான் இது.''

''இந்தத் தலைகள் மூளைச்சாவு அடைந்த நபர்களை எப்படிக் காப்பாற்றும்?''

ருத்திரபதி விவேக்கை ஒரு சின்னத் தயக்கத்தோடு பார்த்தார். ''நான் இந்த கேள்விக்கு பதில் சொல்றதுக்கு முன்னாடி என்கிட்டே எதுக்காக இந்த என்கொயரின்னு தெரிஞ்சுக் கலாமா...?''

''கண்டிப்பாய் டாக்டர்...! ஒரு முக்கியமான கேசில் இந்த 'ப்ராஸ்தடிக் தலை' ஒரு பூதாகரமான விஷயமாய் மாறியிருக்கு. நீங்க சொல்லப் போகிற பதில்களை வெச்சுத் தான் அந்த விவகாரத்தை தெளிவுப்படுத்த வேண்டியிருக்கு... ப்ளீஸ் ஆன்ஸர் மை கொஸ்டின்ஸ். தென் ஐ வில் க்ளாரிஃபை யுவர் டவுட்ஸ்.''

‘‘எஸ்... ப்ரொஸீட்...’’

‘‘தேங்க்யூ டாக்டர்... ‘ப்ராஸ்தடிக் தலை’கள் ‘ப்ரெய்ன் டெத் ஸ்டேஜு’க்கு போயிட்ட நபர்களை எப்படி உயிர் பிழைக்க வைக்கும்...? அப்படி யாராவது உயிர் பிழைச்சிருக்காங்களா?’’

‘‘இல்லை... இது ஒரு ஆரம்பகட்ட சோதனைதான். அதுவும் வெளிநாடுகளில் தான் செய்யப்பட்டிருக்கு...’’

‘‘இந்தியாவில்...?’’

‘‘இதுவரை செய்யப்பட்டதாய் தகவல் இல்லை...’’

‘‘நீங்க அந்த ‘ப்ராஸ்தடிக் தலை’யைப் பார்த்திருக்கீங்களா?’’

‘‘பார்த்திருக்கேன்’’

‘‘எங்கே...?’’

‘‘நைஜீரியாவில் நடைபெற்ற ஒரு மெடிக்கல் செமினாரில்.’’

‘‘அந்தத் தலையோட சிறப்பம்சம் என்ன பத்தி சொல்லமுடியுமா டாக்டர்?’’

‘‘தாராளமா...!’’

செயற்கையாய் சிரித்த ருத்திரபதி தொடர்ந்து பேச ஆரம்பித்தார்.

‘‘பொதுவாக ‘ப்ராஸ்தடிக் தலை’கள் ‘சைலாஸ்டிக் ஜெல்’ன்னு சொல்லப்படுகிற ஒருவகை ஜெல்லால் தயாரிக்கப்பட்டுக் கடினமாக்கப்படுவது. அந்த தலைக்குள்ளே மூளை போன்ற அமைப்பும் பயோபிளாஸ்டிக்கால் செய்யப்பட்டு அதுக்குள்ளே சென்சார்கள் பொருத்தப்பட்டு, பயன்பாட்டுக்கு வருவது. இந்த ‘ப்ராஸ்தடிக் தலை’யை மூளைச்சாவு அடைந்த ஒரு நபரின் தலையில் பொருத்தப்படுவதின் மூலமாய் அவருடைய இறந்து போன நியூரான் செல்களை மறுபடியும் உயிர்ப்பான நிலைமைக்குக் கொண்டுவர முடியும் என்பது இன்னிக்கு இருக்கிற மருத்துவ

விஞ்ஞானத்தின் நம்பிக்கை.''

''அது மாதிரி யாராவது மூளைச்சாவு நிலைமையிலிருந்து மீண்டு வந்திருக்காங்களா டாக்டர்...?''

''எனக்குத் தெரிஞ்சு இதுவரைக்கும் யாரும் இல்லை.''

''இந்தியாவில் இது மாதிரியான சோதனைகளை எந்த டாக்டராவது செய்து பார்த்த விபரம் உங்களுக்குத் தெரியுமா?''

''தெரியாது...''

''டாக்டர்! இப்ப நீங்க சொன்னதெல்லாம் பொய் கலக்காத உண்மையான தகவல்கள் தானே?''

''நான் எதுக்காகப் பொய் சொல்லணும்?''

''ஸாரி டாக்டர்! உங்களைக் கோபப்படுத்துறதுக்காக நான் இந்தக் கேள்வியைக் கேட்கல. நீங்க இப்ப சொன்ன 'ப்ராஸ்தடிக் தலை' விவகாரத்துக்கும் நான் இப்போ உங்களுக்குக் காட்டப்போற ஒரு வீடியோ விவகாரத்துக்கும் இடையில் எவ்வளவு பெரிய வித்தியாசம் இருக்குன்னு பாருங்க...''

சொன்ன விவேக், விஷ்ணுவைப் பார்க்க, அவன் தன் கையில் இருந்த செல்போனை உயிர்ப்பித்து 'வாட்ஸ் அப்' ஆப்ஷனுக்குப் போய் அந்த வீடியோக் காட்சியை 'க்ளிக்' செய்து டாக்டரிடம் செல்போனை நீட்டினான்.

'இதப் பாருங்க... டாக்டர்...''

ருத்திரபதி வாங்கிப் பார்த்தார். செல்போன் திரையில் வீடியோக்காட்சி ஓடியது. இருட்டின் பின்னணியில் 2 பேர் பைக்கிலிருந்து இறங்கி வந்து செடிகள் அடர்ந்த பகுதியில் குழி தோண்டுவதும், அந்த குழிக்குள் ஒருவன் பையில் இருந்து எடுத்த செயற்கைத்தலையைப் போட்டு மூடுவதும் ருத்திரபதியின் பார்வைக்குக் கிடைக்க அவர் முகம் மாறி நிமிர்ந்தார். விவேக்கிடம் கேட்டார்.

''யார் இவங்க...?''

‘‘தெரியல...?’’

‘‘இதை வீடியோவாய் எடுத்தது யாரு?’’

‘‘கைலாஷ்னு ஒரு நார்த் இண்டியன் பத்திரிகை ரிப்போர்ட்டர்...’’

‘‘இவங்க யாருன்னு அந்த ரிப்போர்ட்டர் கிட்ட கேட்க வேண்டியதுதானே?’’

‘‘அந்த ரிப்போர்ட்டர் உயிரோடு இல்ல... குழிதோண்டி தலையைப் புதைத்தவர்கள் ரிப்போர்ட்டரைக் கொலை பண்ணிட்டுத் தப்பிச்சுட்டாங்க...’’

‘‘இது எப்போ நடந்தது?’’

‘‘4 நாட்களுக்கு முந்தி...’’

‘‘இதுல விசாரணை பண்ண என்கிட்ட என்ன இருக்கு... ஈஸ் தேர் எனி ரீஸன்... டு என்கொயர் மீ?’’

‘‘ஸர்ட்டன்லி டாக்டர்’’

‘‘என்ன... ரீஸன்?’’

‘‘டாக்டர்... இந்த ‘ப்ராஸ்தடிக் தலை’யும் அதற்குள் இருக்கிற மூளை பாகமும் ‘ப்ரெய்ன் டெத்’ நிலைமைக்குப் போய்விட்ட நபர்களைக் காப்பாற்றுவதற்காகக் கண்டுபிடிக்கப்பட்ட ஒரு ‘டிவைஸ்’ ன்னு சொன்னீங்க?’’

‘‘ஆமா...!’’

‘‘யாரோ 2 பேர் ஒரு ராத்திரி நேரத்தில் ஒதுக்குபுறமான இடத்தில் அதைப் புதைத்து வைக்க வேண்டிய அவசியம் என்ன?’’

‘‘எனக்குத் தெரியல...’’

‘‘உண்மையிலேயே உங்களுக்குத் தெரியாதா டாக்டர்?’’

‘‘தெரியாது...’’

‘‘நீங்க நினைக்கிற மாதிரி அது ‘ப்ராஸ்தடிக் தலை’ கிடையாது?’’

‘‘அப்புறம்?’’

‘‘அது மினியேச்சர் அடாமிக் பவர் ஸ்டேஷன்... தமிழில் சொல்லணும்ன்னா அது ஒரு மினி அணு உலை...!’’

டாக்டர் ருத்திரபதி வியப்பில் உறைந்து போனவராய் விவேக்கையே பார்த்தார்.

அதே விநாடி ருத்திரபதியின் செல்போன் ரிங்டோனைக் காற்றில் தெளித்தது. எடுத்து அழைப்பது யார் என்று பார்த்தார்.

மறுமுனையில் ஹரி கூப்பிட்டுக் கொண்டிருந்தான்.

27

அறிந்து கொள்வோம்: *ஆவி, பேய் போன்றவை இல்லை என்று நாம் உறுதியாய் நம்பும்போது வெளிநாட்டில் உள்ள சில ஆராய்ச்சியாளர்கள் இறந்த ஒரு நபரின் ஆவியைப் புகைப்படமாக எடுத்து பத்திரிகைகளில் வெளியிட்டுப் பரபரப்பை ஏற்படுத்தியுள்ளார்கள். அது ஆவிதான் என்று பெரும்பாலானோர் நம்பவும் ஆரம்பித்துவிட்டனர். புகைப்படம் எடுத்தது உண்மைதான். ஆனால் அந்த ஆவிப்படங்களுக்குப் பின்னால் ஓர் அறிவியல் உண்மை ஒளிந்திருப்பதை அந்த ஆராய்ச்சியாளர்கள் வேண்டுமென்றே மறைத்துவிட்டார்கள் என்று குற்றஞ்சாட்டுகிறார் அமெரிக்காவின் ஃபிலடெல்பியா நகரைச் சேர்ந்த கதிரியக்க வல்லுநர் டாக்டர் ஜேக்கப் க்ரவுன்.*

புகைப்படத்தில் உள்ளது ஆவியோ பேயோ அல்ல. அது நமது உடலில் உள்ள மின்னியல் கதிர் அலைகள்தான் என்று ஆதாரத்தோடு நிரூபித்து அதைப் புகைப்படமாகவும் அவர் எடுத்துக் காட்டியுள்ளார். அந்தப் புகைப்படங்கள் சாதாரண டிஜிட்டல் கேமராவால் எடுக்கப்படாமல் விசேஷ இன்ஃப்ரா போட்டோகிராஃப் முறையில் எடுக்கப்பட்ட படம்.

ஒரு மனிதனை நாற்காலியில் குறிப்பிட்ட நேரம் வரை உட்கார வைத்தார்கள். பிறகு அவனை எழுந்துப் போகச் சொல்லிவிட்டு அந்தக் காலி நாற்காலியை இன்ஃப்ரா ரெட் போட்டோகிராஃபி முறையில் படம் பிடித்துப் பார்த்தனர். அந்தப் படத்தில் நாற்காலியில் உட்கார்ந்திருந்த மனிதனின் முழு உருவமும் ஏதோ

புகை போல் வெண்மையாய் விழுந்திருந்தது. அந்த மனிதன் நாற்காலியில் உட்கார்ந்திருந்த சிறிது நேரத்தில் அவன் உடம்பில் இருந்து வெளியான மின்கதிர் அலைகள் அவன் எழுந்து சென்ற பிறகும் நாற்காலியில் தேங்கியிருந்தது போல் மனிதன் இறந்த பிறகும் அவனுடைய உடம்பினின்றும் வெளிப்பட்ட மின்கதிர் அலைகள் அவன் வாழ்ந்த வீட்டில் குறிப்பிட்ட காலம் வரைக்கும் அழியாமல் இருக்கும். அது யாருக்கும் எந்தத் தொந்தரவையும் தராது. சாதாரண பார்வைக்கும் தென்படாது.

செல்போனில் மறுமுனையில் தன்னுடைய உதவியாளர் ஹரி அழைப்பதைப் பார்த்த டாக்டர் ருத்திரபதி போனை அட்டெண்ட் பண்ணாமல் மவுனமாய் பார்த்துக் கொண்டிருக்க, விவேக் சொன்னான்.

''நோ ப்ராப்ளம்... டாக்டர்... நீங்க போனை அட்டெண்ட் பண்ணுங்க... நாம அப்புறமாய் கூட பேசலாம்...''

ருத்திரபதி சற்றே தயக்கத்தோடு செல்போனை எடுத்து காதுக்கு ஒற்றினார்.

''சொல்லு.''

''டா... டா... டாக்டர் நான் ஹரி.'' மறுமுனையில் குரல் பதட்டமாய் கேட்டது.

''தெரியுது... சொல்லு...''

''டா... டாக்டர்... நான் உடனடியாய் உங்களைப் பார்க்கணும்...!''

''உன்னோட வாய்ஸ் பிரேக் ஆகுது... ஒரு நிமிஷம் இரு... நான் ஜன்னல் பக்கமாய் வந்து பேசறேன்...''

சொன்ன டாக்டர் ருத்திரபதி செல்போனைத் தாழ்த்திக் கொண்டு விவேக்கைப் பார்த்தார். ''டவர் இங்கே சரியாய்

கிடைக்கல. அப்படி ஜன்னல் பக்கமாய் நின்னு பேசிட்டு வந்துடுறேன்.''

''ப்ளீஸ்...'' என்றான்.

ருத்திரபதி செல்போனோடு திறந்திருந்த ஜன்னல் பக்கமாய் நின்று கொண்டு குரலைத் தாழ்த்தினார்.

''சொல்லு ஹரி... என்ன விஷயம்? நீயும் சுபத்ராவும் இப்போ எங்க இருக்கீங்க... நான் சொன்னபடி நாகஜோதியை ஏன் வெற்றிவேல் ஆஸ்பிட்டலுக்குக் கொண்டு போகலை...?''

''டாக்டர், எதிர்பாராத ஒரு சம்பவம் நடந்திருச்சு.''

''என்ன சொல்ற...?''

''போன்ல எதையும் விரிவாய்ப் பேச முடியாது டாக்டர்... நான் உங்களை நேர்ல பார்க்கணும்... நான் சொல்ற இடத்துக்கு நீங்க உடனே புறப்பட்டு வரணும்...!''

''உடனே புறப்பட்டு வர முடியாது ஹரி... நீ எனக்கு ஒரு மணி நேரம் கழிச்சு போன் பண்ணு... சுபத்ரா உனக்குப் பக்கத்துல இருக்காளா...?''

''இல்லை...! டாக்டர்... இது ஒரு பெரிய விவகாரம். நான் எல்லாத்தையும் நேர்லதான் சொல்லணும். போன்ல எதுவும் வேண்டாம். நான் சரியா ஒரு மணி நேரம் கழிச்சு போன் பண்றேன்.''

மறுமுனையில் ஹரி செல்போனை அணைத்துவிட டாக்டரும் செல்போனை இருள் படிந்த முகத்தோடு அணைத்துவிட்டு விவேக்கிடம் வந்தார்.

''ஸாரி... நாம ஏதோ ஒரு முக்கியமான விஷயத்தைப் பற்றி பேசிட்டிருந்தோம். நடுவில தேவையில்லாத ஒரு போன் கால்.''

''நோ ப்ராப்ளம் டாக்டர்... சில நேரங்களில் அது மாதிரியான போன் கால்களை நாம் தவிர்க்க முடியாது. ஷேல் வீ கண்டினியூ, அவர் என்கொயரி...''

''பை ஆல் மீன்ஸ். ஏதோ ஒரு மினியேச்சர் அடாமிக் பவர் ஸ்டேஷன்னு சொன்னீங்க... அந்த விபரம் எனக்கு சரியா புரியலை. மறுபடியும் அதைப்பற்றி சொல்ல முடியுமா?''

அதுவரைக்கும் எதுவும் பேசாமல் இருந்த விஷ்ணு, இப்போது வாயைத் திறந்தான்.

''பாஸ்...! டாக்டருக்கு நான் புரியும் படியா சொல்லட்டுமா...?''

''சொல்லு...''

விஷ்ணு தன் இரு முழங்கைகளையும் மேஜையின் மேல் ஊன்றிக் கொண்டான்.

''டாக்டர்! நீங்க ஒரு மெடிக்கல் ட்ரீட்மெண்டுக்காக உபயோகப்படுத்திய 'ப்ராஸ்தடிக் ஹெட்' என்னும் மனித செயற்கைத் தலைக்குள் கதிர்வீச்சை வெளிப்படுத்துகிற ஒரு மினியேச்சர் அணு உலையை ஃபிக்ஸ் பண்ணி 2 பேர் ராத்திரி நேரத்தில் மனித நடமாட்டம் இல்லாத ஒரு இடத்துல புதைச்சுட்டுப் போயிருக்காங்க. இது யார் செய்த வேலையாய் இருக்குமுன்னு நினைக்கிறீங்க...?''

டாக்டர் ருத்திரபதி சில விநாடிகள் மவுனமாய் இருந்துவிட்டு மெதுவாய் பேச்சை ஆரம்பித்தார்.

''நீங்க சொல்ற இந்த மினியேச்சர் அணு உலை விவகாரம் எனக்கே ஆச்சரியமாய் இருக்கு. அந்த 'ப்ராஸ்தடிக்' செயற்கை மனிதத்தலையை நான் நைஜீரியாவில் ஒரு செமினாரில் பார்த்ததோடு சரி, அதற்கு பிறகு நான் பார்க்கவேயில்லை.''

''டாக்டர்! இப்படிப்பட்ட மினியேச்சர் அணு உலைகள் பூமியில் புதைக்கப்பட்டால் அடுத்து 10 ஆண்டுகளில் நாட்டின் பெரும் பகுதிகள் பாலைவனமாய் மாறக்கூடிய அபாயம் இருக்கிறது. இது மாதிரியான ஒரு விபரீத செயலுக்குக் காரணமான நபர்கள் யாருங்கிறதைக் கண்டுபிடிக்க வேண்டிய கட்டாயமும் ஏற்பட்டுள்ளது. இந்த விஷயத்தில் உங்களுடைய ஒத்துழைப்பும் உதவியும் எங்களுக்கு வேண்டும்... வில் யூ...?

''ஸர்ட்டன்லி... பட், எந்த வகையில் நான் உங்களுக்கு

உதவி செய்ய முடியும்னு நினைக்கிறீங்க...?''

''மூளைச்சாவு நிலைக்குப் போய்விட்ட ஒரு நபரைக் காப்பாற்றும் முயற்சியின் ஒரு கண்டுபிடிப்புத்தான் 'ப்ராஸ்தடிக் தலை'ன்னு சொன்னீங்க?''

''ஆமா...''

''அந்தத் தலையை முதன் முதலாய் நைஜீரியாவில் நடந்த ஒரு செமினாரில் பார்த்ததாய் சொன்னீங்க. அதுக்கப்புறம் இந்தியாவில் நடந்த ஏதாவது ஒரு மெடிக்கல் செமினாரில் அந்த 'ப்ராஸ்தடிக் தலை'யைப் பார்த்தீங்களா?''

''இல்லை...!''

''அந்த 'ப்ராஸ்தடிக் தலை' இந்தியாவுக்குள் வந்திருந்தால் வேறு யார் மூலமாக எந்த வழியாக வந்திருக்கும்ன்னு நினைக்கிறீங்க...?''

ருத்திரபதி அனலாய் பெருமூச்சொன்றை விட்டார்.

''இந்தக் கேள்விக்கு என்னால் எப்படி பதில் சொல்ல முடியும்? விஞ்ஞானமும் மருத்துவமும் எந்த வேகத்தில் வளருதோ அந்த வேகத்தில்தான் தீவிரவாதமும் வளரும். ஒரு நல்ல மருத்துவ நோக்கத்துக்காகக் கண்டுபிடிக்கப்பட்ட 'ப்ராஸ்தடிக் ஹெட்' என்று சொல்லப்படுகிற ஒரு மருத்துவ டிவைஸை நாசகார காரியத்துக்கும் யாரோ பயன்படுத்தியிருக்காங்க. அந்த யாரோ யாருங்கிறது உங்களுக்கு எப்படித் தெரியாதோ அந்த மாதிரிதான் எனக்கும் தெரியாது. ஆனா உங்களுக்கு என்னால ஒரு உதவியை மட்டும் செய்ய முடியும்.''

''என்ன... அது? சொல்லுங்க, டாக்டர்.''

''அந்த 'ப்ராஸ்தடிக் தலை'களைத் தயாரிக்கிற முக்கியமான நாடு நைஜீரியா. அந்த நாட்டில் இருக்கிற 'மெடிக்கல் மிர்ராக்கிள்ஸ்' என்கிற ஒரு கம்பெனி தான் பல மருத்துவ உபகரணங்களோடு இந்த 'ப்ராஸ்தடிக் தலை'யையும் தயாரிக்கும் பணியில் ஈடுபட்டிருக்காங்க. அந்த இடத்தில் இருந்து 'இன்டர்போல்' மூலமாய் ஒரு என்கொயரியை

ஆரம்பித்தால் தான் இந்த விபரீதத்துக்கு விதை போட்டவர்கள் யாரு என்கிற உண்மை தெரியவரும். உங்க ஈமெயில் ஐ.டி. கொடுத்தா நான் அடுத்த ஒரு மணி நேரத்துக்குள்ளே அந்த 'மெடிக்கல் மிர்ராக்கிள்ஸ்' என்கிற கம்பெனியைப் பற்றிய எல்லா விபரங்களையும் அனுப்பி வைக்கிறேன்.''

''ஸோ... உங்களுக்கு எந்த ஒரு விபரமும் தெரியாது?''

''தெரியாது...''

விவேக் எழுந்து கொண்டான்.

''இட்ஸ் ஓகே டாக்டர்... திஸ் இஸ் மை விசிட்டிங் கார்டு. அதுல என்னோட ஈமெயில் ஐ.டி. இருக்கு... அந்த நைஜீரியா 'மெடிக்கல் மிர்ராக்கிள்ஸ்' கம்பெனி பற்றிய விபரங்களை எனக்கு உடனடியாய் அனுப்பி வையுங்க...!''

''ஷ்யூர்... அடுத்த ஒரு மணி நேரத்துக்குள்ளே உங்க மெயிலுக்கு அந்தத் தகவல்கள் வந்து சேர்ந்திருக்கும்...!''

'தேங்க்யூ டாக்டர்...!''

விவேக்கும் விஷ்ணுவும் விடைபெற்றுக் கொண்டு ஆஸ்பத்திரியிலிருந்து வெளியேறும் வரை பார்த்துக் கொண்டிருந்த டாக்டர் ருத்திரபதி உடம்பும் மனசும் தளர்ந்து போனவராய் ஆஸ்பத்திரியின் அந்த நீளமான வராந்தாவில் நடந்தார். பாதி தூரத்தைக் கடந்திருந்தபோது டாக்டர் வெற்றிவேல் எதிர்ப்பட்டார்.

''என்ன ருத்ரா என்னாச்சு... அந்த க்ரைம் ப்ராஞ்ச் பீப்பிள் இன்னும் இருக்காங்களா இல்ல போயிட்டாங்களா?''

''போயிட்டாங்க.''

''எதுக்கு வந்திருந்தாங்க...?''

''சொல்றேன். மொதல்ல... உன்னோட ரூமுக்கு போயிடலாம்... பை... த... பை... அந்த முத்துமாணிக்கத்தோட பாடி இப்போ எங்கே?''

''ஆஸ்பத்திரியில் இருக்கிற ஃப்ரீசர் கன்டெய்னருக்குக் கொண்டு போய் 'ப்ரிசர்வ்' பண்ணியாச்சு. நாளைக்குக் காலையில பொழுது விடியறதுக்குள்ளே பாடியை டிஸ்போஸ் பண்ணணும்.''

''எப்படி... டிஸ்போஸ் பண்ணப் போறே?''

''யோசிக்கணும்...''

''நர்ஸ் சாந்தி இந்த விஷயத்தை வெளியே யார்கிட்டேயும் சொல்ல மாட்டாளே?''

''சாந்தி... ஒரு ஸ்டீல் லாக்கர் மாதிரி. இந்த ஹாஸ்ப்பிடல்ல 15 வருஷமாய் இருக்கா... அவளுக்கு எந்த ஒரு ரகசியம் தெரிந்தாலும் சரி அது ஒன்வே ட்ராஃபிக்தான். அவளைப்பத்தி நீ கவலைப்படாதே!''

இருவரும் பேசிக்கொண்டே வராந்தாவில் நடந்து அறைக்குள் நுழைந்தார்கள். ருத்திரபதி மினரல் வாட்டர் பாட்டிலை எடுத்து ஒரு வாய் தண்ணீரை பருகிவிட்டு நாற்காலியில் தளர்ந்து போய் காற்று போன ஒரு டயர் ட்யூப்பைப் போல மடங்கி உட்கார, வெற்றிவேல் கேட்டார்.

''என்ன ருத்ரா படு அப்செட்ல இருக்கே... அந்த க்ரைம் ப்ராஞ்ச் பீப்பிள் எதுக்காக உன்னை என்கொயரி பண்ண வந்தாங்க. அதைச் சொல்லு, மொதல்ல.''

''வெற்றி...! நீ அடிக்கடி என்னை ஒரு விஷயமாய் வார்ன் பண்ணிட்டிருப்பியே... அந்த விஷயம் இப்போ ஒரு விபரீதமாய் மாறியிருக்கு.''

ருத்திரபதி சில நிமிடங்களை செலவழித்து விவேக், விஷ்ணு சொன்னவற்றைக் கோர்வையாய் சொல்லி முடித்தார். எல்லாவற்றையும் மவுனமாய் கேட்டு முடித்த வெற்றிவேல் கண்களில் கோபச் சிவப்பு பரவ ருத்திரபதியை ஏறிட்டார்.

வார்த்தைகளில் அனல் பறந்தது.

''எனக்குத் தெரியும் ருத்ரா... மருத்துவ சட்டவிதிகளுக்கு உட்படாமே ஒரு விஷயத்தை நாம

பண்ணும்போது அது வேற ஒரு விபரீத விஷயமாய் மாறும்னு எனக்கு நல்லாவே தெரியும். 'ப்ராஸ்தடிக் ஹெட், ப்ரெய்ன் டெத் ட்ரீட்மெண்ட், டீப் ப்ரெய்ன் ஸ்டிமுலேஷன் இது மாதிரியான போதைகள் எல்லாம் வேண்டாம்னு நான் சொன்னேன். நீ கேட்கல. அந்த சோதனைகள் வெற்றி பெற்றால் பெரிய அளவில் பேசப்படுவோம்னு நீ சொன்னதை நானும் நம்பினேன். என்னோட ஹாஸ்ப்பிடலில் மூளைச்சாவு அடைந்த நபர்களை உன்னோட ரிஸர்ச் லேப்புக்கு அனுப்பி வெச்சேன்... யாருக்கும் தெரியாதுன்னு நீ சொன்னே. ஆனா அந்த போலீஸ் இன்ஸ்பெக்டர் மார்த்தாண்டம் முதன் முதலில் இந்த 'ப்ராஸ்தடிக் ஹெட்' விஷயத்தை ஸ்மெல் பண்ணி போன்ல பேசி மிரட்டியிருக்கார். விஷயத்தை வெளியே சொல்லாம இருக்கிறதுக்காக அந்த ஆள் என்ன டிமாண்ட் பண்ணப் போறாருன்னு தெரியல. இதுக்கு நடுவுல இப்படியொரு பிரச்சனை? இதெல்லாம் உனக்கும் எனக்கும் தேவையா ருத்ரா...?''

''வெற்றி! நீ ஒரு விஷயத்தைப் புரிஞ்சுக்கணும்.''

''என்ன?''

''மூளைச்சாவு மரணங்கள் எதிர்காலத்தில் இருக்கக்கூடாது என்கிற நல்ல நோக்கத்திற்காகத்தான் மருத்துவவிதி முறைகளை மீறி 'ப்ராஸ்தடிக் ஹெட்' ஆராய்ச்சியை நாம மேற்கொண்டோம். ஆனா வேற யாரோ இந்த 'ப்ராஸ்தடிக் ஹெட்டு'க்குள்ளே மினியேச்சர் நியூக்கிளியர் ப்ளான்ட்ஸைப் பொருத்தி பூமிக்குள்ளே புதைக்கிற விபரீதமான காரியத்தைப் பண்ணிட்டிருக்காங்க... அவங்க யாருன்னு போலீஸ் கண்டுபிடிக்கிறதுக்கு முன்னாடி நாம கண்டுபிடிக்கணும்...!''

''நம்மால் எப்படி கண்டுபிடிக்க முடியும்?''

''முடியும்.''

28

அறிந்து கொள்வோம்: *மூளை நமது உடம்பின் தலைமைச் செயலகம் என்பது எல்லாருக்கும் தெரிந்த ஒன்று. உடம்பு ஆரோக்கியமாய் இருக்க வேண்டு மென்பதற்காக அது பல வகையான முயற்சிகளை எடுத்துக் கொள்ளும். இதில் ஒன்றுதான் கொழுப்பு படிதல். உடம்பில் கொழுப்பு சேர ஆரம்பித்ததுமே அதை எங்கே எப்படி சேமித்து வைக்க வேண்டும் என்கிற உத்தரவை மூளை பிறப்பித்துச் செயல்படுத்த ஆரம்பிக்கும். உடம்பின் முக்கிய உறுப்புகளான இதயம், சிறுநீரகம், கல்லீரல், மண்ணீரல், நுரையீரல் போன்ற உறுப்புகளை விட்டுவிட்டு உடம்பின் எந்த பாகத்தில் வேலை நடக்கவில்லையோ, அங்கே கொழுப்பு தன்னுடைய சேமிப்பு வேலையை ஆரம்பிக்கும். அப்படி வேலை இல்லாமல் இருக்கும் இடம்தான் மனிதனின் அடிவயிறு. அந்த அடிவயிறுதான் மனிதனின் ஸ்டோர் ரூம். வயிற்றுத் தோலின் அடிப்பகுதியில் கொழுப்பு கொஞ்சம் கொஞ்சமாய் சேர்ந்து மேடுதட்டி 'தொப்பை' என்னும் பெயரோடு ஒரு பானையின் சைசுக்கு வளர்ந்துவிடும்.*

சரி ஆண்களுக்கு மட்டும் ஏன் தொப்பை விழுகிறது? பெண்கள் இதிலிருந்து தப்பித்துக் கொள்கிறார்களே எப்படி? இந்தத் தொப்பை பிரச்சனையெல்லாம் ஆண்களுக்கு மட்டும்தான். பெண்களுக்கு இல்லை. காரணம் ஆண்களிடம் இல்லாத கர்ப்பப்பை பெண்களிடம் இருப்பதுதான். கர்ப்பப்பை என்பது ஒரு சாதாரண உறுப்பு இல்லை. ஓர் உயிரை உள்ளே வைத்து வளர்க்கிற அதிமுக்கியமான உறுப்பு. கர்ப்பப்பையின் செயல்பாடுகள் குறைந்துவிடக்கூடாது என்று மூளை

இட்ட கட்டளையின் பேரில் அந்த ஏரியாவில் கொழுப்பு தலைகாட்டுவது இல்லை. கர்ப்பம் தரிக்க வேண்டிய கட்டாயம் ஒன்று இருப்பதால்தான் தொப்பை இல்லாத பெண்களை நம்மால் பார்க்க முடிகிறது.

ஆனால் பெண்கள் வேறு வழியில் உபரியான கொழுப்பிடம் மாட்டிக் கொள்கிறார்கள். அதாவது பெண்களின் உடம்பில் சேரும் கொழுப்பு கர்ப்பப்பை இருக்கும் ஏரியாவைத் தவிர்த்துவிட்டு அவர்களின் தோள்பட்டைகளிலும், தொடை, கால் மற்றும் பின்பகுதிகளிலும் சேமிக்க ஆரம்பித்துவிடுகிறது. இதனால்தான் ஒரு பெண் பார்ப்பதற்கு மெலிந்த தோற்றம் கொண்டவளாய் இருந்தாலும் அந்த குறிப்பிட்ட பாகங்களில் சதைப்பிடிப்போடு இருப்பார்கள். அதேசமயம் கர்ப்பப்பை எடுக்கப்பட்ட பெண்களுக்கும் 'மெனோபாஸ்' என்ற மாதவிலக்கு நின்று போன பெண்களுக்கும் ஆண்களைப் போலவே தொப்பை உருவாகும் என்பதுதான் வியப்பான ஒரு பயாலஜிக்கல் உண்மை.

'முடியும்...' என்று சொன்ன ருத்திரபதியை வியப்போடு பார்த்தார் வெற்றிவேல். அவருடைய விழிகள் பிரமிப்பில் விரிந்திருந்தன.

''எப்படி ருத்ரா... அந்த 'ப்ராஸ்தடிக் தலை'க்கு உள்ளே யாரோ பண்ணிட்டு இருக்கிற விபரீதத்தை நாம் எப்படி கண்டுபிடிக்கப் போறோம்...?''

''வெற்றி..! நான் கொஞ்ச நேரத்துக்கு முந்தி அந்த க்ரைம் ப்ராஞ்ச் பீப்பிள் விவேக், விஷ்ணுவோட பேசிட்டிருக்கும்போது எனக்கு ஒரு போன் கால் வந்தது. போன் பண்ணினது யார் தெரியுமா?''

''யாரு?''

''ஹரி...''

''உன்னோட ரிஸர்ச் லேப்ல அசிஸ்டெண்ட்டாய் வேலை செய்யற அந்த ஹரியா?''

''அவன்தான்..!''

''அந்த ஹரியும் சுபத்ராவும் நாகஜோதியோடு வேன்ல புறப்பட்டு இங்கே வர வேண்டியவங்க. பட்... வரலை... இப்போது எங்கிருந்து பேசினான்?''

''ஹரி.. இப்போ எங்கே இருக்கான்னு தெரியலை..! ஆனா அவன் என்கிட்டே ஏதோ பேச விரும்பறான். நேர்லதான் பேசணும்னு சொல்றான். ஒரு மணி நேரம் கழிச்சு போன் பண்ணுவான். அவன் சொல்ற இடத்துக்கு நான் போய்ப் பார்த்தால்தான் விபரம் ஏதாவது தெரியும்.''

''நானும் உன்கூட வரட்டுமா?''

''வேண்டாம் வெற்றி... இங்கே ஹாஸ்ப்பிடல்ல உனக்கு ஒரு பிரச்சனை இருக்கு. நாகஜோதியோட புருஷன் முத்துமாணிக்கத்தோட பாடியை இன்னிக்கு ராத்திரிக்குள்ளே நீ டிஸ்போஸ் பண்ணியாகணும்..! நாகஜோதியைத் தேடிக்கிட்டு முத்துமாணிக்கம் வந்த மாதிரி முத்துமாணிக்கத்தைத் தேடிக்கிட்டு வேற யாராவது இந்த ஹாஸ்ப்பிடலுக்கு வந்துடக்கூடாது!''

''அப்படி வர்றதுக்கு வாய்ப்பில்லை ருத்ரா. ஏன்னா அந்த முத்துமாணிக்கத்துகிட்டே நான் பேசிப் பார்த்த போது அவனுக்கு சொந்தபந்தம்னு யாரும் கிடையாது. அவன் நம்ம ஹாஸ்ப்பிடலுக்கு வந்தது யாருக்கும் தெரியாது!''

''இருந்தாலும் வெற்றி...! அந்த விஷயத்துல நாம ரெண்டு பேருமே எச்சரிக்கையாய் இருக்கணும். ஏன்னா விஷயம் அசாதாரணமானது.''

ருத்திரபதி சொல்லிக் கொண்டிருக்கும்போதே அவருடைய செல்போன் ரிங்டோனை வெளியிட்டது. எடுத்துப் பார்த்தார்.

ஹரி மறுமுனையில் இருந்தான்.

ருத்திரபதி பேசினார்.

''சொல்லு ஹரி...''

''டாக்டர்... நீங்க ஒரு மணி நேரம் கழிச்சு போன்

பண்ணும்படியாய் சொன்னீங்க... ஆனா அவ்வளவு நேரமெல்லாம் என்னால் வெயிட் பண்ணிட்டிருக்க முடியாது. உங்ககிட்ட நான் நேர்ல பேசணும். நான் சொல்ற இடத்துக்கு உடனடியாய் நீங்க புறப்பட்டு வரணும்''

''சரி... வர்றேன்... எந்த இடம்...?''

''நீங்க மட்டும் கார்ல அயனவாக்கம் வந்துடுங்க. அதனோட எக்ஸ்டன்ஷன்ல ஏழாவது தெரு. அந்தத் தெருவோட கடைசியில் 'ரெட் சில்லீஸ்' ரெஸ்டாரண்ட் இருக்கும். அதுக்குக் கொஞ்சம் தள்ளி காரை நிறுத்திக்கிட்டு வெயிட் பண்ணுங்க... அங்கே உங்க காரைப் பார்த்ததும் நான் மறுபடியும் உங்களுக்கு போன் கால் கொடுப்பேன்.''

''ஹரி... நீ பேசறதைப் பார்த்தா எனக்கு பயமாய் இருக்கு... டென்ஷனாவும் இருக்கு. பிரச்சனை என்னான்னு போன்ல சொல்லு.''

''ஸாரி டாக்டர்... போன்ல எதுவும் வேண்டாம். நேர்ல வாங்க... ப்ளீஸ்... லேட் பண்ணாதீங்க..!''

ஹரி பேசிவிட்டு செல்போனை வைத்துவிட முகம் இருண்டு போனவராய் எழுந்தார் ருத்திரபதி.

''வெற்றி...! நான் அயனவாக்கம் வரைக்கும் போயிட்டு வந்துடறேன்... ஹரியோட பேச்சுல ஒரு சீரியஸ்னஸ் தெரியுது.''

''ருத்ரா... நீ ஏதாவது ஆபத்துல மாட்டிக்கப்போறே... உனக்குத் துணையாய் நான் யாரையாவது அனுப்பட்டுமா?''

''வேண்டாம் வெற்றி... ஹரி என்னை மட்டும் தனியா வரச் சொல்லியிருக்கான். நான் போய் அவனைச் சந்திச்சுப் பேசினால்தான் சுபத்ரா, நாகஜோதியோட நிலைமை என்னாச்சுன்னு தெரிய வரும்.''

ருத்திரபதி சொல்லிட்டு அறையினின்றும் வெளிப்பட்டார். வேகமான நடையில் ஹாஸ்ப்பிடலின் கார் பார்க்கிங்கை நெருங்கி தன் ஃபோர்ட் காரைத் தொட்டார்.

செல்போன் மறுபடியும் அழைத்தது.

கை நடுங்க செல்போனை எடுத்து அழைப்பது யார் என்று பார்த்தார்.

இன்ஸ்பெக்டர் மார்த்தாண்டம்.

போன் காலை அட்டெண்ட் செய்வதா வேண்டாமா என்று சில விநாடிகள் யோசித்துவிட்டு செல்போனை காதுக்கு ஒற்றினார்.

''எஸ்...''

''வணக்கம். டாக்டர்... நான் மார்த்தாண்டம்.''

''ம்... தெரியுது...''

''நாளைக்கு எர்லி மார்னிங் உங்க வாக்கிங் நேரமான அஞ்சு மணிக்கு நீங்களும் நானும் மீட் பண்றோம்?''

''ஞாபகம் இருக்கு...''

''இருக்கணும்... சொன்னபடி வரணும்...''

''வர்றேன்...! இப்படியெல்லாம் அடிக்கடி போன் பண்ணி டார்ச்சர் கொடுக்காதே...!''

''என்ன டாக்டர்... ப்ரஷர் ஏறுதா...? தப்புக் காரியம் பண்ணினால் அப்படித்தான் ப்ரஷர் ஏறும்...''

''நான் எந்தத் தப்பும் பண்ணல...''

''கசாப்புக் கடைக்காரன் கூட தான் செய்யுற தொழிலை தெய்வம்ன்னுதான் சொல்வான். நீங்க எதுமாதிரியான தப்பைப் பண்ணிட்டு இருக்கீங்கன்னு நாளைக்கு காலையில நான் சொல்றேன்.''

மார்த்தாண்டம் மறுமுனையில் பேசிக் கொண்டு இருக்கும்போதே செல்போனை அணைத்து பாக்கெட்டுக்குள் போட்டுக் கொண்டு காரில் ஏறி உட்கார்ந்தார் ருத்திரபதி.

மனதும் உடம்பும் கொதிகனலாய் மாறியிருக்க காரை விரட்டினார்.

சரியாய் நாற்பது நிமிடங்கள். அயனவாக்கம் வந்தது. அதன் எக்ஸ்டன்ஷன் எல்லைக்குப் போய் ஏழாவது தெருவைக் கண்டுபிடித்து காரை நிதானமான வேகத்தில் விரட்டினார்.

இருநூறு மீட்டர் தூரம் உள்ளே போனதுமே 'ரெட் சில்லீஸ்' ரெஸ்டாரண்ட் பார்வைக்குத் தட்டுப்பட ருத்திரபதி காரை சற்று நகர்த்திக் கொண்டு போய் ஒரு மரத்துக்குக் கீழே நிறுத்திக் கொண்டு காத்திருந்தார்.

ஐந்து நிமிடங்கள் காத்திருந்த போது செல்போன் ஒலித்தது. எடுத்துப் பேசினார்.

''ஹரி...''

''டாக்டர்... உங்க கூட வேற யாரும் வரலையே?''

''வரலை...''

''சரி... உங்க செல்போனை 'ஸ்விட்ச் ஆஃப்' பண்ணி காருக்குள்ளேயே வெச்சுட்டு, காரைவிட்டு இறங்கி ரெஸ்டாரண்ட்டுக்குள்ளே வாங்க... 'ஃபேமிலி கேபின்ஸ்'ல் 5ம் நம்பர் கேபினில் நான் இருப்பேன் வாங்க...!''

''வர்றேன்...'' சொன்ன ருத்திரபதி தன்னுடைய செல்போனை ஊமையாக்கி காரின் டேஷ்போர்டுக்குள்ளே வைத்துவிட்டுக் கீழே இறங்கி லாக் செய்துவிட்டு, ரெஸ்டாரண்ட்டை நோக்கிப் போனார்.

கூட்டம் வெகு சொற்பம். க்ரில் கம்பிகளில் சீஸ் தடவப்பட்ட ஒரு முழு சிக்கன் சிவப்பு நிறத்தில் வறுபட்டுக் கொண்டிருக்க, காற்றில் மசாலா மணம்.

ருத்திரபதியின் இதயம் பயத்தில் இறுகி ஒரு கல்லைப் போல் கனத்தது. ஹரி என்ன சொல்லப்போகிறான் என்கிற கேள்வி ஒரு கொக்கியாய் மாறி மூளைப் பிரதேசத்தைக் குடைந்தது.

ரெஸ்டாரண்ட்டும், யூனிஃபார்ம் அணிந்த பேரர்களும் அவ்வளவு சுத்தமாக இல்லை. பாரின் கண்ணாடிக் கதவு

திறந்தபோது விஸ்கியும் பிராந்தியும் கலந்து நாறியது.

ருத்திரபதி எதிர்பட்ட ஒரு பேரரிடம் கேட்டார்.

''ஃபேமிலி கேபின்?''

அவன் இடதுபுறம் கையைக் காட்ட, நடந்தார். ஃபேமிலி கேபின்ஸ் கண்களுக்குத் தெரிய 5ம் எண்ணின் கதவைத் தள்ளிக் கொண்டு உள்ளே போனார்.

ஒரு நாற்காலியில் சாய்ந்தபடி கண்களை மூடியிருந்த ஹரி சத்தம் கேட்டு கண்களை மலர்த்தி சற்றே பதட்டத்தோடு எழுந்து நின்றான். கண்களில் நீர் கோர்த்து தொண்டை அடைக்க ''டா... டாக்டர்.'' என்றான்.

ருத்திரபதி அவனுடைய தோளில் கையை வைத்தார்.

''ஹரி... என்ன பிரச்சனை...? நீயும் சுபத்ராவும் நாகஜோதியோடு வேன்ல புறப்பட்டுப் போனீங்க... அதுக்கப்புறம் என்ன நடந்தது?''

''டாக்டர்...! நானும் சுபத்ராவும் இப்போ ஒரு பெரிய ஆபத்துல மாட்டிகிட்டு இருக்கோம். நீங்க மனசு வெச்சா மட்டுமே நாங்க ரெண்டு பேரும் உயிரோடு இருக்க முடியும்...!''

''மொதல்ல என்ன நடந்ததுன்னு சொல்லு.''

ஹரி ஒரு பத்து நிமிட நேரத்தைச் செலவழித்து நடந்த சம்பவங்களையெல்லாம் கோர்வையாய்ச் சொல்லி முடித்தான். ருத்திரபதியின் முகம் வியர்வையில் மினுமினுத்தது. ஹரியின் மணிக்கட்டில் இருந்த வாட்சைப் பார்த்தார்.

''இந்த வாட்ச்க்குள்ளேதான் அந்த '*RFID CHIP*' இருக்கா...?''

ஹரி தலையசைத்தான். ''அந்த 'சிப்' ஒரு ஒற்றன் மாதிரி. இதைக் கையிலிருந்து நான் கழட்டக் கூடாதுன்னு சொல்லியிருக்காங்க. தண்ணீர் பட்டாலும் பாதிப்பில்லையாம். நீங்களும் நானும் பேசிட்டு இருக்கிற இந்தப் பேச்சைக்கூட அவங்க இந்நேரம் கேட்டுகிட்டு இருப்பாங்க...''

‘‘சரி... அவங்க டிமாண்ட் என்னான்னு சொன்னே..?’’

‘‘ரெஜூனவேட் 4141 என்கிற வார்த்தைக்குப் பின்னாடி இருக்கிற ‘பயோ ட்ரூத்’ பற்றிய விபரங்கள் வேணுமாம். அந்த விபரங்களோடு 72 மணி நேரத்துக்குள்ளே நான் அவங்களோட இருப்பிடத்துக்குப் போகலைன்னா சுபத்ராவை கொன்றுவிடுவாங்களாம். அதுக்கப்புறம் என்னையும் உயிரோடு விட மாட்டார்களாம்...!’’

‘‘ஹரி...! உன்னையும் சுபத்ராவையும் வேன்ல கடத்திக்கிட்டு போன அந்த நபர் பேர் என்ன?’’

‘‘ஜாஃபர்.’’

‘‘உங்களைக் கொண்டு போன இடம் ஒரு மலைக்குகை மாதிரி இருந்ததுன்னு சொன்னே இல்லையா?’’

‘‘ஆமா டாக்டர்.’’

‘‘அங்கே ஸ்பீக்கர்ல பேசினது ஒரு பெண் குரல்?’’

‘‘ஆமா...’’

‘‘அந்தப் பெண் கேட்ட விபரம் ‘ரெஜூனவேட் 4141’ என்கிற ‘பயோ ட்ரூத்’ இல்லையா...?’’

‘‘ஆமா டாக்டர்.’’

‘‘அந்த விபரம் 72 மணி நேரத்துக்குள்ளே அவங்களுக்கு வேணும். அந்த விபரத்தோடு நீ அங்கே போகலைன்னா சுபத்ராவை கொன்னுடுவாங்கன்னா சொன்னே?’’

‘‘ஆமா டாக்டர்...!’’

‘‘சரி... உன்னோட கையில் கட்டியிருக்கிற அந்த ‘*RFID CHIP*’ பொருத்தப்பட்ட வாட்ச்சைக் கழுட்டு!’’

‘‘டாக்டர்! அவங்க இதைக் கழட்டக்கூடாதுன்னு சொல்லியிருக்காங்க..!’’

‘‘நான் சொல்றேன்... கழட்டு.’’

''டாக்டர்...!''

''ம்... கழட்டு ஹரி..''

தயக்கத்தோடு கழற்றினான்.

''என்கிட்டே குடு.''

கொடுத்தான்.

அதை வாங்கிய டாக்டர் அந்த வாட்சை கீழே போட்டு தன் பூட்ஸ் காலால் அழுத்தி நொறுக்கினார்.

ஃ ஃ ஃ

29

அறிந்து கொள்வோம்: *சென்ற நூற்றாண்டில் வாழ்ந்து மறைந்த பிரபல ஜோதிடர் நாஸ்டர்டாமஸ் எதிர்காலப் போர் முறைகள் எப்படி இருக்கும் என்று கணித்தபோது ஒளியையும், காற்றையும் எதிர்காலத்தில் போரின் போது ஆயுதமாகப் பயன்படுத்துவார்கள் என்று கூறி இருக்கிறார். இப்போது வளர்ந்து வரும் நவீன விஞ்ஞானமும் அதை உண்மைப்படுத்தும் விதத்திலேயே ஆயுதங்களைத் தயாரித்து வருகின்றன. அண்மையில் அமெரிக்கா, ஒளியை சிறிய அளவிலான ஆயுதமாகப் பயன்படுத்தும் யுக்தியைக் கண்டுபிடித்துள்ளது.*

ஆனால் அதை ஓர் ஆயுதம் என்று சொல்ல விரும்பாத அமெரிக்கா, அது ராணுவவீரர்களின் மருத்துவ உதவிக்குப் பயன்படுத்தும் யுக்தி என்று அறிவித்தது. இதேபோல் விதவிதமான விபரீதமான நவீன ஆயுதங்கள் பல நாடுகளிடம் இருக்கின்றன. இந்தப் பட்டியலில் புதிதாக சேர்ந்து இருக்கிறது சைனோ பாக் 'CYANO BAC' எனப்படும் பாக்டீரியா வெடிகுண்டு.

பாக்டீரியா என்பது ஒரு நுண்ணுயிர். இதில் சைனோ பாக்டீரியா என்ற ஒரு வகை பாக்டீரியாக்களில் சிறிய மாற்றங்களை ஏற்படுத்தி சில நாடுகள் பெட்ரோல் தயாரித்துக் கொண்டிருக்கின்றன. இந்த சைனோ பாக்டீரியாவில் வேறு சில மாற்றங்களை ஏற்படுத்தினால் அது வெடிக்கும் தன்மை கொண்டதாக மாறி விடுகிறது. இன்னொரு வகை சைனோ பாக்டீரியாவில் வேறு சில மாற்றங்களை ஏற்படுத்தினால் விபரீத ரசாயன தன்மை கொண்டதாக உருமாறுகிறது. அதாவது 'சைனோ பாக்'

பாக்டீரியாவோடு பாக்டீரியா பேஜ் (BACTERIO PHAGE) எனப்படும் மற்றொரு வகை பாக்டீரியாக்களின் ஜீன்களை சேர்த்தால் அது ஒரு சில மணி நேரங்களிலேயே பல்கிப் பெருகி ரசாயன வெடிகுண்டின் வீரியத்தைப் பெற்றுவிடுகிறது. இந்த வகையான பாக்டீரியாக்களை உணவிலோ, குடிநீரிலோ சிறிது கலந்து விட்டால் போதும், மனித உடலுக்குள் சென்று ரத்த ஓட்டத்தில் கலந்து, இருதயப்பகுதியை அடைந்ததும் அந்த பாக்டீரியாக்கள் இதயத்தின் சுவர்களில் ஒட்டிக் கொண்டு அடுத்த சில மணி நேரங்களில் வெடித்து உடம்பைச் சின்னச் சின்ன சதைத் துணுக்குகளாய்ச் சிதறடிக்கும். இது மாதிரியான கிருமி ஆயுதங்களுக்குப் பெயர் 'சைனோ பாக்.'

எதிர்காலத்தில் மூன்றாவது உலகப்போர் வந்தால் வல்லரசு நாடுகள் போரில் பயன்படுத்தப் போவது இந்த சைனோ பாக்டீரியாக்களைத் தான் என்பது சர்வ நிச்சயம்.

டாக்டரின் கனமான பூட்ஸ்க்குக் கீழே அந்த '*RFID CHIP*' பொருத்தப்பட்ட வாட்ச் தூள் தூளாய் நொறுங்கியதைப் பார்த்துப் பதறிப்போனான் ஹரி.

''டா... டாக்டர்...'' என்று நடுக்கமான குரலில் சொல்லிக் கொண்டே கீழே குனிந்து சிதறிக் கிடந்த வாட்ச்சின் துணுக்குக்களைப் பொறுக்க ஆரம்பித்தான். டாக்டர் ருத்திரபதி அவனுடைய தோளில் கை வைத்தார்.

''ஹரி...! இனிமேல் அந்த '*RFID CHIP*' குப்பைக் கூடைக்குள் எடுத்துப் போடக்கூட உதவாது..!''

ஹரி கண்களில் மின்னும் நீருடன் நிமிர்ந்தான்.

''என்ன டாக்டர்... சுபத்ரா இப்போ எது மாதிரியான நிலைமையில் இருக்கான்னு தெரிஞ்சும் இப்படி பண்ணீட்டீங்களே...! இந்நேரம் அந்த 'சிப்'புக்கு ஏற்பட்ட நிலைமை தெரிஞ்சிருக்கும், அவங்களுக்கு...!''

''தெரியட்டும்.''

''டாக்டர்... எந்த தைரியத்துல நீங்க இப்படியெல்லாம் பேசிட்டு இருக்கீங்கன்னு எனக்குப் புரியலை...'' ஹரியின் முகத்தில் லேசாய் கோபம் தெரிந்தது.

ருத்திரபதி குறுகிய முகத்தோடு பேசினார்.

''இதோ பார் ஹரி... இது மாதிரியான நேரங்களில்தான் நாம தைரியமாய் இருக்கணும். நீ கையில் கட்டியிருந்த அந்த 'சிப்' இப்போ உயிரோடு இல்லை... ஸோ நீயும் நானும் என்ன பேசிக்கிட்டாலும் அந்த விஷயம் அவங்களுக்குத் தெரியப் போறது இல்லை. அவங்க கொடுத்து இருக்கிற 72 மணி நேரக்கெடுவுக்குள்ளே அவங்க சொன்ன வேலைகளை நீ செஞ்சு முடிக்கலைன்னா சுபத்ராவை ஒண்ணும் பண்ணிட மாட்டாங்க... ஒரு சின்ன பயம் கூட வேண்டாம்''

''எப்படி டாக்டர் சொல்றீங்க..?''

டாக்டர் ருத்திரபதி குரலைத் தாழ்த்தினார். ''ஹரி! உன்னையும் சுபத்ராவையும் கடத்திட்டுப் போனவங்களோட நோக்கம், எனக்குத் தெரிஞ்ச ஒரு விபரமான 'ரெஜூனேவேட் 4141' என்கிற ஒரு 'பயோ ட்ரூ'த்தை வெளியே கொண்டு வர்றதுதான் இல்லையா?''

''ஆமா... டாக்டர்...''

''அந்த உண்மையை நான் உன்கிட்ட சொல்ற வரைக்கும் அவங்க சுபத்ராவையும், உன்னையும் எதுவுமே செய்ய மாட்டாங்க... ஸோ... நீ சுபத்ராவை பற்றி கவலைப்பட வேண்டாம்...!''

ஹரி படபடத்தான்.

''டாக்டர்... நீங்க நினைக்கிற மாதிரி அவங்க இல்லை. நாம பண்ணிட்டு இருக்கிற 'டீப் ப்ரெய்ன் ஸ்டிமுலேஷன்' பற்றிய எல்லா விபரங்களும் தெரிஞ்சுட்டு... அவங்க பேசுற ஒவ்வொரு வார்த்தையும் அடி வயித்தைக் கலக்கிற மாதிரி இருக்கு... என்னையும் சுபத்ராவையும் கடத்திக்கிட்டு போன அந்த ஜாஃபர் நைஜீரிய மொழி பேசறான்...''

''அவங்க எப்படிப்பட்டவங்களாக இருந்தாலும் பரவாயில்லை. அவங்களை சமாளிக்கிறது எப்படின்னு எனக்குத் தெரியும். நீ அதைப்பத்தி கவலைப்படாதே... இந்த நிமிடத்தில் இருந்து நான் சொல்கிறபடி உன்னோட நடவடிக்கைகள் இருக்கணும்...''

''எப்படீன்னு சொல்லுங்க டாக்டர்...'' ஹரி கேட்டுக் கொண்டு இருக்கும்போதே அந்த பேரர் மெனு கார்ட்டோடு பக்கத்தில் வந்து நின்றான். கார்ட்டை ஹரியிடம் நீட்டிக் கொண்டே சொன்னார்.

''சார்... ஆர்டர் ப்ளீஸ்.''

மெனுவை வாங்கி கொண்ட ஹரி... ருத்திரபதியைப் பார்த்தான்... ''டாக்டர்! என்ன சாப்பிடறீங்க...?''

''எனி ஜூஸ்..?''

''ஓ.கே..'' என்று சொன்ன ஹரி பேரரைப் பார்த்து ''டூ மிண்ட் லெமனேட் வித் ஐஸ்.'' என்றான்.

''ஸாரி சார்... எனி அதர் சாய்ஸ்?''

''ஆரஞ்ச்...''

''ஸாரி சார்... ஒன் மோர் சாய்ஸ் ப்ளீஸ்...''

ஹரி எரிச்சலாய் மெனுவைப் பார்த்துவிட்டு ''மேங்கோ ஷேக்...'' என்றான்.

''ஒன்ஸ் அகெய்ன் ஸாரி சார்... நீங்க கேட்ட இந்த மேங்கோ ஷேக்கும் லிஸ்டில் இல்லை...''

ருத்திரபதியின் ரத்தம் சூடேறித் தலைக்கு ஏற பேரரை ஒரு கோபப் பார்வை பார்த்தார்.

''வேற என்னதான் இருக்கு...?''

''கன் வித் புல்லட் சார்.''

ருத்திரபதியும் ஹரியும் லேசாய் முகங்கள் மாறி பேரரை ஏறிட்டார்கள்.

''நீ... இப்ப... என்ன சொன்னே?''

‘‘புரியலையா டாக்டர்... கன் வித் புல்லட்...’’ அந்த பேரர் சொல்லிக் கொண்டே தன் யூனிஃபார்மின் பாக்கெட் பகுதிக்குக் கையைக் கொண்டு போய் நிதானமாய் அந்த கரிய நிற துப்பாக்கியை வெளியே எடுத்தான். ஒரு நாற்காலியை இழுத்துப் போட்டுக் கொண்டு உட்கார்ந்தான். ஒரு கோணல் சிரிப்போடு ருத்திரபதியை பார்த்தான்.

‘‘டாக்டர்... நீங்க உங்க மூளையை இருபத்தஞ்சு சதவீதம் யூஸ் பண்ணினா நாங்க எழுபத்தஞ்சு சதவீதம் யூஸ் பண்ணுவோம். ஹரியின் கையில் கட்டியிருந்த ‘*RFID*’ சிப் பொருத்தப்பட்ட வாட்சை நீங்க உங்க பூட்ஸ் காலால் போட்டு மிதிக்கலாம். அதை மேற்கொண்டு செயல்பட விடாமே நொறுக்கலாம். ஆனா... எங்க நெட்வொர்க்கோட பல கண்கள் ஹரியையே பார்த்துகிட்டு இருக்கும் என்கிற உண்மை உங்களுக்குத் தெரிய வாய்ப்பில்லை. இது ஜாஃபர்க்கு சொந்தமான ஓட்டல் என்கிற உண்மை ஹரிக்கும் தெரிய வாய்ப்பு இல்லை...!’’

ஹரி அவசரக் குரலில் குறுக்கிட்டான்.

‘‘இதோ பார்... டாக்டர் ஏதோ ஒரு வேகத்துல இந்த தப்பைப் பண்ணிட்டார். நான் அவர்கிட்டே மறுபடியும் பேசுறேன்...’’

‘‘அது அப்புறம்... மொதல்ல டாக்டர் பண்ணின தப்புக்கு பனிஷ்மெண்ட் தர வேண்டாமா...?’’

‘‘பனிஷ்மெண்ட்டா...?’’

‘‘ஆமா... உன் கையில் நாங்க கட்டியிருந்த ‘*RFID*’ பொருத்தப்பட்ட வாட்ச்சை அவர் தன்னோட கால்ல போட்டு மிதிச்சது எவ்வளவு பெரிய தப்புன்னு அவருக்குப் புரிய வேண்டாமா...?

‘‘அவர் பண்ணினது தப்புதான்னு நான்தான் சொல்லிட்டேனே... அதுக்கப்புறமும் அவருக்கு எதுக்காக பனிஷ்மெண்ட்...?’’

‘‘பனிஷ்மெண்ட்டை அனுபவிக்கப் போறது

டாக்டரில்லை.''

''அப்புறம்?'' என்று ஹரி திகிலோடு கேட்டுக் கொண்டிருக்கும் போதே பேரர் தன் யூனிஃபார்மின் மார்புப் பகுதிக்குள் கையை நுழைந்து ஓர் அதி நவீன ஸ்மார்ட் போனை எடுத்து அதற்கு உயிர் கொடுத்து ஒரு பட்டனைத் தேய்த்தான். அவர்களுக்கு முன்பாய்க் காட்டினான்.

செல்போனின் திரை பத்து விநாடிகள் இருட்டாய் இருந்துவிட்டு சற்றே வெளிச்சம் குறைவான அறையைக் காட்டியது.

அறையின் மையத்தில் ஒரு நாற்காலி போடப்பட்டு இருக்க, அதில் சுபத்ரா கலவரம் பிடித்த கண்களோடு வியர்த்த முகமாய் உட்கார வைக்கப்பட்டு இருந்தாள்.

பேரர் தன் கையில் இருந்த துப்பாக்கியால் ஹரியின் பின்னந்தலையில் லேசாய் தட்டிவிட்டுக் கேட்டான்.

''என்ன ஹரி... சேர்ல உட்கார்ந்துட்டிருக்கிறது யார்ன்னு தெரியுமா...?''

ஹரி பதட்டமானான். நடுக்கம் பரவிய குரலில் கேட்டான்... ''சு... சு... சுபத்ராவை எ... எ... எதுக்காக இப்படி...?''

''சேர்ல உட்கார்த்தி வெச்சிருக்கோம்ன்னு கேட்கறியா? சுபத்ராவோட உயிருக்கு ஆபத்துன்னு தெரிஞ்சும் அதைப் பொருட்படுத்தாமே டாக்டர் அந்த '*RFID*' சிப்பை கால்ல போட்டு மிதிச்சார். அதுக்கு என்ன அர்த்தம்?''

''அவர் ஏதோ கோபத்துல தெரியாமே பண்ணிட்டார்.''

''கோபம் அவருக்கும் மட்டும்தான் வருமா..? எங்களுக்கு வராதா... சுபத்ரா உனக்கு வேணும். அவருக்கு வேண்டாம். சுபத்ராவோட உயிரைப்பத்தி அவருக்குக் கவலையில்லை...!''

இப்போது ருத்திரபதி குறுக்கிட்டார். ''இதோ பார்! ஹரி சொன்ன மாதிரிதான் கோபத்துல ஏதோ உணர்ச்சிவசப்பட்டு அந்த '*RFID*' சிப் பொருத்தப்பட்ட வாட்ச்சை கால்ல போட்டு மிதிச்சிட்டேன். அதுதான் உண்மை. சுபத்ரா என்னோட

பொண்ணு மாதிரி... அவளை ஒண்ணும் பண்ணிடாதீங்க...!''

பேரர் சிரித்தான். ''டாக்டர்... இப்ப என்ன சொன்னீங்க... சுபத்ரா உங்க பொண்ணு மாதிரியா?''

''ஆமா.''

''அப்படீன்னா அந்த 'ரெஜூனவேட் 4141' என்கிற வார்த்தைக்குப் பின்னாடி இருக்கிற அந்த 'பயோ ட்ரூத்' பற்றிய விபரத்தை ஹரிகிட்டே சொல்லி அனுப்புங்க...!''

''எனக்குத் தெரியாத ஒண்ணைப் பத்தி என்கிட்டே கேட்டா என்னால் எப்படி பதில் சொல்ல முடியும்?''

''டாக்டர்! நீங்க இப்ப பேசின முதல் பொய்யே கடைசி பொய்யாய் இருக்கட்டும். ரெண்டாவது தடவையும் பொய் சொன்னா சுபத்ரா செத்துப் போகிற காட்சியை செல்போனில் லைவ்வா பார்க்க வேண்டிவரும்...''

''நான் எதுக்காகப் பொய் சொல்லணும்?''

''ஸோ... அந்த ரெஜூனவேட் 4141 பற்றி உங்களுக்கு ஒண்ணுமே தெரியாது?''

''தெரியாது...'' டாக்டர் ருத்திரபதி சன்னமான குரலில் சொல்லிக் கொண்டிருக்கும் போதே பேரரின் கையிலிருந்த செல்போனில் இருந்து 'ட்ட்ட்ப்ப்' என்ற சத்தமும் அதைத் தொடர்ந்து சுபத்ராவின் அலறல் சத்தமும் ஒரே நேரத்தில் கேட்டது.

ருத்திரபதியும், ஹரியும் அதிர்ந்து போனவர்களாய் செல்போனைப் பார்த்தார்கள்.

நாற்காலியில் உட்கார்ந்த நிலையில் இருந்த சுபத்ராவின் வலது நெற்றிப் பொட்டில் தோட்டா பாய்ந்ததற்கு அடையாளமாய் ரத்தப் பொத்தல் ஒன்று தெரிய, சுபத்ராவின் தலை ஒரு பக்கமாய் சாய்ந்திருக்க விழிகள் இரண்டும் நிலைத்துப் போயிருந்தன.

௨

தன்னுடைய அறையில் கம்ப்யூட்டருக்கு முன்பாய் உட்கார்ந்து உன்னிப்பாய் எதையோ பார்த்துக் கொண்டிருந்த விஷ்ணுவின் தோளைத் தொட்டான் விவேக்.

''என்ன கிடைச்சதா?''

''பார்த்துட்டேயிருக்கேன் பாஸ்...''

''நியூக்ளியர் பிளாண்ட்ஸ் போனியா?''

''போனேன் பாஸ்... கூகுள் முழுவதும் முங்கி முங்கிக் குளிச்சுப் பார்த்துட்டேன். உருப்படியாய் ஒரு தகவலும் கிடைக்கல. முந்தி மாதிரி கூகுள் அவ்வளவு புத்திசாலிதனமாய் இல்ல பாஸ். ஏதாவது ஒரு விஷயத்தைத் தெரிஞ்சுக்க கூகுள்குள்ளே நுழைஞ்சா வெளியே வரும் போது ஏதோ ஒரு பைத்தியக்கார ஹாஸ்ப்பிடலுக்குள்ளே நுழைஞ்சுட்டு வெளியே வர்ற மாதிரி இருக்கு.''

''விஷ்ணு! நாம கேட்கிற கேள்வி தெளிவாய் இருந்தா கூகுளும் தெளிவான பதில்களை பட்டியல் போட்டுக் காட்டும்... நான் இப்ப சொல்ற வார்த்தைகளை ஸ்பெல்லிங் மிஸ்டேக் இல்லாம டைப் பண்ணு...!''

''ம்... சொல்லுங்க பாஸ்.'' விஷ்ணு தயாரான விநாடி விவேக்கின் செல்போன் ஓர் அலர்ட் ரிங்டோனை வெளியிட்டது. எடுத்து அழைப்பது யார் என்று பார்த்துவிட்டு ஹேண்ட் செட்டை வேகமாய் ஒற்றினான்.

''என்ன நெப்ஸ்?''

''ஸார்... நீங்க சொன்னபடியே டாக்டர் ருத்திரபதியை கண்காணிக்க ஆரம்பிச்சேன். அவர் ஒரு மணி நேரத்துக்கு முன்னாடி டாக்டர் வெற்றிவேலோட ஹாஸ்ப்பிடலில் இருந்து அவசர அவசரமாய் காரில் புறப்பட்டுப் போனார். நானும் அவரோட காரை ஃபாலோ பண்ணினேன். அவர் அரைமணி நேரம் பயணம் பண்ணி அயனவாக்கத்தில் இருக்கிற 'ரெட் சில்லீஸ்' ரெஸ்டாரண்ட்டுக்குப் போனார். காரை வெளியே பார்க் பண்ணிட்டு உள்ளே நுழைந்தார். நானும் அவரைப் பின் தொடர்ந்து போனேன். அவர் ரெஸ்டாரண்ட்டுக்கு உள்ளே

இருந்த ஐந்தாம் எண் ஃபேமிலி கேபினுக்குள்ளே போய் கதவை சாத்திக்கிட்டார்.''

விவேக் ஆர்வமானான்.

''அப்புறம்...?''

''நானும் ரெஸ்டாரண்ட்டுக்குள்ளே போய் ஃபேமிலி கேபினுக்குப் பக்கத்தில் இருக்கிற ஒரு டேபிளில் உட்கார்ந்து ஃபுட்டுக்கு ஆர்டர் கொடுத்து சாப்பிட்டுகிட்டே நடக்கிற எல்லாவற்றையும் பார்த்துக்கிட்டு இருந்தேன். அந்த ஃபேமிலி கேபினுக்குள்ளே இருக்கிற யாரோ ஒரு நபரை பார்க்கத்தான் டாக்டர் ருத்திரபதி உள்ளே போனார். ஆனா அந்த நபர் யார்ன்னு எனக்குத் தெரியலை சார்... ரெண்டு பேரும் வெளியே வரும்போது பார்த்துக்கலாம்னு வெயிட் பண்ணிட்டிருந்தேன். அந்த சமயத்துலதான் ஒரு பேரர் உள்ளே போனான். அப்படி உள்ளே போன பேரரும் இதுவரைக்கும் வெளியே வரல சார்..''

''ஈஸிட்?''

''ஆமா.. சார்...''

''எவ்வளவு நேரமாய் வெளியே வரலை?''

''இருபது நிமிட நேரமாய் சார்...''

''உள்ளே போன பேரர் நிச்சயமாய் வெளியே வரலையே?''

''வரலை சார்... நான்தான் கண் கொத்திப் பாம்பு மாதிரி அந்த ரூமையே பார்த்துட்டு இருக்கேனே?''

''அப்ப தடாலடியாய் ஒரு வேலை பண்ணு நெப்ஸ்''

''என்ன சார்?''

''உன்கிட்டே இப்போ 'கன்' இருக்கா?''

''இருக்கு சார்...''

''அதை எடுத்து அலர்ட்டா வெச்சுகிட்டு அந்த ஃபேமிலி கேபினுக்குள்ளே நுழைஞ்சுடு...!''

''எஸ் சார்...'' என்றான் நெப்போலியன்.

ဖ ေ ေ

30

அறிந்து கொள்வோம்: *கடந்த மே மாதத்தில் இருந்து ரூ.2 ஆயிரம் கள்ள நோட்டுகள் பெரிய அளவில் இந்தியாவுக்குள் வந்துள்ளன. இதுபற்றி டெல்லி சிறப்புப் போலீஸ் துணை கமிஷனர் பி.எஸ்.குஷ்வா கூறுகையில் 'இந்தக் கள்ள நோட்டுகள் அனைத்தும் நல்ல தரமான காகிதத்தில் பாதுகாப்பு அம்சங்களுடன் அச்சு அசலாக ஒரிஜினல் நோட்டுகள் போலவே இருக்கின்றன. ஆனால் மொத்த நோட்டுகளையும் ஸ்கேன் செய்தால் மட்டுமே அதில் உள்ள குறை தெரிகிறது. அதாவது கைப்பற்றப்பட்ட நோட்டுகளில் 250 நோட்டுகளில் ஒரே சீரியல் எண் உள்ளது. பிற நோட்டுகளில் பொதுவான சீரியல் எண்கள் இடம் பெற்றுள்ளன.*

எது உண்மையான நோட்டு, எது கள்ள நோட்டு என்று கண்டறிவது இப்போது ஒரு கவலைக்குரிய விஷயமாக மாறிவிட்டது. ரூபாய் 2 ஆயிரம் நோட்டுக்குப் பயன்படுத்தக்கூடிய அனைத்து மை, பாதுகாப்பு அம்சங்களைப் பாகிஸ்தான் உளவு அமைப்பு ஐ.எஸ்.ஐ. ஆதரவு பெற்ற பெஷாவர், கராச்சி நகர அச்சகங்கள்தான் காப்பி அடித்து, கள்ள நோட்டுகளை அச்சிட்டு வருகின்றன என்றும், ஆனால் ரூ.500 கள்ள நோட்டுக்களைத்தான் அச்சடிக்க முடியாமல் திணறுவதாகவும் நமது நாட்டின் உளவுத்துறை சொல்கிறது.

ஆர்.பி.ஐ. விதிமுறைகளின்படி ஒன்றிரண்டு கள்ள நோட்டுகளை விபரம் தெரியாமல் வைத்து இருப்பது என்பது பெரும் குற்றமில்லை. ஆனால் கள்ள நோட்டை வைத்துக் கொண்டு மற்றவரை ஏமாற்ற வேண்டும் என்ற

நோக்கத்தில் அதை உபயோகப்படுத்தக்கூடாது. அப்படி உபயோகப்படுத்தினால் அது சட்டப்படி தவறு. அவர்மீது கிரிமினல் நடவடிக்கை எடுக்க காவல்துறைக்கு அதிகாரம் உண்டு.

சரி... நல்ல நோட்டு எது... கள்ள நோட்டு எது என்று சாமான்ய மக்களால் எப்படித் தெரிந்து கொள்ள முடியும்?

மகாத்மா காந்தி உருவப்படம், ரிசர்வ் வங்கியின் முத்திரை, உத்தரவாத உறுதிமொழி வாசகம், அசோகா தூண் சின்னம், ரிசர்வ் வங்கி கவர்னரின் கையொப்பம் ஆகியவை செதுக்கிய மாதிரியான அமைப்பில் இருக்கும். இது தவிர ரூபாய் நோட்டுகளின் எண்கள் ஒளிரும் தன்மை கொண்ட மையினால் அச்சிடப்பட்டிருக்கும். நோட்டுகளில் ஒளியிழைகளும் இருக்கும். இதை ஓரளவுக்கு உன்னிப்பாய் கவனித்தாலே வித்தியாசம் தெரிந்து விடும்.

விவேக் செல்போனில் நெப்போலியனிடம் பேச்சைத் தொடர்ந்தான்.

''நெப்ஸ்...''

''சார்...''

''நீ இப்ப இருக்கிற ரெஸ்டாரண்ட்டோட பேர் என்ன சொன்னே?''

''ரெட் சில்லீஸ் சார்...''

''ரெஸ்டாரண்ட் எப்படியிருக்கு?''

''அவ்வளவு ரிச்சா இல்ல சார்... கூட்டமும் ரொம்பவும் கம்மி. கஸ்டமர்ஸும் அவ்வளவு வேல்யூபிளா இல்ல..''

''டாக்டர் ருத்திரபதி நுழைஞ்ச அந்த ஃபேமிலி கேபினுக்கு உள்ளே இப்போது எத்தனை பேர் இருப்பாங்கன்னு உன்னால கெஸ் பண்ணிட முடியுமா..''

''பேரரையும் சேர்த்து மூணு இல்லேன்னா நாலு பேர் உள்ளே இருக்கலாம் சார்...''

''சரி... உன்னால அவங்களைத் தனியா ஃபேஸ் பண்ண முடியுமா?''

''என் கையில் துப்பாக்கி இருக்கே சார்.''

''உன்னால அவங்களை ஹேண்டில் பண்ண முடியாத பட்சத்தில் அவர்களால உனக்கு ஏதாவது ஆபத்து வர்ற மாதிரி இருந்தால் தயவு தாட்சண்யம் பார்க்காமே அவங்க முழங்காலுக்குக் கீழே ஷூட் பண்ணிடு நெப்ஸ். தயக்கமே வேண்டாம்.''

''எஸ்... சார்...''

''செல்போன் ஆன்லேயே இருக்கட்டும்... ஸ்பீக்கரையும் போட்டுடு...''

''எஸ்... சார்...''

''ஸ்டார்ட்...'' விவேக் தன் செல்போனை ஃபுல் வால்யூமில் வைத்து பிறகு ஸ்பீக்கரையும் ஆன் செய்துவிட்டு விஷ்ணுவை ஒரு புன்னகையோடு பார்த்தான்.

''விஷ்ணு... நீயும் நானும் கெஸ் பண்ணின மாதிரியே டாக்டர் ருத்திரபதிகிட்டதான் ஏதோ தப்பு இருக்கு. அவரை ஃபாலோ பண்ண நாம நெப்போலியனை ஃபிக்ஸ் பண்ணினது வெரி யூஸ்ஃபுல்லான விஷயம். டாக்டர் ருத்திரபதி யாரையோ பார்த்துப் பேச 'ரெட் சில்லீஸ்' ரெஸ்டாரண்ட்டுக்குப் போயிருக்கார். மீட் பண்ணி பேசிட்டு இருக்கும் போதே அந்த ஓட்டலைச் சேர்ந்த பேரர் ஒருத்தன் ஃபேமிலி ரூமுக்குள்ளே போயிருக்கான். உள்ளே போன அந்த பேரர் இருபது நிமிஷம் ஆச்சு ஆனா வெளியே வரல. அந்த ரூமுக்குள்ளே என்ன நடந்ததுன்னு இன்னும் அஞ்சு நிமிஷத்துல தெரியும்.''

விவேக்கும் விஷ்ணுவும் ஆனில் இருந்த செல்போனையே பார்த்தபடி காத்திருந்தார்கள்.

ரெஸ்டாரண்ட்டிலிருந்து ஏதோ ஒரு பாட்டுச்சத்தம் மெதுவாய்க் கேட்டுக் கொண்டிருந்தது. குழப்பமாய் சில

பேச்சொலிகள். யாரோ இருமுவது கேட்டது. ஏதோ ஒரு தட்டோ, டம்ளரோ கீழே விழும் சத்தம்.

விநாடிகள் நொண்டியடித்துக் கொண்டிருந்தது. விஷ்ணு விவேக்கைப் பார்த்தான்.

''என்ன பாஸ்... நம்ம நெப்ஸ்கிட்டயிருந்து ஒரு ரெஸ்பான்சையும் காணோம்...?''

''பொறு... பொறு... நெப்ஸ் உன்னை மாதிரி ஒரு தடாலடி பேர்வழி இல்ல... நிறுத்தி நிதானமாய் யோசனை பண்ணி சரியான நேரம் பார்த்து...''

விவேக் சொல்லிக் கொண்டிருக்கும்போதே நெப்லோலியனின் குரல் செல்போனில் கேட்டது. குரலில் பதட்டம்.

''ச... ச... சார்...''

''சொல்லு நெப்ஸ்...''

''இந்த ரெஸ்டாரண்ட் ஃபேமிலி ரூமுக்குள்ளே யாரும் இல்ல சார்...''

''என்னது யாருமே இல்லையா?''

''ஆமா சார்...''

''அந்த ரூமுக்குள்ளேதானே டாக்டர் ருத்திரபதி போனார்?''

''ஆமா... சார்... அவர் போன அதே ரூமுக்குள்ளேதான் ஒட்டலின் பேரரும் போனான். இப்ப அந்த ரூமுக்குள்ளே யாரும் இல்ல சார்... ஆனா...''

''என்ன... சொல்லு...''

''அந்த ரூமிலிருந்து வெளியே ரெஸ்ட் ரூம் போக ஒரு சின்னக் கதவு இருக்கு... அதை திறந்துகிட்டு மூணு பேருமே வெளியே போய் இருக்கலாம்ன்னு நினைக்கிறேன் சார்..''

''நெப்ஸ்... நீ உடனடியாய் ஒரு வேலை பண்ணு. டாக்டர் ருத்திரபதி கார்லதானே ஓட்டலுக்கு வந்தார்?''

''ஆமா... சார்...''

''அந்தக் கார் ரெஸ்டாரண்ட்டுக்கு வெளியே இருக்கிற பார்க்கிங்கில நின்னுட்டிருக்கான்னு பாரு...''

''இப்ப பார்த்துடறேன் சார்..''

''ம்... சீக்கிரம்...'' விவேக் சொல்லிவிட்டு நெற்றியைப் பிடித்துக் கொண்டான். விஷ்ணு பெரு மூச்சுவிட்டான்.

''என்ன பாஸ்...! இந்தக் கேஸ் ஆரம்பத்திலிருந்தே நமக்கு கண்ணாமூச்சி காட்டிட்டு வருது... ஏதாவது ஒரு உண்மைக்குப் பக்கத்துல போறோம். ஆனா அது பிடிபடாமே நழுவிடுது...!''

''விஷ்ணு! குற்றவாளிகள் எவ்வளவு புத்திசாலித்தனமாகச் செயல்பட்டாலும் ஒரு குறிப்பிட்ட எல்லைக்கு மேல் அவங்களால ஓடி ஒளிய முடியாது. நம்ம பார்வைக்குத் தட்டுப்பட்டுத்தான் ஆகணும்.''

நெப்போலியன் செல்போனில் வந்தான்.

''சார்... டாக்டர் ருத்திரபதியின் கார் பார்க்கிங்கில் இல்லை...''

''நல்லாப் பார்த்தியா...?''

''அந்த ஏரியா பூராவும் பார்த்துட்டேன் சார். அவர் வந்த கார் இல்ல.''

''சரி... நீ அதே ஓட்டலில் இரு... நானும் விஷ்ணுவும் புறப்பட்டு வர்றோம்... அந்த ரெஸ்டாரண்ட்டுக்கு மானேஜர்ன்னு யாராவது இருந்தா அந்த நபரை மடக்கி வை...''

''எஸ்... சார்..''

விவேக் தன்னுடைய செல்போனை அணைத்தான்.

''விஷ்ணு...''

''பாஸ்...''

''டாக்டர் ருத்திரபதியோட கார் நம்பரை நோட் பண்ணி வைக்க சொன்னேன். நம்பர் உன்கிட்டே இருக்கா?''

''இருக்கு பாஸ்.''

''அந்த கார் நம்பரை கமிஷனரோட கண்ட்ரோல் டவர்க்கு

அனுப்பி ஜி.பி.எஸ். மூலமாக ஸர்ச் பண்ணச் சொல்லு...''

விஷ்ணு தலையாட்டிவிட்டு தன்னுடைய செல்போனை எடுத்து கமிஷனரின் கட்டுப்பாட்டு அறையைத் தொடர்பு கொண்டான்.

ஃ

ரெட் சில்லீஸ் ரெஸ்டாரண்ட்

விவேக், விஷ்ணு, நெப்போலியனுக்கு முன்பாய் உட்கார்ந்திருந்த ரெஸ்டாரண்ட்டின் மானேஜர் சேவியர் குறுந்தாடி வைத்து இருந்த முகத்தில் வியர்த்து கலக்கமாய் காணப்பட்டார். பதட்டத்தோடு பேசினார்.

''சார்! நீங்க சொல்ற எல்லா விஷயமும் எனக்கு ஆச்சரியமாய் இருக்கு... டாக்டர் ருத்திரபதி இந்த ரெஸ்டாரண்ட்டுக்கு வந்து ஃபேமிலி கேபினில் காத்திருந்த ஒரு நபரை சந்திச்சு பேசிட்டு இருந்ததாகவும் அப்போது ஒரு பேரர் அந்த கேபினுக்குள்ளே போனதாகவும் சொல்றீங்க. அப்படி உள்ளே போன பேரர் வெளியே வராமே ரெஸ்ட் ரூமுக்கு போற வழியாய் டாக்டர் ருத்திரபதியோடும் இன்னொரு நபரோடும் வெளியேறியிருக்கலாம்னு சொல்றீங்க இல்லையா?''

''அதேதான்...''

''சார்... நான் இந்த ஓட்டல்ல மானேஜராய் ஜாய்ன் பண்ணின இந்த மூணு வருஷ காலத்துல இங்கே ரெகுலராய் வர்ற கஸ்டமர்ஸ் எல்லாரையும் எனக்குத் தெரியும். டாக்டர் ருத்திரபதியோட பேரை நான் இன்னிக்கு நீங்க சொல்லித்தான் கேள்விப்படறேன். நீங்க காட்டின அவரோட போட்டோவையும் பார்த்தேன். அவரை இதுக்கு முந்தி நான் பார்த்ததே கிடையாது. இது என்னோட முதல் ஆச்சரியம். ரெண்டாவது ஆச்சரியம் எதுன்னா அந்த பேரர். இந்த ரெஸ்டாரண்ட்டில் மொத்தம் பதினாறு பேரர்ஸ் வேலை பார்க்கிறாங்க. அந்த பதினாறு பேர்ல யாரும் அந்த ரூமுக்கு போகல.''

''வழக்கமாய் அந்த ரூமுக்கு சர்வ் பண்ற பேரர் யாரு?''

விவேக் இப்படி கேட்டதும் அந்த அறையின் மூலையில் கைகளைக் கட்டியபடி நின்றிருந்த அந்த நடுத்தர வயது நபர் தயக்கமான நடையோடு முன்னால் வந்தபடி ''நான்தான் சார்.'' என்றார்.

''உம்பேர் என்ன?

''சகாதேவன் சார்''

''டாக்டர் ருத்திரபதியை நீ பார்த்தியா?''

''நான் அவரைப் பார்க்கலை சார். ஆனா அவர் வர்றதுக்கு முன்னாடி ஒருத்தர் அந்த ரூம்ல இருந்தார். வயசு முப்பதுக்குள்ளே இருக்கும். கொஞ்சம் டென்ஷனோடு இருந்தார். மெனு கார்டை நீட்டினப்போ 'இப்போ எதுவும் வேண்டாம், ஒரு அரைமணி நேரம் கழிச்சு வா'ன்னு சொன்னார். அவர் அப்படி சொல்லிட்டதால நான் மற்ற கஸ்டமர்களை கவனிக்கப் போயிட்டேன்... அதுக்கப்புறம் அந்த ரூம்ல என்ன நடந்ததுன்னு எனக்குத் தெரியாது சார்..''

விஷ்ணு ஓட்டலின் மானேஜர் சேவியரிடம் திரும்பினான். ''போலி பேரர் ஒருத்தன் ரெஸ்டாரண்ட்டுக்குள்ளே நுழைஞ்சிருக்கான். அது எப்படி உங்க பார்வைக்குத் தட்டுப்படாமே போச்சு...?''

''சாரி சார்... யாரோ திட்டம் போட்டு உள்ளே வந்து இருக்காங்க. என்னோட பார்வையிலும், மத்த பேரர்ஸ் பார்வையிலும் படாமே கண் மறைவாய் இருந்து இருக்கலாம்...''

''இந்த ரெஸ்டாரண்ட்டுக்கு ஓனர் யாரு?''

''அவர் மும்பையில் இருக்கார் சார். பேரு அசோக் குப்தா. ஆறுமாசத்துக்கு ஒரு தடவைதான் இங்கே வருவார். அக்கவுண்ட்ஸ் விபரங்களை பார்த்துட்டு போயிடுவார்...''

சில விநாடிகள் மவுனமாய் இருந்த விவேக் பேரர் சகாதேவனிடம் திரும்பினான். ''நீ பார்த்த அந்த இளைஞன் எப்படி இருந்தான்? அடையாளம் சொல்ல முடியுமா?''

''சிவப்பாய், உயரமாய் இருந்தான் சார். ட்ரிம் பண்ணின தாடி மீசை. நான் மெனு கார்ட்டோடு உள்ளே நுழைஞ்சப்ப எங்கேயா பார்த்துகிட்டு தீவிரமான யோசனையில் இருந்தான். உடுத்தியிருந்த பேண்ட்டும் சர்ட்டும் லேசாய் அழுக்கு படிஞ்ச மாதிரி இருந்தது.''

''மறுபடியும் அவனைப் பார்த்தா உன்னால அடையாளம் கண்டுபிடிக்க முடியுமா?''

''முடியும் சார்... ஏன்னா இப்பவும் அந்த முகம் என்னோட மனசுக்குள்ளே இருக்கு...''

விஷ்ணுவின் செல்போன் வைப்ரேஷனில் உறும, அவன் எடுத்துப் பார்த்துவிட்டு ''பாஸ்... கமிஷனர் ஆபீஸ் கண்ட்ரோல் ரூமிலிருந்து சி.ஓ. பேசறார்.'' என்றான்.

''என்னான்னு கேளு...''

விஷ்ணு செல்போனைக் காதுக்கு ஒற்றி செவிமடுத்துவிட்டு விவேக்கை ஏறிட்டான்.

''பாஸ்... டாக்டர் ருத்திரபதியோட காரை ஜி.பி.எஸ். மூலமாய் ட்ரேஸ் பண்ண முடியலையாம். அந்தக் காரில் ஜி.பி.எஸ். ஜாமர் பொருத்தப்பட்டு இருக்கலாம்ன்னு சி.ஓ. அஸ்யூம் பண்றார்.''

''மே... பி...'' என்று சொன்ன விவேக் எழுந்து கொண்டான். மானேஜரிடம் நிமிர்ந்தான்.

''மிஸ்டர் சேவியர்...''

''சார்...''

''இந்த ரெஸ்டாரண்ட்ல ஏன் சி.சி.டி.வி. காமிராக்கள் பொருத்தப்படலை...?''

''இது ஒரு பழைய கட்டிடம் சார்... ரெஸ்டாரண்ட்டும்

லாபகரமாய் இல்ல.. ஓனர் இந்த கட்டிடத்தை இடிச்சுட்டு, புது கட்டிடம் கட்ட ஒரு டெண்டர் ஆஃபர் பண்ணியிருக்கார்... இன்னும் ஒரு ஆறுமாசத்துக்குள்ளே அதுக்கான வேலைகள் ஆரம்பமாயிடும்.''

''ஓட்டல்ன்னு இருந்தா ஒரு சி.சி.டி.வி. காமிராவாவது என்ட்ரன்ஸ்ல இருக்கணும்... அதுக்கான ஏற்பாட்டை பண்ணுங்க முதல்ல.''

''எஸ்... சார்...''

விவேக், விஷ்ணு, நெப்போலியனோடு ஓட்டலை விட்டு வெளியேறி காத்திருந்த காரில் ஏறிப் பயணிக்கும் வரை பொறுமையாய் பார்த்துக் கொண்டிருந்த சேவியர் தன் இடுப்பு பாகத்தில் பதுக்கி வைத்திருந்த அந்த ஸ்மார்ட் போனை எடுத்து ஒரு எண்ணைத் தேய்த்துவிட்டு பேசினார். குரலில் கோபம் கொப்பளித்தது.

''போலீஸ் எந்த இடத்துக்கு வரக்கூடாதுன்னு நாம நினைச்சமோ அந்த இடத்துக்கு வந்து ஒரு விசாரணையையும் பண்ணிட்டு போயிட்டாங்க... இனிமேல் வரப்போகிற ஒவ்வொரு விநாடியும் நாம ஜாக்கிரதையாய் செயல்படணும். இல்லேன்னா இத்தனை நாள் பட்ட கஷ்டத்துக்குப் பலன் இல்லாம போயிடும்... போலீஸ் நம்மை மோப்பம் பிடிக்கிறதுக்கு முந்தி நாம ஏற்கெனவே போட்ட திட்டப்படி தமிழ்நாடு, கேரளா, கர்நாடகா, ஆந்திரா மாநிலங்களில் உள்ள 101 கிராமங்களின் விளை நிலப்பகுதிகளில் நியூக்ளியர் ப்ளான்ட்ஸ் புதைச்சாகணும். அதே நேரத்தில் 'ரெஜுனவேட் 4141' என்கிற வார்த்தைக்குள் ஒளிஞ்சு இருக்கிற உண்மையையும் டாக்டர் ருத்திரபதிகிட்டேயிருந்து எடுத்தாகணும்...''

''அடுத்த 24 மணி நேரத்துக்குள்ளே எல்லாம் நடக்கும்.'' என்றது செல்போனின் மறுமுனை.

31

அறிந்து கொள்வோம்: *ரத்தம் ஒரு நிறமாக இருந்தாலும் அதில் பல வகைகள் இருப்பதை முதன் முதலில் கண்டுபிடித்தவர் டாக்டர் கார்ல்லாண்ட் ஸ்டீனர் (KERLLAND STEINER) என்பவர்தான். 1900 ஆண்டு, ரத்தத்தில் உள்ள உட்பிரிவுகளைக் கண்டுபிடித்து ஏ, பி, ஏபி மற்றும் 'ஓ' என ரத்த வகைகளைப் பிரித்தார். இதில் ஏ பிரிவு ஏ1, பி2 என மேலும் இரண்டு துணை வகைகள் பிரிக்கப்பட்டது.*

1940ம் ஆண்டு ரேஸஸ் (RHESUS) என்ற குரங்கிலிருந்து வேறு ஒரு புதிய வகை ரத்தம் கண்டறியப்பட்டது. அந்தப் பிரிவுக்கு 'ஆர்எச்' என்று பெயர் சூட்டப்பட்டது. அதிலும் 'ஆர்எச்' பாசிட்டிவ் 'ஆர்எச்' நெகட்டிவ் என்று இரு பிரிவுகள் வகைப்படுத்தப்பட்டன. அதற்குப் பிறகுதான் ஒரே ரத்த வகையாக இருந்தாலும் 'ஆர்எச்'ம் பொருந்துகிறதா என்று சரிபார்த்த பிறகே ஒருவருக்கு ரத்தம் செலுத்தப்பட்டது.

1952ம் ஆண்டு மீண்டும் டாக்டர் பெண்டே என்பவரால் புதிய வகை ரத்தம் ஒன்று கண்டுபிடிக்கப்பட்டது. இது பாம்பே க்ரூப் என்றும் 'எச்என்' ரத்தப் பிரிவு என்றும் அழைக்கப்படுகிறது. இது முதன் முதலில் பம்பாயில் கண்டறியப்பட்டதால் அந்தப் பெயர் வைக்கப்பட்டது. அரிதிலும் அரிதான இந்த ரத்தம் பத்து லட்சம் பேர்களில் ஒருவருக்கு மட்டுமே இருக்கிறது. இதுவரை இந்தியாவில் 192 பேருக்கு இந்த 'பாம்பே க்ரூப்' ரத்தப் பிரிவு இருப்பது கண்டுபிடிக்கப்பட்டுள்ளது. பொதுவாக நம் உடலில் உள்ள ரத்தச் சிவப்பு அணுக்களில் ஆன்டிஜென்களும் (ANTIGENS) பிளாஸ்மாவில் ஆன்டிபாடீஸும்

(ANTIBODIES) இருக்கும். இதை வைத்துத்தான் ரத்தம் எந்த வகை என்பதைக் கண்டறிய முடியும். 'பாம்பே ப்ளட் க்ரூப்'பில் ஆன்டிஜென்கள் இருக்காது. 'ஹெச் ஆன்டிபாடீஸ்' மட்டுமே இருக்கும். இதனால் 'பாம்பே க்ரூப்' உள்ள ஒருவருக்கு ரத்தம் தேவைப்பட்டால் மற்ற எந்தப் பிரிவு ரத்தத்தையும் ஏற்ற முடியாது. ஒரு குறிப்பிட்ட மரபணு இருப்பவர்களிடம் மட்டும்தான் இந்த ரத்த வகை இருக்கும்.

எந்த க்ரூப் ரத்தமாக இருந்தாலும் சரி, அதை 35 நாட்களுக்கு மேல் சேமித்து வைக்க முடியாது. இதன் காரணமாக அதிகமாகப் பாதிக்கப்படுவது 'பாம்பே க்ரூப்', அதாவது 'எச்என்' வகை ரத்தப் பிரிவினர்கள்தான் என்று மருத்துவர்கள் குறைபட்டுக் கொள்கிறார்கள்.

டாக்டர் வெற்றிவேல் தன் இடதுகை விரல்களால் நெற்றியைத் தேய்த்தபடி நாற்காலியில் கண்மூடி சாய்ந்திருக்க, அறையின் கதவைத் திறந்து கொண்டு நர்ஸ் சாந்தி உள்ளே வந்தாள். சத்தம் கேட்டு கண் விழித்தார் அவர். பெருமூச்சோடு கேட்டார்.

''என்ன சாந்தி..?''

''அந்த நாகஜோதியோட புருஷன் முத்து மாணிக்கத்தோட டெட் பாடியை டிஸ்போஸ் பண்றதுக்காக துரையை வரச் சொல்லியிருந்தீங்களா டாக்டர்?''

''ஆமா...''

''வந்திருக்கான்..''

''எங்கே...?''

''வெளியே நின்னுட்டிருக்கான்.''

''கூப்பிடு...''

சாந்தி அறைக்கு வெளியே போய் எட்டிப் பார்த்து கையசைத்துக் கூப்பிட வலுவான புஜங்களோடு இளைஞன் ஒருவன் பவ்யத்தோடு உள்ளே நுழைந்து கும்பிட்டான்.

''வணக்கம் டாக்டர்''

''துரை, சாந்தி விஷயத்தைச் சொன்னாளா?''

''ம்... சொன்னா டாக்டர்... ஒரு பாடியை டிஸ்போஸ் பண்ணணுமாம்...''

''ஆமா...''

''பண்ணிடலாம் டாக்டர்...''

''எப்படிப் பண்ணுவே...?''

''அதுக்கெல்லாம் இடமா இல்ல டாக்டர்... சிட்டிக்கு வெளியே மதுராந்தகம் போற வழியில் எத்தனையோ பொட்டல்காடு இருக்கு. அங்கே கொண்டு போய் எரிச்சாலும் சரி, புதைச்சாலும் சரி விஷயம் என்னிக்கும் வெளியே வராது..''

''துரை! நீ ஒரு விஷயத்தைப் புரிஞ்சுக்கணும். இந்த முத்துமாணிக்கம் எப்படி வந்தான்னு தெரியலை. அளவுக்கு அதிகமாய் குடிச்சிட்டு வந்திருக்கான். பொண்டாட்டியைப் பார்க்கணும்ங்கிற எமோஷன் காரணமாய் ஆள் செத்திருக்கலாம்ன்னு என்னோட மனசுக்குப்படுது. இந்த விஷயத்தைப் போலீசுக்குக் கொண்டு போய்ட்டா என்னான்னு மனசுக்குப் பட்டது. ஆனா போலீஸ் வந்து ஆயிரத்தெட்டு கேள்வி கேப்பாங்க...''

''நிலைமை எனக்குப் புரியுது டாக்டர்... நாளைக்கு உங்களுக்கு எந்தப் பிரச்சனையும் வராமே முத்து மாணிக்கத்தோட பாடியை நான் டிஸ்போஸ் பண்ணிடறேன்..''

துரை சொல்லிக் கொண்டிருக்கும்போதே டாக்டர் வெற்றிவேலின் செல்போன் வெளிச்சமாய் ஒளிர்ந்து சைலண்ட் மோடில் அழைத்தது. எடுத்து அழைப்பது யார் என்று பார்த்தார்.

ஒரு புது எண். தயக்கத்தோடு இடது காதுக்கு செல்போனைக் கொடுத்து மெல்லிய குரலில் ''எஸ்'' என்றார்.

''டாக்டர் வெற்றிவேல்?''

''எஸ்...''

''நான் இன்ஸ்பெக்டர் மார்த்தாண்டம்.''

வெற்றிவேலுக்கு ஒரு சில விநாடிகள் ரத்த ஓட்டம் நின்று போன உணர்வு. ஈரம் காய்ந்துவிட்ட தொண்டையோடு பேசினார்.

''சொல்லுங்க இன்ஸ்பெக்டர்...''

''நீங்கதான் சொல்லணும்...''

''என்ன சொல்லணும்?''

''கடந்த ஒரு மணி நேரமாய் உங்க ஃப்ரெண்ட் டாக்டர் ருத்திரபதியை காண்டாக்ட் பண்ண முயற்சி செஞ்சுட்டு இருக்கேன். ஆனா அவரோட போன் ஸ்விட்ச் ஆஃப்ல இருக்கு... என்னாச்சு அவருக்கு?

''தெரியலையே?''

''இன்னிக்கு அவரை நீங்க பார்த்தீங்களா?''

''பார்த்தேன்... ரெண்டு மணி நேரத்துக்கு முந்திவரை என்கூடத்தான் பேசிட்டு இருந்தார். அதுக்குப்புறம் அவருக்கு ஒரு போன் வந்தது. உடனே புறப்பட்டுப் போயிட்டார்.''

''போன் பண்ணினது யாரு...?''

''எனக்குத் தெரியாது...''

''அவர் உங்கிட்டே எதுவும் சொல்லலையா?''

''சொல்லலை...''

''டாக்டர் ருத்திரபதிக்கு வேற ஏதாவது போன் நம்பர் இருக்கா...?''

''இல்ல.. ஒரே நம்பர்தான்... அவர்கிட்ட ஏதாவது பேசணுமா இன்ஸ்பெக்டர்?''

''நிறைய பேசணும்... அவர் சட்ட விரோதமான ஆராய்ச்சி ஒண்ணைப் பண்ணிட்டு வர்றதாய் எனக்குத் தகவல் கிடைச்சதின் அடிப்படையில் அவர்கிட்டே சில கேள்விகளைக் கேட்க வேண்டியிருக்கு.''

''சட்ட விரோதமான ஆராய்ச்சியா?''

''எஸ்...''

''அவர் அப்படிப்பட்டவர் இல்லையே?''

''நோ டாக்டர்... பிரபல தொழிலதிபர் ராஜபாண்டியன் மூணு மாசத்துக்கு முந்தி உங்க ஹாஸ்ப்பிடலில் அட்மிட்டாகியிருந்த போது டாக்டர் ருத்திரபதிதான் ட்ரீட்மெண்ட் கொடுத்தார். ஆனா ட்ரீட்மெண்ட் பலன் தரல. ராஜபாண்டியனுக்கு 'ப்ரெய்ன் டெத் ஸ்டேஜ்' வந்து இறந்து போனார். அது உங்களுக்கு நினைவு இருக்கும்ன்னு நினைக்கிறேன்.''

''ஆமா... எனக்கு நல்லா ஞாபகமாயிருக்கு... ராஜபாண்டியனோட மரணத்துல உங்களுக்கு என்ன சந்தேகம்... இன்ஸ்பெக்டர்?''

''ராஜபாண்டியன் மரணம் சம்பந்தமாய் நேஷனல் ரிஸர்ச் லேப் கொடுத்த ரிப்போர்ட்படி அவருக்கு 'ப்ரெய்ன் டெத்' ஏற்படக் காரணம் தலையில் ஏற்பட்ட காயம் கிடையாது. அவரோட உடம்புக்குள்ள செலுத்தப்பட்ட ஒரு அபாயகரமான வைரஸ். அந்த வைரஸ் பெயர் க்ளாஸ்டோரியம் பொட்டவீனம்... ராஜபாண்டியனை ப்ரெய்ன் டெத் ஸ்டேஜூக்கு கொண்டு போனது டாக்டர் ருத்திரபதிதான்னு டெல்லி சி.பி.ஐ., தமிழக போலீசுக்கு ஒரு ரிப்போர்ட் அனுப்பியிருக்கு.''

''இன்ஸ்பெக்டர்... நான் உங்ககிட்டே ஒரு விஷயத்தை ஷேர் பண்ணிக்கலாமா?''

''தாராளமாய்...''

''டாக்டர் ருத்திரபதியைப் பத்தி எனக்கு நல்லாவே தெரியும். அவர் ஒரு நல்ல விஷயத்துக்காகத்தான் ஒரு சில ஆராய்ச்சிகளைப் பண்ணிட்டு வந்தார். அதுல ஒரு ஆராய்ச்சி 'ப்ரெய்ன் டெத் ஸ்டேஜி'ல் இருக்கிற நபர்களைக் காப்பாற்றுகிற முயற்சிதான். அந்த ஆராய்ச்சிக்குப் பெயர் டீப் ப்ரெய்ன் ஸ்டிமுலேஷன்...''

''அது எது மாதிரியான ஆராய்ச்சி?''

''எனக்குத் தெரியாது... ஆனா அது ஒரு நல்ல ஆராய்ச்சி ன்னு தெரியும். என்னோட ஹாஸ்ப்பிடலில் யாருக்காவது

‘ப்ரெய்ன் டெத் ஸ்டேஜ்’ நிலைமை வந்தா அவர் வந்து அந்த ட்ரீட்மெண்ட்டை கொடுத்துப் பார்ப்பார். ஆனா எந்தவித முன்னேற்றமும் இருக்காது... ஆனாலும் விடாப்பிடியாய் அவர் அந்த ஆராய்ச்சியைப் பண்ணிட்டு வந்தார். நீங்க அவரை சந்தேகிக்கிறது எந்த வகையிலும் நியாயமில்லை இன்ஸ்பெக்டர்...’’

‘‘சாரி டாக்டர்... ருத்திரபதி உங்க நண்பர் என்கிற காரணத்தால அவரை விட்டுத்தராமே பேசறீங்க... அவர்கிட்டே ஏதோ ஒரு பெரிய தப்பு இருக்கு... அந்தத் தப்பை வெளிப்படையாய் அவரால பண்ண முடியாத காரணத்தாலதான் ‘டீப் ப்ரெய்ன் ஸ்டிமுலேஷன்’ என்கிற ஒரு ஆராய்ச்சியின் போர்வையில் சில சமூக விரோத காரியங்களைப் பண்ணிட்டிருக்கார். அவர்கிட்டே எந்தப் தப்பும் இல்லைன்னா தன்னோட செல்போனை ஏன் ஸ்விட்ச் ஆஃப் பண்ணிருக்கார்...’’

‘‘யூ டோண்ட் வொரி இன்ஸ்பெக்டர். ருத்திரபதி இன்னும் கொஞ்ச நேரத்துல என்கிட்டே எப்படியும் பேசுவார். நான் அவர்கிட்டே விஷயத்தைச் சொல்லி உங்கிட்ட பேசச் சொல்றேன்..’’

‘‘அதை மொதல்ல பண்ணுங்க...’’

மறுமுனையில் இன்ஸ்பெக்டர் மார்த்தாண்டம் கண்டிப்பான குரலில் சொல்லிவிட்டு செல்போனை அணைத்துவிட, டாக்டர் வெற்றிவேல் வியர்வை மின்னும் முகத்தோடு தன்னுடைய செல்போனையும் மவுனமாக்கினார். எதிரில் நின்றிருந்த துரையை ஏறிட்டார்.

‘‘முத்துமாணிக்கத்தோட பாடியை இனி ஒரு நிமிஷம்கூட நம்ம ஹாஸ்ப்பிடல்ல வெச்சியிருக்கக் கூடாது. உடனடியாய் டிஸ்போஸ் பண்ணிடு. பாடியை எதுல கொண்டு போறே?’’

‘‘என்கிட்டே பழைய கார் ஒண்ணு இருக்கு டாக்டர் அதுல கொண்டு போயிடறேன்..’’

‘‘வேலையை முடிச்சிட்டு வந்து காலையில் என்னைப் பாரு...’’

துரை தலையாட்டிவிட்டு அந்த அறையினின்றும் வெளியேறினான்.

௯

விவேக்கும் விஷ்ணுவும் டிஜிபி வைகுண்டத்துக்கு முன்பாய் நிமிர்ந்து உட்கார்ந்திருந்தார்கள்.

''விவேக்! அந்த ரெஸ்டாரண்ட்டோட பேர் என்னன்னு சொன்னீங்க...?''

''ரெட்சில்லீஸ் ரெஸ்டாரண்ட் சார்...''

''அந்த ரெஸ்டாரண்ட்டுக்கு யாரையோ பார்க்கப் போன டாக்டர் ருத்திரபதி வெளியே வரவேயில்லைா...?''

''வரலை சார்...! நெப்போலியன் 'கீனாக' வாட்ச் பண்ணியிருக்கார். ஃபேமிலி ரூமுக்குள்ள போன பேரரும் வரல. ஆனா அந்த பேரர் உண்மையான பேரர் இல்லைன்னு அந்த ரெஸ்டாரண்டின் மானேஜர் சொல்றார்.''

''எல்லாமே மகா குழப்பமாய் இருக்கு... யாருக்கோ பயந்து தலைமறைவாய் இருக்கும் ஃபாரன்சிக் டெக்னிகல் ஆபீசர் குமரன் உங்களைத் தொடர்பு கொண்டு ஏதாவது பேசி னாரா... விவேக்?''

''இல்ல சார். ரெண்டு நாளைக்கு முன்னால பேசினதோடு சரி...!''

''எனக்கு அந்தக் குமரன் மேல லேசா ஒரு சந்தேகம் இருக்கு... வாட் டூ யூ திங்க்?''

''ஆன் வாட் பேஸிஸ் சார்?''

''ஒரு கேஸ்ல போலீசுக்கு உதவியாய் இருக்க வேண்டிய ஃபாரன்சிக் ஆபீசர் ஒருத்தர் தன்னோட உயிருக்கு ஆபத்துன்னு சொல்லிட்டு தலைமறைவாய் இருக்கிறது சம்திங் அப்நார்மல். இட் ஸீம்ஸ் டூ பி ரிடிகுலஸ்...''

''யூ மே பி கரெக்ட் சார்... நீங்க சொல்கிற பாய்ண்ட் ஆஃப் வ்யூவிலேயும் இந்த கேசை இன்வெஸ்டிகேட்

பண்ணிட்டிருக்கேன்.''

''மிஸ்டர் விவேக்... இந்த கேசோட ஸீரியஸ்னெஸ் பற்றி உங்களுக்குச் சொல்ல வேண்டியது இல்லை... மினியேச்சர் ந்யூக்ளியர் ப்ளான்ட்ஸ் நம் தமிழ்நாட்டுல ஊடுருவியிருக்கிற விஷயம் டெல்லியில் இருக்கிற மத்திய அரசையே அதிர வெச்சிருக்கு. ப்ரைம் மினிஸ்டர் அலுவலகத்திலிருந்து நம்ம சிஎம் ஆபீசுக்கு ஒரு மணி நேரத்துக்கு ஒரு தடவை 'ரெட் அலர்ட்' ஃபேக்ஸ் செய்திகள் வந்துகிட்டேயிருக்கு... நம்ம உளவுத்துறையால எதையும் கண்டுபிடிக்க முடியல.. சி.பி.ஐ. சோர்சஸ், 'வீ ஆர் ஹெல்ப்லஸ்'ன்னு ரெண்டு கையையும் விரிச்சிட்டாங்க. இந்த நிலைமையில் உங்களுடைய அடுத்த மூவ் என்ன...? இந்த கேசை இனி எந்த திசையில் இருந்து எப்படி இன்வெஸ்டிகேட் பண்ணப் போறீங்க...?''

''சார்... இந்த கேசைக் கொடைக்கானலில் இருந்து ஸ்டார்ட் பண்ணப் போறோம்.''

டிஜிபி நிமிர்ந்து உட்கார்ந்தார். ஆச்சரியம் பரவிய கண்களோடு கேட்டார்.

''கொடைக்கானலுக்கும் இந்த கேசுக்கும் என்ன சம்பந்தம் விவேக்...?''

''கொடைக்கானலிருந்து 10 கிலோ மீட்டர் தூரத்துல 'ஸ்லிப் ராக்'ன்னு ஓர் இடம் இருக்கும் சார்...''

''ஆமா தெரியும்.. தெரியும்...'' அங்கே ஓர் அகழ்வாராய்ச்சி நடந்துட்டு இருக்கு...''

''யூ ஆர் கரெக்ட் சார்... அந்த அகழ்வாராய்ச்சிக்கும் இந்த கேசுக்கும் நிறைய சம்பந்தம் இருக்கு... நானும் விஷ்ணுவும் இன்னும் கொஞ்ச நேரத்துல கொடைக்கானல் கிளம்பறோம். இந்த விஷயம் உங்களைத் தவிர வேறு யாருக்கும் தெரியாமே இருக்கிறது பெட்டர் சார்...''

விவேக்கும் விஷ்ணுவும் எழுந்து கொண்டார்கள்.

ஃ ஃ ஃ

32

அறிந்து கொள்வோம்: *உலகத்தில் வேறு எந்த நாட்டிலும் இல்லாத அளவுக்கு இந்தியாவில் ஆண்டுக்கு ஆயிரம் டன் அளவுக்குத் தங்கம் இறக்குமதி செய்யப்படுகிறது. காரணம், தங்கம் நம் நாட்டில் பெண்களுக்குத் தவிர்க்க முடியாத ஓர் உணவுப் பொருள் மாதிரி ஆகிவிட்டது. இந்தியாவைத் தவிர வேறு எந்த ஒரு நாட்டிலும் பெண்கள் கொத்துக் கொத்தாய் நகைகள் அணிவது இல்லை.*

நாம் வாங்கும் தங்க நகைகளில் பெரும்பாலானவை கலப்படத் தங்கத்தில் செய்யப்பட்டதுதான் என்று கன்ஸ்யூமர்ஸ் அஸோசியேஷன் ஆஃப் இந்தியா என்கிற அமைப்பு உறுதிபடச் சொல்லியுள்ளது. ஹால்மார்க் முத்திரை என்பது தங்கத்தின் தரத்தை உறுதிப்படுத்தும் ஒரு விஷயம் என்று சொல்லப்பட்டாலும் இதிலும் பல கடைகளில் விதவிதமாய் மோசடி செய்கிறார்கள். அதேபோல் கே.டி.எம். என்பது ஒரு ரசாயனப் பொருள். இதை தங்க நகை செய்வதற்குப் பயன்படுத்துகிறார்கள். ஆனால் இது சட்டப்படி தடை செய்யப்பட்டுள்ளது. அதேபோல் இன்னொரு மோசடி டபிள்யூ.எம்.(W.M.). டபிள்யூ.எம். என்றால் ஒயிட் மெட்டலைக் குறிக்கும். இது தங்கத்தின் எடையைக் குறைத்துக் காட்டப்படுவதற்கு உபயோகிப்படும் ஒரு உலோகம். சரி... சுத்தமான தங்கம் எந்த அளவுக்குச் சுத்தமானது என்று தெரிந்து கொள்ள ஏதாவது வழியிருக்கிறதா?

''வழியிருக்கிறது...''

''என்ன வழி?''

‘‘எக்ஸ்.ஆர்.எஃப் எக்ஸ்ரே ஃப்ளோரோசென்ஸ் (XRF Xray FLUORESCENCE)’’

‘‘அப்படியென்றால்?’’

‘‘அது ஒரு மெஷின். எக்ஸ்.ஆர்.எஃப் எக்ஸ்ரே ஃப்ளோரோசென்ஸ். இதன் மூலமாய் ஒரு நகையில் எவ்வளவு சதவீதம் தங்கம், வெள்ளி, செம்பு, ஒயிட் மெட்டல் உள்ளது என்பதைத் துல்லியமாய்க் கண்டு பிடித்துவிடலாம். இந்த மெஷின்களைப் பெரிய பெரிய நகைக்கடைகளில் கண்டிப்பாய் வைத்திருப்பார்கள். ஆனால் வாடிக்கையாளர்களுக்கு இப்படியொரு கருவி இருப்பது தெரிவதில்லை. நகைக்கடைக்காரர்களால் சொல்லப்படுவது இல்லை. வாடிக்கையாளர்களும் அதைப்பற்றி கவலைப்படுவதில்லை.

விவேக்கும் விஷ்ணுவும் நாற்காலிகளைத் தள்ளிக் கொண்டு எழ டி.ஜி.பி. வைகுந்த் ஒரு புன்னகையோடு அவர்களைப் பார்த்தார்.

‘‘மிஸ்டர் விவேக்... நீங்க ஒரு முடிவு எடுத்து ஒரு இடத்துக்கு இன்வெஸ்டிகேஷனுக்காக போறீங்கன்னா அந்த இடத்துல உறுதியாய் ஏதாவது முக்கியத்துவம் இருக்கும். இப்ப நீங்களும் விஷ்ணுவும் கொடைக்கானலில் இருந்து 10 கிலோ மீட்டர் தூரத்துல ‘ஸ்லிப் ராக்’ என்கிற ஒரு இடத்துக்கு போறதாய் சொன்னீங்க. ஈஸ் தேர் எனிதிங் அப்நார்மல்? அப்படி எதாவது இருந்தா நான் அதைத் தெரிஞ்சுக்கலாமா?’’

எழுந்து நின்ற விவேக் மறுபடியும் உட்கார்ந்தான்.

‘‘சார்... இந்த கொடைக்கானல் விஷயத்துல எனக்கு ஒரு ஸ்ட்ராங்க் ஹோல்டிங் கிடைச்சதும் பின்னாடி உங்ககிட்ட அதைப்பத்திப் பேசலாம்னு நினைச்சுட்டிருந்தேன்... பட் இந்த விஷயத்துல நீங்க ஆர்வம் காட்டறதால உங்கிட்டே சில விஷயங்களை ஷேர் பண்ணிக்க விரும்புறேன்.’’

''ப்ளீஸ்...''

விவேக், விஷ்ணுவைப் பார்க்க அவன் தன் கையில் வைத்து இருந்த ஒரு ஃபைலை நீட்டினான். விவேக் அதை வாங்கிப் பிரித்து டி.ஜி.பியிடம் நீட்டினான். ''சார்... இதுல சில போட்டோக்களும், புரியாத வார்த்தைகளோடு ரெண்டு லெட்டர்ஸும் இருக்கு... ஃபர்ஸ்ட் யூ டேக் ஏ வ்யூ ஆன் திஸ் சார்.''

டிஜி.பி. அந்த பைலை குழப்பம் பரவிய முகத்தோடு வாங்கி, அதில் கோர்க்கப்பட்டிருந்த முதல் போட்டோவைப் பார்த்தார்.

அந்தப் போட்டோவில் ஒரு குழி ஆழமாய்த் தோண்டப்பட்டிருக்க, அந்தக் குழியில் இருந்து எடுத்துப் போட்ட மண்ணுக்குள் கற்களைப் போன்ற சில அமைப்புகள் உருண்டையாகவும், தட்டையாகவும் சில குச்சிகள் போலவும் தெரிந்தன.

இன்னொரு போட்டோவில் துருவேறிய ஓர் இரும்புப் பெட்டிக்குள் சில பண்டைய பொருள்களும், மூன்றாவது போட்டோவில் பழங்கால ஆயுதங்களான வில், அம்பு, குறுவாள், கத்தி, ஈட்டி போன்ற ஆயுதங்களும் வரிசையாய் அடுக்கப்பட்டு இருந்தன.

டி.ஜி.பி. வைகுந்த் லேசான அதிர்ச்சியும், குழப்பமும் மண்டிய முகத்தோடு விவேக்கை ஏறிட்டார்.

''விவேக்... இதெல்லாம் என்ன...?''

''சார்...! இதெல்லாம் இரண்டாயிரம் ஆண்டுகளுக்கு முன்பு வாழ்ந்த 'ஜாராவா' என்ற பழங்குடி மக்கள் உபயோகித்த பொருட்கள். அவர்கள் வாழ்ந்ததாய் சொல்லப்படும் கொடைக்கானல் 'ஸ்லிப் ராக்' பகுதியில் இப்போ ஓர் அகழ்வாராய்ச்சி நடந்துட்டிருக்கு... அந்த ஆராய்ச்சியின் போது கிடைத்த பொருட்கள்தான் இது...''

''சரி... இந்தப் போட்டோக்களுக்கும் நீங்க இன்வெஸ்டிகேட் பண்ணப் போகிற டாக்டர் ருத்திரபதியோட

விஷயங்களுக்கும் என்ன சம்பந்தம்?''

''சம்பந்தம் இருக்கு சார்... ஏன்னா இந்த ஃபைலும் இந்த ஃபைலில் இருக்கிற போட்டோக்களும் டாக்டர் ருத்திரபதியோட வீட்டில் அவரோட பர்சனல் அறையிலிருந்து எடுக்கப்பட்டது. ருத்திரபதி ரெட் சில்லீஸ் ரெஸ்டாரண்ட்டிலிருந்து காணாமல் போன அடுத்த சில மணி நேரத்திற்குள்ளாக நெப்போலியனை ருத்திரபதியின் வீட்டுக்கு அனுப்பி வெச்சேன். 'மாஸ்டர் கீ பன்ச்' உதவியால் நெப்போலியன் அந்த வீட்டுக்குள்ளே நுழைந்து ஒவ்வொரு அறையாய் சோதனை போட்ட போது கிடைச்ச ஒரு முக்கியமான தடயம்தான் இந்த ஃபைல். ஒரு ந்யூரோ ஸ்பெஷலிஸ்டான டாக்டர் ருத்திரபதி கொடைக்கானல் ஸ்லிப் ராக்கில் நடைபெறுகிற ஓர் அகழ்வாராய்ச்சிக்கு ஏன் இவ்வளவு முக்கியத்துவம் கொடுக்கணும்ங்கிற கேள்விதான் இப்போது நம்ம முன்னாடி இருக்கிற மில்லியன் டாலர் கேள்வி.''

டி.ஜி.பி.யின் முகம் ஓர் இறுக்கமான யோசனைக்கு உட்பட்டது. ''விஷயம் என்னவாகயிருக்கும்னு கெஸ் பண்றீங்க விவேக்?''

''ஒரு விஷயம் பிடிபடுது சார்...''

''என்ன...?''

விவேக் அவரிடம் இருந்த ஃபைலை வாங்கி தோண்டப்பட்ட குழி அருகே மணல் குவித்து வைக்கப்பட்டு இருந்த போட்டோவைக் காட்டினான்.

''சார்...! இந்த போட்டோவில் உள்ள மணல் குவியலில் உங்களால் எதையாவது பார்க்க முடியுதா...?''

''உருண்டையாகவும், தட்டையாகவும், குச்சி குச்சியாகவும் சில கற்களைப் பார்க்க முடியுது.''

''நீங்க நினைக்கிற மாதிரி அதெல்லாம் கற்கள் கிடையாது சார்...''

''தென் வாட்..?''

''ஃபாஸில்ஸ் சார்..! இந்தப் போட்டோவுக்கு பின்பக்கம் என்ன எழுதியிருக்குன்னு பாருங்க!''

''டி.ஜி.பி. போட்டோவின் பின்பக்கத்தைத் திரும்பிப் பார்த்தார்.

ஆங்கிலத்தில் அந்த வாசகம் எழுதப்பட்டு இருந்தது.

FOSSIL

THE SHAPE OF A BONE THAT HAS BEEN PRESERVED IN ROCK FOR A VERY LONG PERIOD. A PAST GEOLOGICAL AGE AND THAT HAS BEEN EXCAVATED FROM THE SOIL.

டி.ஜி.பி. சற்றே கலவரத்தோடு விவேக்கை பார்த்தார்.

''விவேக்...! ஆர் யூ ஷ்யூர்... இந்த கற்களைப் போல் இருக்கின்ற எல்லாமே மனித எலும்புகளா..?''

''எஸ்... சார்... ஆயிரக்கணக்கான ஆண்டுகளுக்கு முன்பு அந்த 'ஸ்லிப் ராக்' மலைப்பகுதியில் வாழ்ந்த 'ஜாராவா' என்ற பழங்குடி மக்களின் எலும்புகள்தான் இப்படி கற்களாய் மாறியிருக்கு...''

''டாக்டர் ருத்திரபதி இந்த விஷயத்தோடு எப்படி சம்பந்தப்படறார்?''

''அதை விசாரிக்கத்தான் கொடைக்கானல் விஜயம் சார். அந்த அகழ்வாராய்ச்சியின் மொத்த நிர்வாகப் பொறுப்பையும் பார்த்துட்டிருக்கிற அதிகாரியோட பெயர் விஜய்பாபு. அந்த விஜய்பாபுக்குத் தெரியாமே இந்தப் போட்டோக்களும், ஃபைலில் இருக்கிற குறிப்புகளும் டாக்டர் ருத்திரபதிக்கு வந்து இருக்க முடியாது சார். ஸோ இட்ஸ் ஏ மஸ்ட் ஒன் டு விசிட் கொடைக்கானல் ஸ்லிப் ராக்.''

டி.ஜி.பி. சில விநாடிகள் வரை மவுனமாய், இறுக்கமான முகத்தோடு இருந்துவிட்டு, விவேக்கை ஒரு பெருமூச்சோடு நிமிர்ந்து பார்த்தார்.

''விவேக்...! டாக்டர் ருத்திரபதி சம்பந்தப்பட்ட இந்த கேசில் ஒவ்வொரு விஷயமும் குழப்பமாய் இருக்கு. முதல் விஷயம் அந்த 'ப்ராஸ்தடிக் ஹெட்,' இரண்டாவது விஷயம் அந்த தலையில் வைக்கப்பட்டிருந்த மினியேச்சர் ந்யூக்ளியர் ப்ளான்ட்ஸ். மூன்றாவது விஷயம் இந்த ஸ்லிப்

ராக் அகழ்வாராய்ச்சி''

விவேக் குறுக்கிட்டான்.

''சார்..! இந்த மூணு விஷயங்களுமே ஏதோ ஒரு புள்ளியில் நிச்சயம் சங்கமம் ஆயிருக்கும். அந்தப் புள்ளி எங்கே இருக்குன்னு கண்டுபிடிக்கிற ஸ்டேஜூக்கு வந்துட்டோம். கொடைக்கானல் ஸ்லிப் ராக்கில் எல்லாக் கேள்விகளுக்கும் விடை கிடைக்கும்ன்னு நினைக்கிறேன் சார்...!''

விவேக்கின் கையைப்பற்றினார் டி.ஜி.பி. ''மிஸ்டர் விவேக்! ஆல் த பெஸ்ட்... கோ அஹெட் வித் யுவர் இன்வெஸ்டிகேஷன்... வெயிட்டிங் ஃபார் ஏ ஃப்ரூட்ஃபுல் ரிப்ளை ஃப்ரம் யூ... வித்தின் கப்புள் ஆஃப் டேஸ்...''

''சர்ட்டன்லி சார்...''

விவேக்கும் விஷ்ணுவும் எழுந்து கொண்டார்கள்.

ல

டாக்டர் ருத்திரபதிக்கு சுய உணர்வு திரும்பியபோது தான் அரையிருட்டான ஓர் அறையில் இருப்பதை உணர்ந்தார்.

நெற்றியின் இரண்டு பக்கங்களும் கனம் ஏறி பின்னந்தலையில் வலி தெரிந்தது. மெல்ல எழுந்து உட்கார முயன்றார். உடல் அதற்கு ஒத்துழைக்க மறுத்து ஒரு பக்கமாய் சாய்ந்தது. கைகளை ஊன்றிக் கொண்டு அப்படியே சுவருக்கு முதுகைக் கொடுத்தார். தனக்கு என்ன நேர்ந்தது என்று மெதுவாய் யோசிக்க ஆரம்பித்தார்.

தான் ரெட் சில்லீஸ் ரெஸ்டாரண்ட்டுக்கு வந்து ஹரியை சந்தித்துப் பேசிக் கொண்டிருந்தபோது, பேரர் ஒருவன் உள்ளே வந்ததும், துப்பாக்கி முனையில் மிரட்டியதும், அவன் காட்டிய செல்போனில் லைவ் காட்சியில் சுபத்ரா துப்பாக்கியால் சுடப்பட்டதும், பிறகு பேசிக் கொண்டிருக்கும் போதே அந்த பேரர் தன்னிடம் இருந்த ஸ்பிரேயரை எடுத்துத் தன் முகத்தில் அடித்ததும்...

அவருடைய மனசுக்குள் சிலைடுகள் போட்ட தினுசில்

காட்சிகள் ஓடிக் கொண்டிருக்கும்போதே அந்த அறையின் கதவைத் தள்ளியபடி ஓர் உருவம் உள்ளே நுழைந்தது. சுவரில் இருந்த சுவிட்ச் ஒன்றைத் தேய்க்க அறைக்குள் வெளிச்சம் நிரம்பியது. ருத்திரபதி தலையை உயர்த்தி வந்தது யார் என்று பார்த்தார்.

ஓட்டலில் பார்த்த அதே பேரரர்தான். இப்போது உடை மாறியிருந்தது. பக்கத்தில் வந்து நின்று தன் வலுவான பரந்த உள்ளங்கையை அவருடைய தோளின் மீது வைத்தான். ஒரு கிலோ எடைக்கல்லை வைத்த மாதிரியான உணர்வு.

''டாக்டர்...! இந்நேரத்துக்கு உங்களுக்கு மயக்கம் தெளிஞ்சிருக்கணுமேன்னு கெஸ் பண்ணிட்டே வந்தேன். நான் நினைச்ச மாதிரியே சுய உணர்வுக்குத் திரும்பிட்டீங்க... குட்... உடம்பு நார்மலுக்கு வர இன்னும் ஒரு பத்து நிமிசம் பிடிக்கும். பின்னந்தலை இரும்பு குண்டு மாதிரி கனக்கும். காப்பி சாப்பிடறீங்களா?''

ருத்திரபதி பதில் ஒன்றும் பேசாமல் அவனையே பார்த்தார். அவன் சிரித்தான்.

''எனக்குப் புரியுது டாக்டர்... இப்ப உங்களுக்கு இருக்கும் மனநிலையில் எதுவுமே சாப்பிட தோணாது.''

''எனக்கு கொஞ்சம் தண்ணி வேணும்.''

''இதோ...!'' என்று குரல் கொடுத்துக் கொண்டே கையில் தண்ணீர் பாட்டிலோடு ஜாஃபர் உள்ளே வந்தான். ருத்திரபதியிடம் பாட்டிலை நீட்டினான்.

''இந்தாங்க டாக்டர்... நான் யார்ன்னு பார்க்கிறீங்களா...? என் பேர் ஜாஃபர்...''

ருத்திரபதி தண்ணீர் பாட்டிலை வாங்கிக் கொள்ளாமல் ஜாஃபரையே பயத்தோடு பார்த்தபடி கேட்டார்.

''நீங்கெல்லாம் யாரு... எதுக்காக என்னை இப்படியெல்லாம்...''

அவர் பேசப் பேச ஜாஃபர் கையமர்த்தினான்.

''இதோ பாருங்க டாக்டர்... இனிமேல் இந்த அப்பாவித்தனமான நடிப்பெல்லாம் எடுபடாது. நாங்க கேட்கிற கேள்விக்கு நீங்க சரியான பதில் சொல்லிட்டீங்கன்னா உங்களுக்கும் நல்லது. எங்களுக்கும் அது ரொம்ப ரொம்ப நல்லது.''

ருத்திரபதி காய்ந்து போன தொண்டையில் எச்சிலைச் சிரமத்தோடு விழுங்கினார். பிறகு ஈனஸ்வர குரலில் கேட்டார்.

''என்கிட்டேயிருந்து உங்களுக்கு என்ன வேணும்?''

''அதே பழைய கேள்விதான்... மொதல்ல தண்ணியைக் குடிங்க.''

தண்ணீர் பாட்டிலை வாங்கிய ருத்திரபதி பாதியளவுக்குத் தண்ணீரைக் குடித்துவிட்டு, பாட்டிலைக் கீழே வைத்தார்.

ஜாஃபர் அவருக்கு அருகே ஒரு ஸ்டூலை இழுத்துப் போட்டுக் கொண்டு உட்கார்ந்தான். நிறுத்தி நிதானமான குரலில் கேட்டான்.

''அந்த 'ரெஜூனவேட் 4141' என்கிற வார்த்தைக்குப் பின்னாடி இருக்கிற 'பயோ ட்ரூத்' என்ன?''

ருத்திரபதி மவுனம் காத்தார். ஜாஃபர் சில விநாடிகள் வரை பொறுமை காத்துவிட்டுக் கேட்டான்.

''இப்படி பேசாமே இருந்தா என்ன அர்த்தம் டாக்டர்?''

''எனக்குத் தெரியாத ஒண்ணைப் பத்தி என்கிட்டே கேட்டா என்னால எப்படி பதில் சொல்ல முடியும்?''

''டாக்டர்...! கொஞ்சம் பின்னாடி திரும்பி அந்த சுவரோர மூலையைப் பாருங்க...!''

ருத்திரபதி குழப்பத்தோடும் பயத்தோடும் திரும்பிப் பார்த்தார். இருதயத்துக்குள் குளிர் ரத்தம் பாய்ந்தது.

33

அறிந்து கொள்வோம்: *சயனைட் ஒரு மூர்க்கமான விஷம். மற்ற எந்த ஒரு விஷமானாலும் சரி, சாப்பிட்டதும் வயிற்றுக்குள் போய் இரைப்பையில் இருக்கும் உணவோடு கலந்து ரத்தத்தில் சேரும்போதுதான் வேலையைக் காட்டும். ஆனால் சயனைட் அப்படிக் கிடையாது. உயிரைப் பறிப்பதில் அது மின்னல் வேகம். சயனைட் உமிழ்நீரோடு கலந்து தொண்டைக்குள் இறங்கி உணவுக் குழாய்க்குள் பயணிக்கும்போதே சின்னச் சின்னச் ரத்தக்குழாய்களையும் நரம்புகளையும் வெட்டிக் கொண்டே போகும். இப்படி ரத்தக்குழாய்கள் வெட்டுப்படும்போது வெளிப்படுகிற ரத்தம் இரைப்பைக்குப் போய் உடனே நிரம்பிவிடும்.*

கழுத்தில் இருக்கும் ரத்தக்குழாய்கள் அடைபட்டதுமே மூளைக்கும் இருதயத்துக்கும் சப்ளையாகிற ரத்தத்தின் அளவு உடனே குறையும். மூளைக்கு ரத்தம் போவது குறைவதால் உடனடியாக மயக்கம். ஹார்ட்டுக்கு ரத்தம் போவது குறைவதால் ஹார்ட் அட்டாக். மேலும் தொண்டையில் உள்ள ரத்தக்குழாய்கள் அறுபடுவதால் ரத்தம் தறிகெட்டுப் பாயும். காது, மூக்கு என்று கிடைத்த எல்லாத் துவாரங்கள் வழியாகவும் ரத்தம் வெளியே வரும். சயனைட் தவிர வேறு எந்த விஷம் சாப்பிட்டாலும் காதுகளிலும், மூக்கிலும் ரத்தம் வெளியே வராது. சயனைட் விஷம் வெண்மை நிறத்தில் உப்பு மாதிரி நைசாக இருக்கும். ஆனால் அதனுடைய அணுக்கள் நெருக்கமாகவும், வலிமையாகவும் இருக்கும். வாயு ரூபத்தில் உள்ள சயனைட் ஹைட்ரஜன் சயனைட்

(HCN) HYDROGEN CYANIDE என்று அழைக்கப்படுகிறது. இதற்கு இன்னொரு பெயர் சைனோஜென் க்ளோரைட் (CYANOGEN CHLORIDE) சோடியம் சயனைடும் (NaCN) பொட்டாசியம் சயனைடும் (KCN) திட வடிவத்தில் கிடைக்கும். சயனைட் விஷம் சாப்பிட்டவர்களை உடனடியாய் காப்பாற்ற வேண்டுமென்றால் சில நிமிஷங்களுக்குள்ளாக அவர்களுக்கு ஆன்டிடோட்ஸ் (ANTIDOTES) எனப்படும் ஹைட்ராக்ஸோ கோப்லாமின் (HYDROXO COBALANMIN), சோடியம் தயோசல்ஃபேட் (SODIUM THIOSULFATE) சோடியம் நைட்ரைட் (SODIUM NITRITE) கொடுக்கப்பட வேண்டும்.

அந்தச் சுவரோர மூலையில் ஒரு கட்டில் போடப்பட்டு இருக்க, அந்தக் கட்டிலில் நெற்றியில் தோட்டா பாய்ந்து நிலைத்துப் போன விழிகளோடு சுபத்ராவின் உடல் மல்லாந்து தெரிந்தது.

டாக்டர் ருத்திரபதி கண்களில் நிறைந்துவிட்ட நீரோடு சுபத்ராவையே பார்த்துக் கொண்டிருக்க, ஜாஃபர் அவருடைய காதருகே மெல்லச் சிரித்தான்.

''டாக்டர்...! நீங்க நான் கேட்ட கேள்விக்கெல்லாம் பதில் சொல்லி ஒத்துழைப்பு தராமே அடம் பிடிச்சதால இப்ப உங்க மகள் மாதிரி இருந்த சுபத்ரா உயிரோடு இல்லை... இன்னும் அடம் பிடிச்சீங்கன்னா உங்களுக்கு வலதுகை மாதிரி இருக்கிற ஹரியையும் இதே மாதிரியான கோலத்தில்தான் பார்க்க முடியும்.''

ருத்திரபதி பதட்டப்பட்டார்.

''வேண்டாம்... ஹரியை ஒண்ணும் பண்ணிடாதீங்க...''

''ஹரி இப்போது எதுமாதிரியான நிலைமையில் இருக்கான்னு நீங்க ஒரு தடவை பார்த்துடறது நல்லது. உங்களுக்கு எதிரில் இருக்கிற டி.வி. திரையைப் பாருங்க டாக்டர்.''

ருத்திரபதி கலக்கத்தோடு டி.வி. திரைக்குப் பார்வையைக் கொண்டு போக, ஜாஃபர் தன் கையில் இருந்த ரிமோட் கண்ட்ரோலை இயக்கினான்.

டி.வி. திரை வெளிச்சம் பிடித்து ஓர் அறையைக் காட்ட அறையின் மையத்தில் ஹரி நாற்காலியில் நைலான் கயிற்றின் உதவியால் பிணைக்கப்பட்டிருந்தான். அகலமான ரப்பர் பேண்ட்டால் வாய் கட்டப்பட்டு, மின்சார வயர்கள் அவனுடைய உடம்பை மொய்த்திருந்தது.

ஜாஃபரின் குரல் ருத்திரபதியின் காதருகே கேட்டது.

''டாக்டர்... நீங்க ஒரு தடவை பொய் பேசினதால சுபத்ரா இப்போ உயிரோடு இல்லை. இன்னொரு தடவையும் அதே பொய்யைப் பேசினீங்கன்னா ஹரியும் உயிரோடு இருக்க மாட்டான். ஹரி உட்கார்ந்துட்டு இருக்கிறது சாதாரண நாற்காலி இல்லை. எலெக்ட்ரிக் நாற்காலி. ரெண்டாயிரம் வோல்ட் மின்சாரம் அவனோட உடம்புக்குள்ளே பாய தயாராய் இருக்கு. சுவிட்ச்சை ஆன் பண்ணினால் போதும் அஞ்சே விநாடியில் மரணம். தலைக்குள்ளே இருக்கிற மூளை தண்ணீராய் மாறியிருக்கும்...''

ருத்திரபதியின் முகம் பீதியில் உறைந்து போயிற்று.

''வே... வே... வேண்டாம்...!''

''ஹரி உயிரோடு இருக்கணும்ன்னா நீங்க உண்மையைப் பேசி ஆகணும்... நான் கேட்கிற கேள்விக்குப் பதிலைச் சொல்லியாகணும். அந்த 'ரெஜூனவேட் 4141' என்கிற வார்த்தைக்குப் பின்னாடி இருக்கிற 'பயோ ட்ரூத்' என்ன...?''

''அ... அ... அது வந்து...''

''தப்பித்தவறி தெரியாதுன்னு சொல்லிடப் போறீங்க. ஹரி உயிரோடு இருக்க மாட்டான்''

''இல்ல... உண்மையைச் சொல்லிடறேன்''

''ம்... சொல்லுங்க...''

ருத்திரபதி பல விநாடிகள் மவுனமாய் இருந்து விட்டு பேச ஆரம்பித்தார்.

'''ரெஜுனவேட் 4141' என்கிற வார்த்தைக்குப் பின்னால் இருக்கிற 'பயோ ட்ரூத்' இதுதான்.''

ஐ

கொடைக்கானலின் ஸ்லிப் ராக் பகுதி.

பாதுகாக்கப்பட்ட பகுதி என்ற வார்த்தை அச்சிட்ட நீள நீளமான ரிப்பன்கள் எல்லாத் திசைகளிலும் ஒட்டியிருக்க, ஆங்காங்கே பெரிய பெரிய ஆழமான பள்ளங்கள் தோண்டப்பட்டு அறிவிப்புப் பலகைகள் வைக்கப்பட்டிருந்தன.

விவேக்கும் விஷ்ணுவும் அந்த அறிவிப்புப் பலகைகளில் எழுதப்பட்டிருந்த வாசகங்களைப் படித்துக் கொண்டே சற்றுத் தொலைவில் தெரிந்த நீல வண்ண டென்ட்டை நோக்கி நடந்தார்கள்.

அகழ்வாராய்ச்சி - முதல் நிலை.

தோண்டப்பட்ட நாள்

ஆய்வு இன்னமும் முடியவில்லை

1700 ஆண்டுகள் பழமை வாய்ந்த

புதைமேடுகள், நடுகற்கள், கருங்கற்கள்,

சிதைந்த சிற்பங்கள்

இரண்டாம் நிலை - அகழ்வாராய்ச்சி

செக்குக் கல் கண்டுபிடிக்கப்பட்டது.

கற்படிகள் ஐந்து உள்ளன.

விஷ்ணு சுற்றும் முற்றும் பார்த்துவிட்டு ''பாஸ்.'' என்றான். விவேக் நடந்து கொண்டே ''என்ன?'' என்றான்.

''அகழ்வாராய்ச்சி நடக்கிற இந்த இடத்துக்கும் டாக்டர்

ருத்திரபதியோட 'ப்ராஸ்தடிக் ஹெட்' ஆராய்ச்சிக்கும் என்ன சம்பந்தம் இருக்க முடியும்ன்னு என்னால இப்ப ஓரளவுக்கு கெஸ் பண்ண முடியுது.''

''என்ன சொல்லு...''

''இது மாதிரியான அகழ்வாராய்ச்சிகளில் பழமையான மருத்துவக் குறிப்புகள் அடங்கிய கல்வெட்டுகள் கிடைக்குமான்னு பார்க்க வந்து இருக்கலாம்...!''

''இல்ல விஷ்ணு... அதுக்கும் மேலே ஏதோ ஒரு விஷயம் ஒளிஞ்சிட்டிருக்கு...''

''பாஸ்... உங்க மூளை வங்கக்கடல். என்னோட மூளை செம்பரம்பாக்கம் ஏரி. என்னால் இந்த அளவுக்குத்தான் யோசிக்க முடியும்.''

''விஷ்ணு...! அதோ ஒரு வழுக்கைத்தலை நபர் நம்மைப் பார்த்துகிட்டே வர்றார். அநேகமாய் அவர்தான் இந்த அகழ்வாராய்ச்சியின் மொத்த நிர்வாகப் பொறுப்பையும் பார்த்துட்டிருக்கிற அதிகாரி விஜய்பாபுன்னு நினைக்கிறேன்...''

''நீங்க நினைச்சிட்டீங்கன்னா... அது சரியாய்தான் இருக்கும் பாஸ்..''

அந்த நபர் பக்கத்தில் வந்தார். முகத்தில் சிரிப்பில்லாமல் கேட்டார்.

''ஆர்... யூ... எஜூகேட்டட்...?''

''எஸ்...''

''அப்படீன்னா 'ரெஸ்ட்ரிக்டட் ஏரியா... நோ அட்மிஷன்'னு ஆங்கிலத்திலும், 'உத்தரவின்றி அந்நியர்கள் யாரும் உள்ளே வரக்கூடாது'ன்னு தமிழில் எழுதியிருக்கிற அறிவிப்புப் பலகைகள் உங்க பார்வைக்குப் படலையா?''

விவேக் அவரை ஏறிட்டான்.

''நீங்க மிஸ்டர் விஜய்பாபு?''

''எஸ்...''

‘‘சீஃப் இன்சார்ஜ் ஆஃப் திஸ் ஆர்க்கியாலஜி ப்ராஜக்ட்?’’

‘‘எஸ்..’’

‘‘வீ ஆர் விவேக் அண்ட் விஷ்ணு... ஃப்ரம் க்ரைம் பிராஞ்ச் ஆஃப் சென்னை. ஹேவ் ஏ லுக் அட் அவர் ஐ.டி. கார்ட்ஸ்.’’

விவேக், விஷ்ணு இருவரும் அடையாள அட்டைகளை எடுத்துக் காட்ட விஜய்பாபுவின் முகம் இயல்பான நிலைமைக்குப் திரும்பியது.

‘‘ஸாரி... ஐ... ஷீட் நாட் பீ பிஹேவ்ட் லைக் திஸ்...’’

‘‘நோ ப்ராப்ளம்... ஒரு சின்ன இன்வெஸ்டிகேஷன். உங்களுடைய ஒத்துழைப்பு வேணும்...’’

‘‘வாங்க... என்னோட அறைக்குப் போயிடலாம்.’’

பெரிய குழிகளுக்கு இடையே இருந்த குறுகலான பாதையில் மூன்று பேரும் கவனமாய் நடந்து தற்காலிகமாய் கட்டப்பட்டிருந்த அந்தக் கட்டிடத்திற்குள் நுழைந்தார்கள்.

‘அகழ்வாராய்ச்சி ஆய்வகம். நிர்வாகப் பொறுப்பாளர்’ என்ற வாசகங்களோடு பெயர்ப்பலகை சுவரில் தெரிய அதை ஒட்டியிருந்த அறைக்குள் விஜய்பாபு பிரவேசித்தார். நாற்காலிகளைக் காட்டிவிட்டு உட்கார்ந்தார்.

‘‘ப்ளீஸ்...’’

விவேக், விஷ்ணு இருவரும் அந்த அறையைத் தங்கள் பார்வைகளால் கழுவியபடி உட்கார்ந்தார்கள்.

விஜய்பாபு தனக்குப் பின்னால் இருந்த ஷெல்ஃப்பிலிருந்து ப்ளாஸ்க்கை எடுத்தபடியே கேட்டார்.

‘‘ஹேவ் சம் டீ...?’’

‘‘நோ... தேங்க்ஸ்.’’ என்று சொன்ன விவேக் நேரிடையாய் விஷயத்துக்கு வந்தான்.

‘‘மிஸ்டர் விஜய்பாபு... உங்களுக்குச் சென்னையில் இருக்கிற டாக்டர் ருத்திரபதியைத் தெரியுமா...?’’

''நியூராலஜிஸ்ட் ருத்திரபதிதானே?''

''ஆமா...''

''தெரியும்.''

''நல்ல பழக்கமா...?''

''அவ்வளவு பழக்கமில்லை... ஆறுமாசத்துக்கு முன்னாடிதான் எனக்கு அறிமுகமானார்.''

''எப்படி அறிமுகமானார்?''

விஜய்பாபு இப்போது லேசாய் முகம் மாறிப் போனவராய்க் கேட்டார்.

''எதுக்காக இந்த விசாரணைன்னு நான் தெரிஞ்சுக்கலாமா மிஸ்டர் விவேக்...?''

''அந்த டாக்டர்கிட்டே ஏதோ தப்பு இருக்கு.''

''அவர்கிட்டே தப்பு இருந்தா அவர்கிட்டயே விசாரணை பண்ண வேண்டியதுதானே?''

''அவர்தான் தலைமறைவாயிட்டாரே?''

''ஏன்...?''

''அதை தெரிஞ்சுக்கத்தான் உங்ககிட்டே வந்திருக்கிறோம்.''

''என்கிட்டயிருந்து எது மாதிரியான தகவல்களை எதிர்பார்க்கறீங்க...?''

''ஆறுமாசத்துக்கு முன்னாடிதான் டாக்டர் உங்களுக்கு அறிமுகமானார்ன்னு சொன்னீங்க?''

''ஆமா...''

''அவர் எதுக்காக வந்தார்ன்னு சொல்ல முடியுமா?''

''அது... வந்து...''

''மிஸ்டர் விஜய்பாபு... உங்களுக்கு ஆரம்பத்திலேயே ஒரு விஷயத்தைச் சொல்லிடறேன். டாக்டர் ருத்திரபதி ஒரு விவகாரமான நபர். அவர்கிட்டே ஏதோ ஒரு விபரீதமான

விஷயம் இருக்கு என்பதையும் கண்டுபிடிச்சுட்டோம். அந்த விபரீதமான விஷயத்துக்கும் இந்த அகழ்வாராய்ச்சி இடத்துக்கும் ஏதோ ஒரு வகையில் சம்பந்தம் இருக்கு. ஏன்னா அவரோட வீட்டு அறையில் இந்த ஸ்லிப் ராக் அகழ்வாராய்ச்சி சம்பந்தமான போட்டோக்கள் இருந்தன. ஸோ... நீங்க எந்த ஒரு விஷயத்தையும் மறைக்க முயற்சி செய்ய வேண்டாம். உண்மையைச் சொல்லிடறது உத்தமம்...!''

விஜய்பாபுவின் பரந்த நெற்றி அந்தக் கொடைக்கானல் குளிரிலும் வியர்வையில் பிசுபிசுத்தது. சில விநாடிகள் மவுனமாய் இருந்துவிட்டு, பிறகு மெல்லிய குரலில் பேசினார்.

''இந்த விஷயத்தில் நான் எதையும் மறைக்க விரும்பலை. பொய் சொல்லியும் எனக்குப் பழக்கம் இல்லை. ஆறு மாசத்துக்கு முன்னால் டாக்டர் ருத்திரபதி வந்து என்னை இதே அறையில் பார்த்தார். தன்னை அறிமுகப்படுத்திக் கொண்டவர் ஒரு கடிதக் கவரை என்கிட்டே கொடுத்து, பிரிச்சுப் படிக்கச் சொன்னார். நானும் கவரைப் பிரிச்சுப் பார்த்தேன். உள்ளே ஒரு கடிதம் இருந்தது. அந்தக் கடிதம் மனிதவளத்துறை அமைச்சரின் பி.ஏ. ஒருவரால் எழுதப்பட்ட கடிதம். நான் அந்தக் கடிதத்தைப் படிச்சுப் பார்த்தேன். மனசுக்குள்ளே லேசாய் ஒரு பயம் வந்தது.''

''எதுக்காக பயம்... அந்த லெட்டர்ல அப்படி என்ன எழுதப்பட்டு இருந்தது...?''

''ஒரு நிமிஷம்... அந்த லெட்டரைத் தர்றேன்...! நீங்களே அதை ஒரு தடவை படிச்சுப் பார்த்துடுங்க...!''

சொன்ன விஜய்பாபு தன் மேஜையின் இழுப்பறையைத் திறந்து ஒரு ஃபைலை எடுத்து அதில் பத்திரப்படுத்தி வைத்திருந்த கடிதம் ஒன்றை உருவி நீட்டினார்.

விவேக் அதை வாங்கிப் படிக்க ஆரம்பித்தான்.

34

அறிந்து கொள்வோம்: *உணவு. அது எப்படிப்பட்ட உணவாக இருந்தாலும் குறிப்பிட்ட காலம்வரைதான் அது கெட்டுப் போகாமல் இருக்கும். அதற்குப் பிறகு அதில் பாக்ட்டீரியாக்கள் உற்பத்தியாகி கெட்டுப் போய்விடும். அப்படிக் கெட்டுப் போகாமல் இருந்தால் அது உணவாக இருக்க முடியாது. பாலிதீன் பைகளிலும், டப்பாக்களிலும், அட்டைப் பெட்டிகளிலும் பேக் செய்யப்படும் உணவில் விதவிதமான ரசாயனங்கள் சேர்க்கப்பட்டு நம் வீட்டு சமையறைக்குள் வந்து விடுகின்றன. எந்த உணவுப் பொருளை வாங்கினாலும் அதனுடைய லேபிளை சரி பார்க்க வேண்டும். காலாவதி தேதி உள்ளதா என்று பார்த்து அந்தத் தேதி இல்லையென்றால் அந்த உணவுப் பொருளை வாங்க்கூடாது.*

ரிஃபைன் செய்யப்பட்ட எல்லா சமையல் எண்ணெய்களிலும் 'புரொபைல் காலேட்' (PROPYL GALLATE) என்கிற ஒரு வேதிப்பொருள் சேர்க்கப்படுகிறது. இந்த எண்ணெய்யைத் தொடர்ந்து சாப்பிட்டு வந்தால் ஜீரணக் குறைபாடும், தோல் சம்பந்தப்பட்ட நோய்களும் வரக்கூடும்.

குழந்தைகள் சாப்பிடும் ஐஸ்க்ரீம்களில் 'பாலிசோர்பேட்ஸ்' (POLYSORBATES) என்ற ரசாயனம் சேர்க்கப்பட்டு ஐஸ்க்ரீம்கள் மாதக்கணக்கில் கெட்டுப் போகாமல் பாதுகாக்கப்படுகிறது. மீன், மாட்டிறைச்சி போன்றவைகளைப் பதப்படுத்த டி. பி.ஹெச். க்யூ (TBHQ / TERT / BUTYLHYDROQUINONE) நைட்ரோஸ் போன்றவைகளைப் பயன்படுத்துகிறார்கள். மாடுகளுக்குப் பால் அதிகமாய் சுரக்க வேண்டும்

என்பதற்காக 'ப்ரோலாக்டின்' என்ற ஹார்மோன் ஊசியும், கோழி, ஆடு போன்றவைகள் எடை கூடி சதைப்பிடிப்போடு இருக்க ஈஸ்ட்ரோஜன் ஊசி மற்றும் மாத்திரைகளையும் கொடுக்கின்றனர். இந்தப் பால் மற்றும் இறைச்சியைச் சாப்பிடும்போதும், குடிக்கும் போதும் மனிதர்களுக்கு இதைப் போல் உடல் எடை கூடுதல், தாறுமாறான வளர்ச்சி, தைராய்ட் ஹார்மோன் பிரச்சனைகள் வரும்.

நம் நாட்டில் உணவு பாதுகாப்புச் சட்டம் உள்ளது. இந்த சட்டவிதிகளின்படி 'HACCP' என்ற உறுதியான அமைப்பு உருவாக்கப்பட்டு இருக்கிறது. HACCP என்பதின் விரிவாக்கம் HAZARD ANALYSIS AND CRITICAL CONTROL POINT. அதேபோல் கலப்பட உணவுக்கு எதிராக T.Q.M. என்ற அமைப்பும் செயல்பட்டு வருகிறது. T.Q.M. என்றால் TOTAL QUALITY MANAGEMENT.

இதன் சட்ட விதிகளும், தண்டனை விபரங்களும் படிக்கும் போது பயமுறுத்துகிறது. ஆனால் நடைமுறையில் அப்படி இல்லை. மக்களின் உடல் நலன் ஆரோக்கியத்தில் இந்திய அரசு மெத்தனமாக உள்ளது என்று W.H.O. எனப்படும் உலகச் சுகாதார அமைப்பு கருத்து தெரிவித்துள்ளது.

விவேக்கின் பார்வை அந்தக் கடித வரிகளில் பட்டு மனசுக்குள் அதிர்வலைகளை எழுப்பியது.

ஸ்லிப் ராக் அகழ்வாராய்ச்சியின் செயல்தலைவர் மற்றும் நிர்வாகப் பொறுப்பில் உள்ள திரு.விஜய்பாபு அவர்களுக்கு மனிதவளத்துறை அமைச்சகத்திலிருந்து பிரதம செயலாளர் மனீஷ் பாண்டே எழுதிக் கொண்டது.

இந்தக் கடிதத்தோடு உங்களை வந்து பார்க்கும் டாக்டர் ருத்திரபதி நம் நாட்டின் மிகச் சிறந்த நரம்பியல் நிபுணர்களில் ஒருவர். மரபணு சம்பந்தமாய் நிறைய

ஆய்வுகள் செய்து பன்னாட்டு பல்கலைக்கழகங்களில் டாக்டரேட் பட்டம் பெற்றவர். குறிப்பாக நைஜீரியா நாட்டின் வில்சன் பல்கலைக்கழகத்தின் மதிப்பு வாய்ந்த மருத்துவ விருதைப் பெற்றவர். இவ்வளவு சிறப்புகளுக்குச் சொந்தக்காரரான டாக்டர் ருத்திரபதிக்கு அவர் கேட்கப் போகும் கேள்விகளுக்கு உண்மையான பதில்களைக் கொடுத்து ஒத்துழைப்புத் தரவேண்டும். எந்த ஒரு ரகசியத்தையும் காப்பாற்ற முயற்சிக்க வேண்டாம். பின்வரும் காலங்களில் ஏதாவது பிரச்சனை வருமோ என்றும் பயப்பட வேண்டாம். டாக்டர் ருத்திரபதிக்கு உங்களுடைய ஒத்துழைப்பு முழுமையானதாக இருக்கட்டும்.

மனீஷ் பாண்டே

(பிரதம செயலாளர் / மனிதவளத்துறை)

விவேக் அந்தக் கடிதத்தைப் படித்துவிட்டு விஜய்பாபுவிடம் நிமிர்ந்தான்.

''இந்த லெட்டரைப் படித்ததும் உங்களுக்கு கொஞ்சம் பயமாய் இருந்ததுன்னு சொன்னீங்க. எதனால் அந்த பயம் வந்தது...!''

''பொதுவாய் இதுமாதிரியான அகழ்வாராய்ச்சி சம்பந்தப்பட்ட விஷயங்கள் ரகசியமான முறையில் பாதுகாத்து வைக்கப்பட வேண்டியவை. அதை மீற வேண்டி இருக்கேன்னு பயப்பட்டேன்.''

''இட்ஸ்... ஓகே... டாக்டர் ருத்திரபதி எதுமாதிரியான உண்மைகளை உங்ககிட்டே இருந்து எதிர்பார்த்தார்?''

விஜய்பாபு விவேக் கேட்ட கேள்விக்குப் பதில் சொல்லாமல், தன் மேஜையின் இழுப்பறையைத் திறந்து ஒரு பென் ட்ரைவை எடுத்தார்.

''சார்... என்னிக்காவது ஒரு நாள் இது மாதிரியான விசாரணை வரும் என்கிற எண்ணத்தில் அன்னிக்கு நானும்

டாக்டர் ருத்திரபதியும் பேசிகிட்ட உரையாடல் விபரங்களை இதுல பதிவு பண்ணி வெச்சிருக்கேன். இப்ப நீங்க அதைக் கேட்கலாம்...!''

சொன்ன விஜய்பாபு தன் கையில் வைத்து இருந்த பென் ட்ரைவை லேப்டாப்பில் சொருகிவிட்டு அதை 'ஆன்' செய்தார். சில விநாடிகளுக்குப் பிறகு குரல்கள் கேட்டன.

''லெட்டரைப் படிச்சுப் பார்த்தீங்களா மிஸ்டர் விஜய்பாபு?''

''ம்... படிச்சேன்...''

''உங்க ஒத்துழைப்பை நான் எதிர்பார்க்கலாமா?''

''சர்ட்டன்லி...! மனிதவள மேம்பாட்டுத்துறையைச் சேர்ந்த பி.ஏ. ஒருத்தர் கொடுத்த லெட்டரை நான் அலட்சியம் பண்ண முடியுமா...? உங்களுக்கு எது மாதிரியான உதவி தேவைன்னு நான் தெரிஞ்சுக்கலாமா...?''

''ஷ்யூர்... அதுக்கு முன்னாடி நான் சில விபரங்களை உங்ககிட்டே கேட்க விரும்புகிறேன்.''

''ப்ளீஸ்...''

''கொடைக்கானலில் இருக்கிற இந்த 'ஸ்லிப் ராக்' என்கிற இடத்தில் அகழ்வாராய்ச்சி செய்ய வேண்டும் என்கிற எண்ணம் வந்ததற்கு என்ன காரணம்?''

''இரண்டாயிரம் ஆண்டுகளுக்கு முன்பு 'ஜாராவா' என்கிற பழங்குடி மக்கள் இந்த இடத்தில் வாழ்ந்ததாகவும், அவர்களோடு சம்பந்தப்பட்ட பல விஷயங்கள் வியப்பானவை என்றும் அமெரிக்காவின் ஏன்சியன்ட் யூனிவர்சிட்டியில் பணிபுரியும் ஆர்க்கியாலஜிஸ்ட் 'ஹேவர்ட் ராபர்ட்' டெல்லியில் உள்ள நம்முடைய ஆர்க்கியாலஜி டிபார்ட்மெண்ட்டுக்கு ஒரு கடிதம் எழுதியிருந்தார். ஹேவர்ட் ராபர்ட் ஓர் அதி தீவிரமான அகழ்வாராய்ச்சி ஆய்வாளர். இதுவரையிலும் அவர் சொன்னது எதுவும் பொய்யாய் போனது இல்லை. அதனால் இந்த இடத்தை அகழ்வாராய்ச்சிக்காகத் தேர்ந்தெடுத்தோம்...''

''ஜாராவா மக்களோடு சம்பந்தப்பட்ட அந்த வியப்பான விஷயங்களை என்னான்னு சொல்ல முடியுமா?''

''அந்த இனமக்கள் ஒரு வகை பாறைகளை உடைத்து அவைகளையே தேய்த்துத் தேய்த்து ஆயுதங்களாக மாற்றிக் கொண்டார்கள். தாங்கள் உபயோகப்படுத்தும் பாத்திரங்களாகவும் உருவாக்கிக் கொண்டார்கள். அந்தக் கல் பாத்திரங்களில் தண்ணீர் ஊற்றி மாமிசத்தை வேக வைத்துச் சாப்பிட்டார்கள். பாறைகளையே குடைந்து வீடுகளாக மாற்றிக் கொண்டார்கள். அவர்களுடைய நாகரிகம் முற்றிலும் வேறுபட்டதாய் இருந்தது. இது மாதிரி நிறைய செய்திகள்.''

''நீங்க ஒரு விஷயத்தைச் சொல்ல மறந்துட்டீங்க விஜய்பாபு?''

''எதைச் சொல்றீங்க டாக்டர்?''

''அமெரிக்காவைச் சேர்ந்த ஆர்க்கியாலஜிஸ்ட் ஹேவர்ட் ராபர்ட் எழுதிய அந்தக் கட்டுரையை நானும் படிச்சேன். அதில் அவர் குறிப்பிட்ட இன்னொரு வியப்பான விஷயம். அந்த 'ஜாவாரா' மக்களின் சராசரி ஆயுள் 200 ஆண்டு. அவர்கள் முதுமையான வயதிலும்கூட ஆரோக்கியமாகவே வாழ்ந்து இருப்பார்கள் என்பதுதான்.''

''எஸ்... எஸ்... நீங்க சொன்ன இந்த விஷயமும் அந்த கட்டுரையில் இருந்தது டாக்டர்.''

''அந்த விஷயத்துக்காத்தான் நான் இப்போது உங்களைப் பார்க்க வந்தேன். ஒரு டாக்டருக்கு இது அதிவியப்பான விஷயம் இல்லையா?''

''ஷ்யூர்... ஷ்யூர்...''

''இதில்தான் எனக்கு உங்க உதவி தேவைப்படுது மிஸ்டர் விஜய்பாபு. இந்த இடத்தில் நீங்க அகழ்வாராய்ச்சி நடத்தும் போது மனித எலும்புகள் ஏதாவது கிடைத்தால் அவைகளை என்னோட ஆராய்ச்சிக்குப் பயன்படுத்திக் கொள்ள நீங்க எனக்கு அனுமதி தரணும்...!''

''அந்த எலும்புகளை வெச்சு என்ன ஆராய்ச்சி பண்ணப் போறீங்க டாக்டர்...?''

''ஜாவாரா இன மக்கள் 200 ஆண்டு வரைக்கும்

ஆரோக்கியமான உடலமைப்போடு வாழ்ந்திருக்காங்க. அந்த மக்களோட எலும்புகள் கிடைச்சா அதனோட டி.என்.ஏ.க்களைப் பிரிச்சு எடுத்து இன்னிக்கு இருக்கிற மருத்துவத்துறைக்குப் பயன்படுத்திக் கொள்ளலாமே!''

''இப்ப நீங்க சொன்னது சாத்தியமா டாக்டர்?''

''சாத்தியமா இல்லையான்னு அந்த எலும்புகளை வெச்சு ஆய்வு பண்ணின பிறகுதான் தெரியும்... இதுவரைக்கும் இங்கே நடந்த அகழ்வாராய்ச்சியில் எலும்புகள் ஏதாவது கண்டு எடுக்கப்பட்டிருக்கா மிஸ்டர் விஜய்பாபு?''

''இல்லை... இதுவரைக்கும் தோண்டிப் பார்த்த இடங்களில் கற்களாலான ஆயுதங்களும், பாத்திரம் போன்ற வடிவமைப்புகளும் மட்டுமே கிடைச்சிருக்கு... ஆனா தோண்டிப் பார்க்க வேண்டிய இடங்கள் இன்னமும் நிறைய இருக்கு. ஆனா... ஸாரி டு ஸே திஸ்... இங்கே எலும்புகள் கிடைக்க வாய்ப்பில்லை... டாக்டர்?''

''காரணம்...?''

''இரண்டாயிரம் ஆண்டுகளுக்கு முன்பு புதைக்கப்பட்ட மனித உடலின் எலும்புகள் அழுத்தத்துக்கு உட்பட்டு இறுகி அந்த எலும்புகள் ஒரு கல்லைப் போல் கடினமாய் மாறியிருக்கும்... அது மாதிரியான எலும்புகளில் டி.என்.ஏ.க்கள் இருக்க வாய்ப்பு இல்லை... இது ஒரு ஆர்க்கியலாஜிகல் ஃபேக்ட்''

''யூ மே பி கரெக்ட் மிஸ்டர் விஜய்பாபு. ஆனால் கிடைக்கும் எலும்பு பாகங்களை 'பயோ ரிஸர்ச்'சுக்கு உட்படுத்திப் பார்த்து டி.என்.ஏ.க்கள் இருக்கிறதா இல்லையா என்று ஒரு முடிவுக்கு வருவதில் எந்தத் தப்பும் இல்லையே?''

''இட்ஸ்... ஓகே... அது மாதிரியான எலும்புகள் இந்த அகழ்வாராய்ச்சியில் கிடைக்கும் பட்சத்தில் ஐ...வில் இன்ஃபார்ம் யூ டாக்டர்.''

''எனக்கு இந்தப் பதிலும் உத்தரவாதமும் போதும். இந்த இடத்தில் எதுமாதிரியான எலும்புகள் கிடைத்தாலும் சரி,

உடனே எனக்கு போன் பண்ணுங்க. நான் உடனடியாய் என்னுடைய உதவியாளர்களோடு புறப்பட்டு வர்றேன்.''

டாக்டர் ருத்திரபதிக்கும், விஜய்பாபுக்கும் இடையே நடந்த உரையாடல் முடிந்து விட்டதற்கு அடையாளமாய் லேப்டாப்பில் பொருத்தப்பட்டிருந்த பென் டிரைவ் மவுனம் சாதிக்க விவேக் விஜய்பாபுவை ஏறிட்டான்.

''டாக்டர் ருத்திரபதி சொன்னது போல் இந்த 'ஸ்லிப் ராக்' அகழ்வாராய்ச்சியில் மனித எலும்புக்கூடுகள் ஏதாவது கிடைச்சுதா...?''

''ம்... கிடைச்சது... பத்து நாட்களுக்கு முன்னால் 'ஸ்லிப் ராக்' ஏரியாவின் வடதிசை மூலையைத் தோண்டிப் பார்த்தபோது கல்லைப்போல் இறுகிப் போயிருந்த சில மனித எலும்புகள் பார்வைக்குத் தட்டுப்பட்டது. உடனே அதையெல்லாம் தனியா எடுத்து வெச்சுட்டு டாக்டர் ருத்திரபதிக்குத் தகவல் கொடுத்தேன். அவர் ரொம்பவும் சந்தோஷப்பட்டார். தன்னுடைய உதவியாளர்கள் ஹரியோடும், சுபத்ராவோடும் இந்த வார இறுதிக்குள் இங்கே புறப்பட்டு வர்றதாய் சொன்னார். ஆனா வரலை... வராததற்கு என்ன காரணம்ன்னும் தெரியலை... ஆனா அவருக்கு அந்த எலும்புகளை எல்லாம் போட்டோ எடுத்து அனுப்பிட்டேன்.''

''மிஸ்டர் விஜய்பாபு... டாக்டர் ருத்திரபதியும் அவரோட உதவியாளர்களான ஹரியும் சுபத்ராவும் கடந்த ரெண்டு நாளா காணோம். அவங்க எங்கே இருக்காங்கன்னும் தெரியலை... அவரோட வீட்டை எங்க போலீஸ் டிபார்ட்மெண்டைச் சேர்ந்த நெப்போலியன் என்கிற போலீஸ் ஆபீசரை வெச்சு சோதனை போட்ட போது நீங்க அனுப்பிச்சு வெச்சிருந்த ஃபாஸில்ஸ் போட்டோக்கள் கிடைச்சுது. அந்தப் போட்டோக்களைப் பார்த்துட்டுதான் நானும் விஷ்ணுவும் உங்களைப் பார்த்துப் பேச கொடைக்கானலுக்கு வந்தோம்.''

''டாக்டர் ருத்திரபதி ஏன் தலைமறைவாய் இருக்கார்?''

''அவர் மட்டும் தலைமறைவாய் இல்லை... அவரோடு ரெண்டு உதவியாளர்களையும் காணோம்.''

''சார்! எனக்கு ஒரு சந்தேகம்?''

''என்ன...?''

''அந்த மூணு பேரும் ஏன் கடத்தப்பட்டு இருக்கக்கூடாது?''

''காரணம்?''

''என்னைப் பொறுத்தவரைக்கும் டாக்டர் ருத்திரபதி இந்த மருத்துவத்துறையில் ஏதாவது ஒரு சாதனை பண்ணி 'ப்ரெய்ன் டெத்' நிலைமையில் இறந்து போகிற நோயாளிகளைக் காப்பாற்ற நினைக்கிறார். அதுக்காகத்தான் இரண்டாயிரம் ஆண்டுகளுக்கு முன்பு இந்தப் பகுதியில் வாழ்ந்த 'ஜாவாரா' மக்களின் எலும்புகளில் டி.என்.ஏ. கிடைக்குமென்று முயற்சி பண்றார். இந்த விஷயங்கள் வேற யாருக்காவது தெரிஞ்சிருந்து அவரைச் செயல்பட விடாமல் தடுக்கலாம் இல்லையா?''

''அதனால் அவங்களுக்கு என்ன லாபம்?''

''லாபம் இருக்கு சார்...'' சொன்ன விஜய்பாபு தன் மேஜையின் இழுப்பறையைத் திறந்து ஒரு புத்தகத்தை எடுத்தார். வார்னிஷ் பளபளப்போடு கூடிய ஓர் ஆங்கில புத்தகம் அது.

''சார்... இது ஒரு வெளிநாட்டு மாதப் பத்திரிகை. பத்திரிகையோட பேர் 'அல்டிமெட் ஹெல்த்.' இந்தப் புத்தகத்தின் 32வது பக்கத்தில் ஒரு கட்டுரை வெளியாகியிருக்கு. அதைப் படிச்சுப் பாருங்க...!''

விவேக் அந்தப் புத்தகத்தை வாங்கிப் பார்த்தான். அதனுடைய 32வது பக்கத்தைப் பிரித்தான். ஒரு முழுப் பக்கத்தையும் அடைத்துக் கொண்டு மனித மூளையின் படம் ஒண்ணு தெரிய கீழே சிவப்பு எழுத்துக்களில் அந்த ஆங்கில தலைப்பு பார்வைக்கு கிடைத்து அதன் தமிழாக்கம் மனசுக்குள் ஓடியது.

'ஈஸ் த ப்ரெய்ன் ரியலி டெட்?'

'உண்மையில் மூளை இறந்து போகிறதா...?'

35

அறிந்து கொள்வோம்: *நம்நாட்டின் பொருளாதாரத்துக்கு உள்ள பெரிய அச்சுறுத்தல் கள்ள நோட்டுக்கள். இந்தக் கள்ள நோட்டுக்களை ஒழிப்பதற்காக விரைவில் நம் நாட்டில் 'பாலிமர் கரன்சி' (POLIMER CURRENCY) என்று அழைக்கப்படும் ரூபாய் நோட்டுக்களை அச்சடிக்க உள்ளார்கள். அதற்கான முயற்சிகளை ரிசர்வ் பேங்க் ஆஃப் இந்தியா ஆரம்பித்துவிட்டது.*

முதல் கட்டமாக, இந்த 'பாலிமர் கரன்சி' நோட்டுக்களை 5 நகரங்களில் மட்டும் கொண்டு வந்து பரீட்சித்துப் பார்க்க விரும்புகிறது ஆர்.பி.ஐ. அப்படி தேர்ந்து எடுக்கப்பட்ட 5 நகரங்கள் கொச்சி, மைசூர், சிம்லா, ஜெய்ப்பூர், புவனேஸ்வர். நம் நாட்டில் எத்தனையோ நகரங்கள் இருக்க இந்த 5 நகரங்கள் மட்டும் தேர்ந்தெடுக்கப்பட என்ன காரணம்?

இந்த நகரங்கள் ஒவ்வொன்றும் வெவ்வேறு புவி மண்டலத்தில் வித்தியாசமான தட்பவெப்ப நிலையோடு இருப்பதால் அந்த 'பாலிமர் கரன்சி' நோட்டுக்களை அங்கே புழக்கத்தில் விட்டுப் பார்த்து ரூபாய்தாள்களில் ஏதாவது மாறுதல், ரசாயன மாற்றம் தென்படுகிறதா என்று அறிய விரும்புகிறது ரிசர்வ் பேங்க் ஆஃப் இந்தியா. அதற்கு முன்பாக நம் நாட்டில் நிதித்துறை அமைச்சகம், உள்துறை அமைச்ச கம், செக்யூரிட்டி அண்ட் இன்டலிஜென்ஸ் ஏஜென்சிஸ் ஆஃப் சென்டர் அண்ட் ஸ்டேட்ஸ் மற்றும் சென்ட்ரல் ப்யூரோ ஆஃப் இன்வெஸ்டிகேஷன் இவையெல்லாம் ஒன்றாக இணைந்து செயல்பட்டு 'பாலிமர் கரன்சி'யைக் கொண்டு வருவதில் ஒரு முடிவு எடுக்கும். எப்படியும்

அடுத்த சில ஆண்டுகளுக்குள் 'பாலிமர் கரன்சி'கள் நம் நாட்டில் அறிமுகமாகிவிடும்.

உலகத்திலேயே முதன் முதலாக 'பாலிமர் கரன்சி'யைக் கொண்டு வந்த நாடு ஆஸ்திரேலியா. 1996ம் ஆண்டே அங்கு நடைமுறைக்கு வந்துவிட்டது. ஆஸ்திரேலியாவுக்குப் பிறகு கனடா, புரூனே, நியூசிலாந்து, வியட்நாம், நியூ கயானா, ரொமேனியா போன்ற நாடுகளில் பயன்பாட்டுக்கு வந்துள்ளது.

இந்த நாடுகள் எல்லாம் குறைந்த மக்கள் தொகை கொண்டவை. எனவே 'பாலிமர் கரன்சி' நோட்டுக்களை அச்சிட அதிகப் பணம் செலவழிக்க வேண்டியது இல்லை. ஆனால் இந்தியா போன்ற மக்கள் தொகை பெருக்கம் உள்ள நாடுகள் 'பாலிமர் கரன்சி'களை அச்சிட நிதித்துறை ஒரு பெரிய தொகையைச் செலவழிக்க வேண்டியிருக்கும்.

பாலிமர் கரன்சி நோட்டுகள் 'BIAXIALLY ORIENTED POLYPROPYLENE' என்ற பாலிமர் பொருளால் அச்சிடப்படுகின்றன. அவ்வளவு சுலபத்தில் நோட்டுக்களைக் கிழிக்க முடியாது.

விவேக் அந்த 'அல்டிமெட் ஹெல்த்' என்கிற ஆங்கில பத்திரிக்கையில் வெளியாகியிருந்த 'ப்ரெய்ன் டெத்' பற்றிய கட்டுரையைப் படிக்க ஆரம்பித்தான்.

'உண்மையாகவே மூளை இறந்து போகிறதா?'

'மூளைச்சாவு ஒரு டாக்டரால் எப்படி உறுதி செய்யப்படுகிறது?'

'நமது மூளை சுயநினைவுடன் நல்ல நினைவாற்றலோடு செயல்பட உதவுவது மூளைப்பகுதியில் உள்ள ரெட்டிக்குலார் ஆக்டிவேட்டிங் சிஸ்டம் *(RETICULAR ACTIVATING SYSTEM)*. மூளைத்தண்டுவடம், ஹைப்போதாலமஸ், ஆகிய பகுதிகளில்

பாதிப்பு ஏற்பட்டால் மூளையின் இந்த சிஸ்டம் பாதிக்கப்படும். இந்த பாதிப்பைக் காரணம் காட்டி டாக்டர்கள் ஒருவருக்கு மூளைச்சாவு ஏற்பட்டுவிட்டது என்று சொல்லி விடுகிறார்கள். இது தவறான ஒன்றாகும். மூளை இறந்து விட்டால் உடம்பின் மற்ற முக்கியமான உறுப்புகளான இதயம், நுரையீரல், கல்லீரல், சிறுநீரகங்கள், மண்ணீரல் போன்ற உறுப்புகளும் செயலற்றுப் போக வேண்டும். ஆனால் மூளைச் சாவு ஏற்பட்ட ஒருவருக்கு அந்த முக்கியமான உறுப்புகள் சிறப்பாகச் செயல்பட்டுக் கொண்டிருக்கின்றன. இதை ஒரு மனிதனின் இறந்த நிலை என்று எப்படிச் சொல்ல முடியும்...?

உலகில் பல டாக்டர்கள், முக்கியமாக இந்தியாவிலும் நைஜீரியாவிலும் உள்ள ஒரு சில டாக்டர்கள் இந்த மூளைச் சாவைப் பற்றி தப்பாகப் புரிந்து கொண்டு ஏதேதோ ஆராய்ச்சி களைத் தேவை இல்லாமல் செய்து கொண்டிருக்கிறார்கள். வராத ஒரு நோய்க்கு இல்லாத மருந்தொன்றைத் தேடிக் கொண்டு இருக்கிறார்கள்.'

விவேக் அந்தக் கட்டுரையைப் படிப்பதை நிறுத்திவிட்டு தனக்கு முன்பாய் உட்கார்ந்திருந்த விஜய்பாபுவை ஏறிட்டான்.

''இந்த பத்திரிகை உங்களுக்கு எப்படி கிடைச்சது?''

''நான் போன மாசம் சென்னை போயிருந்தபோது ஹிக்கின்பாதம்ஸ் புக் ஷாப்பில் அந்த 'அல்டிமெட் ஹெல்த்' புக் வாங்கினேன். பொதுவாகவே எனக்கு ஹெல்த்' சம்பந்தப்பட்ட புக்ஸ் பிடிக்கும்.''

விவேக் அந்தப் புத்தகத்தின் மொத்தப் பக்கங்களையும் புரட்டிப்பார்த்து விட்டு விஜய்பாபுவிடம் கேட்டான்.

''இந்தப் புத்தகத்தில் இருக்கிற எல்லா மருத்துவக் கட்டுரைகளையும் படிச்சுட்டீங்களா...?''

''ம்... படிச்சுட்டேன்.''

''ஒரு விஷயத்தை நோட் பண்ணீங்களா விஜய்பாபு? இந்தப் புத்தகத்தில் மொத்தம் ஏழு கட்டுரைகள். அதில் ஆறு கட்டுரைகள் வெளிநாட்டு மருத்துவர்களால்

எழுதப்பட்டிருக்கு. ஒரே ஒரு கட்டுரை மட்டும் அதாவது 'உண்மையில் மூளை இறந்து போகிறதா?' என்கிற கட்டுரையை மட்டும் நம் நாட்டைச் சேர்ந்த அதுவும் தமிழ் நாட்டைச் சேர்ந்த ஒரு பெண் டாக்டர் எழுதியிருக்காங்க... டாக்டர் பேரை பாருங்க, வளர்மதி...''

விஜய்பாபு பத்திரிகையை வாங்கிப் பார்த்துவிட்டு மெல்ல தலையாட்டினார். ''ஆமா சார்... கட்டுரை முடியற இடத்துல சின்ன எழுத்துக்களில் *Dr. VALARMATHI*ன்னு போட்டிருக்காங்க. நான் அதை நோட் பண்ணலை. நோட் பண்ணியிருந்தாலும் அதை வளர்மதின்னு படிச்சிருக்கமாட்டேன். யாரோ ஒரு வெளிநாட்டு டாக்டர்ன்னு நினைச்சு 'வாலர் மாட்டி'ன்னு படிச்சிருப்பேன். நீங்க சொன்ன பிறகுதான் அது வளர்மதின்னு தெரியுது...''

விவேக் மெலிதாய் புன்னகையொன்றை தன்னுடைய உதடுகளில் உலவவிட்டபடி சொன்னான்.

''இதுதான் போலீஸ் டிபார்ட்மெண்ட்ல இருக்கிறவங்களுக்கும் மத்தவங்களுக்கும் உள்ள வித்தியாசம். இந்தக் கட்டுரையில் உள்ள வாசகங்களைப் படிச்சுப் பார்க்கும் போது டாக்டர் வளர்மதி ஒரு மனிதனின் மூளைச்சாவுக்கு எதிராக சில கருத்துக்களைச் சொல்லியிருக்காங்க... அதாவது டாக்டர் ருத்திரபதியோட கான்செப்ட்டுக்கு நேர்மாறாக இருக்கு... டு யூ அன்டர்ஸ்டேண்ட் விஜய்பாபு?''

''ஆமா... சார்...''

''அவங்க ஏன் அப்படி சொன்னாங்க...? டாக்டர் ருத்திரபதியை அந்த வளர்மதிக்குத் தெரியுமா தெரியாதா? என்கிற இந்த ரெண்டு கேள்விகளுக்கும் நமக்கு விடை தெரிஞ்சாத்தான் இந்த கேஸ்ல ஒரு பிடிப்பு கிடைக்கும்... அந்த விடையை நோக்கித்தான் இனிமேல் ட்ராவல் பண்ணணும். விஷ்ணு...''

''பாஸ்...''

''இந்த புக்ல இருக்கிற 'இம்ப்ரிண்ட்' விபரங்களை படிச்சுப் பார்த்து எந்த போன் நெம்பரை காண்டாக்ட் பண்ணினா இந்த டாக்டர் வளர்மதி பற்றின பயோ டேட்டா கிடைக்கும்ன்னு கேட்டுப்பாரு.''

விவேக் நீட்டிய புத்தகத்தை வாங்கி அதனுடைய இம்பிரிண்ட் பக்கத்தைத் தேடிப் பிடித்துப் படித்தான் விஷ்ணு. ஒரு நிமிட நேரத்திற்குப் பிறகு ''பாஸ்...'' என்றான்.

''சொல்லு...''

''மொத்தம் நாலு போன் நம்பர் இருக்கு. ரெண்டு இண்டர்நேஷனல். மூணாவது டில்லி, நாலாவது மும்பை.''

''மொதல்ல டில்லிக்குப் பேசு... அப்புறம் மும்பைக்குப் பேசு. போலீஸுன்னு சொல்லிக்க வேண்டாம். சந்தா தொகை எப்படி அனுப்பணும்ன்னு கேளு. பேச்சை முடிக்கும்போது இந்த மாத 'இஷ்யூ'வைப் பற்றி க்ரிடிசைஸ் பண்ணு. முக்கியமாய் டாக்டர் வளர்மதியோட ஆர்டிக்கிள் 'உண்மையில் மூளை இறந்து போகிறதா?' வித்தியாசமான கோணத்தில் எழுதப்பட்ட ஒண்ணுன்னு சொல்லி அந்த டாக்டரைப் பாராட்டணும் போலிருக்கு, அவங்க போன் நம்பரையோ அட்ரசையோ கொடுக்க முடியுமான்னு கேளு...''

''இதோ... ஆரம்பிச்சுட்டேன் பாஸ்...'' விஷ்ணு தன் செல்போனை எடுத்துக் கொண்டு டில்லி எண்களைத் தட்ட ஆரம்பித்தான்.

ஃ

அந்த அரையிருட்டான அறைக்குள் ஜாஃபருக்கு முன்பாய் உட்கார்ந்திருந்த டாக்டர் ருத்திரபதி உலர்ந்து போயிருந்த உதடுகளை ஈரப்படுத்திக் கொண்டு தடுமாற்றமான குரலில் பேசிக்கொண்டிருந்தார்.

''ரெ... ரெ... ரெஜுனவேட் 4141 என்கிற வார்த்தைக்குள் பின்னால் இருக்கிற 'பயோ ட்ரூத்' இதுதான். நம் உடம்பில் உள்ள செல்களின் மரபணுக்களுக்குப் புத்துயிர் கொடுக்கிற பணிதான் அது...''

ஜாஃபர் குறுக்கிட்டான்.

''அது என்ன நம்பர் 4141?''

''அது... வந்து... மரபணுவான '*D.N.A.*' என்கிற ஆங்கில எழுத்துக்களை மறைமுகமாய் குறிப்பிடுகிற எண்கள்.''

''அது எப்படின்னு எனக்குப் புரியலை... கொஞ்சம் புரியும்படியாய் சொல்லுங்க. நான் பள்ளிக்கூட படிப்பைத் தாண்டாதவன்.''

''ஆங்கில 26 எழுத்துக்களில் நாலாவதாய் வர்ற எழுத்து என்ன...?''

யோசித்த ஜாஃபர் விரல்விட்டு எண்ணிவிட்டு ''*D*'' என்றான்.

''பதினாலாவதாய் வர்ற எழுத்து?''

மறுபடியும் விரல்களை விரித்து எண்ணிய ஜாஃபர் ''*N*'' என்றான்.

''முதல் எழுத்து?''

''*A*'' என்று சொன்ன ஜாஃபர் குரலைத் தாழ்த்தினான், ''4141 என்கிற இந்த எண்களுக்குள்ளே டி.என்.ஏ. என்கிற எழுத்துக்கள் இருக்கிற விஷயம் உங்களைத் தவிர வேறு யார் யார்க்கெல்லாம் தெரியும்...?''

ருத்திரபதி மவுனம் சாதிக்க ஜாஃபர் மெல்லச் சிரித்தான்.

''ஒரு நிமிஷமோ ரெண்டு நிமிஷமோ மவுன விரதம் வேணும்ன்னா இருங்க... பொய் மட்டும் சொல்லிடாதீங்க... நீங்க பொய் சொன்ன அடுத்த விநாடியே எலக்ட்ரிக் சேர்ல உட்கார்ந்துட்டு இருக்கிற ஹரியோட உடம்புல 2 ஆயிரம் வோட்ல்ஸ் மின்சாரம் பாயும். இதை நான் உங்களை மிரட்டறதுக்காகச் சொல்லலை... வேணும்ன்னா லைவ்ல பார்க்கிறீங்க...? ரிமோட்டைத் தட்டி டி.வியை ஆன் பண்ணிடட்டுமா?''

''வே... வே... வேண்டாம்... ஹரி ரொம்பவும் நல்ல

பையன். அவனை ஒண்ணும் பண்ணிடாதீங்க... நான் சொல்லிடறேன்... எனக்குத் தெரிஞ்ச எல்லா உண்மைகளையும் சொல்லிடறேன்...''

''ம்... சொல்லுங்க.''

''இந்த 4141 ரெஜூனவேட் விஷயம் எனக்கும் நைஜீரியாவில் இருக்கிற 'பயோ-டெக் ஆரிஜான்' கம்பெனியின் டைரக்டர் 'அடாபி'க்கு மட்டும் தெரியும்...''

''உங்க டாக்டர் ஃப்ரண்ட் வெற்றிவேலுக்கு?''

''தெரியாது... என்னோட ஆராய்ச்சிக்கு வெற்றிவேலோட ஹாஸ்ப்பிடலையும், அந்த ஹாஸ்ப்பிடலில் அட்மிட்டான 'ப்ரெய்ன் டெத்' நிலைக்குப் போகிற நோயாளிகளையும் பயன்படுத்தி கிட்டேன்.''

''ப்ரெய்ன் டெத்' நிலைமைக்குப் போகிற நபர்களைக் காப்பாற்ற முடியும்ங்கிறதுதான் உங்க ஆராய்ச்சி இல்லையா?''

''ஆமா...''

''அது எதுமாதிரியான ஆராய்ச்சி?''

''ரெண்டாயிரம் ஆண்டுகளுக்கு முந்தி கொடைக்கானல் 'ஸ்லிப் ராக்' பகுதியில் 'ஜாராவா' என்கிற மலைஜாதி மக்கள் 200 ஆண்டுகள் ஆயுள் உள்ளவர்களாய் வாழ்ந்து இருக்காங்க என்கிற உண்மை, பண்டைய புவியியல் சார்பு ஆராய்ச்சி மையத்திலிருந்து எனக்குக் கிடைச்சது. நைஜீரியாவில் மூணு ஆண்டுகளுக்கு முன்பு 'ஸேவ் ப்ரெய்ன் டெத்ஸ்' என்கிற பெயரில் செமினார் நடந்தது. அந்த செமினாரில் நானும் பயோ - டெக் ஆரிஜான் டைரக்டர் அடாபியும் நண்பர்களானோம். நிறைய பேசினோம். அந்த சமயத்துலதான் கொடைக்கானல் ஸ்லிப் ராக் பகுதியில் வாழ்ந்த 'ஜாராவா' மக்களைப் பற்றியும், அவர்கள் 200 ஆண்டுகள் ஆயுள் கொண்டவர்களாக வாழ்ந்ததைப் பற்றியும் சொன்னேன். அதைக் கேட்ட அடாபி அந்த இடத்தில் ஏதாவது அகழ்வாராய்ச்சி நடத்தப்பட்டு கீழே புதையுண்ட அந்தக்கால மக்களின் எலும்பு கிடைத்தால் அதிலிருந்து

பெறப்படும் டி.என்.ஏ.க்களைப் புதுப்பித்து, இன்றைய 'ப்ரெய்ன் டெத் கேஸ்' நோயாளிக்குப் பயன்படுத்துவதின் மூலம் அவர்களைக் காப்பாற்ற முடியும்னு சொன்னார். அவர் அப்படிச் சொன்ன சில மாதங்களுக்குள்ளாகவே நம்ம ஆர்க்கியாலஜி டிபார்ட்மெண்ட் தமிழ்நாட்டின் சில இடங்களில் அகழ்வாராய்ச்சி நடத்தத் திட்டமிட்டாங்க. அதுல ஒரு இடம் கொடைக்கானலின் ஸ்லிப் ராக். நான் உடனே மனிதவளத்துறை அமைச்சகத்தில் இருந்த பி.ஏ. ஒருத்தரை மீட் பண்ணி, சிபாரிசு லெட்டர் வாங்கிட்டு வந்து, 'ஸ்லிப் ராக்' அகழ்வாராய்ச்சி நிர்வாகி விஜய்பாபுவிடம் கொடுத்து, அந்த இடத்தில் புதையுண்ட மனித எலும்புகள் ஏதாவது கிடைக்கப் பெற்றால் தகவல் கொடுக்கும்படியாய் சொன்னேன்.''

''அந்த விஜய்பாபு தகவல் ஏதாவது கொடுத்தாரா?''

''ம்... கொடுத்தார்... எலும்புகளின் போட்டோக்களையும் எனக்கு அனுப்பி வெச்சிருந்தார். நானும் புறப்பட்டுப் போக தயாராய் இருந்தேன். அதுக்குள்ளே நான் எதிர்பார்க்காத சில சம்பவங்கள் நடந்துடுச்சு...''

ஜாஃபர் சிரித்தான்.

''தப்பா சொல்றீங்க டாக்டர்...''

''தப்பா சொல்றேனா?''

''ஆமா... டாக்டர்... இனிமேல்தான் நீங்க எதிர்பார்க்காத சம்பவங்கள் நடக்கப் போகுது... அதுக்கான தயார் நிலையில் உங்க மனசை வெச்சுக்கணும்...''

ஜாஃபரை திகிலோடு பார்த்தார் டாக்டர் ருத்திரபதி.

36

அறிந்து கொள்வோம்: *இப்போது நாம் எந்த டிபார்ட்மெண்ட் ஸ்டோருக்குச் சென்றாலும் சரி, நாம் வாங்கும் எல்லாப் பொருட்களிலும் ஒரு ஸ்டிக்கர் ஒட்டப்பட்டு, அதில் ஒரு பார்கோடு அச்சிடப்பட்டு இருக்கும். அதற்குக் கீழே FOR MORE INFORMATION SCAN THE QR CODE என்கிற ஆங்கில வாக்கியமும் காணப்படும். அந்த பார்கோடு என்பது விலைக்காக மட்டுமே அல்ல. அதை வைத்தே அந்தப் பொருள் தொடர்பான முழு தகவல்களையும் அறிந்து கொள்ளலாம்.*

ஒரு டூத் பேஸ்ட் அல்லது உணவு தானியங்கள் அடங்கிய பாக்கெட்டை நாம் வாங்குவதாக வைத்துக் கொள்வோம். அதில் உள்ள பார்கோடை இணையதளத்தில் உள்ள 'விக்கி பீடியா'வில் டைப் செய்து பார்த்தால் அந்தத் தயாரிப்பு சம்பந்தமான எல்லா விவரங்களும் திரையில் வரிசை கட்டி நிற்கும். விவரங்கள் என்றால் நாம் வாங்கிய பொருள்களைப் பற்றிய தகவல்கள் மட்டுமல்ல, அந்தப் பொருளைத் தயாரித்த நிறுவனத்தின் செயல்பாடுகள், அந்த நிறுவனத்தின் தர வரிசை, விமர்சனங்கள், பொது மக்களின் கருத்துக்கள், குற்றச் சாட்டுகள், கம்பெனியின் ஊழியர்கள் நடத்தப்படும் விதம் போன்ற தகவல்களும் இடம் பெற்றிருக்கும். பார்கோடுகள் முதலில் சில குறிப்பிட்ட பொருள்கள் மீது மட்டுமே அச்சிடப்பட்டு வந்தன. பார்கோடு என்பதற்குத் தமிழில் பட்டைக் குறையீடு என்று அர்த்தம். 1948ம் ஆண்டு அமெரிக்காவின் 'பெர்னார்டு சில்வர்' (BERNARD SILVER) மற்றும் 'நோர்மன் ஜோசப் ட்லாண்ட்' ஆகியோரின் முயற்சியால் இது கண்டுபிடிக்கப்பட்டது.

பார்கோடுகளில் மேலிருந்து கீழாக அச்சிடப்பட்டிருக்கும் கோடுகளின் இறுதியில் அதற்கு ஈடான மதிப்பு எழுதப்பட்டு இருக்கும்.

பார்கோடு மொழியில் இரட்டைக்கோடு என்பது 6 என்ற எண்ணைக் குறிப்பதாகும். QR CODE என்றால் QUICK RESPONSE CODE என்று அர்த்தம்.

டாக்டர் ருத்திரபதி அந்த ஜாஃபரை ஏறிட்டபடி குரல் நடுங்கக் கேட்டார்.

''நீ என்ன சொல்றே...? இனிமேல்தான் நான் எதிர்பார்க்காத சம்பவங்கள் நடக்கப்போகுதா...?''

''ஆமா...''

''நீ பேசறது எனக்குப் புரியலை.''

''இப்போ உங்களுக்குப் புரியாது. ஆனா போகப் போகப் புரியும். ஒரு வாரம், பத்து நாளைக்கு இந்த இடம், சூழ்நிலை உங்களுக்குப் புதுசாய் இருக்கும். அதுக்கு நீங்க பழகணும். அதுக்கப்புறம் நாம நிறைய பேச வேண்டியிருக்கும்.''

ருத்திரபதி சற்றே கோபமாய், குரலை உயர்த்தினார்.

''இதோ பார்... நீ கேட்ட கேள்விக்கெல்லாம் நான் தெளிவாய் பதில் சொல்லிட்டேன். மருத்துவத் துறையில் நான் எடுத்துக்கிட்ட இந்த ஆராய்ச்சி பிற்கால மனிதகுலத்துக்கு ஒரு வரப்பிரசாதமாய் அமையும் என்கிற நம்பிக்கையோடுதான் இந்த 'சேவ் ப்ரெய்ன் டெத்' ஆராய்ச்சியில் ஈடுபட்டேன். என்னோட ஆராய்ச்சிக்கு சுபத்ராவும், ஹரியும் உதவியாளர்களாய் இருந்தாங்க... சுபத்ரா இப்போது உயிரோடு இல்லை. உயிரோடு இருக்கிற ஹரியையாவது என்கூட அனுப்பி வெச்சுடு... நாங்க போயிடறோம். மேற்கொண்டு எங்களுக்கு இந்த ஆராய்ச்சியே வேண்டாம்... நான் இனிமே என்னோட டாக்டர் தொழிலை மட்டும்

பார்க்கிறேன்...!''

''சாரி டாக்டர்... சுபத்ராவை நாங்க போட்டுத் தள்ளினதுக்குக் காரணம் இந்த இடத்திலிருந்து அவ ரெண்டு தடவை தப்பிக்க முயற்சி பண்ணினா. ஒரு தடவை என் கையில் இருந்த துப்பாக்கியைத் தட்டிவிட முயற்சி பண்ணினா. அதுக்கும் மேலேயும் பொறுக்க முடியாத காரணத்தாலதான் அவளைச் சுட வேண்டியதாயிடுச்சு. இனிமேல் நீங்களும் சரி... ஹரியும் சரி இந்த இடத்திலிருந்து போக முடியாது. மீறித் தப்பிக்க முயற்சி பண்ணினால் சுபத்ராவுக்கு நேர்ந்த கதிதான் உங்களுக்கும், ஹரிக்கும்.''

ருத்திரபதி சில விநாடிகளுக்கு ஒன்றும் பேசாமல் அப்படியே நின்றார். மனசுக்குள் யோசனை ஓடியது.

'இவனுக்கு எதிராய் முரண்டு பிடிப்பதில் எந்த விதமான பிரயோஜனமுமில்லை... இன்னமும் என்னிடம் எதையோ எதிர்பார்க்கிறார்கள். அது என்ன என்று புரிகிற வரைக்கும், இவனுக்குப் பின்னால் இருக்கிற நபர்கள் யார் என்று தெரிகிற வரைக்கும் அனுசரணையாய் நடந்து கொள்வது அவசியம்.'

ஜாஃபர் சிரித்தான்.

''என்ன டாக்டர்... மனசுக்குள்ளே சிந்தனைக் குதிரை வேகமாய் ஓடுது போலிருக்கு...''

''ஹரியை நான் பார்க்கணும்.''

''பயப்படாதீங்க டாக்டர்... ஹரியை நாங்க ஏதும் பண்ணல. பண்ணவும் மாட்டோம். இன்னும் அரைமணி நேரத்துக்குள்ளே அவனே இங்கே வருவான். உங்களைப் பார்த்து பேசுவான். இனிமே நீங்க ரெண்டு பேரும் ஒரே ரூம்லதான் தங்கப் போறீங்க. ஒண்ணா சாப்பிட்டு, ஒண்ணா தூங்கி ஒருத்தருக்கு ஒருத்தர் மனசு விட்டுப் பேசினால்தான் எங்களுக்கு நல்லது...''

ஜாஃபர் பேசிக் கொண்டிருக்கும்போதே ஹோட்டலில் பேரராய் வந்த நபர் கையில் செல்போனோடு நெருங்கினான்.

''ஜாஃபர்... உனக்கு போன்.''

‘‘லைன்ல யாரு...?’’

‘‘மாதவ்...’’

‘‘விஷயம் என்னான்னு கேட்டியா?’’

‘‘கேட்டேன்... உன்கிட்டதான் பேசணுமாம்.’’

ஜாஃபர் போனை வாங்கிப் பேசினான்.

‘‘சொல்லு மாதவ்...?’’

‘‘ஜாஃபர்... நீ சொன்ன மாதிரியே முடிச்சுட்டேன்.’’

‘‘எப்போ?’’

‘‘இப்பத்தான், ஒரு அரைமணி நேரத்துக்கு முந்தி.’’

‘‘யாரும் உன்னைப் பார்த்துடலையே...?’’

‘‘பார்க்கிற மாதிரியா பண்ணுவேன்... வாட்ஸ் அப் அனுப்பியிருக்கேன் பாரு..’’

‘‘சரி... நாளைக்கு வந்து பணத்தை செட்டில் பண்ணிக்க...’’

செல்போனை அணைத்த ஜாஃபர் வாட்ஸ் அப் போய் பார்த்து முகம் மலர்ந்தான். பிறகு ருத்திரபதியை ஏறிட்டான்.

‘‘டாக்டர்... உங்களை ப்ளாக்மெயில் பண்ணின இன்ஸ்பெக்டர் பேரு மார்த்தாண்டம்தானே?’’

ருத்திரபதி முகம் மாறினார்.

‘‘அது உனக்கு எப்படி...?’’

‘‘தெரியும்ன்னு கேட்கறீங்களா... உங்களுக்கு ஒரு பிரச்சனைன்னா அது எனக்கு வந்த பிரச்சனை மாதிரி டாக்டர்... உங்களை எவன் உரசிப் பார்த்தாலும் சரி அவன் உயிரோடு இருக்க மாட்டான்.’’

ருத்திரபதி கலவரமானார்.

‘‘இ... இ... இப்போ மார்த்தாண்டம்?’’

‘‘உயிரோடு இல்லை... என்னோட ஆளு ஒருத்தன்

மார்த்தாண்டத்தை முடிச்சுட்டான். முடிச்ச கையோடு அதை 'வாட்ஸ் அப்'ல எனக்கு அனுப்பி வெச்சிருக்கான். ம்... பாருங்க...''

ஜாஃபர் செல்போனை நீட்ட ருத்திரபதி வாங்கிப் பார்த்தார். உடம்பு நடுங்கியது.

மார்த்தாண்டம் ரத்த வெள்ளத்தில் ஒருக்களித்து விழுந்திருந்தார். யூனிபார்ம் முழுவதும் திட்டுத்திட்டாய் ரத்தம். தொப்பி தள்ளிப் போய் விழுந்து இருந்தது. சம்பவம் நடந்த இடம் மரங்கள் அடர்ந்த ஒரு தனிமையான பகுதிபோல் தெரிந்தது.

ஜாஃபர் சிரித்தான். ''உங்களைப் பத்தின எந்த ஒரு தகவலும் எவனுக்கும் தெரிஞ்சிருக்கக்கூடாது, டாக்டர். அப்படி அவனுக்குத் தெரிஞ்சிருந்தா அவன் உயிரோடு இருக்க மாட்டான்.''

டாக்டர் ருத்திரபதியின் மனசுக்குள் இருந்த பயத்தின் சதவீதம் இப்போது கணிசமாய் அதிகரித்தது.

'இவர்கள் சாதாரணமானவர்கள் அல்ல'

'இங்கேயிருந்து நானும் ஹரியும் எப்படித் தப்பித்து வெளியே போகப் போகிறோம்?'

௭௦

கார் போய்க்கொண்டிருக்க விஷ்ணு பரவசமாய் சுற்றும் முற்றும் பார்த்தபடி சொன்னான்.

''பாஸ்... நீங்க என்ன சொன்னாலும் சரி... கேரளா கேரளாதான். தலையை 360 டிகிரி கோணத்துல எந்தப் பக்கம் திருப்பினாலும் அழகு கொட்டி கிடக்கு. அது 16 வயசு பெண்ணாக இருந்தாலும் சரி 61 வயசு பாட்டியாக இருந்தாலும் சரி...''

காரை ஓட்டிக் கொண்டிருந்த விவேக், ''விஷ்ணு! அந்த அட்ரசை மறுபடியும் ஒரு தடவை படிச்சுட்டு அதோ அந்த டீக்கடையில போய் கேட்டுட்டு வா... எல்லாப் பக்கமும்

ரோடு பிரியுது. ஏமாந்து ராங் டைரக்‌ஷன்ல போயிட்டா டைம் வேஸ்டாயிடும்.'' என்றான்.

''பாஸ்... நான் ஒரு விஷயத்தைப் பத்தி கமென்ட் பண்ணினேன்... அதுக்கு உங்ககிட்டேயிருந்து எந்த ரெஸ்பான்சும் இல்லை...''

''ஏதோ 16, 61ன்னு கணக்கு சொன்னே?''

''அதேதான் பாஸ்...''

''அந்த நெம்பர்சை கூட்டணுமா... பெருக்கணுமா?''

''கழிக்கணும்... போங்க பாஸ்...''

விவேக் காரை மரத்தடியில் நிறுத்தினான். விஷ்ணு கீழே இறங்கினான்.

''அந்த டீக்கடைக்காரனுக்குத் தமிழ் தெரியாது. எனக்கு மலையாளம் தெரியாது. ஏதாவது ஒரு பாஷையில் பேசி அட்ரசுக்கான வழியைக் கேட்கணும்...'' மனசுக்குள் பேசிக் கொண்டே டீக்கடையை நெருங்கியவனுக்கு ஓர் இன்ப அதிர்ச்சி. நேந்திரம்பழ வாழைத்தாருக்குப் பக்கத்தில் ஒரு மரப் பெஞ்சில் உட்கார்ந்து நரைத்த தலையோடு தினமலர் தமிழ் நியூஸ் பேப்பர் படித்துக் கொண்டிருந்தார் அந்த நபர்.

விஷ்ணு அளவில்லாத ஆனந்தத்தோடு அவர் பக்கத்தில் போய் உட்கார்ந்தான். மெல்ல குரல் கொடுத்தான்.

''ஒரு சின்ன உதவி.''

அவர் பேப்பரைத் தாழ்த்தினார். என்ன என்பது போல் பார்த்தார். விஷ்ணு ஆரம்பித்தான்.

''சென்னையிலிருந்து வர்றோம். இது கொல்லம் ரோடுதானே?''

''ஆமா...''

''கருநாகப்பள்ளி கிராமத்துக்கு எப்படிப் போகணும்? இந்த இடத்திலிருந்து பல ரோடு பிரியறதால ஒரு சின்னக் குழப்பம்.''

அவர் கைகாட்டினார். ''அதோ... வலதுபுறம் ஒரு ரோடு யூ டர்ன் மாதிரி தெரியுதே... அதுல போங்க... அஞ்சாவது கிலோ மீட்டர்ல கருநாகப்பள்ளி கிராமம் வரும்... ரொம்ப சின்னக் கிராமம்...''

''தேங்க்ஸ்.'' விஷ்ணு சொல்லிக் கொண்டே எழ முயல அவர் கேட்டார்.

''அந்த கிராமத்துக்கு எதுக்காகப் போறீங்க...? யாராவது தெரிஞ்சவங்க இருக்காங்களா...?''

''ஆமா...''

''கார்லதானே வந்து இருக்கீங்க... பார்த்துப் போங்க, ரோடு மேடு பள்ளமுமாய் இருக்கும். ராத்திரி நேரத்துல வண்டியை ஓட்டுறது கஷ்டம்...''

விஷ்ணு அவருக்கு ஒரு நன்றி சொல்லிவிட்டுக் காருக்கு வந்தான். விவேக் செல்போனில் பேசிக் கொண்டிருந்தான்.

''எஸ்... சார்... கொல்லம் வந்துட்டோம். இன்னிக்கு எப்படியும் கருநாகப்பள்ளி கிராமத்துக்குப் போய் அந்த டாக்டர் வளர்மதியைப் பார்த்துப் பேசிடுவோம்... அடுத்த ஒரு மணி நேரத்துக்குள்ளே மறுபடியும் உங்களுக்கு போன் பண்றேன் சார்...''

விவேக் செல்போனை அணைக்க விஷ்ணு காருக்குள் ஏறி உட்கார்ந்தான். ''பாஸ்... அதோ அந்த ரோட்ல போகணும். அஞ்சாவது கிலோமீட்டர்ல அந்த கிராமம் கருநாகப்பள்ளி.''

விவேக் காரைத் திருப்பினான்.

''தெளிவா கேட்டுகிட்டியா...?''

''தமிழ் தெரிஞ்ச ஒருத்தரே இருந்தார். கூகுள் மேப் மாதிரி ரூட் போட்டுக் கொடுத்துட்டார். ரொம்ப சின்ன கிராமமாம். ரோடு குண்டும் குழியுமாய் இருக்குமாம்...''

விஷ்ணு சொன்ன வழியில் காரை நுழைத்தான் விவேக். அரை கிலோ மீட்டர் வரை சுமாராய் இருந்த ரோடு பிறகு பல்லாங்குழியாய் மாறியது.

''ரோடே இந்த லட்சணத்துல இருந்தா அந்த கருநாகப்பள்ளி கிராமம் போய் சேரவே ஒரு மணி நேரம் ஆயிடும் போலிருக்கே பாஸ்...''

''விஷ்ணு... மொதல்ல சாதாரணமாய் தெரிஞ்ச ஒரு விஷயம் எனக்கு இப்போ ரொம்பவும் நெருடலாயிருக்கு?''

''எந்த விஷயம் பாஸ்?''

''நீ 'அல்டிமேட் ஹெல்த்' பத்திரிகை ஆபீசுக்கு போன் பண்ணி டாக்டர் வளர்மதி எழுதிய மூளை இறப்புப் பற்றிய ஆர்ட்டிக்கிளை பாராட்டிப் பேசின போது அவங்க ரியாக்ஷன் எப்படி இருந்தது?''

''ரொம்பவும் சந்தோஷப்பட்டாங்க பாஸ். வளர்மதியைப் பற்றின ஒரு சின்ன பயோ டேட்டாவையும் கொடுத்தாங்க.''

''டாக்டர் வளர்மதி நியூராலஜி சம்பந்தப்பட்ட மருத்துவ படிப்பு எம்.எஸ், அப்புறம் வெளிநாட்டுக்குப் போய் எஃப். ஆர்.சி.எஸ், எம்.ஆர்.சி.எஸ்... படிச்சிருக்காங்க இல்லையா?''

''ஆமா பாஸ்.''

''இவ்வளவு பெரிய மருத்துவப் பட்டங்களைப் பெற்ற ஒரு தமிழ்நாட்டு டாக்டர் கேரளாவில் கொல்லத்துக்குப் பக்கத்தில் இருக்கிற ஒரு சின்ன கிராமமான கருநாகப்பள்ளியில் குடியேற வேண்டிய அவசியம் என்ன?''

''மில்லியன் டாலர் கேள்வி பாஸ்...'' விஷ்ணுவின் முகம் மாறியிருக்க கார் அந்த மோசமான சாலையில் தத்தித் தத்தி கருநாகப்பள்ளி கிராமத்தை நோக்கிப் போய்க் கொண்டிருந்தது.

37

அறிந்து கொள்வோம்: *துபாயில் பாலியல் தொழில் புதிய சட்டப்படி பெரிய குற்றமாய் கருதப்படுகிறது. சமீபத்தில் இந்தியர்கள் உட்பட பாலியல் தொழிலில் ஈடுபட்ட 190 ஆசியப் பெண்களை துபாய் நாட்டு அதிகாரிகள் கைது செய்துள்ளனர். அந்த நாட்டின் நைஃப் பகுதியில் உள்ள சில விடுதியில் இந்தத் தொழில் நடைபெற்று வருகிறது. பாலியல் தொழிலில் ஈடுபடுபவர்களுக்குப் புதிய சட்டப்படி ஆயுள் தண்டனை வழங்கப்படுகிறது.*

அதே நேரத்தில் பாலியல் தொழிலில் 18 வயதுக்கும் குறைவான அப்பாவி இளம் பெண்களை ஈடுபடுத்து பவர்களுக்கு மரணதண்டனை விதிக்கப்படும். இப்படிப்பட்ட குற்றங்களில் ஈடுபடுபவர்கள் யார் என்பதைக் கண்டுபிடிக்க நாடு முழுவதும் பாதுகாப்பு மையங்கள் அமைக்கப்பட்டுள்ளன. பெண்களுக்கு எதிரான குற்றங்களை துபாய் அரசு சாதாரணமாக எடுத்துக் கொள்வது இல்லை.

துபாயில் பொது இடங்களில் மது அருந்துவதும், மது அருந்திவிட்டு வாகனங்களை ஓட்டுவதும் கடுமையான குற்றங்களாகும். துபாயில் குடியுரிமை உள்ளவர்கள் இது மாதிரியான குற்றங்களைச் செய்தால் அடுத்த 24 மணி நேரத்தில் குடியுரிமை ரத்து செய்யப்பட்டுச் சிறையில் அடைக்கப்படுவார்கள். வெளிநாட்டுப் பயணிகளாய் இருந்தால் பாஸ்போர்ட், விசா போன்றவை ரத்து செய்யப்பட்டு அடுத்த விமானத்திலேயே வலுக்கட்டாயமாக அவர்கள் நாட்டுக்குத் திருப்பி அனுப்பப்படுவார்கள். துபாயைப் பொறுத்தவரை சட்டம் அங்கு எல்லாருக்கும் சமம்.

கார் கருநாகப்பள்ளியை நோக்கிப் போய்க் கொண்டிருக்க விஷ்ணு இடுப்பைப் பிடித்துக் கொண்டு சொன்னான்.

''பாஸ்... என்னோட வாழ்க்கையில இவ்வளவு மோசமான ரோட்டை நான் பார்த்ததே கிடையாது. ஏதோ பூமியை விட்டு சந்திர மண்டலத்துக்கோ, செவ்வாய் கிரகத்துக்கோ போய்கிட்டு இருக்கிற மாதிரி தெரியுது... காரைப் பார்த்து ஓட்டுங்க பாஸ்... கொஞ்ச நேரத்துல ஒரு பெரிய பள்ளத்தாக்கு வர்ற மாதிரி தெரியுது...''

''பார்த்துட்டேன்...''

''உங்களுக்கு கருடப்பார்வை பாஸ்...''

கார் அந்த அபாயகரமான சரிவில் இறங்கி உயிரைப் பிடித்துக் கொண்டு மேலே ஏறியது.

''விஷ்ணு...! கிராமத்துக்கு வந்துட்டோம்ன்னு நினைக்கிறேன்... அதோ... நேந்திரம் வாழைப்பழத் தாரோடு ரெண்டு டீக்கடை தெரியுது... நான் அப்படி காரை ஓரமாய் நிறுத்தறேன். நீ போய் டாக்டர் வளர்மதியோட வீட்டு அட்ரசை விசாரிச்சுட்டு வா...'' விவேக் சொல்லிக் கொண்டே காரை ரோட்டோரமாய் நிறுத்த, விஷ்ணு இறங்கி முண்டு அணிந்த அந்த பெண்ணின் கடையை நோக்கிப் போனான்.

5 நிமிட நேரத்தில் திரும்பி வந்தான். காரில் ஏறி உட்கார்ந்துக் கொண்டே சொன்னான்.

''பாஸ்... இன்னும் கொஞ்சம் தூரம் போனா ஒரு பகவதி அம்மன் கோயில் வரும். அந்தக் கோயிலை ஒட்டி ஒரு ரோடு போகும். அந்த ரோட்ல கடைசி வீடு... ஓமனக் குட்டி கொடுத்த இன்ஃபர்மேஷன் இவ்வளவுதான்...''

''ஓமனக் குட்டி யாரு... அந்தக் கடையில வேலை செய்யுற பொண்ணா...?''

''வேலை செய்யற பொண்ணு இல்ல பாஸ்... கடையோட ஓனர்...''

''ஸாரி விஷ்ணு... பெரிய தப்புப் பண்ணிட்டேன்.''

''பரவாயில்லை பாஸ்... யானைக்கும் 'ஸ்லிப்' ஆகும்...''

கார் ஒரு நிமிட தூரம் ஓடியதும் பகவதி கோயில் சிறிய கோபுரத்தோடு பார்வைக்குத் தட்டுப்பட்டது.

''பக்கத்து ரோடு, பாஸ்.''

கார் திரும்பி அந்த செம்மண் பாதையில் பயணித்து கடைசி வீட்டுக்கு முன்பாய் நின்றது.

சற்றே பழமையான வீடு. காம்பவுண்ட் சுவர் முழுவதும் பாசி படர்ந்து சிதிலமாய் தெரிந்தது. கண்ணாடி ஜன்னல்கள் இறுக்கமாய் சாத்தப்பட்டு எல்லாத் திசைகளிலும் கனமான நிசப்தம் நிலவியது.

இருவரும் இறங்கினார்கள்.

''பாஸ்... வீட்டைப் பார்த்தா டாக்டர் வீடு மாதிரி இல்லையே... ஏதோ மாந்திரீக நம்பூதிரி வீடு மாதிரி பயமுறுத்துதே...?''

விவேக் கேட்டை நெருங்கித் தள்ளினான். அது சத்தம் இல்லாமல் உள்வாங்கியது. நுழைந்தார்கள். பராமரிக்கப்படாத புல்தரையும் ஒரு மரத்தூணுடன் கட்டப்பட்டிருந்த கறுப்பு நாயும் உடனடியாய் பார்வைக்குத் தட்டுப்பட்டது.

''பாஸ்... நாய்...!''

அப்படியே நின்றார்கள்.

படுத்திருந்த நாய் எழுந்து அவர்களைப் பார்த்தது.

''என்ன விஷ்ணு... நாய் குரைக்கவேயில்லை...''

''பாவம்... ஊமை போலிருக்கு பாஸ்...!''

நாய் பார்த்துக் கொண்டிருக்க, இருவரும் நடந்து வாசற்படி ஏறி கதவுக்குப் பக்கத்தில் இருந்த ஸ்விட்ச் போர்ட்டை நெருங்கினார்கள். அழைப்புமணியின் பொத்தானில் கையை வைத்தான் விஷ்ணு.

வீட்டுக்குள் 'கிர்ர்ர்ர்' என்றது.

முழுதாய் ஒரு நிமிஷம் கரைந்திருந்தபோது, கதவு சத்தம் இல்லாமல் பின்வாங்க, 50 வயதின் விளிம்பில் தலைமுடிக் கொண்டை 'பெப்பர் சால்ட்'டில் தெரிய, அந்த பெண் தெரிந்தாள். கண்களில் ரிம்லஸ் ஸ்பெக்ஸ். கையில் ஒரு புத்தகம்.

''எஸ்...'' என்றார்.

''டாக்டர் வளர்மதி...''

''இட்ஸ் மீ... நீங்க..?''

''அயாம் விவேக், ஹி ஈஸ் விஷ்ணு... வீ போத் ஆர் கம்மிங் ஃப்ரம் க்ரைம் பிராஞ்ச் ஆஃப் சென்னை...!''

''ஒய் ஹேவ் யூ கம் ஹியர்...?''

''ஜஸ்ட் ஏன் என்கொய்ரி.''

''ஃபார் வாட்?''

''உள்ளே போய் பேசலாமா மேடம்?''

''ப்ளீஸ்...''

உள்ளே போனார்கள். வீட்டுக்குள் இன்னமும் பழமை நெடி தூக்கலாய் இருந்தது. பழங்காலத்து சோபாக்கள், அலமாரி, புக் ஷெல்ஃப், ஃப்ளவர் வாஸ் என்று எல்லாமே ஆர்க்கியாலஜி டிபார்ட்மெண்ட்டிலிருந்து கொண்டுவரப்பட்டவை போன்ற வாசனை அடித்தது.

விவேக்கையும் விஷ்ணுவையும் உட்காரச் சொல்லிவிட்டு எதிரே இருந்த சோபாவுக்குச் சாய்ந்தார். கையில் இருந்த புத்தகத்தை டீபாயின் மேல் வைத்துவிட்டுக் கேட்டார்.

''சொல்லுங்க என்ன விஷயம்?''

விவேக் நிதமானமான குரலில் பேச்சை ஆரம்பித்தான்.

'''தி அல்டிமேட் ஹெல்த்' என்கிற மேகசீனில் 'மூளைச் சாவு' பற்றிய கட்டுரை ஒண்ணை எழுதியிருந்தீங்க.. தலைப்பு '*IS THE BRAIN REALLY DEAD...?*'''

''ஆமா...''

''அது சம்பந்தமாய் சில கேள்விகள்...''

''ப்ளீஸ்...''

''உங்க கட்டுரையைப் படிச்சோம்... அதனுடைய சாராம்சம் மூளை உண்மையில் இறந்து போவது இல்லை என்பதுதான்.''

''ஆமாம்...''

''ஆனா... மற்ற டாக்டர்கள் உங்க கான்செப்ட்டுக்கு எதிராய் இருக்காங்களே...''

''ஒரு உண்மை வெளிப்பட்டா அதை மறைக்க பல பொய்கள் பிறக்கும். அதைப் பற்றியெல்லாம் நான் கவலைப்படுவது இல்லை.''

''சரி... டாக்டர் ருத்திரபதியை உங்களுக்குத் தெரியுமா?''

''தெரியும்...''

''அவர் செய்கிற ஆராய்ச்சிகளைப் பற்றி நீங்க என்ன நினைக்கிறீங்க டாக்டர்...?''

''நான் எதுவும் நினைக்கல..''

''அவரை உங்களுக்குத் தெரியுமா...?''

''தெரியும்...''

''பார்த்துப் பேசியிருக்கீங்களா?''

''ம்... பேசியிருக்கேன்.''

''அவர் மூளைச்சாவு ஏற்பட்டவர்களைக் காப்பாற்றுவதற்காக, 'ப்ராஸ்தடிக்' என்ற செயற்கைத் தலையையும், அந்தத் தலைக்குள் இருந்த மூளை போன்ற ஒரு அமைப்பையும் பயன்படுத்தி ஓர் ஆராய்ச்சியை மேற்கொண்ட விஷயம் தெரியுமா?''

''தெரியும்..''

''அதைப்பத்தி உங்க கருத்து என்ன...?''

''சாரி... நான் யாரைப் பத்தியும், எதைப்பத்தியும் எதுவும் சொல்ல விரும்பலை...''

‘‘டாக்டர்...! ஏன் இப்படி நான் கேட்ட கேள்வி களுக்கெல்லாம் பட்டும் படாததுமா பதில் சொல்றீங்க...? டாக்டர் ருத்திரபதியோட இந்த ‘ப்ராஸ்தடிக்’ ஆராய்ச்சியின் பின்னணியில் ஒரு பெரிய விபரீதம் மறைஞ்சிட்டு இருக்கு... நீங்க தெளிவான பதில்களைச் சொல்லாத பட்சத்தில் அந்த விபரீதத்துக்குப் பின்னாடி இருக்கிற நபர்களைக் கண்டுபிடிக்க முடியாது... எல்லாவற்றுக்கும் மேலாய் இப்ப காணாமல் போயிருக்கிற ருத்திரபதியையும் அவருடைய உதவியாளர்கள் சுபத்ராவையும் ஹரியையும் கண்டுபிடிக்கவே முடியாதபடி போய்விடும்.’’

இப்போது டாக்டர் வளர்மதியின் முகத்தில் சின்னதாய் ஓர் அதிர்ச்சி ரேகை ஓடி மறைந்தது.

‘‘என்ன சொன்னீங்க... டாக்டர் ருத்திரபதியையும் அவருடைய உதவியாளர்களையும் காணோமா?’’

‘‘ஆமா...’’

‘‘எப்ப இருந்து?’’

‘‘கடந்த இரண்டு நாட்களாய்.’’

‘‘அவருக்கு இப்படியொரு நிலை ஏற்படும்ன்னு ஏற்கனவே கெஸ் பண்ணி வச்சிருந்தேன். அந்த கெஸ் வொர்க்படி அப்படியே நடந்திருக்கு... ஆனா இதுக்குக் காரணம் யாராய் இருக்க முடியும்ன்னு என்னால சொல்ல முடியாது, காரணம் அவருடைய கண்டுபிடிப்பு சம்மந்தப்பட்ட உண்மைகளை அறிய மருத்துவத்துறை சம்பந்தப்பட்ட சர்வதேச நிறுவனங்கள் இடையே ஒரு பெரிய போட்டியே இருந்தது.’’

‘‘அந்த நிறுவனங்கள் எது எதுன்னு சொல்ல முடியுமா?’’

‘‘ஸாரி... அப்படியெல்லாம் குறிப்பிட்டுச் சொல்ல முடியாது. கூகுள்ல போய் ‘ப்ரெய்ன் டெத்,’ ‘ப்ராதஸ்டிக்’ தலையைப் பற்றிய விபரங்களை ‘ஸர்ச்’ பண்ணுங்க... அந்த விஷயங்களோடு சம்பந்தப்பட்ட சர்வதேச நிறுவனங்களின் தகவல் உங்களுக்குக் கிடைக்கும்... இதுக்கு

மேல இதைப்பத்தி பேச நான் விரும்பல... ஏதாவது டீ, காப்பி சாப்பிடறீங்களா... போட்டுத் தர்றேன்... சாப்பிட்டு நீங்க புறப்படலாம்...''

''நோ தேங்ஸ்...'' என்று மறுத்த விவேக் சில விநாடிகள் மவுனமாய் இருந்துவிட்டுக் கேட்டான்.

''இட்ஸ் ஓ.கே... மேடம்... அந்த விஷயங்களை மறந்துடுவோம்... இப்ப பர்சனலாய் சில கேள்விகள்...''

''என்ன...?''

''நரம்பியல் துறையில் எம்.எஸ்., எஃப்.ஆர்.சி. எஃப்,எம். ஆர்.சி.எஃப், படிச்ச நீங்க தமிழ்நாட்டை விட்டு கேரளாவுக்கு வந்து இப்படி ஒரு குக்கிராமத்தில் குடியிருக்க என்ன காரணம்...?''

''எனக்கு இந்த மருத்துவத் தொழில் பிடிக்கல...! ஏன் பிடிக்கலைன்னு கேட்காதீங்க...!''

''சரி... இந்த வீட்டுல உங்களைத் தவிர வேற யார் யாரெல்லாம் இருக்காங்க...?''

''சார்லி மட்டும்தான் இருக்கான்.''

''சார்லி யார்?''

''கேட்டைத் திறந்துட்டு வரும்போதே பார்த்து இருப்பீங்களே... சங்கிலியால் கட்டிப் போட்டு இருப்பேன்... உங்களைப் பார்த்து அவன் குறைச்சிருக்க மாட்டானே...? அவன் அப்படி குறைக்காமே இருந்ததுக்குக் காரணம் என்ன தெரியுமா?''

என்ன என்பது போல விவேக் பார்க்க, வளர்மதி சொன்னார். ''எனக்குத் தனிமை பிடிக்கும். சத்தம் பிடிக்காது. ஒரு பறவை கத்தற சத்தம் கூட எனக்கு நாராசமாய் இருக்கும்...''

''சரி... உங்க ஃபேமிலி மெம்பர்ஸ் எந்த ஊர்ல இருக்காங்க?''

''எனக்கு ஃபேமிலி மெம்பர்ஸ் யாரும் கிடையாது. அப்பா அம்மா எப்பவோ போயிட்டாங்க. கூட பொறந்தவங்களும் யாரும் இல்ல.''

''உங்களுக்குக் கல்யாணம்...?''

''நல்லவேளை... அப்படி ஒண்ணும் நடக்கவேயில்லை.''

''பை... த... பை... உங்க ஃபாதர் நேம் நான் தெரிஞ்சுக்கலாமா...?''

''எதுக்கு இப்ப இந்தத் தேவையில்லாத கேள்வி?''

''ஸாரி மேடம்... தேவையில்லாத கேள்வியைக் கேட்கிற பழக்கம் எனக்கு இல்லை... ப்ளீஸ் மென்ஷன் யுவர் ஃபாதர்ஸ் நேம்.''

வளர்மதி சில விநாடிகள் யோசித்து விட்டு சொன்னார்,

''சந்திரமௌலீஸ்வரன்.''

விவேக் விஷ்ணுவிடம் திரும்பினான்.

''விஷ்ணு...''

''பாஸ்...''

''நாம இந்த வீட்டுக்குள்ளே நுழையும்போது நாய் சார்லியைக் கட்டிப் போட்டிருந்த இடத்துக்குக் கொஞ்சம் தள்ளி, குப்பை மாதிரி போடப்பட்டு இருந்த தட்டுமுட்டுச் சாமான்களுக்கு நடுவில் ஒரு போர்டு இருக்கு. அதைப் போய் எடுத்துகிட்டு வா...''

விஷ்ணு விருட்டென்று எழுந்து வெளியேறினான். நாய் சார்லியைக் கட்டிப் போட்டிருந்த இடத்திற்கு வந்தான். சற்று தள்ளி, வேண்டாத பொருள்கள் போடப்பட்டு இருந்த இடத்துக்கு வந்து பார்வையை மெதுவாய் நகர்த்தினான். செல்லரித்துப் போன இரண்டு மரத்துண்டுகளுக்கு நடுவே அந்த அழகான பெயர்ப் பலகை தட்டுப்பட்டது.

டாக்டர் வளர்மதி பழனியாண்டி.

38

அறிந்து கொள்வோம்: இப்போது வரும் செல்போன்கள் எல்லாம் ஸ்மார்ட்டாக இருக்கின்றன. மனிதர்கள் தான் சோம்பேறிகளாகி விட்டார்கள். இன்றைக்கு செல்போன் என்பது ஒரு கையடக்க கம்ப்யூட்டராக மாறிவிட்டது. அதில் எல்லாமே சாத்தியம் என்கிற நிலைமை உருவாகிவிட்டது. முன்பெல்லாம் வீட்டுவரி, தண்ணீர் வரி, டெலிபோன் பில், மின் கட்டண பில் போன்றவற்றைச் செலுத்த வீட்டை விட்டு வெளியே வந்து குறைந்தபட்சம் சில நூறு மீட்டர் தூரமாவது நடப்போம். ஆனால் இன்றைக்கு அந்தச் சிறுநடைகூட அவர்களிடம் இல்லாமல் போய்விட்டது. இன்டர்நெட் பேங்கிங் வந்த பிறகு செக்கில்கூட விரல்களை அசைத்து கையெழுத்துப் போட வேண்டிய தேவை இல்லாத நிலைமை ஏற்பட்டுவிட்டது.

பத்தாண்டுகளுக்கு முன்புவரை செல்போனில் ஒரு நபரிடம் பேச வேண்டுமென்றால் டயலில் எண்களை அழுத்த வேண்டியிருந்தது. பின்பு அந்த எண்களை ஒரு சின்ன உலோகக் குச்சியால் தொட்டுப் பேசும் அளவுக்கு டெக்னாலஜி வளர்ந்தது. அதற்குப் பிறகு 'டச் ஸ்கிரீன்' வந்தது. இப்போது எல்லாரும் 'டச் ஸ்கிரீன்' மூலம் செல்போனை உயிர்ப்பித்துப் பேசிக் கொண்டிருக்கிறார்கள். இந்த முறையும் இன்னும் சில ஆண்டுகள் தான். அடுத்த 5 ஆண்டு காலத்திற்குள் 'நானோ செல்போன்கள்' வந்துவிடும். நானோ செல்போன்களை ஒரு கர்ச்சீப் போல் மடித்து சட்டைப் பாக்கெட்டில் வைத்துக் கொள்ளலாம். வாட்சைப் போல் சுருட்டி மணிக்கட்டில் கட்டிக் கொள்ளலாம். அதே

நானோ செல்போனை ஒரு ரிமோட் கண்ட்ரோலைப் போல் பயன்படுத்தி வீட்டில் உள்ள மிக்ஸி, கிரைண்டர், வாஷின்மெஷின் போன்றவற்றை ஆபரேட் செய்யலாம். விபத்தின்றி காரை ஓட்டவும் அந்த நானோ செல்போன்கள் உதவி செய்யும். செல்போன் தயாரிப்பில் உச்சகட்டத் தயாரிப்பு நானோ செல்போன்களாய்த்தான் இருக்க முடியும்.

ஒரு பேனாவிலிருந்து ஃப்ளைட் வரை பயன்படக்கூடிய தொழில்நுட்பம் நானோ தொழில்நுட்பம். இந்த தொழில்நுட்பம் முதல் முதலில் 1960ல் ஜப்பானில் அறிமுகப்படுத்தப்பட்டது. ஜப்பானில் 'நானோ' செல்போன்கள் பயன்பாட்டிற்கு வந்துவிட்டது. சமீபத்தில் பயன்பாட்டுக்கு வந்துள்ள நானோ போன் பெயர் ELARI NANO PHONE-C DUAL SIM (GSM AND GSM) MICRO SIMS.

டாக்டர் ருத்திரபதி கண்களை மூடிப்படுத்து இருக்க, பக்கத்தில் தட்டு வைக்கப்படும் சத்தம் கேட்டதும் இமைகளைப் பிரித்தார்.

எதிரில் பேரராய் வந்த நபர் நின்றிருந்தான்.

''டாக்டர்... உங்களுக்கு ராத்திரி சாப்பாடு ரெடி. ரெண்டு சப்பாத்தி, ஒரு முட்டை, ஒரு வாழைப்பழம்... சாப்பிட்டுத் தூங்குங்க... தண்ணிபாட்டில் பக்கத்திலேயே இருக்கு...'' சொல்லிவிட்டு அவன் நகர முயன்றான்.

ருத்திரபதி ''ஒரு நிமிஷம்!'' என்றார்.

''என்ன டாக்டர்?''

''ஹரியை நான் பார்க்கணும்...!''

''ஹரி நல்லாயிருக்கான்... அவனுக்கும் இப்படித்தான் சாப்பாடு தட்டு கொடுத்துட்டு வர்றேன்!''

''நீ சொல்றறை நான் நம்பமாட்டேன்... நான் அவனைப்

பார்க்காம ஒரு வாய்கூட சாப்பிடமாட்டேன்.'' சொன்னவர் சாப்பாட்டுத்தட்டைத் சில அடி தூரம் தள்ளிவிட்டார்.

''கோபப்படாதீங்க டாக்டர்... ஹரியை நீங்க இப்பப் பார்க்கலாம்...!'' சொன்ன அவன் தன்னுடைய சட்டைப் பாக்கெட்டில் இருந்த ரிமோட் கண்ட்ரோலை எடுத்து எதிரில் இருந்த டி.வியின் திரையை வெளிச்சமாக்கி, ஒரு பட்டனை தட்டினான். அடுத்த சில விநாடிகளில் திரையில் ஹரி உற்பத்தியானான். கையில் சாப்பாட்டுத்தட்டு இருக்க, வேண்டா வெறுப்பாய் ஒரே திசையைப் பார்த்தபடி சாப்பிட்டுக் கொண்டிருந்தான்.

''ஹரியைப் பார்த்தீங்களா டாக்டர்... இதே வீட்ல ஒரு ரூம்ல பத்திரமாய் இருக்கான் போதுமா...?''

ருத்திரபதி டி.வி. திரையைப் பார்த்துக் கொண்டிருக்கும் போது அந்த பேரர் நபரின் பேண்ட் பாக்கெட்டில் இருந்த செல்போன் அழைத்தது. எடுத்து அழைப்பது யார் என்று பார்த்துவிட்டுப் பேசினான்.

''சொல்லு, ஜாஃபர்...''

''...''

''போன வேலை முடியலையா...? அப்படின்னா நீ திரும்பறதுக்கு எப்படியும் ரெண்டு மணி நேரமாயிடும். நீ வந்த பிறகுதான் நான் வெளியே கிளம்பணும்... வரும்போது நாலைஞ்சு பீர்பாட்டில் வாங்கிட்டு வந்துடு. எல்லாம் காலி''

''...''

''நம்ம ஆட்கள் மூணு பேரும் வேற ஒரு வேலைக்காக வெளியே போயிருக்காங்க... இப்ப நான் மட்டும்தான் இருக்கேன்... நீ நிதானமாய் வா... நான் பார்த்துக்கிறேன்...!'' பேச்சை முடித்துக் கொண்டு செல்போனை அணைத்த பேரர் நபர் திரும்பினான்.

எதிரே டாக்டர் ருத்திரபதி நின்றிருந்தார்.

வலது கையில் சாப்பாட்டுத்தட்டு, இடது கையில் ஒரு

காலியான பீர்பாட்டில்.

பேரர் நபர் திகைத்துக் கொண்டிருக்கும்போதே சப்பாத்தியும் காரமான குருமாவும் இருந்த சாப்பாட்டுத் தட்டை அவன் முகத்தோடு வைத்து சாத்தினார். அவன் முகத்தை இரண்டு கைகளாலும் பொத்திக் கொண்டு கீழே குனிய ருத்திரபதி தன் கையில் வைத்து இருந்த காலியான பீர் பாட்டிலால் அவனுடைய நடு மண்டையில் ஓங்கி அடித்தார்.

பாட்டில் நான்கு திசைகளிலும் சில்லுச் சில்லாய் சிதறியது. அடுத்த விநாடியே ரத்தம் தலையின் மையத்திலிருந்து பீறிட்டு முகத்தில் இழை இழையாய் வழிந்தது.

வழியும் ரத்தத்தோடு நிமிர்ந்து டாக்டரைத் தாக்க முயன்றவன், முடியாமல் அப்படியே ஒரு பக்கமாய் சாய்ந்து, சலனமில்லாமல் மல்லாந்தான். ருத்திரபதி ஒரு விநாடியைக்கூட வீணாக்காமல் அந்த அறையை விட்டு வெளியே வந்து கதவைச் சாத்தி வெளிப்பக்கமாய் தாழிட்டார். பிறகு வேகவேகமாய் நடை போட்டு அந்த அரையிருட்டான வீட்டிலிருந்த ஒவ்வொரு அறைக்குள்ளும் புகுந்து வெளிப்பட்டார்.

'ஹரி எந்த அறையில் இருப்பான்?!'

டாக்டர் அந்த வீட்டின் மையத்தில் நின்று சுற்றும் முற்றும் பார்த்தார். வீட்டின் வலதுபுறம் சுவரோரத்தில் மாடிப்படிகள் தெரிய அதை நோக்கி வேகமாய்ப் போனார்.

'ஹரி ஒருவேளை மாடியறையில் இருக்கலாம்!'

மூச்சிறைத்துக் கொண்டு படிகளில் ஏறினார். வராந்தா வந்தது. வரிசையாய் 5 அறைகள். ஒவ்வொரு அறையிலும் நுழைந்து பார்க்க நான்காவது அறையில் கையில் சாப்பாட்டுத்தட்டோடு ஹரி சுவரில் சாய்ந்தபடி உட்கார்ந்திருந்தான். ருத்திரபதியைப் பார்த்ததும்அதிர்ச்சியோடு எழுந்தான்.

''டா... டாக்டர்...!''

''ஹரி... வா... நாம மொதல்ல இங்கேயிருந்து தப்பிச் சாகணும்.''

‘‘அ... அ... அவங்க இருப்பாங்களே...?’’

‘‘அந்த ஜாஃபர் வெளியே போயிருக்கான். பேரராய் வந்தவனை அடிச்சுப் போட்டுட்டேன். இப்போதைக்கு இந்த வீட்ல யாரும் இல்லை. ம்.. புறப்படு...!’’

ஹரியும் பதட்டத்தோடு டாக்டருடன் இணைந்து கொண்டான். வராந்தாவில் ஒரு மாடிப்படிகளில் சரசர வென்று இறங்கினார்கள். கடைசிப்படிக்கு வந்து ஹாலுக்குள் நுழைந்தவர்கள் அப்படியே ஆணியடித்தாற்போல் அதிர்ச்சியில் உறைந்தார்கள்.

ஹால் நடுவே போடப்பட்டிருந்த ‘ப’ வடிவ சோபா ஒன்றில் சுபத்ரா உட்கார்ந்திருந்தாள்.

கால்மேல் கால் போட்டபடி உதட்டில் ஒரு புன்னகையோடும், கையில் துப்பாக்கியோடும்.

அதிர்ச்சியினின்றும் முதலில் மீண்ட ருத்திரபதி ‘‘சுபத்ரா.’’ என்று அழைத்துக் கொண்டே முன்னால் ஓரடி எடுத்து வைக்க, சுபத்ராவின் கையில் இருந்த துப்பாக்கி மெல்ல உயர்ந்து அவருடைய உடம்பை அளவெடுத்தது.

‘‘டாக்டர்...! நீங்களும் சரி, ஹரியும் சரி, இப்ப நின்னுட்டு இருக்கிற இடத்தைவிட்டு ஒரு அடி கூட அசையக்கூடாது. ரெண்டு பேரும் அப்படியே மண்டிபோட்டு உட்காருங்க...’’

சுபத்ராவின் கண்களில் கசிந்த கோபமும் வார்த்தைகளில் இருந்து கடுமையும் ருத்திரபதியையும் ஹரியையும் மண்டிபோட வைத்தன.

ஐ

டி.ஜி.பி. அலுவலகம்.

டி.ஜி.பி. வைகுந்த் தனக்கு முன்பாய் உட்கார்ந்திருந்த விவேக்கையும், விஷ்ணுவையும் ஏறிட்டபடி பேசிக் கொண்டிருந்தார்.

‘‘திஸ் இன்வெஸ்டிகேஷன் ஈஸ் கோயிங் இன் ஏன்

இன்ட்ரஸ்டிங் மேனர்... அப்புறம் என்ன நடந்தது விவேக்...? 'டாக்டர் வளர்மதி பழனியாண்டி' என்கிற பெயர்ப்பலகையை விஷ்ணு கொண்டு வந்து காட்டினபோது அந்த அம்மாவோட ரியாக்ஷன் எப்படியிருந்தது?''

விவேக் மெலிதாய் சிரித்தான்.

''ஒரு நிமிஷம் ஆடிப் போயிட்டாங்க... உங்க பேருக்குப் பின்னாடி இருக்கிற பழனியாண்டி யாருன்னு நான் கேட்ட போது 'தட்ஸ் மை பர்சனல் மேட்டர்'ன்னு சொல்லி 'எஸ்கேப்' ஆகப் பார்த்தாங்க... நான் விடலை... 'ப்ரெய்ன் டெத்,' 'ப்ராஸ்தடிக் ஹெட்,' 'மினியேச்சர் அடாமிக் ப்ளான்ட்ஸ்' இந்த மூணு விஷயங்களுமே கலந்த ஒரு விபரீதமான விவகாரம் இது... நான் கேட்கிற கேள்விகளுக்கு நீங்க பதில் சொல்லாமல் மறுத்தால் உங்களைக் கைது செய்து சென்னைக்குக் கூட்டிக் கொண்டு போக வேண்டியிருக்கும்ன்னு நான் மிரட்டின தொனியில் சொன்னதால் பணிஞ்சு வந்தாங்க.

நேம் போர்டில் இருக்கிற பழனியாண்டி தன்னோட கணவர்தான்னு ஒத்துகிட்டாங்க. கல்யாணமான ஒரு ஆண்டிற்குள்ளேயே பழனியாண்டியோட நடவடிக்கைகள் பிடிக்காத காரணத்தால முறைப்படி டைவர்ஸ் வாங்கிட்டு கேரளா பக்கம் வந்துட்டதாகவும் சொன்னாங்க... அதுக்கு முன்னாடி ரெண்டு பேரும் டில்லியில் இருந்தாங்க.''

''இப்ப அந்த பழனியாண்டி எங்கே எந்த ஊர்ல டாக்டராய் இருக்கார்...?''

''அவரைப்பத்தி தனக்கு எதுவும் தெரியாதுன்னு சொல்லிட்டாங்க... ஆனா டாக்டர் பழனியாண்டி மூளை நரம்பியல் சம்பந்தப்பட்ட டாக்டராய் பணியாற்றியிருக்கார். இப்போது அவர் டில்லியில் இல்லை...''

''எப்படி அந்தப் பழனியாண்டியைக் கண்டுபிடிக்க போறோம்...?''

''அந்தப் பொறுப்பை ஏற்கனவே ஒருத்தர்கிட்டே கொடுத்து

இண்டியன் மெடிக்கல் அஸோசியேஷன் மூலமாய் விசாரிக்கச் சொல்லியிருக்கேன் சார்...''

''யார் அவர்?''

''ஒரு நிமிஷம் சார்... நான் உங்ககிட்ட பேசிட்டு இருக்கும் போதே அவர் ரெண்டு தடவை என்னோட செல்போனுக்கு ட்ரை பண்ணியிருக்கார். அவரை இங்கேயே வரச் சொல்லியிருக்கேன்.'' சொன்ன விவேக் தன்னுடைய செல்போனை எடுத்து ஒரு எண்ணைத் தொட்டுவிட்டுப் பேசினான்.

''இப்போ எங்கே இருக்கீங்க குமரன்?''

''டி.ஜி.பி. ஆபீசுக்கு வெளியே ஒரு டாக்சியில் வெயிட் பண்ணிட்டிருக்கேன் சார்.''

''சரி... டாக்சியை கட் பண்ணிட்டு மேலே வாங்க.'' சொல்லிவிட்டு செல்போனை அணைத்த விவேக்கை வியப்பாய் பார்த்தார் டி.ஜி.பி.

''விவேக்...! நீங்க இப்ப என்ன பேர் சொன்னீங்க... குமரனா...?''

''ஆமா... சார்...''

''எந்த குமரன்..?''

''ஹைடெக் ஃபாரன்சிக் பிரிவில் ஸ்காலராய் வேலை பார்க்கும் குமரன்.''

''அவர்தான் பிரச்சனைக்கு பயந்துட்டு தலைமறைவாய் இருக்காரே?''

விவேக் மெலிதாய் புன்முறுவல் பூத்தான்.

''ஸாரி சார்... குமரன் தன் மனைவியோடு எங்கேயும் தலைமறைவாய் போயிடலை... நான் கொடுத்த இன்ஸ்ட்ரக்ஷன்படி இதே ஊர்ல நான் சொன்ன ஒரு அவுட்சைட் ரிஸார்ட்டில்தான் ஸ்டே பண்ணியிருந்தார். இந்த

விஷயம் நம்ம டிபார்ட்மெண்ட் ஆட்களுக்கு மட்டுமல்ல, என்கூடவே இருக்கும் விஷ்ணுவுக்குக்கூடத் தெரியாது.''

டி.ஜி.பி. ஆச்சரியம் கலந்த கண்களோடு கேட்டார்.

''எதுக்காக இப்படியொரு ஏற்பாடு?''

''சார்... அந்த 'ப்ராஸ்தடிக்' செயற்கைத் தலைக்குள் 'அடாமிக் மினியேச்சர் ப்ளான்ட்' இருக்கிற விஷயத்தைக் குமரன் தனிப்பட்ட முறையில் எனக்கு போன் பண்ணிச் சொன்ன போது அது எனக்கு ஒரு பெரிய அதிர்ச்சியான விஷயமாய் இருந்தது. அதே சமயம் இதுக்குக் காரணமான சமூக விரோதிகள் யார்ன்னு கண்டுபிடிக்க ரொம்பவும் சிரமப்பட வேண்டியிருக்கும்னு நினைச்சேன்.

அப்பத்தான் என்னோட மனசுக்குள்ளே ஒரு யோசனை ஸ்பார்க் ஆச்சு. ஃபாரன்சிக் ஸ்காலர் குமரன் அந்த 'ப்ராஸ்தடிக்' செயற்கைத் தலையைப் பற்றி எந்த ரிப்போர்ட்டும் தராமல் தலைமறைவாயிட்டார். அதில் சம்பந்தப்பட்ட சமூக விரோதிகளுக்குக் குமரன் மேல ஒரு சமயம் சந்தேகம் வரும். குமரனோட செல்போன் நம்பரை வெச்சுகிட்டு அவர் எங்கே இருக்கார்ன்னு தேட முயற்சி பண்ணுவாங்க. குமரனோட வீட்டையும் கண்காணிப்பாங்க. அது மாதிரியான வேலைகளில் ஈடுபடறவங்க யார்ன்னு தெரிஞ்சா அவங்களை மடக்கி உண்மையான குற்றவாளிகளை நெருங்கிடலாம்னு நினைச்சேன். அந்த நினைப்பைத்தான் செயல்படுத்தினேன்.''

''நைஸ் ஜாப் மிஸ்டர் விவேக்... இந்தத் திட்டத்துக்கு பயன் கிடைச்சதா...?''

''கிடைச்சது சார்... பட் நாட் யூஸ்ஃபுல்.''

''ஆன் வாட் பேசிஸ்?''

''சார்... குமரனோட செல்போன் நம்பரையும் அவரோட மனைவி நம்பரையும் ட்ரேஸ் பண்ணி அவங்க எங்கே இருக்காங்கன்னு கண்டுபிடிக்க முயற்சி பண்ணினது டில்லியில் இருக்கிற அடாமிக் ரிஸர்ச் சென்டரில் பணிபுரியும் யாரோ

சிலர். அந்த நபர்கள் யார்ன்னு கண்டுபிடிக்க நானும் குமரனும் முயற்சி செய்தபோதுதான் ஒரு அதிர்ச்சியான தகவல் கிடைச்சது. அதாவது முயற்சி பண்ணின எல்லா நபர்களுக்கும் ஒரே செல்போன் நம்பர். அந்த நபர்களுக்கெல்லாம் ஒரே பெயர் அதாவது டச் மீ நாட் *(TOUCH ME NOT)*. ஆயிரக்கணக்கான பேர் வேலை செய்யற அந்த அடாமிக் ரிஸர்ச் சென்டரில் அந்த ஒரு சிலரைக் கண்டுபிடிக்க குமரனும் நானும் உள்துறை அமைச்சகம் மூலமாக எவ்வளவோ முயற்சி எடுத்தோம். ஆனா யாரையுமே கண்டுபிடிக்க முடியலை. இந்த நிலைமையில்தான் டாக்டர் வளர்மதி என்னுடைய விசாரணை வளையத்துக்குள்ளே வந்தாங்க.

அந்த அம்மாவுக்குத் தன் கணவர் பழனியாண்டி இப்போ எங்கே இருக்கார்..., என்ன பண்ணிட்டிருக்கார்ன்னு நல்லாவே தெரியும். இருந்தாலும் ஏதோ ஒரு காரணத்துக்காக மறைக்கிறாங்க... அதனாலதான் டாக்டர் பழனியாண்டி யார்ன்னு கண்டுபிடிக்கிற வேலையை நான் குமரன் கிட்டே கொடுத்தேன்.''

விவேக் சொல்லிக் கொண்டிருக்கும் போதே கதவு மெலிதாய் தட்டப்படும் சத்தம் கேட்டது.

''ஐ.. திங்க் தட் ஈஸ் குமரன்.'' விவேக் சொல்ல டி.ஜி.பி. கதவைப் பார்த்து குரல் கொடுத்தார்.

''ப்ளீஸ்.. கெட் இன்.''

கதவைத் தள்ளிக் கொண்டு குமரன் உள்ளே வந்தார். தலைமுடியை ஒட்ட வெட்டி வித்தியாசமான மீசை தாடிக்கு மாறியிருந்தார். டி.ஜி.பியைப் பார்த்தும் விருட்டென்று சல்யூட் கொடுத்துவிட்டுத் தளர்ந்தார்.

''யூ ஹேவ் டன் ஏ க்ரேட் ஜாப் குமரன்.''

''தேங்க்யூ சார்.''

''ப்ளீஸ்...'' அவர் நாற்காலியைக் காட்ட குமரன் உட்கார்ந்தார். விவேக் கேட்டான்.

''டாக்டர் பழனியாண்டி யார்ன்னு தெரிஞ்சுதா குமரன்?''

''தெரிஞ்சது சார்...''

''யார்?''

குமரன் தன் சட்டைப் பாக்கெட்டுக்குக் கையைக் கொண்டு போய் அந்தப் போட்டோவை எடுத்து விவேக்கிடம் நீட்டினார்.

போட்டோவை வாங்கிப் பார்த்த விவேக்கின் புருவங்கள் வியப்பில் சில மில்லிமீட்டர்கள் உயர்ந்தன.

39

அறிந்து கொள்வோம்: *யோகாவில் இரண்டாவது வகை உண்டு. ஒன்று SIMPLE YOGA POSES, இரண்டு POWER POSES. இந்த இரண்டு வகையான யோகாசனங்கள் செய்வதால் என்ன பலன் ஏற்படுகிறது என்கிற ஓர் ஆய்வு மேற்கொள்ளப்பட்டது. இங்கிலாந்தில் உள்ள லண்டன் பல்கலைக்கழகத்தைச் சேர்ந்த உளவியல் ஆய்வாளரான எக்னியஸ்கா கோலக் டி ரவாலாவின் தலைமையில் இந்த ஆய்வு நடைபெற்றது. இதில் மூளையின் நரம்பு மண்டலத்தில் உள்ள மிக நீளமான நரம்பு மற்றும் பத்தாவது கிரேனியல் நரம்பு என்று அழைக்கப்படும் வேகஸ் நரம்புக்கும் (VEGUS NERVE) யோகாவுக்கும் தொடர்பு உண்டு என்று உலகில் முதல் முறையாக நிரூபிக்கப்பட்டுள்ளது.*

சுமார் இரண்டு நிமிடங்கள் மட்டுமே மேற்கொள்ளப்படும் இந்த இரண்டு வகையான ஆசனங்களில் POWER யோகா போஸை செய்பவர்களுக்கு ஆற்றல், அதிகார உணர்வு (SENSE OF POWER) ஆகியவை மேம்பட்டது தெரிய வந்தது. மேலும் சில ஆய்வுகளை மேற்கொண்டதில் யோகா செய்வதால் நுரையீரல்கள் எந்த நோய்த் தொற்றுக்கும் ஆளாகாமல் ஆரோக்கியமாய் இருப்பதும் கண்டறியப்பட்டது.

எல்லாவற்றுக்கும் மேலாக உடம்பின் ரத்த ஓட்டம், ஜீரண சக்தி போன்ற செயல்பாடுகளுக்குக் காரணமான PARASYMPATHETIC NERVOUS SYSTEM, யோகாவின் ஆசனங்களால் தூண்டப்படுகின்றன. மூளையை உடலுடன் இணைக்கும் வேகஸ் நரம்பின் செயல்பாடுகள் தூண்டப்படுகின்றன.

இந்தியாவுக்கு அடுத்தபடியாக சீனாவில் இப்போது யோகா பிரபலமாகி வருகிறது. சீனாவில் 'சன் அஜாஸ்' என்னும் சிறுவன் தன் ஏழாவது வயதிலேயே அனைத்து யோகா முறைகளையும் கற்றுக் கொண்டு ஒரு கை தேர்ந்த நிபுணனாக மாறியுள்ளான். அவனுடைய யோகா திறமையைக் கண்ட பலர் அவனிடம் யோகா கற்றுக்கொள்ள வருகிறார்கள். இதன்மூலம் அந்த சிறுவன் மாதம் 10 லட்ச ரூபாய் இந்திய மதிப்பில் சம்பாதித்து வருகிறான்.

விவேக்கின் விழிகளில் உறைந்து போன வியப்பு இன்னும் அப்படியே இருக்க, தன் கையில் இருந்த போட்டோவோடு குமரனை ஏறிட்டான்.

''குமரன்...! டாக்டர் பழனியாண்டி இவர்தானா?''

''இவரேதான் சார்...''

''கன்ஃபர்ம் பண்ணிட்டீங்களா?''

''சார்... திஸ் ஒன் ஈஸ் கன்ஃபர்ம்ட் ஒன்.''

''இவர் இப்போ ஊர்லதான் இருக்கிறாரா... இல்லை வெளிநாடா..?''

''ஊர்லதான் இருக்கார்... இப்ப புறப்பட்டுப் போய் உடனடியாய் அவரை ஒரு தடாலடி என்கொய்ரிக்கு உட்படுத்தினால் ஒரு சில உண்மைகளையாவது அவரோட வாயிலிருந்து வரவழைத்து விடலாமே சார்...?''

''எஸ்... யூ... ஆர் கரெக்ட்...'' என்று சொன்ன விவேக் டி.ஜி.பி. வைகுந்திடம் திரும்பினான். அவரிடம் போட்டோவைக் காட்டிக் கொண்டே ஒரு நிமிடம் தாழ்ந்த குரலில் பேசினான். அவன் சொன்னதை எல்லாம் உன்னிப்பாய் கேட்டுக் கொண்ட டி.ஜி.பி. முகம் இறுகினார்.

''மிஸ்டர் விவேக்... நீங்க சொல்ற விபரங்களை எல்லாம் பார்த்தா... இவர்தான் எல்லாத்துக்கும் காரணமாய் இருப்பார்ன்னு என்னோட மனசுக்கும் படுது... டேக் இம்மீடியட் ஆக்ஷன்... அவர் உங்க என்கொயரிக்கு ஒத்துழைப்பு தராத பட்சத்தில் அவரைக் கைது பண்ணி ஸ்டேஷனுக்குக் கொண்டு வர ஒரு அரஸ்ட் வாரண்ட்டையும் ப்ரிப்பேர் பண்ணிட்டு போங்க...!''

''எஸ்... சார்...''

விவேக்கும் விஷ்ணுவும் எழுந்தார்கள்.

''குமரன்...''

''சார்...''

''இனி உங்களுக்கு அஞ்ஞாத வாசம் வேண்டாம். உங்க மனைவியோடு வீட்டுக்குப் போயிடுங்க... நான் கூப்பிடும் போது நீங்க வந்தா போதும்... தேங்க்ஸ் ஏ லாட் ஃபார் யுவர் டெடிகேட்டட் கோவாப்பரேஷன்!''

குமரன் மையமாய் தலையசைத்தபடி புன்னகை செய்தான்... ''இட்ஸ் மை ப்ளெஷர் சார்...''

ಐ

டாக்டர் ருத்திரபதியும், ஹரியும் மண்டி போட்டு உட்கார்ந்து எதிர் சோபாவில் சாய்ந்திருந்த சுபத்ராவையும் அவள் கையில் இருந்த துப்பாக்கியையும் மாறி, மாறி, பயத்தோடு பார்த்தார்கள்.

சுபத்ரா சோபாவிலிருந்து எழுந்தாள். மெதுவாய் பேச ஆரம்பித்தாள்.

''துப்பாக்கி தோட்டா நெற்றியில் பாய்ந்து உயிரை விட்ட சுபத்ரா இப்படி வந்து முன்னாடி நிற்கிறாளே எப்படின்னு ரெண்டு பேருக்கும் ஆச்சரியமாய் இருக்கும்... அப்படியொரு காட்சியை சி.ஜி. மூலமாய் உருவாக்கி காட்டலைன்னா உங்க வாயிலிருந்து 'பயோ ட்ரூத்' சம்பந்தப்பட்ட விபரங்களை வரவழைச்சிருக்க முடியுமா என்ன...?''

''சு... சு... சுபத்ரா... நீ இ... இப்படி...?''

ருத்திரபதி மேற்கொண்டு பேச முடியாமல் தவிக்க, சுபத்ரா அவரை கை அமர்த்தினாள். ''எஸ்... டாக்டர் இப்படி நான் நம்பிக்கைத் துரோகம் செய்யக் கூடாதுதான்... ஆனா கனவிலும் நினைச்சுப் பார்க்க முடியாத ஒரு வாழ்க்கை எனக்காகச் சிவப்புக் கம்பளம் விரித்து என்னைக் கூப்பிடும் போது இந்த நம்பிக்கைத் துரோகம் என்கிற வார்த்தைக்கு மதிப்பு கொடுத்துட்டு இருக்க முடியுமா என்ன...?''

ஹரி பயத்தில் எச்சில் விழுங்கி சுபத்ராவை மிரட்சியோடு பார்த்தான்... ''சுபத்ரா...! நீ இப்படி ஒரு அரக்கி அவதாரம் எடுப்பேன்னு நான் கொஞ்சமும் நினைக்கல... டாக்டர், உன்னையும் என்னையும் தன் சொந்த மகள், மகன் மாதிரி நடத்தினார். அவருக்கு நீ காட்ற நன்றி இதுதானா...?''

சுபத்ரா மறுபடியும் சோபாவுக்குப் போய்ச் சாய்ந்தாள்.

''இதோ பார் ஹரி... இந்த நன்றி, விசுவாசம், வார்த்தைகளுக்கெல்லாம் நான் டாட்டா, பை பை சொல்லி ஆறுமாசமாச்சு... இப்ப நீயும் டாக்டரும் பார்த்துட்டு இருக்கிற சுபத்ரா ஒரு புது சுபத்ரா... 'மூளைச்சாவு' என்கிற வார்த்தையே மருத்துவத்தில் இருக்கக்கூடாதுன்னு டாக்டர் விரும்பினார். அதுக்காக ராத்திரி, பகல்ன்னு பார்க்காமே நைஜீரிய டாக்டர்களோடு சேர்ந்து விதவிதமாய் ஆராய்ச்சி பண்ணி சில உண்மைகளைக் கண்டுபிடிச்சார். அதில் சில ஆராய்ச்சிகளை உனக்கும் எனக்கும் தெரியாமே பண்ணினார். அந்த உண்மைகளையெல்லாம் வெளியே கொண்டு வர்றதுதான் என்னோட நோக்கம்... அதுக்கு நம்ம டாக்டர் ஒத்துழைக்காத பட்சத்தில் நீ உயிரோடு இருக்க முடியாது...!''

''சு... சு... சுபத்ரா... நீயா இப்படியெல்லாம் பேசறே...!''

''ரெண்டு பேரும் இப்படி மாத்தி மாத்தி ஆச்சரியப்பட்டுக்கொண்டிருக்க இது நேரம் இல்லை... உடனடியாய் நீங்க பண்ண வேண்டிய ஒரு வேலை இருக்கு... டாக்டர் காலி பீர்பாட்டிலால் ஒருத்தனை அடிச்சுப் போட்டு

வந்திருக்கார். அவன் பேரு கலாதர். பேரராய் வந்து உங்களை மிரட்டினவன். அவன் இப்போ உயிரோடு இருக்கானா இல்லையான்னு பார்க்கணும். உயிரோடு இல்லைன்னா பிரச்சனை இல்ல. உயிருக்குப் போராடிகிட்டு இருந்தான்னா அவனைக் காப்பாத்த வேண்டிய பொறுப்பு டாக்டருக்கு இருக்கு. ஸோ... ரெண்டு பேரும் அந்த ரூமுக்குப் போங்க...''

சுபத்ராவின் கையில் இருந்த துப்பாக்கியின் அசைவுக்கும், அவளுடைய பார்வைக்கும் கட்டுப்பட்டு டாக்டர் ருத்திரபதியும், ஹரியும் மறுபடியும் அந்த அறைக்குள் தயக்க நடைபோட்டு உள்ளே நுழைந்தார்கள்.

அந்தக் கலாதர் தலையில் ஒரு பெரிய ரத்தகாயத்தோடு குப்புற விழுந்திருந்தான்.

''ஆள் அசைவு இல்லாமே கிடக்கிறதைப் பார்த்தா உயிரோடு இருக்கிற மாதிரி தெரியலை... எதுக்கும் போய் செக் பண்ணிப் பாருங்க...''

டாக்டர் ருத்திரபதி அவனை நெருங்கி உடம்பை மெல்லப் புரட்டினார். உடல் சலனம் இல்லாமல் மல்லாந்தது. இருதயத் துடிப்பையும், நாடித்துடிப்பையும் சோதித்துப் பார்த்துவிட்டு சுபத்ராவிடம் நிமிர்ந்தார்.

''உடம்புல உயிர் இருக்கு.''

''காப்பாத்த முடியுமா...?''

''லைஃப் சேவிங் ட்ரக்ஸ் இருந்தா காப்பாத்த முடியும்.''

''ரெண்டு பேரும் கலாதரை தூக்கிட்டு எம் பின்னாடி வாங்க... உள்ளே மெடிக்கல் ட்ரீட்மெண்ட் க்யூப் இருக்கு... அங்கே எல்லாவிதமான மெடிஸன்சும் இருக்கு... ட்ரீட்மெண்டை ஆரம்பிங்க...''

டாக்டரும், ஹரியும் கீழே சலனமில்லாமல் கிடந்த கலாதரை தூக்கிக் கொண்டார்கள். சுபத்ரா முன்னால் நடக்கப் பின் தொடர்ந்தார்கள்.

ஒரு நிமிட நடைக்குப் பின் தரைவழிப்பாதை ஒன்று

ரேம்ப் மாதிரி தெரிய, அந்தப் பாதையை முடித்துக் கொண்டு கண்ணாடிச் சுவர்களாலான அந்தப் பிரம்மாண்டமான ஹாலுக்குள் நுழைந்தார்கள்.

டாக்டர் ருத்திரபதி பிரமித்தார்.

அந்த ஹால் ஒரு ஹைடெக் ஆராய்ச்சிக் கூடமாய் மாறியிருந்தது. கண்ணாடி அலமாரிகளால் 'ப்ராஸ்தடிக் ஹெட்ஸ்' எனப்படும் செயற்கைத் தலைகள் விதவிதமான நிறங்களில் தெரிந்தன. அதன் பக்கத்திலேயே மினியேச்சர் அணு உலைகள்.

சுபத்ராவின் குரல் பின்பக்கம் இருந்து ஒலித்தது.

''வேடிக்கை பார்த்தது போதும், டாக்டர்... கலாதரை அந்த மேஜையின் மேல் படுக்க வெச்சிட்டு ட்ரீட்மெண்டை ஆரம்பிங்க. அதோ உங்களுக்கு வலதுபக்கமாய் இருக்கிற ஷெல்ஃப்பில் எல்லா வகையான லைஃப் சேவிங் ட்ரக்ஸூம் இருக்கு... போய் உங்களுக்குத் தேவையான மருந்துகளை எடுத்துக்கலாம்...!''

ஹரி கலாதரின் உடம்பருகே நின்று கொள்ள டாக்டர் அந்த ஷெல்ஃப்பை நோக்கி நடந்தார்.

பாதி வழி நடத்திருப்பார்.

சட்டென்னு நின்று பக்கவாட்டில் தெரிந்த அந்த ஃப்ரீஸர் பாக்ஸைப் பார்த்தார். அந்த பாக்ஸுக்குள் ஒரு பெண்ணின் உடம்பு தெரிய, பதட்டத்தோடு நெருங்கினார்.

உள்ளே...

நாகஜோதி.

உடம்பு எம்பாமிங் செய்யப்பட்டதற்கு அடையாளமாய் லேசாய் உப்பிப் போய் தெரிந்தது.

ஐ

டாக்டர் வெற்றிவேல் தன்னுடைய செல்போனில்

யாரிடமோ பேசிக் கொண்டிருந்த போது நர்ஸ் சாந்தி கதவை லேசாய்த் திறந்து எட்டிப்பார்த்தாள்.

''டாக்டர்.''

''என்ன சாந்தி...?''

''க்ரைம் பிராஞ்ச் ஆபீசர்ஸ் 'விவேக், விஷ்ணு'ன்னு ரெண்டு பேர் வந்து இருக்காங்க... என்ன விஷயம்ன்னு கேட்டேன். ஒரு என்கொய்ரின்னு சொன்னாங்க... டாக்டர்...''

வெற்றிவேல் அவசர அவசரமாய் செல்போன் பேச்சை முடித்துக் கொண்டு, ''அவங்களை அனுப்பு.'' என்றார். மினரல் வாட்டர் பாட்டிலை எடுத்து இரண்டு வாய் விழுங்கிவிட்டுக் காத்திருக்க அடுத்த நிமிடத்தின் ஆரம்பத்தில் விவேக்கும் விஷ்ணுவும் அறைக்குள் நுழைந்தார்கள்.

''குட்மார்னிங் டாக்டர்.''

''குட்மார்னிங்...!'' என்றவர் ''ப்ளீஸ்...'' என்று சொல்லி தனக்கு எதிரே இருந்த நாற்காலிகளைக் காட்டினார்.

விவேக், விஷ்ணு இருவரும் உட்கார்ந்தார்கள்.

''ஸாரி... ஃபார் பாதரிங் யூ... டாக்டர்...!''

''நோ... ப்ராப்ளம்... கம்... டு... த... பாயிண்ட்!''

''டாக்டர் பழனியாண்டியை உங்களுக்குத் தெரியுமா, டாக்டர்?''

வெற்றிவேல் முகம் மாறினார்.

''எந்த பழனியாண்டி?''

''டாக்டர் வளர்மதியோட கணவர் பழனியாண்டி. மூளை மற்றும் நரம்பியல் டாக்டர்.''

''டாக்டர் வளர்மதியை உங்களுக்கு எப்படித் தெரியும்?''

விவேக் மெலிதாய் புன்னகைத்தான்.

''டாக்டர்! நான் கேட்ட கேள்விக்கு நீங்க பதில் சொல்லாமே என்னை நீங்க பதிலுக்குக் கேள்வி கேக்கிறது எந்த வகையில் நியாயம்?''

வெற்றிவேல் எதுவும் பதில் சொல்லாமல் சில விநாடிகள் மவுனமாய் இருந்துவிட்டு விவேக்கை ஏறிட்டார். ''நீங்க விஷயம் தெரிஞ்சுதான் வந்து இருப்பீங்கன்னு நினைக்கிறேன்... ஸோ... நான் எதையும் மறைக்க விரும்பவில்லை. நீங்க மென்ஷன் பண்ற பழனியாண்டி நான் தான். வளர்மதி 25 ஆண்டுக்கு முன்னாடி எனக்கு மனைவியாய் இருந்தாங்க... வளர்மதியோடு எனக்குக் கருத்து வேறுபாடு ஏற்பட்டுப் பிரிந்து வந்ததற்கு பிறகு பழனியாண்டி என்கிற பெயர் எனக்குப் பிடிக்காததினால் 'வெற்றிவேல்'ன்னு கெஸட்ல மாத்திகிட்டேன்.

''வளர்மதியோடு வாழ்ந்த அந்த நாட்களை நான் மறக்க விரும்பினேன். அதே நேரத்திலே என்னோட அம்மா, அப்பா எனக்கு வெச்ச பழனியாண்டி என்கிற என் தாத்தாவோட பேரும் எனக்குப் பிடிக்காததினால வெற்றிவேல்ன்னு மாத்திகிட்டேன். இப்படி நான் பேர் மாத்திகிட்ட விபரம் இந்த மருத்துவத்துறையில் இருக்கிற ஒரு குறிப்பிட்ட சில டாக்டர்ஸுக்கு மட்டும்தான் தெரியும். வளர்மதியை நீங்க எங்கே பார்த்தீங்க...?''

''கேரளாவில் இருக்கிற கருநாகப்பள்ளி என்கிற கிராமத்துல அவங்க இருக்காங்க... ஷி ஈஸ் ஆல்ஸோ மென்டலி நாட் வெல்.''

''வளர்மதியை எதுக்காகப் போய்ப் பார்த்தீங்க...?''

''டாக்டர் ருத்திரபதியும் அவர்கிட்டே வேலை பார்த்துட்டு இருந்த சுபத்ரா, ஹரியும் யாரோ ஒரு நபரால கடத்தப்பட்டு இருக்காங்க... டாக்டர் ருத்திரபதி 'ப்ராஸ்தடிக் ஹெட்' என்கிற செயற்கைத் தலை விவகாரத்துல சம்பந்தப்பட்டு ஏதோ சில ஆராய்ச்சிகளை பண்ணிட்டு இருந்திருக்கார். அவர் மேலேயும் ஒரு என்கொய்ரி போயிட்டிருக்கு...''

‘‘இட்ஸ் ஓகே... இப்போ என்னைத் தேடி எதுக்காக வந்து இருக்கீங்கன்னு நான் தெரிஞ்சுக்கலாமா...?’’

‘‘டாக்டர் ருத்திரபதி உங்க நண்பர் தானே?’’

‘‘ஆமா...’’

‘‘அவர் கடத்தப்பட்ட விவகாரம் உங்களுக்குத் தெரியாதா?’’

‘‘இப்ப நீங்க சொல்லித்தான் எனக்குத் தெரியும். மூணு நாளைக்கு முன்னால் இங்கே என்னைப் பார்க்க வந்திருந்தார். அவர் என்கிட்டே பேசிட்டு இருக்கும்போதே அவருக்கு ஒரு போன்கால் வந்தது. ஹரி பேசறதாய் சொன்னார். புறப்பட்டுப் போயிட்டார். அதுக்கப்புறம் நான் அவர்கூட பேசறதுக்கு நாலைஞ்சு தடவை முயற்சி பண்ணினேன். அவர் போனை ‘ஸ்விட்ச் ஆப்’ பண்ணி வச்சிருந்தார். அவர் சில சமயம் வெளியூர் பயணங்களை மேற்கொள்வதும் உண்டு. அதுமாதிரியான சமயங்களில் அவர் யாரோடும் பேசமாட்டார்.’’

‘‘அவர் எதுமாதிரியான ஆராய்ச்சிகளைப் பண்ணிட்டு வந்தார்ன்னு உங்களுக்குத் தெரியுமா...?’’

‘‘என்னைப் பொறுத்தவரைக்கும் ருத்திரபதி ஒரு திறமையான மூளையியல் நிபுணர். ஒரு மனிதனுக்கு ‘மூளைச்சாவு’ நிலைமை ஏற்பட்டால் அதிலிருந்து மீட்க முடியும்னு அவர் நம்பினார். எனக்கு அதில் நம்பிக்கை இல்லாத போதும் நான் அவருக்கு ஒத்துழைப்பு கொடுத்தேன். என்னுடைய இந்த ஹாஸ்ப்பிடலில் எந்த பேஷண்ட்டுக்காவது ‘மூளைச்சாவு’ நிலைமை ஏற்பட்டால் அவர் வந்து பார்ப்பார். அந்த பேஷண்ட்டை உயிர் பிழைக்க வைக்க, தான் கண்டுபிடித்த சில மருந்துகளைப் பயன்படுத்திப் பார்ப்பார். ஆனா அவரோட முயற்சிகள் எல்லாமே தோல்வியில்தான் முடியும். இருந்தாலும் அதைப்பத்திக் கொஞ்சமும் கவலைப்பட மாட்டார்.’’

டாக்டர் வெற்றிவேல் பேசிக் கொண்டிருக்கும் போதே அவருக்கு முன்பாய் இருந்த மூன்று போன்களில் ஒன்று வைப்ரேஷனில் அதிர்ந்தது, நீல நிற வெளிச்சத்தோடு ஒளிர்ந்தது.

''எக்ஸ்க்யூஸ் மீ.'' வெற்றிவேல் விவேக்கைப் பார்த்துச் சொல்லிவிட்டு செல்போனை எடுத்து காதில் வைத்தார். மெல்ல குரல் கொடுத்தார்.

''எஸ்...''

மறுமுனையில் ஹஸ்கி வாய்ஸில் பெண் குரல்.

''டாக்டர்... நான் சுபத்ரா... ஒரு அஞ்சு நிமிஷம் பேசலாமா...?''

40

அறிந்து கொள்வோம்: *க்ரீன் ஃபாரஸ்ட் கேள்விப்பட்டு இருப்போம். ஆனால் 'ரெட் ஃபாரஸ்ட்' என்ற வார்த்தையை நம்மில் பலர் கேள்விப்பட்டு இருக்க மாட்டார்கள். ஆனால் ரெட் ஃபாரஸ்ட் எனப்படும் சிவப்பு நிறக்காடு ரஷ்யாவில் இருக்கிறது. இந்த ரெட் ஃபாரஸ்ட் எப்படி உருவாயிற்று?*

இதோ அதனுடைய ஃப்ளாஷ் பேக்.

ரஷ்யாவின் உக்ரைன் பகுதியில் 'செர்னோபில்' அணுமின் நிலையம் இருந்தது. 31 ஆண்டுகளுக்கு முன்னால் அந்த அணுமின் நிலையத்தில் ஏற்பட்ட விபத்து காரணமாகக் கடுமையான கதிர்வீச்சு ஏற்பட்டது. உடனே மக்கள் அந்தப் பகுதியை விட்டு வெளியேறி பல கிலோ மீட்டர் தூரத்துக்கு அப்பால் போய்விட, அணுமின் நிலையத்தில் இருந்து வெளிப்பட்ட கதிர்வீச்சு, பக்கத்தில் இருந்த காட்டுப்பகுதியைப் பதம் பார்த்தது.

கதிர்வீச்சின் பாதிப்பால் பச்சை இலைகள் மெல்ல மெல்ல அதன் நிறத்தில் இருந்து சிவப்பாக மாறிவிட்டது. மரங்கள் மட்டுமல்ல பாறைகளும் பழுப்பு நிறத்தில் இருந்து சிவப்பாக மாறிவிட்டது. இப்போது 10 கிலோ மீட்டர் பரப்பளவு உள்ள அந்தக் காடு அடர்த்தியான சிவப்பு நிறத்தில் காணப்படுகிறது. இந்த அணுக்கதிர்வீச்சு 1989ம் ஆண்டு ஏப்ரல் 26ம் தேதி ஏற்பட்டு உலக நாடுகளை உலுக்கியது.

''டாக்டர்... நான் சுபத்ரா... ஒரு அஞ்சு நிமிஷம் பேசலாமா?'' என்று சுபத்ரா செல்போனில் மறுமுனையில் சொன்னதும் எச்சரிக்கையானார்

வெற்றிவேல். முகத்தில் எந்தவிதமான உணர்ச்சியையும் காட்டிக் கொள்ளாமல் இயல்பான குரலில் பேசினார்.

''என்னம்மா காயத்ரி... திடீர்ன்னு போன் பண்ணியிருக்கே... அப்பாவுக்கு ஏதாவது பிரச்சனையா... நான் எழுதி கொடுத்த மாத்திரைகளை ஒழுங்காகச் சாப்பிடறாரா?''

மறுமுனையில் சுபத்ராவும் ஜாக்கிரதையானாள். குரலைத் தாழ்த்தினாள். ''எனக்கு நிலைமை புரியுது டாக்டர்... உங்களுக்கு முன்னாடி யாரோ உட்கார்ந்துட்டு இருக்காங்கன்னு நினைக்கிறேன்.''

''ஆமா... ஆமா... அதே மாத்திரைகளைத் தொடர்ந்து கொடும்மா... சரியா ஒரு வாரத்துல அப்பா பழைய நிலைமைக்கு வந்துடுவார். நீ எதுக்கும் கவலைப்படாதேம்மா...'' டாக்டர் இப்படி சொன்னதும் சுபத்ரா இன்னமும் குரலைத் தாழ்த்தினாள்.

''டாக்டர்... இங்கே எதிர்பாராத சம்பவம் ஒண்ணு நடந்துடுச்சு... நம்ம ஆள் கலாதரை டாக்டர் ருத்திரபதி காலி பீர் பாட்டிலால் தலையில் ஓங்கி அடிச்சுட்டார். தலையில் பெரிய காயம். நல்ல வேளை உயிருக்கு ஆபத்து இல்லை. ருத்திரபதியை வெச்சே ட்ரீட்மெண்ட் கொடுத்துட்டிருக்கேன். வெளியே போன ஜாஃபர் இன்னமும் வரலை...''

வெற்றிவேலின் இருதயத்துடிப்பு உச்சத்துக்குப் போனாலும் அதைக் காட்டிக் கொள்ளாமல் வரவழைத்துக் கொண்ட சிரிப்போடு பேசினார்.

''இதோ பாரம்மா காயத்ரி... எல்லாமே நல்லபடியாய் நடக்கும்... நீ தைரியமாய் இருந்தால்தான் உன்னோட அப்பாவும் தைரியமாய் இருப்பார்... அப்பாவுக்கு ஏதாவது பிரச்சனைன்னா எனக்கு உடனே போன் பண்ணும்மா... நான் வேற ஒரு மருந்தை ப்ரிஸ்க்ரைப் பண்றேன். நான் இப்ப ஒரு முக்கியமான மீட்டிங்கில் இருக்கேன்... அப்புறமாய் பேசலாம்...''

டாக்டர் வெற்றிவேல் இணைப்பைத் துண்டித்துவிட்டு தன் எதிரில் உட்கார்ந்திருந்த விவேக்கையும், விஷ்ணுவையும் ஏறிட்டார்.

''ஸாரி... அதுக்குள்ளே, தெரிஞ்ச ஒரு பேஷண்ட்டோட வீட்டிலிருந்து போன்... நாம எதைப் பத்தி பேசிட்டிருந்தோம், மிஸ்டர் விவேக்?''

''டாக்டர் ருத்திரபதியைப் பத்தி... அவர் இப்போது தன்னோட இரண்டு உதவியாளர்களான சுபத்ராவோடும் ஹரியோடும் கடத்தப்பட்டிருக்கிறார். அவர் எதுக்காக, யாரால் கடத்தப்பட்டு இருப்பார்ன்னு உங்களால் 'கெஸ்' பண்ண முடியுதா...?''

''ஸாரி இன்ஸ்பெக்டர்... என்னால கெஸ் பண்ண முடியல. ஆனா நான் ருத்திரபதியைப் பத்தி தனிப்பட்ட முறையில் ஒரு கருத்தைச் சொல்லலாமா...''

''என்ன...?''

''ஹி ஈஸ் அடமன்ட் அண்ட் க்ரீடி. பேராசை புடிச்ச மனுஷன். 'ப்ராஸ்தடிக் ஹெட்' விவகாரத்தில் ஏதோ ஒரு சட்டவிரோதமான வேலையைப் பண்றார். அது என்னான்னு எனக்குப் புரியலை. என்னிக்காவது ஒருநாள் உண்மை தெரியும். அப்போது பார்த்துக்கலாம்னு விட்டுட்டேன்...''

''டாக்டர்! அவர் சட்டவிரோதமாய் ஏதோ பண்றார்ன்னு தெரிஞ்ச பின்னாடி அவரை நீங்க க்ளோஸா ஃபாலோ அப் பண்ணியிருக்கலாமே...?''

''ஸாரி இன்ஸ்பெக்டர்... எனக்கு என்னோட ஹாஸ்ப்பிடல் நிர்வாகத்தைக் கவனிக்கவே நேரம் இல்லை. ஆனா ருத்திரபதிக்கு மறைமுகமாய் எவ்வளவோ புத்திமதிகள் சொல்லிப் பார்த்தேன். அவர் அதையெல்லாம் காதுல போட்டுக்கற மாதிரியே தெரியலை. நானும் ஒரு கட்டம் வரைக்கும் பார்த்துட்டு, புத்தி சொல்றதை விட்டுட்டேன்.''

''இட்ஸ் ஓ.கே... இந்தக் கடத்தலுக்குப் பின்னாடி வெளிநாட்டு சக்திகள் ஏதாவது இருக்குமா...?''

''எனக்குத் தெரியாது...''

விவேக் எழுந்தான். ''தேங்க்யூ டாக்டர்... நீங்க இதுவரைக்கும் கொடுத்த தகவல்களுக்கு நன்றி... மறுபடியும் விபரங்கள் ஏதாவது தேவைப்பட்டா வருவோம்... வீ நீட் யுவர் கோவாப்ரேஷன்.''

''சர்ட்டன்லி...!'' டாக்டர் எழுந்து நின்று கை குலுக்க விவேக், விஷ்ணு இருவரும் விடைபெற்றுக் கொண்டு வெளியே வந்தார்கள்.

ஐ

டாக்டர் ருத்திரபதி கலாதரின் தலைக் காயத்திற்கு மருந்து தடவி பாண்டேஜைப் போட்டுக் கொண்டிருக்க ஹரி அவர் அருகே நின்றிருந்தான்.

சுபத்ரா அந்த ஆராய்ச்சிக்கூடத்தின் சுவரோரமாய் போடப்பட்டிருந்த நாற்காலியில் கைத்துப்பாக்கியோடு சாய்ந்திருந்தாள். ருத்திரபதியைப் பார்த்து கேட்டாள்.

''என்ன டாக்டர்... கலாதர் தேறுவானா இல்லை போய்ச் சேர்ந்துடுவானா..?''

ருத்திரபதி அவளை ஒரு கோபப் பார்வை பார்த்தார்.

''பொழைச்சுக்குவான்... எல்.எஸ்.டி. போட்டிருக்கேன். கண்ணைத் திறந்து பார்க்க எப்படியும் ரெண்டு மூணு மணி நேரம் ஆயிடும்.'' சொன்னவர் குரலைத் தாழ்த்தினார்.

''சுபத்ரா... உன்னை இப்படித் துப்பாக்கியும் கையுமாய் பார்க்க என்னோட மனசுக்கு கஷ்டமாயிருக்கு. நான் உன்னை என்னோட பொண்ணு மாதிரி...!''

சுபத்ரா அவரை கையமர்த்தினாள்.

''செல்லரிச்சுப் போன இந்த செண்டிமெண்ட் பேச்செல்லாம் இனி எடுபடாது... நீங்க, நான், ஹரி மூணு பேரும் இனி இந்த இடத்துல தான் இருக்கப் போறோம். அதே 'டீப் ப்ரெய்ன் ஸ்டிமுலேஷன்' ஆராய்ச்சியைத்தான் தொடர்ந்து பண்ணப்

போறோம்...''

''யாருக்காகப் பண்ணப் போறோம்?''

''இது உங்களுக்குத் தேவையில்லாத கேள்வி... நீங்களும் ஹரியும் இங்கே செய்ய வேண்டிய வேலைகள் மூணே மூணு தான். சாப்பிடணும், தூங்கணும், முழிச்சிட்டு இருக்கிற நேரத்துல 'மூளைச்சாவு' மரணங்களைத் தடுக்கக்கூடிய டி.பி.எஸ். ஆராய்ச்சிகளை மேற்கொள்ளணும்... அந்த ஆராய்ச்சிகள் பற்றிய பாஸிட்டிவ் ரிசல்ட்ஸ் எங்களுக்கு வேணும்... நீங்க முழுமனதோடு ஆராய்ச்சிகளைச் செய்யாத பட்சத்தில் ஹரி உயிரோடு இருக்க மாட்டான்.''

சுபத்ராவின் பேச்சால் ருத்திரபதி அதிர்ந்து கொண்டிருக்கும் போதே அவளுடைய செல்போன் அழைப்பு வந்ததற்கு அறிகுறியாக வெளிச்சமாய் ஒளிர்ந்தது. எடுத்து அழைப்பது யார் என்று பார்த்தாள்.

எதிர் முனையில் ஜாஃபர்.

பதட்டமாய் பேசினான்.

''என்ன சுபத்ரா... அங்கே என்ன பிரச்சனை...? கலாதரை அந்தக் கிழட்டு டாக்டர் பீர் பாட்டிலால் தலையில் அடிச்சுட்டானாமே?''

''உனக்கு யார் சொன்னது ஜாஃபர்?''

''டாக்டர் வெற்றிவேல்...! இப்பத்தான் போன் பண்ணிச் சொன்னார். கலாதர் உயிரோடு இருக்கானா?''

''ஒண்ணும் பிரச்சனையில்லை ஜாஃபர்... அடிச்சவரே இப்ப ட்ரீட்மெண்ட் கொடுத்துட்டு இருக்கார்...''

''கலாதர் இவ்வளவு கவனக்குறைவாய் இருக்க மாட்டானே?''

''எப்படியோ ஏமாந்துட்டான்... சரி... சரி... நீ போன காரியம் என்னாச்சு...?''

''அந்தக் காரியம் முடியலை. அதுக்குள்ளே ஒரு போன்.

டாக்டர் வெற்றிவேல் பண்ணியிருந்தார். குரலில் ஏகப்பட்ட பதட்டம்''

''ஏன்... என்னாச்சு...?''

''க்ரைம் பிராஞ்ச் ஆபீசர்ஸ் விவேக்கும், விஷ்ணுவும் ஒரு மணி நேரத்துக்கு முந்தி டாக்டர் வெற்றிவேலைப் போய்ப் பார்த்து இருக்காங்க. அவரோட உண்மையான பேரு பழனியாண்டி என்கிற விபரமும் அவரோட முதல் மனைவி வளர்மதிதான்ங்கற விஷயமும் அவங்களுக்குத் தெரிஞ்சிடுச்சு...''

''எ... எப்படி...?''

''அந்த விபரத்தையெல்லாம் டாக்டர் சொல்லலை...''

''விவேக், விஷ்ணு ரெண்டு பேருமே ஹைலி டேலண்ட்டட் பர்சன்ஸ். ஒரு துரும்பு கிடைச்சாப் போதும். அதைத் தூணாக்கி நம்ம முன்னாடி நிறுத்திருவாங்க...''

''நம்ம டாக்டர்கிட்டே அவங்க பாச்சா பலிக்கலை. எதையும் ஸ்மெல் பண்ண முடியாமே திரும்பிப் போயிட்டாங்க... சரி... சுபத்ரா, நான் இப்போது உனக்கு போன் பண்ணினது எதுக்காகத் தெரியுமா?''

''சொல்லு, ஜாஃபர்.''

''அடுத்த வாரம் வர்றதாய் இருந்த அந்த நைஜீரியன் டாக்டர் நிகும்பே இன்னிக்கு ராத்திரியே சென்னைக்கு வர்றார். ஒரு முக்கியமான பிரச்சனையைப் பேசி முடிச்சுட்டு நாளைக் காலையே கிளம்பிடறார். ஏர்போர்ட்டுக்குப் போய் நிகும்பேயை ரிசீவ் பண்ணி இங்கே கூட்டிட்டு வர்ற வேலையை டாக்டர் யார்கிட்ட ஒப்படைச்சிருக்கார் தெரியுமா?''

''யார்கிட்டே?''

''நர்ஸ் சாந்திகிட்டே...!''

''ஏன் ஜாஃபர், நீ போயிருக்கலாமே?''

''டாக்டர் வேண்டாம்ன்னு சொல்லிட்டார்...''

''டாக்டர் வெற்றிவேல் எதையுமே துல்லியமாய் கணிச்சு காய்களை நகர்த்தக்கூடியவர். அவர் ஒரு முடிவு எடுத்துட்டா அது சரியாத்தான் இருக்கும்... சரி... நீ இங்கே வர்றதுக்கு எவ்வளவு நேரமாகும்?''

''எப்படியும் ஒரு மணி நேரமாயிடும். ஏன் உனக்கு அங்கே தனியாய் இருக்க பயமாயிருக்கா?''

சுபத்ரா சிரித்தாள். ''கையில் துப்பாக்கி இருக்கும்போது எனக்கென்ன பயம்...? நான் உன்னை இங்கே வரச் சொல்றதுக்கு என்ன காரணம் தெரியுமா?''

''என்ன...?''

''இங்கே கொண்டு வந்த போது 'மூளைச்சாவு' ஏற்பட்டு கொஞ்ச நஞ்ச உயிரோடு இருந்த நாகஜோதி அடுத்த சில மணி நேரங்களிலேயே இறந்து போனதால் பாடியை எம்பாமிங் செய்து வேற ஒரு சோதனைக்கு உபயோகப்படுத்த இருந்தோம், இல்லையா?''

''ஆமா...''

''எம்பாமிங் செய்யப்பட்ட நாகஜோதியின் உடல் இப்போ உபயோகப்படும் நிலையில் இல்லை... அந்த பாடியை உடனடியாக டிஸ்போஸ் பண்ணணும். அதேசமயம் நைஜீரியன் டாக்டர் நிகும்பே வர்ற நேரத்துல நாகஜோதியின் பாடி இங்கே இருக்க வேண்டாம்.''

''சரி... நான் ஒரு மணி நேரத்துக்குள்ளே வந்துடறேன்... ருத்திரபதியும், ஹரியும் உன்னைத் தாக்க ஏதாவது முயற்சி பண்ணினா கொஞ்சம் கூட தயங்காமே போட்டுத் தள்ளிடு...''

''அதெல்லாம் ஒரு பிரச்சனையில்லை... நான் பார்த்துக்கிறேன், ஜாஃபர்..!'' சொல்லிவிட்டு செல்போனை அணைத்தாள் சுபத்ரா.

௪௦

டி.ஜி.பி. வைகுந்தின் அறை ஏ.சி.யின் குளிர்ச்சியில் உறைந்துப் போயிருந்தது. அவர் உஷ்ணம் கலந்த குரலில் தனக்கு முன்பாய் உட்கார்ந்திருந்த விவேக், விஷ்ணுவைப் பார்த்துப் பேசிக் கொண்டிருந்தார்.

''மிஸ்டர் விவேக்... டாக்டர் வெற்றிவேல் கிட்டே ஏதாவது தப்பு இருக்குன்னு நினைக்கிற பட்சத்தில் அவரை சந்தேகத்தின் அடிப்படையில் கைது பண்ணி ஸ்டேஷனுக்குக் கொண்டு வந்து விசாரித்தால் என்ன?''

''சாரி சார்... எந்த ஒரு ஆதாரமும் இல்லாமே அவரைக் கைது பண்ண முடியாது. காரணம் தமிழ்நாட்டில் இருக்கிற பத்து சிறந்த டாக்டர்களில் இவரும் ஒருவர். வெளிநாட்டு டாக்டர்களுக்கு இணையானவர். அவரோட இரண்டாவது மனைவி சிண்ட்ரெல்லா லண்டன் மெடிக்கல் கவுன்சிலில் நிரந்தர மெம்பர். வெற்றிவேல் மேல் அவ்வளவு சுலபத்தில் நாம் கையை வைக்க முடியாது.''

''சரி... காணாமல் போன ருத்திரபதியையும், அவருடைய உதவியாளர்களையும் எப்படி கண்டுபிடிக்கப் போறீங்க?''

''சார்! டாக்டர் வெற்றிவேலைக் கண்காணிக்க நம்ம க்ரைம் பிராஞ்ச் நெப்போலியனை அனுப்பியிருக்கேன். அவர் வெற்றிவேலின் ஒவ்வொரு நடவடிக்கையையும் உன்னிப்பாய் கவனிச்சுட்டிருக்கார். வெற்றிவேலின் நடவடிக்கைகளில் ஏதாவது வித்தியாசம் தெரிஞ்சா உடனடியாய் எனக்குத் தகவல் கொடுக்கும்படியாய் சொல்லியிருக்கேன்... ஆறு மணி நேரமாச்சு... இதுவரைக்கும் நெப்போலியன்கிட்டயிருந்து எந்த தகவலும் இல்லை...!''

விவேக் சொல்லிக் கொண்டிருக்கும்போதே அவனுடைய செல்போன் அழைத்தது. எடுத்துப் பார்த்த விவேக் சின்னதாய் மலர்ந்தான். மறுமுனையில் நெப்போலியன். ஸ்பீக்கரை ஆன் செய்துவிட்டு பேசினான்.

''என்ன நெப்ஸ்?''

''சார்... ஹாஸ்ப்பிடலுக்குள்ளே இருந்த டாக்டர் வெற்றிவேலைக் காணோம்...!''

''காணோமா?''

''ஆமா... சார்... ஓ.பி. வார்டில் ஒரு வெளி நோயாளி மாதிரி உட்கார்ந்து அவரோட நடவடிக்கைகளைக் கண் கொத்தி பாம்பு மாதிரி கவனிச்சிட்டுருந்தேன். ஆனா எப்படியோ என்னோட பார்வையிலிருந்து நழுவிட்டார். ஹாஸ்ப்பிடலில் இருந்து எப்படி எங்கே வெளியே போனார்ன்னு தெரியலை... ஹாஸ்ப்பிடல் பூராவும் தேடிப் பார்த்துட்டேன். ட்யூட்டி டாக்டர்ஸ்கிட்டே விசாரிச்சேன். அவங்களுக்கும் தெரியலை...! ஒன்ஸ் அகெய்ன் ஸாரி சார்...''

''உன்னோட 'ஸாரி'யை நீயே வெச்சுக்க.''

விவேக் எரிச்சலாய் சொல்லிவிட்டு செல்போனை அணைத்தான்.

ஞ ஐ ஐ

41

அறிந்து கொள்வோம்: *மனித மூளை ஒவ்வொரு காலகட்டத்திலும் சிறிது சிறிதாக விரிவடைந்து கொண்டே வந்து இருக்கிறது. மூளையின் எடை கூடி அதை உள்ளடக்கிய கபாலத்தின் அளவைப் பொருத்து மனித இனம் அபார வளர்ச்சியைப் பெற்று இருக்கிறது. எடை கூடியதோடு புதிய புதிய வகையில் செயல்படக்கூடிய திறன்களும் உடையதாய் மூளை மாறிக்கொண்டே வந்திருக்கிறது. மூளையின் கார்டெக்ஸ் பகுதியில் தோன்றிய பெருத்த மாற்றங்களே மனித குல வளர்ச்சிக்கான முக்கிய காரணம்.*

பறவையினங்கள் ஆரம்ப காலத்தில் தங்களுடைய சிறகுகளைக் குளிருக்குக் கதகதப்பு ஊட்டும் போர்வையாகத்தான் கருதி வந்து இருக்கின்றன. பிறகு ஒரு கட்டத்தில் சிறகுகளை விரிக்கலாம், கீழ் நோக்கிக் குறுக்கலாம், பின்னர் பறக்கலாம் என்கிற எண்ணங்கள் கொஞ்சம் கொஞ்சமாக உண்டாகி அவை பறக்கத் தொடங்கியிருக்க வேண்டும் என்கிறார்கள் வல்லுநர்கள். பறவையின் சின்ன மூளையில் தோன்றிய எண்ணங்கள் தான் இறகுகளுக்குப் பறக்கும் திறன் இருக்கிறது என்கிற உண்மையை அதற்கு தெரியப்படுத்தின.

ஒரு பறவையின் சின்ன மூளைக்கே இவ்வளவு ஆற்றல் இருக்கும்போது, ஒரு மனிதனின் மூளைக்குள் இருக்கும் ஆற்றலைப் பற்றிச் சொல்லவா வேண்டும்? இன்றைக்கு விஞ்ஞானம் விஸ்வரூபம் எடுத்து நம்மையெல்லாம் வியப்பில் ஆழ்த்திக் கொண்டு இருப்பதற்குக் காரணம் மனித மூளையின் அளப்பரிய ஆற்றலே.

மூளையை யார் ஒருவர் அதிகமாகக் கேள்விகள் கேட்டு உபயோகிக்கிறாரோ அவர் ஒரு விஞ்ஞானியாகவோ, தத்துவ மேதையாகவோ, ஆன்மீகவாதத் தலைவராகவோ உருவாகிறார். 50 ஆண்டுகளுக்கு முன்னால் ஒருவர் வீட்டில் டெலிபோன் இருந்தால் அவர் ஒரு மிகப் பெரிய பணக்காரர். தன் வீட்டில் டெலிபோன் இருப்பதை கவுரவத்தின் அடையாளமாய் நினைத்தார். ஆனால் இன்றைக்கு அமெரிக்காவில் யாரோ ஒரு மனிதர் யோசித்ததின் விளைவு லேண்ட்லைன் டெலிபோன்கள் காணாமல் போய்க் கொண்டிருக்க, ஏழை, பணக்காரன் என்று வித்தியாசம் இல்லாமல் எல்லோருடைய கைகளிலும் ஸ்மார்ட் போன்கள். மூளையை உபயோகிக்கும் கலையை எவர் அதிகம் வளர்த்துக் கொள்கிறாரோ, அவர் தன்னை மட்டுமல்ல, உலகையும் வளர்க்கிறார்.

விவேக் எரிச்சலோடு செல்போனை அணைக்க, டி.ஜி.பி. வைகுந்த் வியப்பாய் அவனைப் பார்த்தார்.

''வாட் ஹேப்பண்ட் விவேக்?''

''டாக்டர் வெற்றிவேலோட நடவடிக்கைகளைக் கண்காணிக்கும்படி நெப்போலியன் கிட்டே சொல்லியிருந்தேன். பட் ஹி ஹேஸ் ஃபெயில்ட் இன் ஹிஸ் ட்யூட்டி... டாக்டர் வெற்றிவேல் ஹாஸ்ப்பிடலில் இல்லை... கண்காணித்துக் கொண்டிருந்த நெப்போலியனுக்கே தெரியாமல் ஹாஸ்ப்பிடலை விட்டு வெளியேறிப் போயிருக்கிறார்.''

''அவருடைய செல்போன் நம்பர் உங்களுக்குத் தெரியும் அல்லவா...?''

''தெரியும்.''

''அந்த எண்ணை வைத்து இப்பொழுது அவர் எங்கே எந்த இடத்தில் இருக்கிறார் என்பதைக் கண்டுபிடித்துவிடலாமே?''

‘‘அது சாத்தியம் இல்லை சார்..’’

‘‘ஏன்...?’’

‘‘டாக்டர் வெற்றிவேலிடம் உள்ள செல்போன் வெளிநாட்டு ஜாதி. நான்-ட்ரேஸிங் செல்போன் வகையைச் சேர்ந்த ஜி.பி.எஸ். போன்.’’

‘‘மிஸ்டர் விவேக்... யூ ஹேவ் டன் ஏ கிரேட் மிஸ்டேக்... டாக்டர் வெற்றிவேல் மீது நீங்கள் எந்த நிமிஷம் சந்தேகப்பட்டீர்களோ அதே நிமிஷம் அவரைச் சந்தேகத்தின் அடிப்படையில் கைது செய்து ஏதாவது ஒரு ரகசிய இடத்தில் வைத்து ஒரு விசாரணையை நடத்தியிருக்க வேண்டும்...’’

‘‘சார்... அப்படி அவரைச் சந்தேகத்தின் பேரில் கைது செய்து இருந்தால் அவருடைய வெளியுலகத் தொடர்புகள் நமக்குத் தெரியாமல் போக வாய்ப்பு அதிகம். வெற்றிவேலோடு சம்பந்தப்பட்டவர்கள் நம் பார்வைக்குத் தட்டுப்பட மாட்டார்கள். வெற்றிவேல் ஒரு பிரபலமான ந்யூரோ சர்ஜன். இந்த சொஸைட்டியில் ஒரு அந்தஸ்துள்ள மனிதர். அவர்கிட்டேயிருந்து ஸ்டேட்மெண்ட் வாங்கலாமே தவிர, கடுமையான முறையில் விசாரிக்க முடியாது.’’

‘‘சரி... இப்போது என்ன செய்யப் போகிறீர்கள்...? நெப்போலியன் கண்காணித்துக் கொண்டிருக்கும் போதே டாக்டர் வெற்றிவேல் ஹாஸ்ப்பிடலை விட்டு வெளியே போயிருக்கிறார்... ஹௌ கேன் யூ ஃபைண்ட் ஹிம் எனிமோர்...?’’

‘‘யோசிக்க வேண்டும் சார்...’’

‘‘மிஸ்டர் விவேக்... அயாம் ஹைலி டிஸப்பாயிண்ட்டட். நீங்கள் இந்த கேசில் என்ன செய்ய வேண்டும் என்று நினைக்கிறீர்களோ அதைச் செய்யுங்கள்...! நான் ஜி.பி.யைப் பார்க்கப் போக வேண்டும். வருகிற வாரம் சென்னைக்கு வரப்போகிற பிரதமருக்கான பாதுகாப்பு ஏற்பாடுகளைப் பற்றி பேச வேண்டும்.’’

டி.ஜி.பி. எழுந்து கொள்ள, விவேக்கும் விஷ்ணுவும் எழுந்தார்கள். அவர் கை குலுக்கிவிட்டுப் புறப்பட்டார்.

விஷ்ணு சில விநாடிகள் மவுனமாய் இருந்து விட்டு ''பாஸ்...'' என்றான்.

''என்ன...?''

''இந்த கேஸ்ல நாம தோற்கப்போறோம்.''

ஃ

சுபத்ரா இரவு உணவைச் சாப்பிட்டு முடித்து இருந்த போது மேஜையின் ஓரத்தில் வைக்கப்பட்டிருந்த அவளுடைய செல்போன் அழைப்பு வந்ததற்கு அறிகுறியாக வெளிச்சமாய் ஒளிர்ந்தது.

எடுத்து அழைப்பது யார் என்று பார்த்தாள்.

டாக்டர் வெற்றிவேல் பேசினார்.

''சுபத்ரா...! என்ன பண்ணிட்டிருக்கே?''

''இப்பத்தான் டின்னர் சாப்பிட்டு முடிச்சேன்.''

''நைஜீரியா டாக்டர் நிகும்பே ஏர்போர்ட்டிலிருந்து நம்ம இடத்துக்கு வந்துட்டிருக்கார். கூடவே நர்ஸ் சாந்தியும் வர்றா. பேச்சுவார்த்தை நல்லபடியாய் முடியணும்... இப்போதைக்கு நான் அங்கே வர முடியாத நிலைமை. போலீஸ் என்னைக் கண்காணிச்சுட்டு இருக்காங்க...''

''இப்ப நீங்க எங்கே இருக்கீங்க டாக்டர்?''

''நம்ம ஹாஸ்ப்பிடலுக்குள்ளேயே இருக்கிற என்னோட செல்லர் ரூம்ல உட்கார்ந்து டி.வி. பார்த்துட்டிருக்கேன். போலீஸோட கவனம் முழுவதும் இப்போ எம்மேல் இருக்கு. இதை நாம் பயன்படுத்திக்கணும். நீ நிகும்பேவோடு நடத்தற பேச்சு வார்த்தை வெற்றிகரமாய் முடியணும். பேச்சு வார்த்தையில் ஏதாவது பிரச்சனை ஏற்பட்டா என்னை காண்டாக்ட் பண்ணு...!''

''பிரச்சனை ஏற்பட வாய்ப்பில்லை டாக்டர். நான்

பார்த்துக்கிறேன்.''

''சரி... ஜாஃபர் எங்கே...?''

''நாகஜோதியோட பாடியை வீட்டுக்குப் பின்பக்கமாய் இருக்கிற பள்ளத்துல குழி தோண்டி டிஸ்போஸ் பண்ணிட்டிருக்கான்.''

''தலையில் அடிபட்ட கலாதர் எப்படியிருக்கான்?''

''டாக்டர் ருத்திரபதி கொடுத்த ட்ரீட்மெண்ட்ல இப்ப பரவாயில்லை. ரெண்டு தடவை கண் விழிச்சுப் பார்த்தான். இப்ப தூங்கிட்டிருக்கான்.''

''சரி... டாக்டர் ருத்திரபதியையும், ஹரியையும் வெவ்வேறு ரூம்ல அடைச்சு வைக்கணும்... நைஜீரிய டாக்டர் நிகும்பே அங்கே வர்றது அவங்க ரெண்டு பேருக்கும் தெரியக்கூடாது. அவர் வர்றதுக்கு அரைமணி நேரத்துக்கு முன்னாடி அந்த ரெண்டு பேருக்கும் நைட்ரோ லைட் இன்ஜெக்ஷனைப் போட்டுடணும். ஆறு மணி நேரம் மயக்கத்துல இருக்கட்டும்...''

''நீங்க சொன்னபடி எல்லாம் நடக்கும். இதோ ஜாஃபர் கூட வந்தாச்சு... ஜாஃபர் கூட பேசறீங்களா டாக்டர்?''

''குடு...!''

சுபத்ரா தன் கையில் வைத்திருந்த செல்போனை ஜாஃபரிடம் நீட்ட அவன் வாங்கி பவ்யமாய் பேசினான். குரலில் ஏகப்பட்ட குழைவு.

''டா.. டா.. டாக்டர்...''

''என்ன ஜாஃபர்... நாகஜோதியோட டெட் பாடியை டிஸ்போஸ் பண்ணிட்டியா...?''

''ம்... பண்ணிட்டேன் டாக்டர்... ஆறடி ஆழம் தோண்டி அடக்கம் பண்ணிட்டேன்...''

''சரி... நாம இப்ப ரொம்பவும் ஜாக்கிரதையாய் இருக்க வேண்டிய நேரம்... போலீசுக்கு என் மேல

லேசாய் சந்தேகம் வந்திடுச்சு. அந்தச் சந்தேகத்தை எப்படித் துடைச்சுச் சுத்தம் பண்றதுன்னு எனக்குத் தெரியும். டாக்டர் ருத்திரபதியையும் ஹரியையும் கொஞ்சம் கடுமையாய் கையாண்டால் தான் அவங்களுக்கு பயம் வரும்.. அந்த பயம் வந்தால் தான் நமக்குத் தேவையான ஒத்துழைப்பும் அவங்ககிட்டேயிருந்த கிடைக்கும்...!''

''நாளையில் இருந்து அந்த வேலையை ஆரம்பிச்சுடுவேன் டாக்டர்... நைஜீரிய டாக்டர் நிகும்பே, சுபத்ராவோடு பேச்சுவார்த்தை நடத்தும்போது, நானும் அந்தப் பேச்சு வார்த்தையில் பங்கெடுத்துக் கொள்ளலாமா டாக்டர்?''

''கண்டிப்பாய்... ஏன்னா உனக்கு நைஜீரிய மொழி தெரியும். சுபத்ரா ஆங்கிலத்தில் பேசும்போது புரியாத சில வார்த்தைகளை நிகும்பேவுக்கு நீ மொழி பெயர்த்துச் சொல்ல வேண்டியிருக்கும். நிகும்பே அங்கே வந்து சேர்ந்ததும் எனக்கு போன் பண்ணு. எல்லாம் நல்லபடியாய் முடியணும்.''

ஃ

ராத்திரி நேர அண்ணா சாலையில் காரை மிதமான வேகத்தில் விரட்டிக் கொண்டிருந்தான் விவேக். காரில் இருந்த எஃப் எம் ரேடியோ 'வேறு எந்தக்கடையிலும் தங்கம் வாங்கி ஏமாறாமல் தங்கள் கடைக்கே வந்து நகை வாங்கி ஏமாறும்படி' ஒரு நகைக்கடையின் விளம்பரத்தை ஒளிபரப்பிக் கொண்டிருந்தது.

''பாஸ்... டி.ஜி.பி. ஆபீசிலிருந்து நாம வெளியே வந்து ரெண்டு மணி நேரமாச்சு... இப்ப நாம என்ன செய்யப்போறோம்! அந்த டாக்டர் ருத்திரபதியையும் அவரோட ரெண்டு அசிஸ்டண்ட்களையும் எப்படி கண்டுபிடிக்கப் போறோம்?''

''நீதான் ஒரு யோசனை சொல்லேன்...''

''என் மூளையோட ஹைபோதலாமஸ் கடைசி பெஞ்ச் ஸ்டூடண்ட் மாதிரி மக்கு பாஸ். உங்கள் ஹைபோதலாமஸுக்கு

வேலை குடுங்க. அது ஃபர்ஸ்ட் பெஞ்ச் ஸ்டூடண்ட்.''

''அது வேலை செய்யணும்ன்னா ஒரு குல்ஃபி சாப்பிடணும்.''

''குல்ஃபியா...?''

''ஆமா... தேனாம்பேட்டை சிக்னலுக்குப் பக்கத்துல 'சம்பாலால்'ன்னு ஒரு சேட் 'டெல்லி குல்ஃபி'ன்னு ஒரு சின்ன கடை வெச்சிருக்கான். அங்கே நீ குல்ஃபி சாப்பிட்டிருக்கியா...?''

''இல்ல பாஸ்...''

''வந்து சாப்பிட்டு பாரு. உன்னோட ஹைபோதலாமஸ் கூட ஓவர்டைம் எடுத்து வேலை செய்யும்...''

''பாஸ்... இது குல்ஃபி சாப்பிடற நேரமா...?''

''சாப்பிட்டுப் பார் தெரியும்...''

''அட... போங்க பாஸ்... என்னிக்குமே பாராட்டு பத்திரம் வாசிக்கிற டி.ஜி.பி. இன்னிக்கு மூஞ்சியைத் தூக்கி வெச்சிட்டுப் போயிட்டார். என்னோட தன்மானம் அந்த இடத்திலேயே தற்கொலை பண்ணிகிட்டு செத்துப் போச்சு பாஸ்... உங்களுக்கு அது தெரியுமா?''

''அட அப்படியா...?''

''விளையாடாதீங்க பாஸ்...''

''ஒரு குல்ஃபி சாப்பிடு... எல்லாம் சரியாய் போயிரும்....'' சொல்லிக் கொண்டே காரின் வேகத்தை அதிகப்படுத்தினான் விவேக். பத்தே விநாடியில் தேனாம்பேட்டை சிக்னல் வந்தது. அதைக் கடந்து க்ரீன்வேஸ் ரோட்டில் பிரவேசித்தவன் நான்கைந்து குறுக்குச் சந்துகளைக் கடந்ததும் ஒரு சிறிய சந்தின் முனையில் இருந்த ஒரு மரத்துக்குக் கீழே நிறுத்திக் கொண்டான். ஆள் நடமாட்டம் சொற்பமாய் இருந்தது.

''விஷ்ணு!''

''பாஸ்...''

''அதுதான் டெல்லி குல்ஃபி கடை. போய் ரெண்டு வாங்கிட்டுவா. எனக்கு பிஸ்தா ஃப்ளேவர். உனக்கு என்ன ஃப்ளேவர் வேணுமோ அதை வாங்கிக்க...!''

''பாஸ்...! ரோம் பற்றி எரியற நேரத்துல நீரோ மன்னன் வீணை வாசிச்சிட்டு இருந்த மாதிரி...''

''அது வீணை இல்லடா... ஃபிடில்...''

''ஏதோ ஒண்ணு... அது மாதிரி இருக்கு பாஸ்... இது குல்ஃபி சாப்பிடற நேரமா...?''

''குல்ஃபி சாப்பிட இதைவிட சரியான நேரம் கிடைக்காது விஷ்ணு... போய் வாங்கிட்டு வா...!''

விஷ்ணு ஒரு தயக்கப் பார்வையோடு காரினின்றும் இறங்கி எதிரில் இருந்த அந்த குல்ஃபி கடைக்குப் போய் இரண்டு சிறிய மண் குடுவைகளில் குல்ஃபி வாங்கி வந்தான். விவேக்கிடம் ஒன்றைக் கொடுத்துவிட்டு தானும் ஒன்றைச் சாப்பிட ஆரம்பித்தான். விவேக் மர ஸ்பூனால் குல்ஃபியைச் சுரண்டிக் கொண்டே சொன்னான்.

''சாப்பிட்டுப் பாரு... மூளை நல்லா வேலை செய்யும்.''

இருவரும் பாதி சாப்பிட்டிருப்பார்கள். விவேக்கின் செல்போன் மெலிதாய் முனகியது. எடுத்து அழைப்பது யார் என்று பார்த்துவிட்டுப் பேசினான். ஸ்பீக்கர் ஆனில் இருந்தது.

''என்ன குமரன்...?''

''ஷோ ஆரம்பிக்கப்போகுது சார்...''

''இதோ வந்துட்டோம்...'' செல்போனை அணைத்துவிட்டு விவேக் காரினின்றும் இறங்கினான்.

''வா... விஷ்ணு..''

''என்ன பாஸ்... குமரன் போன் பண்ணி ஷோ ஆரம்பிக்கப் போகுதுன்னு சொல்றார். என்ன ஷோ..!''

''வா... போய் பார்த்தாதான் தெரியும்.'' விவேக்

குல்ஃபியை வீசிவிட்டு நடக்க ஆரம்பித்துவிட விஷ்ணு தொடர்ந்தான்.

இரண்டே இரண்டு தெரு விளக்குகள் மட்டும் உயிரோடு இருக்க, அந்த அரையிருட்டான சாலையில் நடந்து ஒரு கட்டடத்தின் பின்பக்கத்தை நெருங்கினார்கள்.

''அட!'' விஷ்ணு ஆச்சரியப்பட்டான்.

''பாஸ்... நான் இந்தக் கட்டடத்துக்கு வந்திருக்கேன்... ஆனா எப்பன்னு ஞாபகமில்லை.''

விவேக் சிரித்தான்.

''நீ கண்டிப்பா வந்து இருப்பே... ஏன்னா இது சைபர் க்ரைம் ப்ராஞ்சோட எக்ஸிக்யூட்டிவ் செல் கட்டடம். திஸ் ஈஸ் பேக் டோர் வே.'' விவேக் சொல்லச் சொல்லவே, பின் கட்டடத்தின் உள்ளே இருந்து யாரோ நிழல் உருவமாய் வருவது தெரிந்தது. ''சார்... வாங்க... வீ... ஆர் வெயிட்டிங்.''

'யாரது?' விஷ்ணு உற்றுப்பார்த்தான்.

''குமரன்.''

42

அறிந்து கொள்வோம்: *விஞ்ஞானத்தின் எதிர்காலம் இனி 'நானோ'வின் கையில்தான். காகிதம் செய்வதில் இருந்து ராணுவ ஆயுதத் தளவாடங்கள் தயாரிப்பு வரை எல்லாவற்றையும் இனி நானோ பார்த்துக் கொள்ளும். பொருட்களின் தயாரிப்பில் மட்டும் அல்ல, மருத்துவத்திலும் நானோதான் சூப்பர் ஸ்டார். இன்னும் சில வருடங்களில் நானோ மைக்ரோ பயோ டெக்னாலஜி (NANO MICRO BIO TECHNOLOGY) பயன்பாட்டுக்கு வந்துவிடும்.*

அது எதுமாதிரியான நோயாக இருந்தாலும் சரி, நோயாளியின் உடலுக்குள் மிகச்சிறிய நானோ தங்கத்துகள்கள் மருந்து ஊசி மூலம் செலுத்தப்படும். அவற்றை வெளியே இருந்து கம்ப்யூட்டர் மூலம் மருத்துவர் இயக்குவார். நோய் செல்கள் உள்ள இடத்தில் இந்த தங்க நானோ துணுக்கு படர்ந்து அதைத் தனியாக இனம்காட்டி அழித்துவிடும். நோய் குணமாகும்.

இப்போதுள்ள சாதாரண மாத்திரைகளைச் சாப்பிட்டால் அவை உணவோடு சேர்ந்து ஜீரணமாகி ரத்தத்தில் கலந்து நோய்க் கிருமிகளோடு போராடி வெற்றி பெற நீண்ட நேரமாகும். ஆனால் நானோ துகள் மாத்திரைகளைச் சாப்பிட்டால் அவை மருந்து கடத்தியாக (CARRIER) செயல்பட்டு விரைவில் நோய் குணமாகி உடல் நலம் பெறும். நானோ ரோபாட்களும் அறிமுகமாக உள்ளன. இவை மருத்துவ ஊசிகளாக உடம்புக்குள் ஊடுருவி சிக்கலான அறுவை சிகிச்சைகளையும் எளிதாய் செய்து முடிக்கும் திறன் கொண்டவை. இந்தத் துறைக்குப் பெயர் 'நானோ ரோபோடிக்ஸ் (NANO ROBOTICS). இந்தத் துறை இப்போது வேகமாய் வளர்ந்து வருகிறது.

விஷ்ணுவின் இரண்டு கண்களிலும் வியப்போ வியப்பு. விவேக், குமரனைப் பின்பற்றி உள்ளே போனான். இருட்டான படிகளில் ஏறி வராந்தாவில் நடந்தார்கள். வராந்தாவும் ஒரு சோகையான பல்பு வெளிச்சத்தில் வழி காட்டியது.

முன்னால் போய்க் கொண்டிருந்த குமரன் சட்டென்று ஒரு கதவுக்கு முன்பாய் நின்று, லாக்கை விடுவித்துக் கொண்டு உள்ளே போக விவேக், விஷ்ணு இருவரும் பின் தொடர்ந்து உள்ளே போனார்கள். பெரிய அறை பார்வைக்குக் கிடைத்தது.

மொத்த அறையும் வெளிச்சத்தில் நிரம்பியிருக்க...

அறையின் மையத்தில் போடப்பட்டிருந்த நாற்காலியில் டாக்டர் வெற்றிவேல் தலையைக் கவிழ்ந்த நிலையில் உட்கார்ந்திருந்தார். அவரைச் சுற்றிலும் ஐந்து சைபர் க்ரைம் ப்ராஞ்ச் அதிகாரிகள் ஒரே மாதிரியான சீருடையில் நல்ல உயரத்தோடு திடகாத்ரமாய் நின்றிருந்தார்கள். இரண்டு பேர்களின் கையில் பிஸ்டல், க்ரே நிற உடம்போடு மின்னியது.

விஷ்ணு அதிர்ச்சியில் உறைந்து போனவனாய் ''பாஸ்! இ... இ... இங்கே என்ன நடக்குது... டாக்டர் வெற்றிவேல்... எப்படி... இங்கே...?'' என்று சுவாசிக்கத் திணறினான்.

விவேக் குமரனைப் புன்முறுவலோடு பார்த்தான்.

''குமரன்...! கடந்த சில மணி நேரங்களில் நாம எது மாதிரியான திரைமறைவு வேலைகளைச் செய்தோம்னு விஷ்ணுவுக்கு சொல்லிடுங்க. நான் வெற்றிவேல்கிட்டே போய் பேசிக்கிட்டிருக்கேன்.''

விவேக் சொல்லிவிட்டு நகர்ந்துவிட குமரன் விஷ்ணுவின் தோளில் கை வைத்தார். மெல்லிய குரலில் பேச ஆரம்பித்தார்.

''மிஸ்டர் விஷ்ணு... டாக்டர் வெற்றிவேல் தான், கேரளாவில் இருக்கக்கூடிய டாக்டர் வளர்மதியின் கணவர்னு விவேக் சாருக்குத் தெரிஞ்ச உடனேயே எனக்கு அவர் ஒரு அசைன்மெண்ட் கொடுத்துட்டார். அந்த அசைன்மெண்ட்படி டாக்டர் வெற்றிவேலை நீங்களும்

விவேக் சாரும் ஹாஸ்ப்பிடலுக்குப் போய் பார்த்துப் பேசிட்டு வந்த அடுத்த ஒரு மணி நேரத்துக்குள்ளே, நான் சைபர் க்ரைம் பிராஞ்ச் டிபார்ட்மெண்ட்டைச் சேர்ந்த 5 பேரோடு அதிரடியாய் போய் செல்லர் அறையில் தனியாய் இருந்தவரைத் துப்பாக்கி முனையில் ஆஸ்பத்திரியின் பின்பக்க வழியில் கடத்தி இங்கே கொண்டு வந்தோம். சட்டப்படி அவரைக் கைது பண்ணி, ஸ்டேஷனுக்குக் கொண்டு போனால் பத்து வக்கீல்களை வைத்து, ஜாமீனுக்கு அப்ளை பண்ணி அடுத்த 24 மணி நேரத்துக்குள்ளே வெளியே வந்துடுவார். டாக்டர் மாதிரியான செல்வாக்கு மிகுந்த ஆட்களைப் போலீஸ் விசாரணையில் வைத்து விசாரிக்க, கோர்ட்டின் அனுமதியை வாங்கணும். அதெல்லாம் நடக்கக்கூடிய காரியமா என்ன...?

''குமரன்! எனக்கு ஆச்சரியமாயிருக்கு.'' என்றான் விஷ்ணு.

''என்ன ஆச்சரியம்?''

''என்னோட பாஸ் சட்டத்தையும், கோர்ட்டையும் மதிக்கக்கூடியவர். அவரா இப்படியொரு அதிரடி அசைன்மெண்ட் கொடுத்தார்...?''

''வேற வழியில்லை, மிஸ்டர் விஷ்ணு... டாக்டர் வெற்றிவேல் சம்பந்தப்பட்டு இருக்கிற குற்றம் அசாதாரணமானது. மினியேச்சர் ந்யூக்ளியர் ப்ளான்ட் மூலம் தமிழ்நாட்டையே பாலைவனமாய் மாற்றக்கூடிய ஒரு விபரீதத்தை அவர் கையில் எடுத்திருக்கார். அந்த விஷயத்தை அவர் வாயில் இருந்தே வரவழைக்க இப்படியொரு முடிவை விவேக் சார் எடுத்தது சரிதான்... நத்திங் ராங்க்.''

''அவர் எல்லாத்தையும் ஒத்துகிட்டாரா...?''

''கிட்டத்தட்ட எல்லாவற்றையும் ஒத்துகிட்டார்.''

''டாக்டர் ருத்திரபதியையும் அவருடைய உதவியாளர்களான சுபத்ராவையும் ஹரியையும் கடத்தினது டாக்டர் வெற்றிவேல்தானா?''

''அவர்தான்... ஆனா இதுல கடத்தப்பட்டது டாக்டர் ருத்திரபதியும் ஹரியும் மட்டுமே!''

''சுபத்ரா...?''

''சுபத்ரா டாக்டர் வெற்றிவேலின் ஆள்.''

''குமரன்... நீங்க என்ன சொல்றீங்க...?''

''எஸ்...! ஒவ்வொரு விஷயமும் இப்பத்தான் வெளியே வருது. டாக்டர் வெற்றிவேலை இந்த அறைக்குக் கொண்டு வந்த பிறகு அவருக்கு க்ரைம் பிராஞ்ச் ஆபீசர்ஸ் கொடுத்த ட்ரீட்மெண்ட்ஸில் அப்படியே அதிர்ந்து போயிட்டார். கேட்ட கேள்விக்கெல்லாம் ஒழுங்காய் பதில் சொன்னார். இங்கிருந்து சுபத்ராவுக்கு போன் பேசச் சொன்னோம். ஹாஸ்ப்பிடலின் செல்லர் அறைக்குள்ளே உட்கார்ந்து பேசற மாதிரி அவரும் இயல்பாய் பேசினார். அந்த சமயத்துலதான் விவேக் சாருக்கு ஒரு யோசனை தோணிச்சு.

இந்த 'ப்ராஸ்தடிக் ஹெட்,' 'மினியேச்சர் நியூக்ளியர் ப்ளான்ட்ஸ்' விவகாரத்தில் நைஜீரியா சம்பந்தப்பட்டு இருக்கிறதால ஒரு நைஜீரியா நபரை சுபத்ராகிட்டே அனுப்பிப் பேச வைப்பதன் மூலமாய் டக்டர் வெற்றிவேல் நம்மகிட்டேயிருந்து சொல்லாமல் மறைச்ச விஷயங்களை வெளியே கொண்டுவரமுடியும்ன்னு நினைச்சார். அந்த யோசனையைச் செயல்படுத்த அவர் என்ன பண்ணினார் தெரியுமா மிஸ்டர் விஷ்ணு?''

விஷ்ணு புன்னகைத்தான்.

''அவர் என்ன பண்ணியிருப்பார்ன்னு எனக்குத் தெரியும் குமரன். நைஜீரிய தூதரகத்தில் அவருக்கு தெரிஞ்ச 'நிகும்பே' என்கிற ஒரு நைஜீரிய நண்பர் வேலை பார்க்கிறார். ஆழம் பார்க்க பாஸ் 'நிகும்பே'யை அனுப்பி இருப்பார் சரியா...?''

''உங்க பாஸ் பற்றி ரொம்பவும் துல்லியமாய் தெரிஞ்சு வெச்சிருக்கீங்க...?''

''நிகும்பே இப்போ சுபத்ரா கிட்டே போயிட்டாரா?''

‘‘போயிட்டார்...’’

‘‘சுபத்ரா இருக்கிற இடத்துக்கு ‘நிகும்பே’யைக் கூட்டிட்டு போனது யாரு?’’

‘‘டாக்டர் வெற்றிவேல் ஹாஸ்ப்பிடலில் நர்சாய் இருந்த சாந்திதான் அவரைக் கூட்டிட்டுப் போயிருக்கா. டாக்டர் நம்ம கட்டுப்பாட்டுக்குள்ளே வந்ததும் அடுத்த ஒரு மணி நேரத்துக்குள்ளே நர்ஸ் சாந்தியையும் நம்ம வளையத்துக்குள்ளே கொண்டு வந்துட்டோம். சாந்தி இப்போ அப்ரூவராய் மாறி பல உண்மைகளைச் சொல்லிட்டா. அந்த உண்மைகளை ஆதாரமாய் வெச்சுத்தான் நம்ம நைஜீரிய நண்பர் நிகும்பே சுபத்ரா கிட்டே பல கேள்விகளைக் கேட்டு மறைந்து கிடக்கிற எல்லா உண்மைகளையும் சுபத்ரா வாயாலேயே வரவழைக்கப் போகிறார். அவங்க ரெண்டு பேரும் என்ன பேசறாங்க என்கிற விபரத்தை ஆடியோ - வீடியோ வெர்ஷன்ஸ் அதோ! அந்த ஹோம் ஸ்க்ரீனில் அடுத்த அஞ்சு நிமிஷத்துக்குள்ளே பார்க்கப் போறோம்!’’ குமரன் சுவரில் இருந்த ஸ்கிரீனைக் காட்டினார்.

‘‘எப்படி அது சாத்தியம்...?’’

‘‘நிகும்பே அணிந்திருக்கிற கோட் பட்டன்களில் மினி சி.சி.டி.வி. காமிராக்கள் 360 டிகிரி கோணத்தில் செயல்பட்டு ஒரு கிரிக்கெட் மேட்ச்சை டெலிகாஸ்ட் பண்ற மாதிரி செயல்பட ஆரம்பிக்கும்.’’

‘‘ஓ... இதைத்தான் ‘ஷோ’ ஆரம்பமாகப் போகுதுன்னு சொன்னீங்களா...?’’

‘‘ஆமா... வாங்க... போகலாம்... இப்ப ஸ்டார்ட் ஆயிடும்.’’

குமரனும் விஷ்ணுவும் அங்கிருந்து நகர்ந்து டாக்டர் வெற்றிவேல் உட்கார்ந்திருந்த இடத்துக்கு வந்தார்கள்.

விவேக் அவரிடம் பேசிக் கொண்டிருந்தான்.

‘‘டாக்டர்... நாம இப்போ நம்ம விசாரணையோட இறுதி கட்டத்துக்கு வந்துட்டோம். எங்க ஆள் நிகும்பேவும், சுபத்ராவும் பிசினஸ் டீல் பற்றிப் பேசப் போறாங்க.

அதுக்கு முந்தி நீங்க இப்போ சுபத்ராவுக்கு போன் பண்ணி நிகும்பே எது மாதிரியான கேள்வி கேட்டாலும் ஒரு சின்ன உண்மையைக்கூட மறைக்காமல் தெளிவாய் பதில் சொல்லணும், அப்பத்தான் அவங்களுக்கு நம்ம மேல் நம்பிக்கை வரும்ன்னு பேசணும்...' என்ன சொல்றீங்களா?''

டாக்டர் வெற்றிவேல் கலக்கமாய் தலையாட்ட பக்கத்தில் இருந்த சைபர் க்ரைம் ஆபீசர் ஒருவரை விவேக் ஏறிட்டுப் பார்த்தான். அவர் தன் கையில் வைத்து இருந்த வெற்றிவேலின் செல்போனில் சுபத்ராவின் எண்ணைத் தேயத்துவிட்டுக் கொடுத்தார்.

௵

கரியைப் பூசிக் கொண்ட தினுசில் தனக்கு முன்பாய் உட்கார்ந்திருந்த நிகும்பேயிடம் பேச்சை ஆரம்பிக்கலாம் என்று நினைத்த விநாடி சுபத்ராவின் செல்போன் வைப்ரேஷனில் ஒளிர்ந்தது. எடுத்து அழைப்பது யார் என்று பார்த்துவிட்டு நிகும்பேவைப் பார்த்து புன்கைத்தாள்.

''எக்ஸ்க்யூஸ் மீ... டாக்டர்தான் பேசுகிறார்.'' என்று சொன்னவள், செல்போனை காதுக்கு ஒற்றி ''சொல்லுங்க டாக்டர்.'' என்றாள்.

''நிகும்பே எந்த பிரச்சனையும் இல்லாமல் நம் இடத்துக்கு வந்து சேர்ந்தாரா சுபத்ரா?''

''ஒரு பிரச்சனையும் இல்ல டாக்டர்... எல்லாமே நல்லபடியாய் போய்க் கொண்டு இருக்கிறது. பை... த... பை... டாக்டர்...!''

''என்ன...?''

''உங்களுக்கு உடம்பு ஏதாவது சரியில்லையா...?''

''ஏன்...''

''உங்க குரல் சரியில்லை.. ஏதோ நடுக்கம் தெரியுது?''

''அது ஒண்ணுமில்லை சுபத்ரா... கொஞ்சம் ஹைபர்

டென்ஷன்...''

''டாக்டர்... நீங்க போலீஸோட நடவடிக்கைகளைப் பார்த்து டென்ஷன் ஆயிட்டீங்கன்னு நினைக்கிறேன். நீங்க யாரைப் பார்த்தும் பயப்பட வேண்டியதில்லை... ஸ்காட் போலீஸ் வந்தாக்கூட நம்மை ஸ்மெல் பண்ண முடியாது. நான் நிகும்பேவிடம் பேசிட்டு மறுபடியும் உங்க லைனுக்கு வர்றேன்...!''

சுபத்ரா செல்போனை அணைத்துவிட்டு எதிரிலிருந்து நிகும்பேவைப் பார்த்து ''ஸாரி...'' என்றாள்.

நிகும்பே தன் கொட்டை கொட்டையான பற்களைக் காட்டிச் சிரித்தார்.

''நோ ப்ராப்ளம்... லெட் அஸ் ஸ்டார்ட் அவர் பிசினஸ் டீல்...?''

''ஷ்யூர்...''

''என் முதல் கேள்வி டாக்டர் வெற்றிவேலோடு பேசும் போது போலீஸ் என்ற வார்த்தை அடிபட்டது. நீங்கள் தமிழில் பேசியதால் எனக்குப் புரியவில்லை. நம்முடைய மினியேச்சர் ந்யூக்ளியர் ப்ளான்ட்ஸ் பற்றி போலீஸுக்கு ஏதேனும் தெரிந்துவிட்டதா...?''

''அப்படி எதுவும் தெரிய வாய்ப்பில்லை... போலீஸை எப்படிச் சமாளிப்பது என்று டாக்டர் வெற்றிவேலுக்குத் தெரியும். எனக்கும் தெரியும்... அதைப்பற்றிய பயமே உங்களுக்கு வேண்டாம்!''

''சாரி... மிஸ் சுபத்ரா... இப்படியெல்லாம் ஒரு போலி தைரியம் கொடுத்து எங்களைச் சமாதானப்படுத்திவிட முடியாது. நான் இப்போது அவசர அவசரமாய் நைஜீரியாவிலிருந்து புறப்பட்டு வந்ததே இந்த விவகாரத்தைப் பற்றி பேசத்தான். இதுவரைக்கும் நாங்கள் வெற்றிவேலுக்கு எவ்வளவு மினியேச்சர் ந்யூக்ளியர் ப்ளான்ட்ஸைக் கொடுத்திருக்கிறோம் என்று உங்களுக்குத் தெரியுமா?''

''தெரியும்... எட்டு...''

''அந்த எட்டில் இதுவரைக்கும் இரண்டே இரண்டை மட்டும் புதைத்து இருக்கிறீர்கள். அதில் ஒன்று தோண்டி எடுக்கப்பட்டு போலீஸ் கைக்குப் போய்விட்டது. மீதி ஒன்றை எந்த இடத்தில் புதைத்து வைத்திருக்கிறீர்கள்?''

''திண்டுக்கல்லுக்குப் பக்கத்தில் உள்ள எரியோடு என்கிற ஒரு கிராமத்தின் மலையடிவாரத்தில் புதைக்கப்பட்டுள்ளது.''

''அதைப் புதைத்த நபர்கள் நம்பிக்கைக்கு உரியவர்கள்தானே?''

''நூறு சதவீத உத்தரவாதம்''

''சரி... டாக்டர் வெற்றிவேலின் நண்பர் டாக்டர் ருத்திரபதி செய்து வந்த 'டீப் ப்ரெய்ன் ஸ்டிமுலேஷன்' ஃபார்முலா வெற்றிகரமான ஒன்றா?''

''அதில் என்ன சந்தேகம்...? எதிர்கால மருத்துவத்துறையில் 'ப்ரெய்ன் டெத்' என்னும் வார்த்தையே இருக்காது மிஸ்டர் நிகும்பே.''

''அவரிடம் இருந்து அந்த 'பயோ ட்ரூத்' என்கிற வார்த்தைக்கு என்ன விளக்கம் என்று தெரிந்துவிட்டதா?''

''தெரிந்துவிட்டது... இனி டாக்டர் ருத்திரபதியும், அவருடைய உதவியாளருமான ஹரியும் இதே கட்டடத்தில் சாகும் வரை இருந்து நமக்காக உழைக்கப் போகிறார்கள்.''

''அவர்கள் ஒத்துழைப்பார்களா?''

''நிச்சயம் ஒத்துழைப்பார்கள்...!''

''டாக்டர் ருத்திரபதி தன்னுடைய ஆராய்ச்சிக்காகப் பயன்படுத்தும் 'ப்ராஸ்தடிக்' தலைக்குள் 'மினியேச்சர் நியூக்ளியர் ப்ளான்ட்ஸை' பதுக்கி வைத்துப் புதைப்பது பாதுகாப்பான முறை என்று டாக்டர் வெற்றிவேல் சொன்னார்.''

''ப்ராஸ்தடிக் தலைக்குப் பதிலாக நாம் வேறு ஏதாவது ஒன்றில் பதுக்கிப் புதைத்தால் என்ன...?''

''நானும் டாக்டர் வெற்றிவேலும் காரணமில்லாமல் ஒரு காரியத்தைச் செய்யமாட்டோம். 'மினியேச்சர் ந்யூக்ளியர் ப்ளான்ட்ஸை' டாக்டர் ருத்திரபதி பயன்படுத்தும் 'ப்ராஸ்தடிக்' தலைக்குள் வைத்துப் புதைத்த காரணத்தால்தான் போலீஸின் விசாரணைக் கோணம் மாறியிருக்கிறது. டாக்டர் ருத்திரபதி தான் இதற்கெல்லாம் காரணம் என்கிற எண்ணம் போலீஸுக்கு ஏற்பட்டு இருக்கிறது. இனி நாம் எத்தனை 'ந்யூக்ளியர் ப்ளான்ட்ஸை'ப் புதைத்தாலும் சரி, அதற்கெல்லாம் காரண கர்த்தாவாய் ருத்திரபதி இருக்கப் போகிறார்...!''

''அதாவது பழி ஓரிடம்... பாவம் ஓரிடம்.''

''அதேதான்...''

''நான் அந்த டாக்டர் ருத்திரபதியையும் அவருடைய உதவியாளரான ஹரியையும் பார்த்துப் பேச ஆசைப்படுகிறேன்...''

''அவர்கள் இருவரும் இப்போது மயக்கத்தில் இருக்கிறார்கள். அடுத்தமுறை நீங்கள் இங்கே வரும்போது பார்த்துப் பேசலாம்.'' என்று சொன்ன சுபத்ரா சில விநாடிகள் மவுனமாய் இருந்துவிட்டு மெல்ல பேச ஆரம்பித்தாள்.

''டாக்டர் வெற்றிவேல் உங்களிடம் ஓர் அதிரடியான திட்டத்தைப் பற்றி பேசச் சொன்னார்.''

''அதிரடி திட்டமா?''

''ஆமாம்...''

''நீங்கள் போதுமான அளவுக்கு 'மினியேச்சர் நியூக்ளியர் ப்ளான்ட்ஸை' உருவாக்கிக் கொடுத்தால் தமிழ்நாட்டின் எல்லாக் கிராமப் பகுதிகளிலும் 'ப்ராஸ்தடிக்' தலையில் வைத்து ஒரு வார காலத்துக்குள் புதைத்து விடலாம்.''

''இதுவும் நல்ல யோசனைதான். பேசிப் பார்க்கிறேன்... ஆனால் உங்களுக்குத் தர வேண்டிய பேமெண்ட் சில நாட்கள் தள்ளிப் போகும். பரவாயில்லையா...?''

''சில நாட்கள் என்றால் எவ்வளவு நாட்கள்?''

''ஒரு கோடியே இருபது லட்சம் நாட்கள்.''

சுபத்ரா முகம் மாறினாள்.

''நீங்கள் சொல்வது புரியவில்லை''

''உங்களுக்குப் பணமே கிடைக்காது என்று சொல்கிறேன்.''

சுபத்ரா அதிர்த்தாள். ''உ... உ... உங்கள் பேச்சு சரியில்லையே...!''

''நீங்கள் பிறந்து வளர்ந்த பூமியை டாலர்களுக்கு ஆசைப்பட்டுப் பாலைவனமாக மாற்றுவது மட்டும் சரியா...?''

சுபத்ரா உறைந்து போய் எழ முயல நிகும்பேவின் கை, கோட்டின் மார்புப் பகுதிக்குப் போய் சட்டென்று அந்த கனமான ரிவால்வரை எடுத்தது. சுபத்ராவையும், சற்றுத்தள்ளி நின்றிருந்த ஜாஃபரையும் மாறி மாறிக் குறிபார்த்தது.

''இரண்டு பேரும் உயிரோடு இருக்க வேண்டுமானால் அப்படி சுவர் ஓரமாய் போய் மண்டியிட்டு உட்காருங்கள். 10 நிமிடங்களில் போலீஸ் வேன் வரும். ஏறிப் போகலாம். உங்களுடைய உடல்கள் ரத்தப் பொத்தல்களோடு மார்ச்சுவரி வேனில் போக வேண்டுமென்றால் என்னைத் தாக்க முயற்சி செய்யுங்கள். தாக்குவதற்கு முன் ஒரு விஷயம். என் கையில் இருப்பது அயோனிக் நானோ பிஸ்டல். ஒரு தடவை ட்ரக்கரை சுண்டினால் பட்டாணி அளவே உள்ள தோட்டாக்கள் நூற்றுக்கணக்கில் பாயும். அதில் ஒரே ஒரு தோட்டா நெற்றியில் பாய்ந்தாலும் உடனடி மரணம்...!''

சுபத்ராவும் ஜாஃபரும் அரண்டு மிரண்டு போனவர்களாய் பின்னுக்கு நகர்ந்து சுவரோரமாய் மண்டி போட்டு உட்கார்ந்தனர்.

நிகும்பே பிஸ்டலை ஒரு கையில் பிடித்துக் கொண்டே இன்னொரு கையில் செல்போனை எடுத்தார். ஒரு எண்ணைத் தேய்த்துவிட்டு பேசினர்.

''மிஸ்டர் விவேக்... ஆஸ் யு செட் ஐ ஹாவ் ஃபினிஷ்டு

மை ஜாப்!''

செல்போனின் மறுமுனையில் விவேக் சிரித்தான்.

''தேங்க்யூ வெரிமச் மிஸ்டர் நிகும்பே... உங்கள் உதவியை என்றைக்கும் மறக்கமுடியாது. இரண்டு போலீஸ் வேன்கள் இன்னும் ஐந்து நிமிடங்களுக்குள் அங்கே வந்துவிடும்...''

''காத்திருக்கிறேன்...''

ஃ

மறுநாள் காலை ஏழு மணி...

டி.வியில் அந்த அழகான பெண் நியூஸ் ரீடர் செய்தி வாசித்துக் கொண்டிருந்தாள். வேகமான குரல்.

''தமிழ்நாட்டை ஒரு பாலைவனமாக மாற்ற அண்டை நாடுகள் செய்த ஒரு விபரீத முயற்சியைச் சென்னை க்ரைம் ப்ராஞ்ச் அண்டர்காப் அதிகாரி விவேக் வெற்றிகரமாய் முறியடித்து, குற்றவாளிகளை அடையாளம் காட்டியுள்ளார். இதை பாரதப் பிரதமரும், தமிழ்நாட்டின் முதல்வரும் வெகுவாகப் பாராட்டி...''

சமையலறையில் இருந்தபடி செய்தி கேட்ட ரூபலா உடம்பெல்லாம் பரவசம் பரவ பக்கத்தில் இருந்த அறைக்குள் நுழைந்தாள்.

லேப்-டாப்பில் எதையோ ஆழ்ந்து பார்த்துக் கொண்டு இருந்த விவேக்கின் தோளைத் தொட்டாள்.

''என்னங்க... டி.வி.யில் ந்யூஸ் போயிட்டுருக்கு, உங்களைப் பத்திச் சொல்றாங்க...''

''அப்படியா...?'' விவேக் லேப்-டாப்பினின்றும் பார்வையை அகற்றாமல் தலையை ஆட்டினான்.

''என்ன அப்படியா...! ப்ரைம் மினிஸ்டரும், நம்ம சீஃப் மினிஸ்டரும் உங்களைப் பாராட்டியிருக்காங்க...''

''பரவாயில்லையே...!''

‘‘என்னங்க இது... நான் எவ்வளவு ஆர்வமாய் விஷயத்தைச் சொல்லிட்டிருக்கேன்... உங்க கிட்டேயிருந்து ஒரு சின்ன ரியாக்ஷன் கூட இல்லையே..!’’

‘‘ருபீ...! நான் ஒரு கருவி மட்டுமே. எல்லாப் புகழும் விஷ்ணுவுக்கே..!’’

‘‘இது அநியாயத்துக்கும் அநியாயத்துக்கும் பிறந்த ஒரு மிகப்பெரிய அநியாயம் பாஸ்.’’

பின்பக்கக் குரல் கேட்டு விவேக்கும் ரூபலாவும் திரும்பிப் பார்த்தார்கள்.

விஷ்ணு கதவருகே நின்றிருந்தான். நெற்றியில் விபூதி குங்குமம். கையில் இருந்த தொன்னையில் கோயில் பிரசாதமாய் சர்க்கரைப் பொங்கல்.

Milton Keynes UK
Ingram Content Group UK Ltd.
UKHW011813190923
428965UK00004B/347

9 789390 771080